वादळ माथा ते १९६५ भारत-पाक युद्ध

संरक्षणमंत्री

यशवंतराव चव्हाण

१९६२-१९६६

लेखक

राम प्रधान

मेहता पब्लिशिंग हाऊस

◆ *या पुस्तकातील लेखकाची मते, घटना, वर्णने ही त्या लेखकाची असून त्याच्याशी प्रकाशक सहमत असतीलच असे नाही.*

VADAL MATHA TE 1965 BHARAT-PAK YUDDHA by RAM PRADHAN

वादळ माथा ते १९६५ भारत-पाक युद्ध : राम प्रधान / राजकीय

Email : author@mehtapublishinghouse.com

प्रकाशक : सुनील अनिल मेहता, मेहता पब्लिशिंग हाऊस,
१९४१ सदाशिव पेठ, माडीवाले कॉलनी, पुणे - ४११०३०.

मुद्रक : ट्रिनिटी ॲकॅडमी फॉर कॉर्पोरेट ट्रेनिंग लिमिटेड

मुखपृष्ठ : चंद्रमोहन कुलकर्णी

प्रकाशनकाल : फेब्रुवारी, २०१३ / पुनर्मुद्रण : डिसेंबर, २०१८

किंमत : ₹ ३९५

P Book ISBN 9788184984538
E Book ISBN 9788171616763
E Books available on : amazonkindle Apple Books Google Play Books

कै. यशवंतराव चव्हाण –

ज्यांनी मला बंधुत्वाचे प्रेम दिले,
त्यांच्या स्मृतीस अर्पण!

'वादळमाथा' आणि 'पहिली फेरी' या पुस्तकांच्या
एकत्रित भागांची सुधारित नवीन आवृत्ती

प्रस्तावना

हे पुस्तक संरक्षणमंत्री यशवंतराव चव्हाणांचे चरित्र नव्हे; तसेच त्या काळचा इतिहासही नव्हे. पण हे जसे त्यांच्या चरित्राचे एक अंग आहे, तसेच, इतिहासाचेही एक अंग आहे.

इतिहास जेव्हा घडत असतो, तेव्हा दैनंदिन घटना इतक्या झपाट्याने होत असतात की, घडणाऱ्या या लहान-सहान घटनांही पुढे महत्त्वाच्या ठरतील, असे तेव्हा तरी वाटत नाही. आज तीस वर्षांनंतर त्या घटनांना त्या वेळचे महत्त्व राहणे शक्य नाही; परंतु जेव्हा-केव्हा यशवंतराव चव्हाणांचे संपूर्ण चरित्र लिहिले जाईल आणि त्यांच्या कार्याचे मूल्यमापन होईल, तेव्हा अशा घटनांचा आधार घ्यावा लागेल, असे मला वाटते. ज्या काही आठवणी या पुस्तकाच्या रूपाने सादर केल्या आहेत, त्यांचे मूल्यमापन वाचक त्या दृष्टीने करतील, अशी माझी अपेक्षा आहे.

१९६० ते १९६४ अशी पाच वर्षे मी यशवंतरावांच्या सहवासात त्यांचा खासगी सचिव म्हणून काढली. भारताच्या क्षितिजावरील एक उगवता सूर्य आणि देशाचा पुढील पिढीचा नेता याच दृष्टीने १९६० साली महाराष्ट्र यशवंतरावांकडे पाहत होता. महाराष्ट्र राज्याची स्थापना झाल्यानंतर केवळ अडीच वर्षांत यशवंतरावांनी जे कार्य केले, त्यामुळे संपूर्ण भारतात एक कार्यक्षम, गरिबीतून आणि ग्रामीण क्षेत्रातून वर आलेला नेता म्हणून त्यांची ख्याती झाली.

महाराष्ट्राच्या बांधणीच्या कामात गुंतले असतानाच एक दिवस अचानक इतिहासाने नवे वळण घेतले. इतिहासाच्या काही अभ्यासकांच्या मते एका वाक्याने ते नवे पर्व सुरू झाले.

'चिनी फौजांना भारताच्या सीमेबाहेर हाकलून टाकण्याचे आदेश देण्यात आले आहेत.' असे पंतप्रधान नेहरू यांनी १२ ऑक्टोबर, १९६२ रोजी सांगितल्याचे प्रसिद्ध झाले. चीनने भारतावर उत्तर-पूर्व आणि उत्तर-पश्चिम सीमेवर मोठे आक्रमण केले, चीनने भारताचे मैत्री आणि बंधुत्वाचे नाते झुगारून शत्रुत्व का केले, याचे उत्तर अनेक लेखकांनी निरनिराळ्या स्वरूपाने दिले आहे; पण उत्तर काहीही असो, त्या घटनेनंतर पंडित जवाहरलाल नेहरूंचे एकमेव नेतृत्व संपुष्टात आले आणि त्या घटनेमुळे यशवंतराव चव्हाणांच्या कर्तृत्वाला नव्या कसोटीशी सामना करावा लागला.

२० ऑक्टोबर रोजी, थागला पर्वताच्या दक्षिणेस वाहणाऱ्या 'नाम-का-चू' नदीच्या पात्राभोवती भारतीय लष्कराला जी अपमानास्पद हार पत्करावी लागली, ती

देशाच्या इतिहासात एक महत्त्वाची घटना ठरली आहे. त्या दिवशी, त्या काळात अंतर्गत मतभेदांनी पछाडलेला भारत परत एकदा एकसंध, जागृत देश झाला. हिमालयापासून कन्याकुमारीपर्यंत भारताच्या संरक्षणासाठी आणि चिनी हल्ल्याला तोंड देण्यासाठी जनता जागृत झाली. महाराष्ट्रात एक नवीन चैतन्य आणि वीरश्री उफाळून आली. नवीन महाराष्ट्राच्या मुख्यमंत्र्यांना पंतप्रधानांनी 'संरक्षणमंत्री' म्हणून घोषणा केली, तेव्हा 'हिमालयाच्या संरक्षणासाठी सह्याद्री' या शब्दांत त्याचे स्वागत करण्यात आले.

यशवंतराव बळवंतराव चव्हाण, हे सह्याद्रीचे खरेखुरे प्रतीक होते. १४ नोव्हेंबर, १९६२ला पुण्यात शनिवारवाड्याच्या दिल्ली दरवाज्यासमोर ते म्हणाले –

'सह्याद्री हा काही निर्जीव पर्वत नाही. महाराष्ट्राच्या उदात्त भावनांचे आणि उज्ज्वल परंपरेचे ते प्रतीक आहे. सह्याद्री आम्हांला प्रेरणा आणि स्फूर्ती देईल.'

ते सह्याद्रीविषयी जे बोलले, तेच महाराष्ट्राची जनता चव्हाणांच्या विषयी बोलत होती.

यशवंतरावांच्या स्वरूपात सह्याद्री दिल्लीत दाखल झाला. संपूर्ण महाराष्ट्र अभिमानाने फुलून गेला. ...पण दिल्लीत गेल्याबरोबरच सह्याद्रीला त्याचे स्थान दाखविण्यासाठी काय-काय करावे लागले आणि यशवंतरावांना काय मनोव्यथा सहन कराव्या लागल्या, याची कल्पना लोकांपर्यंत पोहोचली नाही. सह्याद्रीने आपल्या कोमल, परंतु कणखर मनाने सर्व काही सहन केले.

ह्या पुस्तकाचे नाव 'सह्याद्रीची मनोव्यथा' ठेवावे, असे वाटले होते. पण नंतर वाटले, यशवंतरावजींना ते आवडले नसते. आपल्या चरित्राच्या तिसऱ्या खंडात – ज्याचे नाव 'जमुनातीर' म्हणून त्यांनी योजिले होते – त्यात आपल्या शब्दांत आपल्या मनोव्यथांचे वर्णन केले असते किंवा नाही, याविषयी मी साशंक आहे. तसे करणे त्यांच्या स्वभावात नव्हते. व्यथा सहन करीत राहणे, हा त्यांचा स्वभावधर्म होता. त्याच वेळी आपल्या शब्दाने कोणी दुखवू नये, याची ते काळजी घेत. थोडक्यात मोजून-मापून लिहिण्याचा आणि बोलण्याचा त्यांच्या प्रवृत्तीचा उगम त्या मनोवृत्तीत होता.

२० नोव्हेंबर, १९६२ला यशवंतराव दिल्लीला दाखल झाले. त्या क्षणी देश एका वादळात सापडला होता. आक्रमण आणि राजकीय झंझावातात जवाहरलाल नेहरूंचे नेतृत्व सापडले होते. त्या दिवशी [illegible] झाली, त्या दिवशी चीनने युद्धबंदी जाहीर केली. वादळ शमले, असा भास झाला. जागृत झालेला भारत संरक्षणाविषयी परत ढिला पडू नये; म्हणून यशवंतराव पुनःपुन्हा लोकांना सांगत की, 'आपण वादळाच्या शेपटीला नसून वादळाच्या माथ्यावर

आहोत,' म्हणूनच या पुस्तकाला 'वादळ माथा' हे नाव दिले आहे.

या पुस्तकात जे लिहिले आहे, ते त्या वेळच्या इतिहासाचा एक प्रेक्षक म्हणून लिहिले आहे. फरक एवढाच की, जे काही दर दिवशी घडत होते, ते आतून पाहण्यास मिळाले. यशवंतरावांचा मदतनीस म्हणून अनेक वेळा जे काही होत आहे, त्यात सहभागी होण्याचे भाग्यही मला लाभले. ते अनुभव आणि अनेक वेळा यशवंतरावांच्या मनाची झालेली कोंडी ही सह्याद्रीची खरोखरची मनोव्यथा. यशवंतरावांचा नियतीवर विश्वास. माझी त्यांची भेट आणि ओळख ही त्या नियतीचाच भाग होता; तसेच, आमच्या संबंधांविषयी. माणसा-माणसांचे संबंध कोठे आणि केव्हा जोडले जातात, ते बहुतेक वेळा कळतही नाही. ते ऋणानुबंध असतात; तसेच माझ्या आणि यशवंतरावांच्या संबंधांविषयी मला वाटते.

यशवंतरावांच्या बरोबर माझी वाटचाल खरीखुरी सुरू झाली, फेब्रुवारी, १९६०मध्ये. 'महाराष्ट्राची निर्मिती' आणि 'महाराष्ट्र राज्य स्थापने'चा सोहळा जेव्हा मुंबईच्या राजभवनात मी अनुभवला; त्या क्षणी माझ्या जबाबदारीची मला जाणीव झाली. नवीन राज्य, नवीन मराठी भाषिक राज्यातील निरनिराळ्या विभागांतील लोकांच्या अपेक्षा, पंडित नेहरूंनी राज्य निर्माण झाल्याची घोषणा करताना काढलेले उद्गार, या सर्वांचा माझ्या मनावर परिणाम झाला. यशवंतरावांच्या बरोबर एका नवीन भाषिक राज्याची निर्मिती करण्याचे काम करावे लागेल आणि त्यासाठी मुख्यमंत्री माझ्याकडून अपेक्षा ठेऊन आहेत, हे स्फूर्तिदायक होते. तसेच आपण यशवंतराव चव्हाणांना साथ देऊ शकू का नाही, हाही विचार मनात डोकावून गेला.

पुढील अडीच वर्षे कामाची आणि घाईगर्दीची होती. चव्हाणांचे विचार आणि त्यांच्या कार्यपद्धतीची चांगलीच जाणीव झाली. जेवढी-जेवढी माझी उपयुक्तता त्यांच्या दृष्टीने वाढत गेली, तसे-तसे ते माझ्यावर अधिक अवलंबून राहू लागले. विचारांची देवाणघेवाण होतीच; पण त्यापेक्षाही महत्त्वाचे म्हणजे, परस्परांवर विश्वास!

अगदी पहिल्या दिवसापासून त्यांनी सांगितले होते, की –

"मी तुझ्यावर पूर्ण विश्वास ठेवणार आहे. तूही माझ्यापासून काही लपवून ठेवू नकोस."

त्यांचे शब्द होते :

'Loyalty is a two way street.'

'परस्परांवरील विश्वास हा दुतर्फा रस्ता आहे. तू माझ्यावर विश्वास ठेव आणि मी तुझ्यावर ठेवीन.'

आम्ही २० नोव्हेंबरला जेव्हा दिल्लीत गेलो, तेव्हा बऱ्याच तऱ्हांनी एकरूप झालो होतो. त्यांनी न सांगता मला कळू लागले की, त्यांच्या मनात काय आहे,

त्यांना कशी मदत करता येईल, हे ठरविण्याची जबाबदारीही त्यांनी माझ्यावर टाकली होती.

हे सर्व मी सांगत आहे एकाच उद्देशाने – जे काही या पुस्तकात लिहिले आहे, त्याला काय पार्श्वभूमी आहे, हे आजच्या वाचकाला कळण्यासाठी. कारण बरेच जे लिहिले आहे, त्यात कोणी त्रयस्थ व्यक्ती हजर नव्हती. बऱ्याच वेळा केवळ यशवंतराव आणि मी, आमचे संबंध केवळ एक वरिष्ठ राजकीय नेता अथवा मंत्री आणि त्याच्या खाजगी सचिवाचे नव्हते.

हे पुस्तक लिहिण्यास खरे प्रेरक म्हणजे नरुभाऊ लिमये. मी अगोदर बरेच काही इंग्रजीत लिहिले होते; पण यशवंतरावांविषयी अगोदर मराठीत प्रकाशित झाले पाहिजे, हा नरुभाऊंचा आग्रह. मग लागलो मराठीत लिहायला. जिथे-जिथे अडचण आली, तिथे-तिथे नरुभाऊंनी मदत केली. त्यांची जिद्द मोठी आणि यशवंतराव चव्हाणांसंबंधी काहीही काम केव्हाही करण्यास सर्वदा सिद्ध. त्यांच्या उत्तेजनामुळे हे पुस्तक लिहिले गेले.

माझे सन्मित्र तसेच त्यांचे ऑफिसातील टंकलेखक चंद्रकांत कदम यांची सेवा उपलब्ध झाली. त्यामुळे मी त्यांचाही आभारी आहे.

– राम प्रधान

मनोगत

यशवंतराव चव्हाण यांची 'जन्मशताब्दी' संपूर्ण महाराष्ट्रात १२ मार्च, २०१२पासून साजरी केली जात आहे. महाराष्ट्र शासन, यशवंतराव चव्हाण प्रतिष्ठान, मुंबई तसेच प्रतिष्ठानची निरनिराळ्या ठिकाणची केंद्रे, विद्यापीठे, महाविद्यालये, शाळा आणि अगणित अशासकीय संस्था ज्या उत्साहाने जन्मशताब्दी साजरी करीत आहेत त्यावरून असे म्हणता येईल की, शिवाजी महाराजांच्यानंतर असामान्य, दूरदृष्टीचा, विचारवंत तसेच गोरगरीब आणि उपेक्षित समाजांचा कैवारी राज्यकर्ता म्हणून 'यशवंतराव चव्हाण' यांचे नाव इतिहासात नोंदले गेले आहे.

माझा त्यांचा संबंध हा आमच्या दोघांतील ऋणानुबंधाचा भाग आहे, यात शंका नाही. १९५३ साली बनासकाठा जिल्ह्यातील 'माउंट अबू' या थंड हवेच्या ठिकाणी आमची पहिली भेट झाली, तेव्हा तो मुंबई राज्याचा भाग होता आणि माउंट अबू जवळजवळ त्याचे शेवटचे टोक होते. त्या वेळी यशवंतराव चव्हाण खाद्यपुरवठा आणि सामाजिक विकास कार्यक्रम (कम्युनिटी प्रोजेक्टस) या विभागाचे मंत्री होते. पुढे मला त्यांच्या मार्गदर्शनाखाली कोल्हापूर जिल्ह्यात काम करण्याची संधी मिळाली आणि महाराष्ट्र राज्य स्थापनेच्या दोन महिने अगोदर मी त्यांचा खाजगी सचिव म्हणून महाराष्ट्राच्या मंत्रालयात दाखल झालो. ते मुख्यमंत्री असताना आणि नंतर संरक्षणमंत्री पदावर गेल्यानंतर मी त्यांच्याबरोबर पाच वर्षे काम केले. ब्रिटिश राजवटीतील अलिप्तपणे वागण्याच्या संकेताप्रमाणे एक भारतीय सेवेतील (आयएएस) अधिकारी आणि मंत्री पातळीवर शासनकर्ता म्हणून आमच्या संबंधाला सुरुवात झाली. त्याचे रूपांतर अगोदर मैत्रीत झाले आणि शेवटी आमचे नाते बंधुत्वाचे झाले; ते त्यांच्या आयुष्यातील अखेरच्या क्षणापर्यंत राहिले.

यशवंतराव चव्हाण यांचा संरक्षणमंत्री पदावरील काळ मराठी भाषिकांना ज्ञात व्हावा म्हणून मी १९९५ साली 'वादळ माथा' हे पुस्तक लिहिले. त्याच कारणास्तव यशवंतराव चव्हाण यांनी स्वहस्ते लिहिलेल्या रोजनिशीच्या आधारे मी जुलै, २००८मध्ये १९६५च्या भारत-पाक युद्धासंबंधी 'पहिली फेरी?' हे पुस्तक सादर केले. हे युद्ध आणि तद्नंतर जे काही घडलं, तो काळ यशवंतराव चव्हाण यांच्या संरक्षणमंत्री पदावरील संस्मरणीय काळ होता. १९६६ साली ते भारताचे गृहमंत्री झाले. सतरा वर्षांत 'वादळ माथा'च्या अनेक आवृत्त्या निघाल्या आणि ज्या आतुरतेने

'वादळ माथा'चे स्वागत करण्यात आले, त्याच प्रेमाने अनेक तरुण वाचक आजही 'वादळ माथा' हे पुस्तक वाचतात आणि माझ्याशी संपर्क साधतात.

'वादळ माथा' आणि 'पहिली फेरी?' यांचा कार्यकाळ (नोव्हेंबर, १९६२ ते जून, १९६६) म्हणजे यशवंतराव चव्हाणांचा संरक्षणमंत्री पदावरील संपूर्ण काळ होता. त्यामुळे ही दोन पुस्तके जसे त्यांच्या चरित्राचे भाग आहेत, तसेच इतिहासाचे एक भाग आहे. आता [illegible] वर्षांच्या कालखंडाकडे मी वळून पाहिले; तेव्हा मला असे जाणवले की, इतिहास जेव्हा घडत असतो; तेव्हा दैनंदिन घटना इतक्या झपाट्याने घडत असतात की, घडणाऱ्या या लहान-सहान घटनांही पुढे महत्त्वाच्या ठरतील, असे तेव्हा तरी वाटत नाही. माझा स्वतःचा अनुभव सांगतो की, लहान-लहान घटनांमध्येच इतिहासाची गुपिते लपलेली असतात.

इतिहासाचा एक साक्षीदार म्हणून यशवंतरावांच्या जन्मशताब्दी वर्षांत त्यांच्या संरक्षणमंत्री काळाविषयी मी एक ग्रंथ सादर करावा म्हणून बऱ्याच राजकीय आणि शासकीय सहकाऱ्यांनी मला सूचित केले. त्या विनंतीस मान देऊन हे पुस्तक सादर करण्यास मला विशेष आनंद होत आहे.

मी वर उल्लेख केलेल्या माझ्या दोन्ही पुस्तकांचे प्रकाशक श्री. सुनिल मेहता यांनी हे पुस्तक प्रकाशित करण्याचे मान्य केले, त्याबद्दल मी त्यांचा आभारी आहे. तसेच माझे स्वर्गीय मित्र श्री. बाबुराव शिर्के आणि त्यांच्या मृत्यूनंतर त्यांचे चिरंजीव श्री. विजय शिर्के यांनी दिलेल्या मदतीमुळे या पुस्तकाचे काम मी हाती घेण्याचे ठरविले. त्यासाठी त्यांचे कार्यालयातील श्री. चंद्रकांत कदम यांचे मला बहुमोल साहाय्य मिळाले.

शेवटी मराठी वाचक, यशवंतरावांचे असंख्य चाहते आणि ज्यांनी महाराष्ट्राच्या जडणघडणीत योगदान दिले, त्या सर्वांचा मी आभारी आहे.

– राम प्रधान

सुधारित आवृत्तीच्या निमित्ताने

भारताच्या क्षितिजावरील एक उगवता सूर्य आणि पुढील पिढीचा नेता याच दृष्टीने १९६० साली महाराष्ट्र यशवंतरावांकडे पाहत होता. महाराष्ट्र राज्याची स्थापना झाल्यानंतर केवळ अडीच वर्षांत यशवंतरावांनी जे कार्य केले, त्यामुळे संपूर्ण भारतात एक कार्यक्षम, गरिबीतून आणि ग्रामीण क्षेत्रातून वर आलेला नेता म्हणून त्यांची ख्याती झाली.

नोव्हेंबर, १९६२मध्ये त्यांची राजकीय वाटचाल इतिहासाच्या वळणावर केव्हा आली याची जाणीव कुणालाही झाली नाही. 'हिमालयाच्या संरक्षणासाठी सह्याद्रीला' जावे लागले. २० नोव्हेंबर, १९६२ला यशवंतरावांबरोबर मीही दिल्लीला गेलो. महाराष्ट्रात हाती घेतलेले काम पूर्ण न करता दिल्लीला जावे लागले, याबद्दल यशवंतरावांना खंत होती. परंतु ते जाणे अपरिहार्य होते, याचीही त्यांना जाणीव होती. ज्या संकटकालीन परिस्थितीत त्यांना संरक्षणमंत्री पदासाठी पाचारण केले होते, ते आमंत्रण म्हणजे एका तऱ्हेने नवोदित नेत्यासाठी आव्हान होते.

२० नोव्हेंबरला चीनचे सैन्य आसामच्या ब्रह्मपुत्रा खोऱ्यात केव्हाही घुसेल, अशी परिस्थिती होती. ज्या दिवशी यशवंतराव दिल्लीत पोहोचले, त्याच रात्री (२० व २१ नोव्हेंबर, १९६२) चीनने युद्धबंदी जाहीर केली.

२० नोव्हेंबर, १९६२ला देश एका वादळात सापडला होता. आक्रमण आणि राजकीय झंझावातात जवाहरलाल नेहरूंचे नेतृत्व सापडले होते. ज्या दिवशी यशवंतराव संरक्षणमंत्री झाले, त्या दिवशी चीनने युद्धबंदी जाहीर केली आणि 'वादळ शमले', असा भास झाला. जागृत झालेला भारत; संरक्षणाविषयी परत ढिला पडू नये, म्हणून यशवंतराव पुन:पुन्हा लोकांना सांगत की, 'आपण वादळाच्या शेपटीला नसून वादळाच्या माथ्यावर आहोत,' म्हणूनच माझ्या पुस्तकाला 'वादळ माथा' हे नाव दिले होते.

या पुस्तकात जे लिहिले आहे, ते त्या वेळच्या इतिहासाचा एक प्रेक्षक म्हणून लिहिले आहे. फरक एवढाच की, जे काही दर दिवशी घडत होते, ते जवळून पाहण्यास मिळाले. यशवंतरावांचा मदतनीस म्हणून अनेक वेळा जे काही घडले, त्यात सहभागी होण्याचे भाग्यही लाभले. ते अनुभव आणि अनेक वेळा यशवंतरावांच्या

मनाची झालेली कोंडी हीच सह्याद्रीची मनोव्यथा ठरली!

यशवंतराव बळवंतराव चव्हाण हे सह्याद्रीचे खरेखुरे प्रतीक होते. १४ नोव्हेंबर, १९६२ला पुण्यात शनिवारवाड्याच्या दिल्ली दरवाज्यासमोर ते म्हणाले, 'सह्याद्री हा काही निर्जीव पर्वत नाही. महाराष्ट्राच्या उदात्त भावनांचे आणि उज्ज्वल परंपरेचे ते प्रतीक आहेत. सह्याद्री आम्हाला प्रेरणा आणि स्फूर्ती देईल.'

ते सह्याद्रीनिवासीचे बोलणे, [illegible] होती.

२० नोव्हेंबर, १९६२ ते २५ जानेवारी, १९६५ हा एकूण कालावधी संरक्षण मंत्रालयात यशवंतरावांचा सचिव म्हणून मी काढला. २७ जानेवारी, १९६५ रोजी मी वाणिज्य मंत्रालयात दाखल झालो आणि निरनिराळ्या वाटाघाटींसाठी माझ्या परदेशाच्या यात्रा सुरू झाल्या. ऑगस्ट, १९६५मध्ये मी जिनिव्हात असताना पाक युद्धाच्या दिशेने वाटचाल करीत आहे, असे कळले. सप्टेंबर महिन्याच्या सुरुवातीला भारत-पाक युद्ध सुरू झाले, त्या वेळी मी ब्रसल्सला भारताचे तत्कालीन राजदूत कृष्णबिहारी लाल यांना भेटण्यास गेलो होतो. तेथेच मला वाणिज्य मंत्रालयाचे सचिव डी.एस. जोशी यांनी तातडीने दिल्लीस बोलावले आहे, हा निरोप मिळाला.

दिल्लीला परत येताच मी जोशी यांना वाणिज्य मंत्रालयात भेटलो आणि त्यांनी सांगितल्याप्रमाणे, यशवंतराव चव्हाण यांना भेटण्यासाठी संरक्षण मंत्रालयात गेलो. मला त्या वेळी त्यांनी का बोलावले असेल, याची कल्पना नव्हती. मी त्यांना भेटताच ते म्हणाले, "या आणीबाणीच्यावेळी तू माझ्या जवळ असावास असे वाटले म्हणून तुला घाईने बोलावले."

माझ्या चेहऱ्यावरील आश्चर्यमिश्रित प्रतिक्रिया बघून 'आपण युद्धकाळात बरोबर काम करू,' असे यशवंतराव म्हणाले. मला नाही म्हणणे शक्यच नव्हते. ते माझे कर्तव्य होते. वाणिज्य मंत्रालयाच्या हुद्दावर राहीन आणि अनौपचारिकपणे आपल्याबरोबर काम करीन, असे मी त्यांना सांगितले. त्याप्रमाणे १६ सप्टेंबरपासून पुढील सहा आठवडे मी परत त्यांच्याबरोबर काम केले.

'वादळ माथा'चे प्रकाशन झाल्यानंतर यशवंतरावांचे भाचे शामराव पवार यांनी एक दिवस मला त्यांच्याजवळ असलेली यशवंतराव चव्हाण यांच्या हस्ताक्षरातील, १ ते २२ सप्टेंबर, १९६५ या भारत-पाक युद्ध काळातील रोजनिशी दाखविली.

इतिहासकारांना उपयुक्त अशी रोजनिशी पाहताच, मी शामराव पवार (हे वेणूताई चव्हाण ट्रस्ट आणि प्रतिष्ठानचे विश्वस्त होते.) यांनी औपचारिक परवानगी घेऊन ती रोजनिशी माझ्या 'Debacle to Revival' (डेबाकल टू रिव्हाइव्हल) (प्रकाशक : ओरिएंट लाँगमन, १९९८.) या पुस्तकात प्रसिद्ध केली.

यशवंतराव चव्हाण यांनी स्वत:च्या हस्ताक्षरात लिहिलेली भारत-पाक युद्धाची

रोजनिशी इतिहासाचे एक महत्त्वाचे अंग म्हणून १९६५च्या युद्धविषयक उपलब्ध माहितीच्या आधारे मी 'पहिली फेरी'मध्ये सादर केली. यशवंतराव चव्हाणांच्या मते पुढील काळात भारत-पाक युद्ध अटळ आहे, म्हणून त्यांनी १९६५च्या युद्धाला 'पहिली फेरी' असे म्हटले होते.

युद्धविषयक अनेक तज्ज्ञांच्या मते त्या रोजनिशीच्या स्वरूपात यशवंतरावांनी संरक्षणमंत्री कारकिर्दीत काय केले आणि पुढील दशकात भारतातील परराष्ट्र आणि संरक्षण नीती काय असावी, या विषयी आपले विचार उद्धृत केले आहेत. त्यामुळे 'एक विचारवंत' आणि 'दूरदर्शी नेता' असा त्यांचा लौकिक उजेडात आला आहे.

या कारणास्तव यशवंतरावांच्या संरक्षणमंत्री पदापासून ते १९६६च्या ताश्कंद करारापर्यंत केलेल्या कार्याविषयी माहिती असलेला हे पुस्तक त्यांच्या जन्मशताब्दीनिमित्ताने सादर करीत आहे. त्याचबरोबर पंडितजींच्या मृत्यूनंतर त्यांनी लालबहादूर शास्त्री यांच्याशी किती परस्पर विश्वासाचे आणि आदराचे स्थान प्रस्थापित केले, तेही उद्धृत केले आहे.

या विस्तृत लेखनाचे मराठी वाचक स्वागत करतील, अशी माझी अपेक्षा आहे.

— राम प्रधान

अनुक्रमणिका

१

एका स्वप्नातून जागृत

"राम... राम, ऊठ. घरी जायचे नाही का?" आवाज दूर कुठून तरी येत होता. कुणीतरी खांदा हलवून उठवत होते, असे वाटले.

गाढ निद्रेतून जागा होत होतो. डोळे उघडले, तर समोर काही व्यक्ती उभ्या असल्याचा भास झाला. यशवंतराव मला खाली वाकून हलवीत आहेत, याची जाणीव झाली. त्यांच्या शेजारी पंडितजी आणि लालबहादूर शास्त्री उभे असल्याचे दिसले. मी स्वप्नात तर नाही ना?

क्षणभरात ध्यानी आले की, ते स्वप्न नव्हते. माझ्या समोर मूर्ती होत्या, त्या खरोखर तीन नेत्यांच्या.

मी तीनमूर्ती भवनातील पंतप्रधानांच्या दिवाणखान्यात एका उबदार सोफ्यावर झोपी गेलो होतो. निद्रेत तरंगत मी केव्हा झोपी गेलो, ते कळलेसुद्धा नाही. नोव्हेंबर महिन्यातील थंडीचे दिवस. धावपळीने दमलेलो. भल्या मोठ्या दिवाणखान्यात मी एकटाच. आजूबाजूला सनसनाटी शांतता. जसजशी जाग येऊ लागली, तसा भास होऊ लागला की, पंडितजी माझ्याकडे कुतूहलाने पाहत आहेत. त्यांचे डोळे झोपेअभावी जड झालेले दिसत होते. शास्त्रीजींच्या चेहऱ्यावर नाजूक हास्य उमटले होते. यशवंतरावजी हसत-हसत मला हलवीत होते. मी पुरता जागा झालो नव्हतो.

तेवढ्यात ते पंडितजींना म्हणाले, "हा माझा स्वीय सचिव... राम प्रधान."

"मी याला ओळखले. गेल्या सार्वजनिक निवडणुकीत तो माझ्याबरोबर चार-पाच दिवस नव्हता का?"

पंडितजींनी आठवण करून दिली आणि मी एकदम जागा झालो. सोफ्यावरून उठलो आणि हात जोडून नमस्कार करीत अपराधी स्वरात म्हणालो, "माफ करा. खूप दमलो होतो. झोपी गेलो."

हसत-हसत पंडितजींनी माझ्या खांद्यावर हात ठेवला आणि पाठीवर थाप मारीत ते म्हणाले, "त्यात वावगे काय आहे? दमल्यावर झोप येणे स्वाभाविक आहे."

ते खरे होते; पण स्वाभाविक नव्हते, ते पंतप्रधानांच्या दिवाणखान्यात झोपणे.

तीनमूर्ती भवन म्हणजे राष्ट्राचा जवळजवळ केंद्रबिंदू. ते केवळ पंतप्रधानांचे निवासस्थान नव्हते. ब्रिटिश राजवटीत त्या इमारतीत त्यांचे सरसेनापती राहात. व्हाइसरॉयच्या खालोखाल त्यांचा दर्जा आणि त्यांची शान. स्वातंत्र्यानंतर साहजिकच ते भारताच्या पंतप्रधानांचे निवासस्थान झाले. भव्य इमारत. खालच्या मजल्यावर पोर्चमध्ये शिरताच डाव्या बाजूला स्वागत-कक्ष. हत्ती आत शिरेल, अशा उंच दरवाज्यातून शिरताच आत मोठा ऐसपैस दिवाणखाना. त्याच्या [illegible] बाजूला [illegible] दिवाणखान्याच्या शेवटी डाव्या बाजूस वरच्या मजल्यावर जाण्यासाठी लाकडी जिना. जिन्याच्या वर पंडितजींची खोली – जिथे ते त्या रात्री यशवंतराव चव्हाण आणि लालबहादूर शास्त्रींना भेटले होते. मी जिन्याच्या पायथ्याशी दिवाणावर बसलो होतो. केव्हा झोप लागली, ते कळलेच नाही.

मी ओशाळलेल्या परिस्थितीत असतानाच विमला सिंधी हसत-हसत आल्या. मध्यम वयाच्या, बुटक्या आणि स्थूल शरीराच्या विमलाजी म्हणजे तीनमूर्ती भवनातील एक आकर्षक व्यक्तिमत्त्व. येणाऱ्या-जाणाऱ्यांची देखभाल त्या करीत. सदैव हास्यवदन. त्या येताच पंडितजी 'गुड नाइट' म्हणत वळले आणि वर जाऊ लागले. विमलाजी यशवंतरावांना पोर्चपर्यंत पाठवणी करण्यासाठी आल्या.

गाडी येताच आम्ही बसलो आणि मोरारजीभाई देसाईंच्या निवासस्थानाकडे निघालो.

त्या क्षणी मला जाणीव नव्हती की, मला झोपेतून जागे केले, ते भारताच्या इतिहासातील एका रोमांचकारी अध्यायातून – यशवंतरावांच्या बरोबर प्रवास करण्यासाठी.

■

२

दिल्लीचे आमंत्रण

तीनमूर्ती भवनात जागा झालो, ती रात्र १० नोव्हेंबर, १९६२ची.

गेले दहा दिवस मला मनाने आणि शरीराने फारच तणावाचे गेले होते. ३१ ऑक्टोबरला मी माझ्या पत्नीबरोबर सकाळच्या विमानाने दिल्लीला आलो होतो. आदल्या रात्री तिच्या वडलांचे देहावसान झाले होते. क्रियाकर्म झाले नाही तोच कळले की, ४ नोव्हेंबरला पंतप्रधानांनी 'राष्ट्रीय विकास परिषदे'ची (नॅशनल डेव्हलपमेन्ट कौन्सिल) बैठक बोलावली आहे. चिनी आक्रमणानंतर निर्माण झालेल्या परिस्थितीचा आढावा घेण्यासाठी खास बैठक होती ती. या बैठकीला असाधारण महत्त्व होते.

यशवंतरावांचा निरोप आला की, शक्य असल्यास मीही त्यांच्याबरोबर सभेस हजर राहावे. मी अशा राष्ट्रीय पातळीवरील सर्वच सभांना त्यांच्या मदतीसाठी हजर राहात असे आणि त्यांच्या पाठीमागे बसत असे. त्या वेळच्या प्रथेप्रमाणे फक्त मुख्यमंत्री, राज्यातील एखाद-दुसरा मंत्री आणि अधिकाऱ्यांतून मुख्य सचिव असे निवडक आणि आमंत्रितच अशा सभांना हजर राहू शकत होते. मुख्यमंत्र्यांचे खाजगी सचिव, आम्ही दोन-तीन अधिकारी सोडून दुसऱ्यांना सभा-कक्षात येण्यास परवानगी नव्हती. आमच्याविषयी अपवादाचे कारण म्हणजे, त्या वेळी तीन-चारच तरुण आय.ए.एस. (I.A.S.) अधिकारी मंत्र्यांचे खाजगी सचिव म्हणून काम करीत असत. मंत्रिमंडळाच्या सचिवांनी आम्हाला जागा असल्यास, कक्षात बसण्याची परवानगी दिली होती.

या विशेष सोयीमुळे, यशवंतरावांना जास्तीतजास्त कशी मदत करता येईल, याचीही जबाबदारी माझ्या शिरावर पडली होती. त्यांची कागदपत्रे, सभेच्या टिप्पण्या आणि सभेनंतर राजकीय पातळीवर जे काय करावयाचे असेल, याची पूर्वतयारी करण्याची जबाबदारीही सांभाळावी लागली. या सर्वांची पुढे यशवंतरावांबरोबर काम करण्यात मला मदतच झाली.

४ तारखेस राष्ट्रीय विकास परिषदेची सभा संपताच यशवंतराव साउथ ब्लॉकमध्ये पंतप्रधानांच्या कचेरीत गेले. तिथे प्रदीर्घ बैठक झाली. त्या बैठकीला मद्रासचे

कामराज, पंजाबचे प्रतापसिंह कैरौं, आंध्रचे संजीव रेड्डी आणि ओरिसाचे बिजू पटनायक हे चार मुख्यमंत्रीही हजर होते.

त्या दिवशी सकाळी झालेल्या परिषदेत आसामच्या मुख्यमंत्र्यांनी आसाममधील परिस्थितीचे दारुण वर्णन केले होते.

ते म्हणाले, "सत्य परिस्थिती राष्ट्रापासून लपवून ठेवता येईल, पण आसामच्या [illegible] ठेवू [illegible]? [illegible] जवानांना सीमेवर लढण्यासाठी पाठविण्यात आले; पण ना त्यांच्याकडे शस्त्रे, ना गरम कपडे होते. पर्वतावर आणि बर्फात लढाईसाठी लागणारे बूटही त्यांच्या पायांत नव्हते. एक वेळ शस्त्रांविषयी संरक्षणमंत्री काय म्हणतात, त्यावर विश्वास ठेवू शकतो; परंतु साधे गरम कपडे आणि बूट यांविषयी काय कारणे होती, ही परिस्थिती जनतेपासून कशी लपवून ठेवणार? एकंदर संरक्षणमंत्र्यांच्या गलथानपणे काम करण्याच्या पद्धतीमुळे हे सर्व झाले आहे, हे मान्य करावे लागेल."

संध्याकाळची बैठक दीड तास चालू होती. मी, पंतप्रधानांचे खाजगी सचिव श्री. खन्ना यांच्या कचेरीत बसलो होतो. त्यांच्या कचेरीतून मुख्यमंत्री पंतप्रधानांच्या खोलीत गेले होते. बैठक संपल्यावर हे पाचही मुख्यमंत्री बाहेर पडले, ते खन्नांच्या दालनात. नेहमीप्रमाणे पंडितजीही त्यांना निरोप देण्यासाठी बाहेर आले. मला पाहताच त्यांनी स्मितहास्य केले. चेहरा दमलेला; पण पूर्ण आत्मविश्वास दर्शविणारा होता.

आम्ही मोरारजी देसाईंच्या २, वेलिंग्टन क्रेसेंट येथील निवासस्थानाकडे निघालो. दिल्लीत आल्यावर यशवंतराव त्यांच्याकडे उतरत असत. वाटेतच त्यांनी देशापुढे उभ्या ठाकलेल्या गंभीर परिस्थितीची मला कल्पना दिली. पंतप्रधानांपुढे अति अवघड समस्या उभी होती. त्या बैठकीत मुख्यमंत्र्यांनी काही मते निर्भयपणे परखड शब्दांत मांडली होती. पंजाबचे प्रतापसिंग अधिक स्पष्ट बोलत होते. त्यांचे लक्ष्य उघड-उघड कृष्ण मेनन होते. नव्याने निर्माण केलेल्या संरक्षण-उत्पादन खात्याचे मंत्री म्हणून त्यांना नेमण्यात आले होते. नेफा आघाडीवरच्या दारुण पराभवानंतर संरक्षण खाते १ नोव्हेंबरला पंतप्रधानांनी स्वत:कडे घेतले होते. लोकसभा आणि काँग्रेस पक्षाच्या प्रक्षोभाला शांत करण्यासाठी हा बदल होता आणि 'संरक्षण-उत्पादनाचे' खाते निर्माण केले होते; पण सभासदांत, कृष्ण मेनन यांनी मंत्रिमंडळात राहावे, याचाच राग होता. पंतप्रधानांना भेटलेल्या चारही मुख्यमंत्र्यांनी देश, जनता आणि सभासदांच्या तीव्र भावना पंडितजींना ऐकवल्या होत्या.

चव्हाण म्हणाले, "मी इतरांचे सांगणे लक्षपूर्वक ऐकत होतो. मी काही विशेष बोललो नाही. आमच्या बोलण्याचा थोडक्यात मथितार्थ होता : 'आपण कृष्ण मेननना राजकीय जीवनातून उठवावे, असा आमचा उद्देश नाही; परंतु पंतप्रधान

म्हणून आपण लोकांच्या भावनांची उपेक्षाही करू नये.'

पंतप्रधानांनी सर्व ऐकून घेतले आणि म्हटले, "कृष्ण मेननने काही चुकीचे केले आहे, असे मला तरी वाटत नाही. माझ्या सर्व सहकाऱ्यांमध्ये ते बुद्धिमत्तेत, तसेच कामात सर्वांहून उंच आहेत आणि या तऱ्हेने मी जर अशा मागणीला भीक घातली, तर उद्या, जे लोक आज मेननचा राजीनामा मागत आहेत, ते माझाही मागतील. मला त्याविषयी रोष नाही, पण हे आपण कितपत खपवून घेणार, हा प्रश्न आहे."

" 'आपल्या पक्षातील भावना विचारात घेऊन आपल्याला काय योग्य वाटेल, ते आपण करा,' असे आम्ही पंडितजींना अखेरीस सांगितले."

मोरारजींच्या निवासस्थानात शिरताना ते एवढेच म्हणाले, "मला पंतप्रधानांची काळजी वाटू लागली आहे."

दुसऱ्या दिवशी पाच तारखेस बैठक संपल्याबरोबर चव्हाण मुंबईस परतले. मी दहा नोव्हेंबरच्या सुमारास मुंबईस परतावे, असे ठरले. माझ्या सासऱ्यांचे दिवस (विधी) पूर्ण करावयाचे होते.

पण सहा तारखेस मला निरोप आला, 'तातडीने मुंबईस परत या.' एवढ्या तातडीचे काय काम निघाले? मी थोडासा गोंधळलो. दुसऱ्या दिवशी मुंबईस पोहोचल्यावर विमानतळावरून मी थेट यशवंतरावजींकडे गेलो. मलबार हिलवर ते सह्याद्री बंगल्यात राहात होते. ते मुख्यमंत्र्यांचे अधिकृत निवासस्थान होते. मला थेट शयनगृहातच नेण्यात आले. यशवंतराव, पत्नी वेणूताईंबरोबर सकाळचा नाष्टा घेत होते.

मला पाहताच ते म्हणाले, "राम, माझ्यासमोर एक भारी पेच उभा राहिला आहे. या वेळी तू जवळ असावास, असे वाटले, म्हणून तुला मुंबईस परतण्याचा निरोप पाठविला. मला माहीत होते की, तू घरगुती कामांत गुंतला आहेस, पण माझा इलाज नव्हता."

नंतर त्यांनी मला आदल्या दिवशी पंडितजींच्या आलेल्या टेलिफोनविषयी सांगितले.

पंडितजींनी विचारले होते, "चव्हाण, तुमच्या आसपास कोणी आहे का?"

चव्हाणांनी 'होय' म्हणताच त्यांनी म्हटले, "मला काही विशेष खासगीत बोलावयाचे आहे."

चव्हाणांनी त्यांना 'आता खोलीत कोणी नाही,' असे सांगताच पंडितजी म्हणाले, "मला एकाच शब्दात 'होय' किंवा 'नाही' उत्तर द्या. मी तुम्हाला

संरक्षणमंत्री म्हणून आणण्याचा विचार करतोय, कबूल आहे?''

त्यांनी असेही सूचित केले की, हा एक विचार आहे आणि त्याची कोठेही वाच्यता होऊ नये.

चव्हाणांनी उत्तर दिले, ''मला एक अडचण आहे, आपली अट मी पाळू शकणार नाही. मला कमीतकमी एका व्यक्तीशी तरी बोललेच पाहिजे.''

''कोण आहे ती खास व्यक्ती?'' पंडितजींनी विचारले.

चव्हाण म्हणाले, ''माझी पत्नी.''

ते ऐकून पंडितजी हसले आणि म्हणाले, ''ठीक आहे, मी समजू शकतो.''

चव्हाण म्हणाले, ''आपण आज कोणत्या परिस्थितीत मला विचारीत आहात, याची मला जाणीव आहे.''

''मी शास्त्रींनाही तुमच्याशी बोलण्यास सांगितले आहे. पत्नीशी जरूर बोला, पण हे सर्व तुमच्या आणि माझ्यामध्ये राहिले पाहिजे, हे लक्षात ठेवा,'' असे म्हणून पंडितजींनी फोन खाली ठेवला.

त्यानंतर शास्त्रीजींचाही टेलिफोन आला आणि त्यांनाही चव्हाणांनी तेच उत्तर दिले की – ''मला माझ्या पत्नीचा सल्ला घ्यावा लागेल आणि तिला विचारल्याशिवाय मी 'हो' किंवा 'नाही' उत्तर देऊ शकणार नाही.''

मी विचारले, ''तुम्ही काय ठरविले आहे?''

यशवंतरावांनी उत्तर दिले, ''माझ्यापुरता निर्णय एकच आहे, पंडितजींना हवे, ते मी करणार. तरी पण या क्षणी दिल्लीला जावे की नाही, याबद्दल मन शंकित आहे. दिल्लीला जाणे कितपत शहाणपणाचे ठरेल? आपण महाराष्ट्रात राजकीय आणि सामाजिक मनोमीलनाची प्रक्रिया सुरू केली आहे. महाराष्ट्र निर्मितीच्या प्रश्नावर नुकतेच महाभारत घडून गेले आहे. 'दिल्ली ही तर एक गूढ जागा आहे. तेथे जाण्याइतका मी मुरलो आहे का', असाही विचार मनात येऊन जातो.''

मी सौ. वेणूताईंच्याकडे पाहून विचारले, ''आपले काय मत आहे?''

त्या म्हणाल्या, ''मी साहेबांना म्हटले की, आपण आपले ठरवा. मी आपल्याबरोबर आहे. ते ठरवतील, ते खरे; पण सध्या मुंबई सोडणे मनाला पटत नाही. इथे काम अर्धवट सोडून जाणे बरोबर वाटत नाही. शिवाय आत्ताशी कुठे त्यांना आपल्या म्हाताऱ्या आईकडे लक्ष द्यायला वेळ मिळू लागला आहे. त्यांना नुकतेच कराडहून मुंबईत आणले आहे.''

साहेबांची द्विधा मन:स्थिती त्यांच्या चेहऱ्यावर पाहून त्या पुढे म्हणाल्या, ''निर्णय साहेबांनी घ्यायचा आहे. शिवाय कठीण काळात पंतप्रधानांना ते नाही कसे म्हणू शकतील?''

मंत्रालयात जाण्यासाठी उठताना यशवंतराव म्हणाले, ''मला अजूनही वाटते की, पंतप्रधानांना मला दिल्लीला बोलावण्याची गरज भासणार नाही. पाहू या, काय घडते ते.''

त्यांच्या मनाचे हेलकावे पाहून मी ठरवले की, या वेळेला काही सल्ला देणे किंवा विचार मांडणे योग्य होणार नाही. काही बिकट प्रश्नांची उत्तरे काळाच्या उदरातून योग्य वेळी निघतात.

शनिवार, तारीख १० नोव्हेंबर हा एक महत्त्वाचा दिवस ठरला. नेहमीप्रमाणे यशवंतरावजी साडेदहा वाजता मंत्रालयात त्यांच्या कचेरीत आले. बाहेर भेटीला थांबलेल्या लोकांचा घोळका होताच. त्यांपैकी बहुतेक जण राष्ट्रीय संरक्षण निधीला देणगी देण्यासाठी धनादेश किंवा रोख रक्कम घेऊन आलेले होते. काही महिलांनी आपले दागिने आणि जडजवाहीर आणले होते.

तिसऱ्या प्रहरी उशिरा यशवंतरावांनी मला सांगितले की, आपण दोघे संध्याकाळच्या विमानाने दिल्लीला जाणार आहोत. पंतप्रधानांनी फोनवरून त्यांना दिल्लीला येण्यास सांगितले होते.

चार वाजता आम्ही ऑफिसातून निघालो, ते घरावरून विमानतळावरच जाण्यासाठी. सह्याद्रीवर त्यांनी आपल्या मातेची आणि वेणूताईंची चार-दोन मिनिटे भेट घेतली आणि सहा वाजता आम्ही दिल्लीला जाणाऱ्या विमानात चढलो. दरवाजा बंद झाला. मुख्यमंत्र्यांचे व्यक्तिगत अधिकारी आणि काही पोलीस अधिकारी यांशिवाय कोणासही कल्पना नव्हती. आम्ही दिल्लीला निघालो आहोत, याचा वृत्तपत्रांना वास लागू द्यावयाचा नव्हता.

विमानात मी विचारले, ''पंतप्रधानांनी इतक्या तातडीने कशाला बोलावले, याची काही कल्पना आहे का?''

ते म्हणाले, ''पंतप्रधानांनी तातडीने भेटा, एवढेच सांगितले. मी त्यांना 'कशासाठी' असे विचारले नाही; पण एवढे निश्चित वाटते की, मी दिल्लीला यावे आणि केंद्रीय मंत्रिमंडळात जागा घ्यावी, असे पंतप्रधानांना वाटते. महाराष्ट्राच्या दृष्टीने ते फारसे हितकर नाही, हे त्यांना पटते, परंतु हे राष्ट्रीय काम आहे. मी जर नाही म्हटले, तर मराठी माणूस मला कधी क्षमा करणार नाही.''

यशवंतरावांना दिल्लीला मंत्रिमंडळात आणण्यासाठी काही प्रयत्न सुरू झाले आहेत, याची वार्ता वर्तमानपत्रांत आली होतीच. आता हे स्पष्ट होते की, यशवंतरावांना जावेच लागेल.

विमानाचे उड्डाण होताच त्यांचा विचार समजून घेण्यासाठी मी त्यांना विचारले,

"तुमच्या मागे कोण? राजकीय गटात हालचाली सुरू झाल्या असतीलच."

यशवंतराव म्हणाले, "खासच. सत्तेमध्ये थोडी पोकळी राहाते? कोणी बोलणार नाही, पण खासगीत जोरात चर्चा चालू झाली आहे."

ते पुढे म्हणाले, "तीन स्वाभाविक उमेदवार आहेत : बाळासाहेब देसाई, कन्नमवार आणि आबासाहेब खेडकर. ही मंडळी अतिशय महत्त्वाकांक्षी आहेत. [illegible]."

चव्हाणांनी प्रथम दोन गोष्टी करावयाचे ठरविले होते : पक्षाने आपल्यानंतर कोण, ते एकमताने ठरविल्याशिवाय आपण दिल्लीला जाणार नाही. दुसरे, सध्याच्या मंत्रिमंडळातील दोन नंबरचे कन्नमवार हे नेता असावेत, असेही ते ध्वनित करतील. नंतर हालचाली सुरू होतील आणि इच्छुकांना उघड बोलावे लागेल.

थोडा वेळ थांबून यशवंतराव म्हणाले, "आणखी एक माणूस मंत्रिमंडळात आहे, पण गप्प आहे. तो म्हणजे वसंतराव नाईक."

यशवंतराव पुढे म्हणाले, "वसंतरावजी कोठल्याच गटात सामील झालेले नाहीत. ते आपल्या संधीची वाट पाहत आहेत."

यशवंतरावजींच्या मते मंत्र्यांच्या कामाचा उरक आणि कारभाराचा विचार केला, तर वसंतराव नाईक हीच निवड साहजिक वाटते. पण विदर्भाचे राजकारण पाहता वसंतरावांना पूर्ण पाठिंबा मिळेल की नाही, याची शंका आहे. तसेच, त्यांना मुंबईचाही विचार केला पाहिजे. त्यांच्या मते मुंबई शहराला मान्य होणारे दोघेच आहेत. एक वसंतराव आणि दुसरे स. गो. बर्वे. मुंबईबाहेरचा महाराष्ट्र कन्नमवार किंवा आबासाहेब सांभाळू शकतील, पण मुंबई शहराचा विश्वास संपादन करू शकणार नाहीत. चव्हाणांना जाणीव होती की, मुंबईसह महाराष्ट्र मिळविण्याकरिता मराठी माणसांना किती कष्ट सोसावे लागले होते. भावनात्मक दृष्टीने मुंबई अजून महाराष्ट्राशी समरस झालेली नव्हती.

ते म्हणाले, "मला आणखी काही काळ इथे मिळाला असता, तर बर्वे माझ्या मागून मुख्यमंत्री होतील, असे मला करता आले असते."

मी विचारले, "बर्वे हे ब्राह्मण वर्गाचे प्रतिनिधी, या दृष्टीने त्यांच्याकडे पाहिले जाणार नाही का?"

यशवंतरावांना ती शंका होती; पण बर्वे ज्या तऱ्हेने काम करत होते आणि आपल्या सहकाऱ्यांचा विश्वास संपादन करत होते, त्यावरून ते स्वीकारले जातील, असे त्यांना वाटे.

मी त्या मताशी सहमत नव्हतो.

आम्ही समोर असलेला चहा घेतला आणि एकदम यशवंतराव माझ्याकडे वळून म्हणाले, "पी.के. सावंतांबद्दल तुला काय वाटते? काही दिवसांपासून हे नाव

माझ्या नजरेसमोर येत आहे. सावंतांची प्रतिमा स्वच्छ आहे. ते निष्ठावान आहेत, कर्तबगारीतही फारसे कमी नाहीत. ते अंमळ जास्त बोलतात, एवढेच.''

चहाचा घोट घेण्यासाठी थांबून यशवंतराव म्हणाले, ''कोकणाला आनंद होईल, परंतु विदर्भ आणि मराठवाड्याला मान्य होतील, याविषयी शंका वाटते.''

पालम विमानतळावर आम्ही उतरलो आणि सरळ मोरारजीभाईंच्या निवासस्थानी २, वेलिंग्टन क्रेसेंटला गेलो.

पंतप्रधानांनी चव्हाणांना रात्री ९.३० वाजता भेटीसाठी बोलावले होते. आम्ही जरा लवकरच तीनमूर्ती भवनाकडे निघालो. वेळ घालविण्यासाठी गाडी संथपणे चालली होती.

चव्हाण गंभीर होते. ते म्हणाले, ''मी दिल्लीला येऊन संरक्षण खाते स्वीकारण्याबद्दल मोरारजीभाईंच्या मनात जरा शंका आहेत.''

त्यांची मुख्य चिंता मुंबईची होती.

चव्हाणांनी त्यांना सांगितले की, ''दिल्लीला या आणि संरक्षण खाते सांभाळा, असे सांगितले, तर आपल्याला नाही म्हणता येणार नाही आणि महाराष्ट्रातले लोक तसे करू देणार नाहीत. पंतप्रधानांनी दुसरे एखादे खाते देऊ केले, तर मात्र माझा नकार निश्चितच आहे. मी महाराष्ट्र सोडेन, तो देशरक्षणासाठी. तशी हाक आली, तरच मी ती मानेन.''

बरोबर साडे-नऊला आम्ही तीनमूर्ती भवनात प्रवेश केला. हिवाळ्याची चाहूल लागत होती. रात्र अंधारी. सर्वत्र नीरव शांतता पसरली होती.

आत शिरताना यशवंतरावांनी मला आठवण सांगितली.

''महाराष्ट्र राज्याची निर्मिती व्हावी, म्हणून १९५९ साली अशाच एका रात्री आपण पंतप्रधानांना भेटलो होतो.''

आता ते भेटत होते, ते कारण ऐतिहासिक दृष्टीने अगदीच आगळेवेगळे होते.

गाडीतून उतरताना मी त्यांच्या कानात म्हणालो, ''शुभ चिंतीतो!''

यशवंतरावांनी आपल्या नेहमीच्या मुक्त हास्याने प्रतिसाद दिला.

आम्ही वरील मजल्यावर गेलो. लालबहादूरजी आणि इंदिराजी वाट पाहत होत्या. जिना चढून जाताना मी शेवटच्या पायरीवर मागे राहिलो आणि परतलो. तेथे विमलाजींनी मला कॉफी दिली. मी त्या भव्य सुरेख सोफा-खुर्च्यांनी सजविलेल्या खोलीकडे नजर टाकली. कोपऱ्यात एका टेबलावर जगातल्या थोरा-मोठ्यांनी दिलेल्या छायाचित्रांचे दर्शन घडत होते. ताजा २ नोव्हेंबर, १९६२ रोजीच्या

सायप्रसचे अध्यक्ष मार्कोसचा फोटो होता. एक जॅकेलिन केनडींनी अत्यंत आदरपूर्वक दिलेला होता. त्यावर तिने आपल्या सुंदर अक्षरात तसे लिहिले होते.

वेळ जाऊ लागला, तसा मला कंटाळा येऊ लागला; म्हणून टेबलावरची काही मासिके मी घेतली आणि चाळू लागलो. मला समजलेच नाही की, माझ्या डोळ्यांवर झोपेची झापड येत आहे आणि तेवढ्यात पंडितजी, लालबहादूर शास्त्रीजी आणि [illegible]

रात्रीचे फक्त साडेदहा वाजले होते; पण आम्ही तीनमूर्ती भवनमधून बाहेर पडलो, तो बाहेर मध्यरात्र झाल्यासारखी भकास शांतता होती. थंडीही होती. रस्ते निर्मनुष्य झाले होते. गेल्या दहा दिवसांतल्या घटनांनी त्यावर गडद छाया पसरली होती. यशवंतरावजी गंभीर होते. भेटीत काय घडले, हे जाणण्याची उत्सुकता होती, तरी मी त्यांना विचारले नाही. मला खातरी होती की, जे घडले, त्यातले मला सांगण्यासारखे असेल, ते सांगतील.

मोरारजींच्या कोठीकडे जाताना राष्ट्रपती भवनाच्या कोपऱ्यावर गाडी आली, यशवंतराव बोलले, ''मी पंतप्रधानांना सांगून टाकले की, आपणांस मी दिल्लीत हवा असेन, तर नकार देणे मला शक्य नाही. आपण जो निर्णय घ्याल, त्याप्रमाणे मी वागेन.''

त्यांनी पंतप्रधानांना पुढे सांगितले की, ''मी आज रात्री येथे राहून उद्या जायच्या अगोदर आपल्याशी संपर्क साधेन. आपणही विचार करून ठरवा की, मी दिल्लीला यावे, असे आपणांस खरोखर वाटते का?''

पंडितजी म्हणाले, ''त्यात पुन्हा विचार करण्यासारखे काहीच नाही. मी पूर्ण विचार केला आहे. तुम्हाला कल्पना नसेल माझ्या अडचणींची. टी.टी.कें.ना (कृष्णाम्माचारी) वाटते की, मेननच्या ऐवजी मी त्यांना नेमावे.''

''टी.टी.के. खूब भरे हुए है।'' पंडितजी पुढे म्हणाले, ''बिजूंना (पटनाईक) वाटते की, मी त्यांना पाचारण करीन. मी सर्व विचार करूनच तुला विचारीत आहे.''

चव्हाणांनी सांगितले की, ''ठीक आहे, मी आपणांला भेटून उद्या मुंबईला जाईन.''

दुसऱ्या दिवशी यशवंतराव पंडितजींना परत भेटले. मीही त्या दिवशी माझी वैयक्तिक कामे संपविली आणि त्यांच्याबरोबर मुंबईला निघालो. आता हे स्पष्ट होते की, यशवंतरावांना दिल्लीला जावेच लागेल.

विमानाचे उड्डाण होताच मी विचारले, ''तुमच्या मागे कोण? काही बोलणे झाले का?''

यशवंतराव म्हणाले, ''आज पंडितजींनीच मला विचारले की, तुमच्या नंतर

कोण, हा विचार केला आहे ना? काही वाद तर नाही ना निर्माण होणार?''

चव्हाण म्हणाले, ''पुढे काय होईल, हे सांगता येणार नाही; पण आता तरी सत्तांतर होण्यास अडचण येणार नाही. मी कन्नमवारांचा विचार करतोय.''

पंडितजी म्हणाले, ''तुम्हास योग्य वाटेल, तसे करा; पण सर्व काही एकमताने झाले पाहिजे.'' थोडा वेळ थांबून पंडितजी म्हणाले, ''कन्नमवार फार काही शिकलेले नाहीत.''

यशवंतरावांनी सांगितले, ''होय, ते खरे आहे; पण त्यांचा अनुभव दांडगा आहे. ते माझ्या मंत्रिमंडळात नंबर दोनवर आहेत. ते विदर्भाचे सर्वमान्य नेते आहेत आणि त्यांनी जोराने विदर्भाचे स्वतंत्र राज्य व्हावे, म्हणून मागणीही केली होती. मी त्यांची समजूत काढली आणि त्यांनी आपला हट्ट सोडून दिला. आज जर मी त्यांना नेतेपदी बसविण्यासाठी मदत केली नाही, तर ते साहजिकच म्हणतील की, 'तुम्ही विदर्भावर विश्वास ठेवीत नाही.' त्यातून महाराष्ट्रात दुसरे प्रश्न निर्माण होतील.''

पंडितजींनी सर्व ऐकून घेतले आणि ते म्हणाले, ''तुम्ही म्हणता, त्यात बरेच तथ्य आहे. जसे म्हणालात, तसे करा. कसे काय चालते, ते आपण पुढे पाहू.''

त्या एका दिवसात दिल्लीतील हालचालींविषयी खबर मुंबईला पोहोचली होतीच. मलाही काही फोन आले होते.

यशवंतरावांचे विचार पक्के होण्यासाठी मी म्हटले, ''आपल्या मनासमोरच्या दुसऱ्या नावांचे काय?''

''आहेत, पण शेवटी कन्नमवारच मुख्यमंत्री होतील, अशा हालचाली सुरू कराव्या लागतील.''

■

३

महाराष्ट्राचा निरोप

१० नोव्हेंबरच्या रात्रीच यशवंतराव चव्हाण दिल्लीला संरक्षणमंत्री म्हणून जाणार, हे जगजाहीर झाले. राजकीय पातळीवर चक्रे वेगाने सुरू झाली. मुख्यमंत्र्यांच्या खुर्चीसाठी मंत्र्यांच्या निवासस्थानी चर्चा होणे स्वाभाविकच होते. यशवंतरावांनी ठरविल्याप्रमाणे ते या सर्व गुऱ्हाळापासून दूर राहिले. काय आणि कसे करावयाचे, याचे गणित त्यांनी आपल्या मनात अगोदरच मांडले होते.

१४ नोव्हेंबरला जनतेचा निरोप घेण्यासाठी पुण्यात शनिवारवाड्याच्या दिल्ली दरवाज्यासमोर प्रचंड सभा आयोजित करण्यात आली होती. निरोपासाठी निवडलेली जागा ऐतिहासिक होती. त्याच दरवाज्यातून पेशवे, मराठ्यांचे लष्कर घेऊन दिल्लीकडे कूच करीत असत.

त्या सभेची दोन वैशिष्ट्ये : एक यशवंतरावांचे निरोपाचे भाषण आणि दुसरे महाराष्ट्र-कवी यशवंत यांनी त्या प्रसंगासाठी मुद्दाम रचलेली कविता – 'हा अपूर्व संगम पाहा.' महाराष्ट्राचे मुख्यमंत्री कऱ्हाडचे – जेथे कृष्णा-कोयनेचा संगम. पण त्यांचे दिल्लीला प्रयाण म्हणजे कृष्णा-यमुनेचा संगमच होय, या आशयाची ही कविता होती. कवी यशवंत म्हणतात :

पाहा हा अपूर्व संगम किती
कृष्णा मिळते यमुनेप्रती।। पाहा।।
परचक्र अशुभ सावली
यमुनेच्या पडली जळी
साह्यार्थ निघे गिरी-सह्य-सुताही
ओढवल्या संकटी।। कृष्णा।।
कालियाच की हा चिनी
ये हिमाद्री ओलांडुनी
ही मूर्त सावळी त्या निपटाया

ठाके यमुना-तळी।। कृष्णा।।
ही कृष्णा भगवी ध्वजा
ही शौर्ये स्फुरते भुजा
वाहती जळातुनि जिच्या घृति मति
दख्खनच्या दौलती।। कृष्णा।।
त्या कृष्णाकाठावरी
जी पिके शाळू-बाजरी
ताटेही तयाची बघून, भाले
होती मनी हिंपुटी।। कृष्णा।।
ही मर्दाची जन्मदा
ही दुर्गा खल दुमदा
उचलून बेलभांडारा उफाळे
मराठमोळा सती।। कृष्णा।।
ही ज्वलंत कल्लोलिनी
कळिकाळा दरडावणी
ही निघे बद्धकटि कालिंदीच्या
पाठराखणीप्रती।। कृष्णा।।

त्या दिवसाचे यशवंतरावांचे अपूर्व स्वागत आजही डोळ्यांसमोर येते. ते अभूतपूर्व होते, तसेच पुण्याच्या दिलदारवृत्तीचे प्रतीक होते. संयुक्त महाराष्ट्राच्या चळवळीच्या काळात यशवंतरावांच्या मोटारीवर दगड आणि जोडे फेकणारे लोक त्या दिवशी त्यांचा जयजयकार करीत होते.

शनिवारवाड्यासमोर त्या ऐतिहासिक वास्तूला साक्ष ठेवून यशवंतराव म्हणाले की, ''सह्याद्री हा काही निर्जीव पर्वत नाही. महाराष्ट्राच्या उदात्त भावनांचे आणि उज्ज्वल परंपरेचे ते प्रतीक आहे. सह्याद्री आम्हाला प्रेरणा आणि स्फूर्ती देईल. एक वेळ भारत निर्मनुष्य होईल, शत्रूशी लढता-लढता ठार होण्याचेही पत्करील; पण तो गुलामगिरी कधीही पत्करणार नाही. या कामी सह्याद्री आपल्या छातीचा कोट करील.''

टाळ्यांच्या गडगडाटात जनतेने त्यांचे स्वागत आणि अभिनंदन केले.

त्याच संदर्भात दुसऱ्या दिवशी जवळजवळ सर्व मराठी वर्तमानपत्रांनी, 'हिमालयाच्या रक्षणासाठी सह्याद्री निघाला,' अशा शब्दांत वर्णन केले.

महाराष्ट्राच्या मुख्यमंत्र्यांचे त्या आणीबाणीच्या परिस्थितीत संरक्षणमंत्री म्हणून देशात सर्वत्र स्वागत झाले. जवळजवळ सर्व दैनिकांनी अग्रलेख लिहून यशवंतरावांच्या नेमणुकीसाठी पंतप्रधानांचेही अभिनंदन केले. महाराष्ट्र आणि मराठी भाषिकांनी केलेच केले; तसेच भावविवश महाराष्ट्राने काव्यस्वरूपात अभिनंदनाचा वर्षाव केला.

एक लहान गोष्ट येथे नमूद केलीच पाहिजे. जळगावहून निघणाऱ्या एका लहानशा 'बातमीदार' या वृत्तपत्रात शांतादेवी तडवी नावाच्या कवयित्रीने एक कविता रचली. त्यांच्या नावावरून त्या आदिवासी समाजातील असाव्यात. दिल्लीला गेल्यानंतर मी जेव्हा ती यशवंतरावांच्या नजरेस आणली, तेव्हा संरक्षणमंत्री गहिवरून गेले. त्यांनी मला ती कविता जपून ठेवण्यास सांगितली. आजही ती माझ्याजवळ आहे. यशवंतरावांनी [illegible] [illegible] आठवण म्हणून मी ती येथे उद्धृत करतो :

'संरक्षण-पद' भूषव यशवंता।
सह्याद्रीच्या कड्याकड्यांतून, जय-ध्वनी घुमला।
विशाल भारतवर्षामाजी, क्षणांत तो उठला ॥१॥
'यशवंता'च्या यश-कीर्तिची, वार्ता जै आली।
महाराष्ट्राची भोळी जनता, हर्षान्वित झाली ॥२॥
संरक्षणमंत्र्यांचा देऊन, तुम्हा श्रेष्ठ मान।
'पंडित'जींनी महाराष्ट्राचा केला बहुमान ॥३॥
महाराष्ट्राचे स्फूर्तिप्रद तू निर्मल जल प्याला।
'शिवरायाच्या' पावन भू-वर अखंड वावरला ॥४॥
मोगलशाहीस धडकी दिधली, मर्द-मराठ्यांनी।
जरिपटका तो अटकेवरती नाचविला ज्यांनी ॥५॥
त्या वीरांची उत्स्फूर्ति तव, अंतरात भरली।
महाराष्ट्राच्या कणाकणांतील देशभक्ती शिरली ॥६॥
'जिजाबाईचे, छत्रपतीचे', अनेक संतांचे।
आशीर्वाद तुज द्याया आले, वारे दख्खनचे ॥७॥
धन्य जन्म-भू। धन्य। 'माय' तव, धन्य 'वेणुताई'।
तुझ्याच रूपे, फळा पावली, त्यांची पुण्याई ॥८॥
'हरऽ हरऽ' गर्जून 'संरक्षणपद' भूषव, 'यशवंता'।
महाराष्ट्राच्या मानाचा घे मुजरा, गुणवंता ॥९॥

– शांतादेवी तडवी, जळगाव

माझ्या मते यशवंतरावांनी शांतादेवींचा मुजरा स्वीकारलाच. तसे करताना त्यांनी आपली रसिकता दाखवून शांतादेवींचे कौतुक केले – जे आज येथे नमूद करून ते कौतुक शांतादेवी तडवींपर्यंत पोहोचेल, अशी आशा करतो.

काँग्रेस विधिमंडळ पक्षाने तारीख १९ नोव्हेंबर रोजी नव्या नेत्याची निवड केली आणि चव्हाण विधिमंडळ सभागृहात उपस्थित झाले. जे स्थान त्यांनी १९४६ पासून सतत भूषित केले, त्या विधानसभेमधून ते निवृत्त होत होते. सातारा जिल्ह्यातील एक अनोखा राजकीय कार्यकर्ता म्हणून ते या सभागृहात आले आणि तेथपासून नेतृत्वाच्या सोपानावर सतत वर चढत गेले. त्या वेळचे महसूल मंत्री मोरारजी देसाई यांचे 'संसदीय कार्य सचिव' (पार्लमेंटरी सेक्रेटरी) म्हणून त्यांनी प्रवेश केला आणि यथावकाश मुख्यमंत्री आणि सभागृहाचे नेतेपद मिळविले. १९ तारखेस सभागृहाची बैठक सुरू झाल्याबरोबर विरोधी पक्षनेते कृष्णराव धुळप यांनी एक ठराव सादर केला :

'हे सभागृह श्री. यशवंतराव चव्हाण यांनी केलेल्या सेवेची नोंद घेऊन त्यांचे अभिनंदन करीत आहे. सभागृहाचे नेते आणि राज्याचे मुख्यमंत्री या नात्याने त्यांनी जो उत्साह, कर्तबगारी आणि समयसूचकता दाखवून अपूर्व कौशल्याने या सभागृहाचे कामकाज केले आणि राज्याचे हित निष्ठेने सांभाळले, यामुळे त्यांनी या सभागृहाचा आदर आणि जनतेचे प्रेम पूर्णत्वाने जिंकले आहे.'

सभागृहातील विरोधी पक्षनेत्यांनी अशा आदरयुक्त भावना व्यक्त करणे, ही एक आगळी आणि वेगळी गोष्ट होती. जणू या ठरावाने साऱ्या देशाला सांगितले की, यशवंतराव चव्हाण दिल्लीस जात आहेत, ते केवळ काँग्रेसचे पुढारी म्हणून नव्हे, तर सर्व महाराष्ट्राचे प्रातिनिधिक नेते म्हणून जात आहेत. त्यांच्या मागे मराठी जनता आपले सर्व सामर्थ्य आणि शुभेच्छा घेऊन उभी आहे. त्यात कुठलाही पक्ष, पंथ, भेद शिल्लक नाही. या ठरावावर झालेल्या भाषणांतून वक्त्यामागून वक्त्याने याच भावना व्यक्त केल्या.

आजही मला आठवते, ते आचार्य प्रल्हाद केशव अत्र्यांचे भाषण आणि यशवंतरावांचे भावनेने भरलेले उत्तर.

आचार्य प्र. के. अत्रे यशवंतरावांविषयी काय बोलतील आणि काय बोलणार, याची बरीच उत्सुकता होती. त्यांनी संयुक्त महाराष्ट्राच्या लढ्यात 'मराठा' वर्तमानपत्रातून यशवंतरावांना धारेवर धरले होते. आज आपले भाषण सुरू करताना त्यांनी जेव्हा नामदार यशवंतरावांना आपले परममित्र म्हणून संबोधित केले, तेव्हा सभागृहात एकच हशा झाला.

त्यासंबंधी अत्रे म्हणाले, "मी ज्या वेळी त्यांना माझे परमप्रिय मित्र म्हणालो, त्या वेळी काही संबंधित हसले; परंतु मी जे हे म्हणालो, त्याला एक कारण आहे आणि ते असे की, १९४६ साली जेव्हा त्यांना संसदीय सचिव (पार्लमेंटरी सेक्रेटरी) म्हणून नेमले, तेव्हापासून त्यांची आणि माझी मैत्री आहे ...मध्यंतरीच्या काळात काही राजकीय मतभेद निर्माण झाल्यामुळे त्यांच्याबद्दल मी अनेक गोष्टी सांगितल्या असतील. त्यामुळे काही सन्माननीय सभासद मला साहजिकच असे विचारतील की,

त्यांच्याबद्दल मागे तुम्ही असे बोलला होता आणि आज निराळेच बोलत आहात, हे कसे काय? परंतु त्याला माझे असे उत्तर आहे की, "Consistency is the virtue of an ass." व्यवहारातसुद्धा मनुष्य हा नेहमी 'कन्सिस्टंट' राहू शकत नाही आणि राजकारणात तर नाहीच नाही. जर मनुष्याला हृदय असेल, तर तो नेहमीच बदलत राहील. फक्त दगडच जसाच्या तसा राहू शकतो."

यशवंतरावांच्या अंगातील अलौकिक गुणांविषयी बोलताना अत्रे म्हणाले, "संस्कृतमध्ये अशा अर्थाचे एक वचन आहे की, आकाशातील तारे हे काही मातीतून निर्माण होत नाहीत, त्याचप्रमाणे स्वत:च्या अंगात काही अलौकिक गुण असल्याशिवाय मोठेपण मिळत नाही. नामदार यशवंतरावांच्या अंगात असे काही अलौकिक गुण आहेत, म्हणूनच ते आपली जबाबदारी पार पाडून दाखवतील, यात काही शंका नाही."

शेवटी महाराष्ट्रातील साडेतीन कोटी जनतेच्यावतीने अत्र्यांनी यशवंतरावांना निरोप देताना म्हटले,

"मराठी जनता, त्यांच्या शिरावरील ही जबाबदारी त्यांना योग्य रीतीने पार पाडता यावी, यासाठी आपल्या शरीरातील कणन्‌कण आणि आपल्या रक्ताचा थेंबन्‌थेंब देण्यास मागे-पुढे पाहणार नाही, असा विश्वास त्यांनी बाळगावा."

यशवंतराव उत्तर देण्यासाठी उभे राहिले, तेव्हा सभागृहातील सर्व उपस्थितांचे लक्ष त्यांच्या सतेज चेहऱ्यावर होते. डौलदार गांधी टोपी, शुभ्र खादीचे धोतर, वर छातीवर नेहमीचे शुभ्र जॅकेट. एक-दोन मिनिटे त्यांच्या तोंडातून शब्दच निघेनात. ज्या सभागृहात १९४६ साली प्रवेश केला, त्याविषयी बोलताना ते म्हणाले, "जेव्हा मी प्रथमत: या सभागृहात प्रवेश केला, तेव्हा एका छोट्या क्षेत्रात काम करणारा एक छोटासा कार्यकर्ता या नात्याने बुजऱ्या मनाने केलेला तो प्रवेश होता. आज या सभागृहातून बाहेर पडताना माझ्या मनात आत्मविश्वास जरूर आहे; परंतु ज्या बुजऱ्या मनाने मी या सभागृहात प्रवेश केला, त्याच बुजऱ्या मनाने अधिक विशाल क्षेत्रात या संकटकाळात मी प्रवेश करणार आहे."

यशवंतराव पुढे म्हणाले, "मी जो जात आहे, तो माझ्या वैयक्तिक सामर्थ्याच्या जोरावर जात नाही. संरक्षणाच्या कामासाठी नेत्याची हाक आली, तर तिला उत्कटतेने साद देणे हा आमचा स्वभाव आहे, आमची परंपरा आहे, येथील मातीतच तो गुण आहे. याच मातीत आम्ही रांगलो आणि रंगलोही. या मातीत रंगलेला माणूस समोरच्या शत्रूला माती चारल्याशिवाय परत येणारा नव्हे, या आत्मविश्वासाने मी जात आहे."

सभागृहाचे अध्यक्ष बाळासाहेब भारदे यांनी, महाराष्ट्राचे संत ज्ञानेश्वर यांच्या भाषेत निरोप देताना, अर्जुनाला श्रीकृष्णाने दिलेल्या संदेशाची आठवण करून दिली. श्रीकृष्ण म्हणतो –

"जगी कीर्ती रुढवी। स्वधर्माचा मानू वाढवी।"
ह्या मारापासोनि सोडवी मेदिनी हे।।"

टाळ्यांच्या गजरात आणि भारावलेल्या मनाने यशवंतरावांनी महाराष्ट्राच्या विधिमंडळाचा निरोप घेतला.

त्याच दिवशी संध्याकाळी, १९ नोव्हेंबर, १९६२ रोजी आपला राजीनामा राज्यपालांना सादर करण्याअगोदर चौपाटीवरील एका भव्य सभेत मुंबईच्या जनतेचा निरोप घेतला. ही देशाची हाक आहे, ती देशाच्या नेत्याने दिलेली हाक आहे आणि त्याकरिता सैनिक म्हणून, प्रसंग पडला, तर जान देण्यासाठी मी जात आहे, या शब्दांत त्यांनी जनतेचा निरोप घेतला. मुंबईसाठी महाराष्ट्राने जो लढा दिला, त्या मुंबईच्या जनतेला, 'आपण जात असलो, तरी आपण दिलेली आश्वासने पाळली जातील,' याची जाणीव त्यांनी करून दिली.

त्याच रात्री आकाशवाणीवरून केलेल्या भाषणात यशवंतराव म्हणाले :

"या मातीतच मी प्रथम रांगलो आणि रंगलो पुढे,
हीच गड्यांनो, माती माझ्या रक्तामध्ये चढे...."

"स्वराज्यावर घाला आला असताना कुठलीही वैयक्तिक अडचण आम्हाला रोखू शकत नाही, हा महाराष्ट्राचा बाणा आहे, असा इतिहासाचा दाखला आहे."

"मी देशाच्या सेवेसाठी जात असताना माझ्याबरोबर सह्याद्रीचा निधडेपणा, कृष्णा-नर्मदेची सखोलता, वैनगंगेची विशालता, कोकणाचा कष्टाळूपणा आणि पैठणची भाविकता घेऊन जात आहे."

मुंबई शहराने त्यांना अविस्मरणीय असा निरोप दिला. महाराष्ट्राचा हा तरुण, यशस्वी मुख्यमंत्री दिल्लीकडे प्रयाण करीत होता आणि यशाच्या तेजाने झळाळत होता. त्यांचे निवासस्थान 'सह्याद्री' बंगल्यापासून ते थेट विमानतळापर्यंत दुतर्फा, आपल्या आवडत्या नेत्यास निरोप देण्यासाठी लोकांनी गर्दी केली होती. मुंबईचे सर्व पोलीस खाते मोठ्या अभिमानाने रांग धरून गर्दी सावरत होते. नाक्यानाक्यावर लोक घोषणा देत होते :

'यशवंतरावजी की जय, यशवंतरावजी की जय...!'

■

४

काही आठवणी

शनिवार, तारीख १७ नोव्हेंबर रोजी राष्ट्रपती डॉ. राधाकृष्णन पुण्यास भेट देणार होते. त्यांच्या स्वागतासाठी मुख्यमंत्री पुण्यास जाऊन परत आले आणि त्याच दिवशी त्यांनी आपला राजीनामा हंगामी राज्यपाल चैनानी यांना सादर केला. नवी व्यवस्था होईपर्यंत आपण काम पाहा, असे त्यांना सांगण्यात आले.

पुण्याहून परतल्यावर यशवंतरावजींनी मला राष्ट्रपतींची मनोव्यथा आणि निराशा सांगितली. देशातील राजकीय आणि लष्करी अवस्था त्यांना निराशाजनक वाटली. मुख्यत: कृष्ण मेनन यांच्याबाबत दाखवली गेलेली आस्था आणि तितकेच लष्करी व्यवस्थेकडे झालेले दुर्लक्ष यांबाबत राष्ट्रपती अतिशय कडवटपणे बोलले. लेफ्टनंट जनरल बी.एम. कौल यांच्या सोयी-गैरसोयींकडे पाहून लष्करी अधिकाऱ्यांच्या केल्या गेलेल्या बदल्या त्यांना खटकल्या होत्या. राष्ट्रपतींनी आशा व्यक्त केली की, आता तरी सेला आणि बोमदिला येथे खंबीर पाय रोवलेली आपली सेना चिनी आक्रमणाला थोपवील. त्यांच्या बोलण्यात स्पष्ट होत होते की, लष्करी नेतृत्वाबाबत त्यांनी काही विचार केला असावा आणि जनरल थापर यांच्याऐवजी जनरल जे.एन. चौधरी यांची निवड त्यांना पसंत असेल, तरच पुढील अनर्थ टळेल, असे त्यांचे मत दिसले; परंतु राष्ट्रपतींनी यशवंतरावजींना तसे बोलून दर्शविले नाही. त्यांचा मुक्काम पुण्यात असतानाच नेफा आघाडीवर २५ ऑक्टोबरपासून मंदावलेल्या हालचालींना एकदम वेग आला.

१६ नोव्हेंबर रोजी चिनी फौजांनी तोबांग आणि सेला या भागांवर मोठ्या शक्तीनिशी हल्ला चढवला. सेला टेकड्यांना वळसा घालून त्यांनी दिरांग-झाँगवर हल्ला चढविला. हे ठिकाण सेला आणि बोमदिला या पर्वतखिंडीच्या खोऱ्यात वसलेले आहे. त्या माऱ्यासमोर सेलाची संरक्षण फळी कोसळली आणि स्वाभाविकच चिनी फौजांचे लक्ष बोमदिलावर आहे, हे स्पष्ट झाले.

मुंबईमध्ये काम करत असलेल्या आम्हा सर्वांना सेला, दिरांग, बोमदिला इत्यादी नावे अपरिचित होती. आम्हाजवळ असलेल्या नकाशावरही ती मोठ्या

कष्टाने शोधावी लागली. त्या भागाची भौगोलिक स्थितीही आम्हास माहीत नव्हती. हा भाग कसा आहे, तेथील दळण-वळणाची साधने कोणती आहेत किंवा नाहीतच, याची यशवंतरावजींना काहीच कल्पना नव्हती आणि तेथील कडक, बोचऱ्या हिवाळ्याची तर कल्पनाच नव्हती. लवकरच हे सर्व बदलणार होते.

सोमवार ता. १९ नोव्हेंबर रोजी महाराष्ट्र विधिमंडळ काँग्रेस पक्षाची बैठक झाली आणि मारोतराव कन्नमवार यांची पक्षनेता म्हणून निवड करण्यात आली. ते आणि त्यांचे सहकारी यांच्या मंत्रिमंडळाचा शपथविधी दुसरे दिवशी पार पडला.

पूर्वनियोजित कार्यक्रमाप्रमाणे यशवंतरावजी आणि मी त्याच दिवशी इंडियन एअर लाइन्सच्या विमानाने दिल्लीस जाणार होतो. नव्या मुख्यमंत्र्यांच्या शपथविधीच्या काळात यशवंतरावजींना चार-दोन तास मोकळे मिळाले. अन्यथा गेल्या सात दिवसांत ते सरकारी आणि राजकीय कामांत पूर्ण गढून गेले होते. मी सह्याद्रीवर गेलो, तेव्हा ते थोडे स्वस्थचित्त दिसले. त्यांनी ठरवले होते की, काही वेळ तरी आपल्या वृद्ध मातेच्या सान्निध्यात घालवावा.

त्यांच्या मातेला त्यांचा सुपुत्र महाराष्ट्राचा मुख्यमंत्री आहे, याची जाणीव नव्हती. ते काही सरकारी कामांत गुंतलेले आहेत, हे मात्र माउलीला कळत असे. कारण काय, तर जेव्हा जेव्हा यशवंतराव कऱ्हाडला जात, तेव्हा त्यांच्याबरोबर उंच, सडसडीत आणि मराठ्यांच्या शिलेदार पोशाखात दोन जमादार असत. एक महाबळेश्वरचा रहिवासी सहा फूट उंच आणि सशक्त विठोबा संकपाळ आणि दुसरा तरतरीत महंमद. त्यांचा यशवंतरावांशी योगायोगाने कसा संबंध जडला, ही एक गोष्टच आहे.

१९४६च्या निवडणुकीत कऱ्हाडचे यशवंतराव चव्हाण मुंबई विधानसभेवर निवडून आले होते. त्या वेळचे मुंबईचे मुख्यमंत्री बाळासाहेब खेर यांना त्यांचे नाव कुणीतरी सुचविले. एके दिवशी यशवंतरावांना तातडीने मुंबईला येण्यासाठी आमंत्रण आले आणि त्याप्रमाणे ते त्या वेळच्या मुंबई सरकारच्या सचिवालयात दाखल झाले. तेव्हाच्या 'सेक्रेटरीएट'च्या जुन्या आणि आकर्षक दगडी इमारतीत, जिथे आज निरनिराळी न्यायालये आहेत, तिथे शिरताच ते जरा बिचकले होते. ते जेव्हा मुख्यमंत्र्यांच्या दालनाच्या समोर गेले, तेव्हा महंमदने सांगितले की, ते काही कामात मग्न आहेत आणि यशवंतरावांना काही वेळ थांबावे लागेल. मुख्यमंत्र्यांच्याच खोलीच्या शेजारी महसूल खात्याचे मंत्री मोरारजीभाई देसाई यांची खोली होती. दोघांना भेटण्यासाठी येणाऱ्या आमंत्रितांसाठी बैठकीची जागा एकच होती. विठोबांनी कऱ्हाडच्या यशवंतरावांना ओळखले आणि त्यांना सांगितले की, वेळ असेल तर

आपण मोरारजीभाईंना का भेटत नाही? ते त्यांना त्यांच्या खोलीतच घेऊन गेले.

मोरारजीभाईंनी यशवंतरावांची विचारपूस केली आणि त्यांना म्हणाले, ''माझ्यासाठी पार्लमेंटरी सेक्रेटरी म्हणून काम करण्याऱ्या एका तरुण व्यक्तीच्या शोधात मी आहे. तुम्ही माझ्याबरोबर का काम करीत नाही?''

यशवंतराव त्यांना नाही म्हणण्याच्या परिस्थितीत नव्हतेच; पण ते एवढेच म्हणाले की, ''[illegible]ांनी मला बोलावले आहे, त्यांच्या मनात काय आहे, ते मला माहीत नाही.''

त्यावर मोरारजीभाईंनी आपल्या नेहमीच्या थाटात सांगितले की, ''ते माझ्यावर सोडा, मी ते पाहून घेतो.''

असा आला यशवंतरावांचा, विठोबाशी आणि महंमदशी संबंध.

जर विठोबांनी मोरारजींची भेट करून दिली नसती, तर काय झाले असते, ते नियतीलाच ठाऊक.

त्या दोघांकडे पाहून यशवंतरावजींच्या मातेला एवढीच कल्पना होती की, माझा मुलगा कोणीतरी बडा सरकारी अधिकारी असावा, त्याला खूप काम असावे. कारण फायलींचे गठ्ठे त्यांच्याबरोबर नेहमीच असत; तसेच, त्याची नोकरी फिरतीची असावी, म्हणून तो कऱ्हाडातील आपल्या घरापासून बराच काळ दूर राहात असावा. महाराष्ट्राचा मुख्यमंत्री आणि त्याचे ते पद काय आहे, हे तिला केव्हाही उमजले नाही.

त्या वेळी थोड्याशा फुरसतीच्या तासांत यशवंतरावजी मला एवढेच म्हणाले, ''मी जरा आईबरोबर बसतो, दिल्ली काय आणि संरक्षण मंत्रिपद काय, याचा तिला बोध होणार नाही; पण मला माहीत आहे की, मी तिला काही काळ भेटू शकणार नाही.''

असे म्हणून ते आपल्या पहिल्या मजल्यावरील आईच्या दालनाकडे वळले.

सह्याद्रीवरून मी घरी निघण्याच्या बेतात होतो, तेवढ्यात यशवंतराव परत वळले आणि म्हणाले, ''मला एक गोष्ट जाचते आहे. कन्नमवारजींची माझ्यानंतर नेता म्हणून निवड करून मी महाराष्ट्राचे फार मोठे काम केले आहे. मी हे केले, ते विदर्भ आणि महाराष्ट्र यांच्यामधील दुरावे दूर होऊन, ते एकत्र यावे यासाठी आणि विदर्भाच्या मनात आपण स्वतंत्र विभाग झालो असतो, तर अधिक बरे, ही भावना पुसून टाकण्याचा हा एक प्रयत्न आहे. खरे म्हणजे, आज ना उद्या साऱ्या महाराष्ट्राचे नेतृत्व ते पण करतील, याचा विश्वास त्यांच्या मनात मला उत्पन्न करावयाचा आहे. मारोतराव कन्नमवारांना मुख्यमंत्री करण्यात मी कदाचित पश्चिम महाराष्ट्रावर थोडा अन्याय केला असेल. मला माहीत आहे की, आमच्या जिल्ह्यातील बाळासाहेब देसाई यांच्या आकांक्षा मुख्यमंत्री होण्याच्या होत्या; परंतु माझी मनोमन खातरी आहे

की, कन्नमवारांची एकमताने झालेली निवड ही महाराष्ट्राच्या हिताची आहे. त्याचबरोबर महाराष्ट्रातील काँग्रेस पक्षाचे ऐक्य ही माझी दिल्लीतील शक्ती आहे.''

ते पुढे म्हणाले की, ''या घटनेबाबतच्या वसंतराव नाईकांच्या भावना (प्रतिक्रिया) याबाबत मी शंकित आहे. त्यांना स्वत:ला आणि अनेकांना, विशेषत: मुंबईतल्या लोकांना अपेक्षा होती की, मी त्यांचे नाव सुचवेन; परंतु त्यांना विदर्भातील मंडळींचा एकमुखी पाठिंबा मिळेल की नाही, याची मला शंका होती. आबासाहेब (खेडकर) यांना त्यांचे नाव मंजूर झाले नसते. कन्नमवारजी प्रभावी दिसत नाहीत. कदाचित कारभारामध्येसुद्धा ते पुरेसा प्रभाव पाडणार नाहीत; परंतु ते सामान्य जनतेचे मन जाणणारे आहेत आणि त्यांच्या सेवेचा प्रदीर्घ प्रवास झालेला आहे. वसंतरावजींचे नाव सुचविले असते, तर थोडासा विरोधी स्वर उमटला असता. शिवाय वसंतराव अजून तरुण आहेत आणि त्यांना खूप काळ राजकारण करावयाचे आहे. एक दिवस ते महाराष्ट्र राज्याचे मुख्यमंत्री होतील, यात मला बिलकूल शंका वाटत नाही.''

यशवंतरावजींनी माझ्याकडे पाहिले आणि ते म्हणाले, ''तू वसंतरावजींना भेटून हे सांगू शकशील का? मी मुंबई सोडण्यापूर्वी त्यांच्या मनात कसलाही गैरसमज रेंगाळू नये; आणि तसे झाले, तर मुंबई सोडताना मला निश्चिंत वाटेल. आम्ही स्नेहबंधाने बांधील आहोत आणि तो स्नेह कायम टिकावा, असे वाटते.''

मी होय म्हणण्यापूर्वी क्षणभर विचार केला की, इतक्या घाईगडबडीत मी ती जबाबदारी घ्यावी का? मला घरी जाऊन प्रयाणाची व्यवस्था करायची होती. घरच्या मंडळींचा निरोप घ्यावयाचा होता आणि यशवंतरावजींबरोबर विमानतळावर जावयाचे होते. मला फक्त तीन तासांचा अवधी होता. मला असेही वाटले की, अशा नाजूक गोष्टीत मी त्यांच्याशी बोलावे, हे वसंतरावांना आवडणार नाही. मुख्यमंत्रिपदाची संधी त्यांच्या हातून नुकतीच निसटली होती आणि साहजिकच थोडे तरी नैराश्य – आणि कदाचित कटुता – त्यांच्या मनात असणारच.

मी यशवंतरावजींना सांगितले की, तुम्ही सांगत असाल, तर मी वसंतरावजींशी बोलतो; परंतु मला वाटते की, काही दिवसांनंतर त्यांच्या भावनांचा बहर ओसरल्यानंतर मी बोलावे आणि त्या वेळी यशवंतरावजींच्या मनात काय आहे, हे त्यांना समजून घेता येईल.

यशवंतरावजींना हे मान्य झाले आणि त्यांनी केव्हा आणि कसे बोलावे, हे तुझे तूच ठरव, असे मला सांगितले; पण काही झाले, तरी वसंतरावजींच्या आणि आपल्यामध्ये कसलेही गैरसमज राहू देऊ नको, असे त्यांनी सांगितले; आणि मी लवकरात लवकर ते करतो, असे वचन दिले.

यशवंतरावजींनी हे नाजूक काम मला का सांगितले, याबद्दल थोडेसे लिहिले

पाहिजे. काही महिन्यांपूर्वी वसंतरावजींची मुलगी तिच्या एका मैत्रिणीबरोबर घरातून निघून गेली होती. चोवीस तास झाले, तरी ती परत आली नाही आणि तिचा ठावठिकाणा कुणी सांगू शकले नाही, तेव्हा वसंतरावजींनी ही गोष्ट यशवंतरावांना सांगितली. यशवंतरावजींनी मला बोलावले आणि मुंबई पोलिसांतर्फे गुप्तपणे शोध घेण्यास सांगितले. मी डेप्युटी कमिशनर कदमबांडे यांना बोलावले आणि त्यांना या नाजूक परिस्थितीची माहिती दिली. हा सारा शोध, वृत्तपत्रांना अजिबात वास लागता कामा नये, अशा पद्धतीने करावा, असे सांगितले. वसंतरावजी आणि त्यांचे कुटुंबीय यांना वृत्तपत्रीय प्रसिद्धीची आणि त्यांच्या मुलीच्या जीवनावर होऊ शकणाऱ्या परिणामांची काळजी वाटत होती.

कदमबांडे हे अनुभवी आणि मुरब्बी अधिकारी होते. त्यांनी त्वरित तपासाची चक्रे फिरवली. मुंबईच्या पोलीस खात्यातील निवडक मंडळींनी आपले जाळे पसरले, तरीही ४८ तासांपर्यंत कसलाच धागा सापडत नव्हता. एवढ्यात त्यांना बातमी मिळाली की, दोन मुली व्ही.टी. स्टेशनवर गाडीची प्रतिक्षा करत बसल्या आहेत. व्ही.टी.वरून पुणे आणि नाशिक अशा दोन दिशांना गाड्या सुटतात. त्यांनी दोन्ही ठिकाणच्या पोलीस अधिकाऱ्यांशी संपर्क साधला आणि त्यांना परिस्थितीची जाणीव दिली. मुंबईच्या सी.आय.डी.तर्फे त्या दोन मुलींची छायाचित्रे पाठवून दिली.

ती आणखी एक रात्र अशीच काळजीत गेली.

दुसऱ्या दिवशी अकरा-साडेअकराच्या सुमारास मी माझ्या ऑफिसमध्ये काम करीत असता नाशिकच्या पोलीस सुपरिंटेंडेंटचा फोन आला आणि त्यांनी कटुवार्ता सांगितली की, दोन तरुण मुलींचे छिन्नविछिन्न देह देवळालीजवळ रेल्वेमार्गावर सापडले आहेत. त्यांची पुरती ओळख पटलेली नाही; परंतु प्राथमिक पाहणीवरून असे दिसते की, याच त्या मुली असाव्यात.

मी यशवंतरावांच्या मंत्रालयातील दालनात गेलो आणि त्यांना ही बातमी सांगितली आणि पोलीस मोघम सांगत असले, तरी माहितीवरून असे दिसते की... मला शंका उरलेली नाही.

यशवंतरावजी तसेच उठले आणि म्हणाले, ''राम, चल! ...आपण वसंतरावजींना भेटले पाहिजे.''

आम्ही मलबार हिलवरील, लिटल गिब्ज रस्त्यावरच्या वसंतरावजींच्या 'शिवनेरी' बंगल्यावर गेलो. यशवंतराव गाडीतून खाली उतरताना दिसताच वसंतरावांना आश्चर्य वाटले. आम्ही बंगल्याच्या प्रशस्त खोलीत गेलो.

यशवंतराव म्हणाले, ''बातमी मिळाली आहे; परंतु ती चांगली नाही.''

माझ्याकडे पाहून नाशिकची माहिती सांगण्यास त्यांनी मला खुणावले.

वसंतरावजींनी आपल्या पत्नीला बाहेर बोलाविले. मी त्या दोघांना देवळालीची

बातमी सांगितली; परंतु अद्याप अखेरची ओळख पटलेली नाही, असे म्हणालो. त्या मुलींचे मृतदेह मुंबईला आणून निश्चित ओळख पटेपर्यंत आपण थांबू या, असे म्हणालो.

वसंतरावजी अत्यंत व्यवहारी. त्यांनी परिस्थितीचे गांभीर्य ओळखले. मिळालेल्या माहितीची क्लेशकारक सत्यता त्यांना पटली होती.

त्या शोकाकुल अवस्थेत ते म्हणाले, "मला ते मृतदेह पाहावयाचे नाहीत. तुम्ही लोक मात्र खातरी करून घ्या."

मी त्यांचे शब्द ऐकले आणि अवाक् झालो.

नंतर ते मृतदेह मुंबईस आणले आणि त्यांची ओळख निश्चित झाली.

त्या प्रसंगाची आठवण वसंतरावजींच्या मनात सदैव राहिली. त्यानंतर मला ते विशेष जवळचे असे समजू लागले. हे यशवंतरावांना माहीत होते, म्हणूनच मी वसंतरावजींकडे जाऊन त्यांची समजूत काढावी, असे त्यांनी ठरविले असावे.

पुढे काही आठवड्यांनी वसंतरावजी काही कामानिमित्त दिल्लीस आले, तेव्हा मी त्यांना सांगितले की, यशवंतरावजींना नेता निवडीबाबत आपणांशी बोलण्यास जरा अवघड वाटत होते आणि म्हणून ते काम माझ्यावर सोपवले होते.

वसंतरावजी नाईक एक थोर व्यक्तिमत्त्व होते. चव्हाणांनी आपल्यावर अन्याय केला, असे वाटत असूनही ते त्याच संयमाने वागले.

ते म्हणाले, "परिस्थितीजन्य पेच मी पूर्ण जाणतो." ते पुढे म्हणाले, "कृपया यशवंतरावजींना सांगा, महाराष्ट्राची काळजी करू नका. आम्ही सारे त्यांचे चाहते आहोत आणि आम्ही त्यांच्यापुढे कसल्याही समस्या उभ्या करणार नाही. कारण दिल्लीत ते एक महान आव्हान पेलण्यासाठी जात आहेत."

वसंतरावजींच्या या भावना मी जेव्हा चव्हाणसाहेबांच्या कानी घातल्या, तेव्हा ते खूप आनंदी दिसले.

वसंतराव नाईक जे म्हणाले, त्यातला प्रत्येक शब्द खरा होता. ते चव्हाणांचे निष्ठावान स्नेही म्हणून पुढे सतत साथ देत राहिले; तसेच जन्मभर ते माझे हितचिंतक, वडीलधारे आणि प्रेमळ मित्र म्हणून राहिले.

■

५

चलो दिल्ली!

सांताक्रूझ विमानतळ परिसर जनसागराच्या लाटांनी उचंबळून आला होता. विमानतळाच्या आत मुंगी शिरण्यास वाव नव्हता. प्रत्येकाला यशवंतरावजींना शुभेच्छा द्यावयाच्या होत्या. मोठ्या कष्टाने पोलिसांनी यशवंतरावजींना वाट काढून दिली.

मी विमानतळावर आल्याबरोबर माझ्या मुलांचा आणि पत्नीचा घाईने निरोप घेतला. माझे वडील पुण्याहून मुद्दाम मला निरोप देण्यासाठी आले होते. त्या गर्दीतून मार्ग काढत मी यशवंतरावजींच्या मागोमाग चालत होतो. त्या घाईगर्दीतही माझे कुटुंब पाहताच यशवंतराव क्षणभर थांबले.

माझ्या वडलांना नमस्कार केला आणि पत्नीकडे पाहून म्हणाले, ''रामला घेऊन जात आहे. लवकरच आपणही दिल्लीला या.''

दोनच वाक्ये – पण त्यामध्ये होत्या यशवंतरावांच्या कौटुंबिक भावना. त्या त्यांच्या मृत्यूपर्यंत तशाच राहिल्या.

कसेबसे आम्ही इंडियन एअर लाइन्सच्या कॅराव्हेल विमानात चढलो. मी त्यांच्या शेजारीच बसलो होतो. विमानात बसल्यावर गेल्या दहा दिवसांच्या विलक्षण घाईगर्दीच्या वातावरणातून जणू आम्ही सुटलो होतो; पण चार-दोन मिनिटांत माझ्या लक्षात आले की, आमच्या विमानात अनेक स्नेही, हितचिंतक अगोदरच येऊन बसले होते. त्यांत अनेक प्रसिद्ध उद्योगपती होते. आपल्या नेत्याची पाठवणी करण्यासाठी ते त्याच विमानाने प्रवास करणार होते.

विमानाने उड्डाण करून प्रवास सुरू झाल्यावर त्यांपैकी एकेक जण पुढे येऊन चव्हाणांच्या नव्या कार्याला शुभेच्छा देत होता. प्रत्येकाच्या चेहऱ्यावर आनंद, उत्साह आणि विश्वास प्रकट होत होता. जणू त्यांना वाटत होते की, चव्हाणसाहेब [illegible] म्हणून जात आहेत आणि ते देशावर पडलेले निराशेचे आणि आघाडीवरील पराभवाचे सावट दूर करणार आहेत.

माझ्या लक्षात आले की, यशवंतरावजी विचाराने गंभीर बनत आहेत. दिल्लीत गेल्यावर आपल्यासमोरील आव्हाने किती मोठी आहेत आणि कोणती जबाबदारी

घ्यावी लागणार आहे, याची त्यांना जाणीव होत होती. प्रवासात ते अबोल राहिले.

विमानात एक गृहस्थ असे होते की, ज्यांच्याशी मला बोलावेसे वाटले. ते म्हणजे व्ही. शंकर (आय.सी.एस.), केंद्रीय सरकारमधील अन्न खात्याचे सनदी सचिव. मी बनासकाठा जिल्ह्यात प्रांत (सब डिव्हिजनल ऑफिसर) म्हणून १९५४ साली प्रथम रुजू झालो, तेव्हा व्ही. शंकर माझे जिल्हाधिकारी होते. माझी कचेरी माउंट अबू येथे होती.

वास्तविक व्ही. शंकर हे जिल्हा अधिकाऱ्याच्या जागेपेक्षा अधिक वरच्या जागी जाण्याइतके सेवेत ज्येष्ठ होते. सरदार वल्लभभाई पटेलांचे स्वीय चिटणीस म्हणून त्यांनी मोठा लौकिक मिळवला होता. ते कर्तबगार होते; परंतु पहिली पत्नी हयात असताना त्यांनी दुसरे लग्न केले, म्हणून पंडितजींनी त्यांना परत मुंबई राज्यात पाठवले होते. त्या वेळचे मुख्यमंत्री मोरारजीभाई यांना व्ही. शंकर यांच्या कार्यक्षमतेबद्दल अभिमान होता. ते त्यांचे आवडते अधिकारी होते; परंतु नाराजी व्यक्त करण्यासाठी त्यांना बनासकाठा जिल्ह्यात पाठवण्यात आले. त्या काळात बनासकाठ्याला बदली ही शिक्षा समजली जाई. तो जिल्हा सर्वच बाबतीत मागासलेला होता. पालनपूर हे जिल्ह्याचे ठिकाण, पण तेही मागासलेले आणि कसल्याही प्रकारच्या सुविधा नसलेले होते. त्या जिल्ह्यातील माउंट अबू या ठिकाणाशिवाय सर्वत्र वैराण अवस्था होती. 'थर' वाळवंट हे तेथून जवळच होते.

व्ही. शंकर यांनी आपली ही बदली, शिक्षा आहे, असे कधीही मानले नाही. त्यांचा स्वभावच तसा होता. जणू हे कर्तव्यच आहे, अशा रीतीने त्यांनी सारा जिल्हा हिंडून पालथा घातला. त्यांची कल्पना आणि फिरती यामुळे तेथे आपण काय करू शकतो, याचे चित्र त्यांच्यासमोर उभे राहिले. त्यांनी चीफ सेक्रेटरींना विनंती केली की, या कामात मला काही तरुण, उत्साही अधिकाऱ्यांची साथ द्या. ही विनंती मान्य झाली आणि लवकरच बी.जी. देशमुख आणि मी या थोर जिल्हा अधिकाऱ्याच्या दिमतीस गेलो. माउंट अबूला मी प्रांत ऑफिसर म्हणून प्रथमच जात असल्यामुळे व्ही. शंकर यांनी स्वत: माझ्या कामाकडे लक्ष देण्याचे ठरवले.

ज्यांना अशा तऱ्हेच्या सेवेचा अनुभव नाही, त्यांना एखादा नवखा सनदी अधिकारी (प्रांत ऑफिसर) आणि त्यांचा जिल्हाधिकारी यांच्यामध्ये कोणते स्नेहबंध निर्माण होतात, याची कल्पना येणार नाही. अशा नव्या अधिकाऱ्याला जिल्हाधिकारी नेहमी एक स्नेही, तत्त्वचिंतक आणि मार्गदर्शक असतो. मी सुदैवी की, व्ही. शंकर यांच्यासारखे सदुपदेशक मला लाभले. अधिक चांगला मार्गदर्शक सापडणे कठीणच. व्ही. शंकर यांनी सरदार पटेलांच्या सहवासात, आपली माणसे आणि प्रश्न कसे हाताळावेत, याचा अनुभव घेतला होता.

वर्षभरात व्ही. शंकर यांची ही शिक्षा आणि वनवास संपला आणि त्यांची बदली महसूल खात्याचे सेक्रेटरी म्हणून मुंबईला करण्यात आली. मला आठवते, जिल्ह्याचा निरोप घेताना त्यांनी मला आणि देशमुख यांना बोलावून घेतले आणि आम्ही केलेल्या कामाबद्दल प्रशंसोद्गार काढले. त्या काळात जिल्हाधिकाऱ्यांनी हाताखालच्या अधिकाऱ्यांबद्दल समाधान व्यक्त करणे – आणि तेसुद्धा व्ही. शंकर यांच्यासारख्या मुरब्बी अधिकाऱ्याने समाधान व्यक्त करणे – हे फार मोठे यश समजले जाई. आम्हाला ते नैतिक बळ प्राप्त करून देणारे ठरले.

व्ही. शंकर थोडे खुशीत आहेत, असे पाहून मी त्यांना विचारले की, आम्ही आमच्यापुढे असलेल्या दीर्घ मुदतीच्या कामात यशस्वी व्हावे, याबद्दल तुमचे अनुभवाचे बोल सांगा.

ते माझ्याकडे आपल्या नेहमीच्या चमकत्या डोळ्यांनी हास्यवदन करीत म्हणाले, ''तुमचे वरिष्ठ आणि मंत्रिगण यांना कसे हाताळाल, त्यावर तुमचे यश अवलंबून आहे.''

मी त्यांना विमानात भेटल्यावर व्ही. शंकर यांनी आपला एक शिष्य मोठा झालेला पाहून वाटणारा अभिमान व्यक्त केला.

ते म्हणाले, ''यशवंतरावजींचे कर्तृत्व आणि राजकीय नेतृत्वाची चिन्हे पूर्वीपासूनच दिसत होती. आता त्यांच्यावर संरक्षण खाते सोपवले गेले आहे, याचा अर्थ ते पंतप्रधानांच्या बरोबरीला पोहोचले आहेत. त्यांच्या राजकीय नेतृत्वाला आता अतुलनीय वेग येणार आहे. यशवंतरावजींच्या बरोबर काम करण्याचा योग ही एक देशसेवेची अनमोल संधी आहे. मी तुम्हाला माझ्या सर्व शुभेच्छा देतो.''

– आणि पुन्हा आपल्या नेहमीच्या नजरेने त्यांनी आठवण दिली, 'माझा उपदेश विसरू नकोस.'

मी चव्हाणांना बरीच वर्षे ओळखत होतो. त्यांच्याबरोबर त्यांचा खाजगी स्वीय सचिव म्हणून दोन-अडीच वर्षे काम केले होते आणि एक सुखद, नजीकचे आणि घनिष्ठ नाते निर्माण झाले होते. व्ही. शंकर यांना अभिप्रेत असलेल्या सेव्य-सेवक संबंधाची मला जाणीव होती. इतिहासातील अत्यंत कठीण काळात व्ही. शंकर यांनी भारताच्या एका थोर नेत्याबरोबर काम केले होते. मंत्र्यांचा स्वीय सचिव आपल्या नेत्याच्या मनावर आणि मतावर कसा प्रभाव पाडू शकतो, याची व्ही. शंकर यांना उत्तम जाण होती.

मी विचारात असतानाच राजधानी दिल्लीच्या इमारती दिसू लागल्या आणि आमचे विमान झपाट्याने खाली येत होते.

यशवंतरावजींना मी हलकेच जागे केले.

■

६

शंका-कुशंका

विमान धावपट्टीवर थांबले, एवढ्यात दोन-तीन मोटारी विमानाकडे येताना दिसल्या. विमानाची शिडी लावली गेली. आम्ही उतरू लागलो. खाली नजर गेली, तो आश्चर्य वाटले. लेफ्टनंट जनरल जे.एन. चौधरी शिडीजवळ उभे होते. त्यांच्या शेजारील दुसरे एक अधिकारी मला अनोळखी होते; पण यशवंतरावजींनी ओळखले की, ते पी.व्ही.आर. राव होते.

केवळ छत्तीस तासांपूर्वीच यशवंतरावजींची आणि लेफ्टनंट जनरल चौधरींची पुण्यात गाठ पडली होती. ते सेनेच्या दक्षिण विभागाचे प्रमुख होते. यशवंतराव बुचकळ्यात पडले की, जनरल चौधरी दिल्लीत कसे आणि तेही विमानतळावर आपल्या स्वागतास कसे? त्यांची अपेक्षा होती की, लष्कर प्रमुख जनरल प्रेमनारायण थापर येतील आणि समोर उभे होते, जनरल चौधरी. लवकरच या कोड्याचा उलगडा झाला. विमानतळावर उतरल्यावर जनरल चौधरींनी आपली ओळख नवे लष्करप्रमुख म्हणून करून दिली आणि सोबतचे पी.व्ही.आर. राव यांची ओळख संरक्षण खात्याचे नवे सचिव म्हणून करून दिली.

त्यांच्या मागोमाग अनेक अधिकारी आणि संरक्षणमंत्र्यांचे वैयक्तिक कर्मचारी पुढे आले. त्यांनी आमचे स्वागत केले. ती मंडळी कृष्ण मेनन यांच्याबरोबरही काम करीत होती. या मंडळींत सबरवाल हे खाजगी चिटणीस आणि महावीर प्रसाद दुय्यम, मोरारजींचे खाजगी सचिव टोणपे हे तेथे उपस्थित होते. त्यांना मी अनेक वर्षे ओळखत होतो.

औपचारिक स्वागतानंतर यशवंतरावजींना तीनमूर्ती भवनाकडे पंतप्रधानांच्या भेटीसाठी नेण्यात आले.

टोणपे आणि मी मोरारजीभाईंच्या निवासस्थानी गेलो.

जवळजवळ दोन तासांनी यशवंतरावजी २, वेलिंग्टन क्रेसेंट येथे येऊन

पोहोचले. काही संसद सदस्य आणि यशवंतरावजींचे चाहते त्यांच्या स्वागतास आले होते. त्यांत अण्णासाहेब शिंदे आणि व्ही.आर. भगत उपस्थित होते. शिंदे शेती आणि अन्न खात्याचे उपमंत्री होते आणि बी.आर. भगत अर्थ खात्यात राज्यमंत्री होते.

मध्यंतरीच्या काळात माजी संरक्षणमंत्र्यांच्या वैयक्तिक कर्मचाऱ्यांची मी गाठ घेतली. साहजिकच ते आमच्या [illegible] दिसले. टोणपे १९४६ सालापासून मोरारजी देसाईंच्या समवेत होते. त्यांची मला खूप मदत झाली. टोणपेंना आमच्या गरजा आणि अडचणी अगोदरच माहीत होत्या. विशेषत: संरक्षणमंत्र्यांना तातडीने निवासस्थान हवे, म्हणजे ते त्वरित कामाला सुरुवात करतील. त्यासाठी त्यांनी प्रयत्न सुरू केले होते. त्यांनी मला 'रक्स' (RAX)ची माहिती दिली. या गुप्त टेलिफोन यंत्रणेशी – माझी ती पहिली ओळख. त्या टेलिफोनवरून फक्त मंत्रिमंडळाचे सदस्य, खात्याचे वरिष्ठ सचिव आणि दिल्लीतील नाजूक जागी काम करणाऱ्या अधिकाऱ्यांशी संपर्क साधता येई. मला त्याचे महत्त्व लवकरच कळणार होते. 'रक्स टेलिफोन' हे त्या व्यक्तीच्या दर्जाची जाणीव करून देणारे चिन्ह होय. आजही तसेच आहे. ज्याच्याजवळ रक्स आहे, तोच दिल्लीच्या उच्चाधिकार वर्तुळात गणला जातो.

घाईघाईत माझे जेवण आटोपून मी यशवंतरावांच्या शयनगृहातच बसलो आणि त्यांच्या व्यक्तिगत आणि बंगल्याच्या संदर्भातील सेवकांची व्यवस्था सांगितली. त्यांनी मला पंतप्रधान आणि लालबहादूरजी यांच्या तीनमूर्ती भवनामध्ये झालेल्या भेटीबद्दल सांगितले. लष्करी आघाडीवरील परिस्थितीची त्यांना माहिती देण्यात आली होती. विशेषत: ईशान्य आघाडीवरील परिस्थिती गंभीर होती आणि येत असलेले अहवाल निराशाजनक होते.

त्या आघाडीवर सतत माघार सुरू होती. चिनी सैन्य बोमदिलाला वळसा घालून, आसामच्या सपाट प्रदेशावर केव्हाही येईल, कदाचित आज रात्रीच पोहोचेल, अशी अवस्था होती. त्यांनी मला जनरल थापर यांनी १९ तारखेच्या रात्री राजीनामा सादर केल्याचे सांगितले. त्या दिवशी ते तेजपूरला गेले होते. त्या भेटीत त्यांना जाणीव झाली की, सर्व लष्करी यंत्रणा कोलमडून पडली आहे आणि नेतृत्व निर्बल झालेले आहे. जनरल जे.एन. चौधरी यांनी आज सकाळीच हंगामी सेनाप्रमुख म्हणून अधिकार घेतला होता आणि म्हणूनच ते विमानतळावर आपल्या भावी संरक्षणमंत्र्यांचे स्वागत करण्यास उपस्थित होते. वास्तविक ही वार्ता दुपारीच वृत्तसंस्थांकडून आली होती; परंतु यशवंतरावजी आणि मी वीस तास इतके कार्यमग्न होतो की, आम्हास ही वा अशा इतर बातम्या कळल्या नव्हत्या.

पी.व्ही.आर. राव यांची संरक्षण खात्यात सेक्रेटरी म्हणून झालेली नेमणूक हीसुद्धा यशवंतरावजींना बुचकळ्यात टाकणारी होती. 'पी.व्ही.आर.' या संबोधनाने ओळखले जाणारे राव वास्तविक मुंबईच्या आय.सी.एस.गटाचे होते. पी.व्ही.आर.नी मुंबईमध्ये बी.जी. खेर मुख्यमंत्री असताना त्यांच्याबरोबर काम केले होते आणि बी.जी. खेरांची नेमणूक लंडनमध्ये हाय-कमिशनर म्हणून झाल्यावर पी.व्ही.आर. त्यांच्याबरोबर लंडनला गेले. तेथून परतल्यावर ते सतत केंद्रीय सचिवालयातच होते. त्यांची आणि यशवंतरावांची विशेष ओळख नव्हती; पण पी.व्ही.आर. यांची कठोर परिश्रमांबद्दल ख्याती होती, तितकेच ते इतरांकडून काम करवून घेण्याबाबत दक्ष आहेत, हेही त्यांना माहीत होते. सामान्यपणे आपल्या मुंबईच्या व्यवस्थापकीय चाकोरीतला अधिकारी येथे संरक्षण सचिव म्हणून मिळाला, याचा यशवंतरावजींना आनंद व्हावा; परंतु आदल्या दिवसापर्यंत पी.व्ही.आर. हे अर्थ-समन्वय खात्यात टी.टी. कृष्णाम्माचारी यांचे सेक्रेटरी म्हणून काम पाहत होते. यशवंतरावजींना टी.टी.कें. यांच्या कार्यपद्धतीची संबंधितांकडून माहिती झाली होती. त्यांना हेही माहीत होते की, टी.टी.के.च्या मनात कृष्ण मेनन नंतर आपण संरक्षणमंत्री व्हावे, अशी महत्त्वाकांक्षा होती. खुद्द पंतप्रधानांनीच ही गोष्ट त्यांना सांगितली होती. त्यांना असेही वाटले की, टी.टी.कें.ना संरक्षण खाते मिळाले नाही, म्हणून त्यांनी आपला माणूस मुद्दाम संरक्षण खात्यात पेरला नसेल ना? टी.टी.कें.च्या आर्थिक समन्वय खात्यात सेक्रेटरी म्हणून पी.व्ही.आर. काम करत होते, तेव्हा त्यांच्यामार्फत संरक्षण खात्यातही आपला हात असावा, अशी ही योजना आहे का?

ही नवी नेमणूक यशवंतरावजींना एक प्रकारची व्यथाच वाटली. कारण त्या वेळी संरक्षण खात्यातील अनेक अनुभवी अधिकारी कृष्ण मेनन यांची माणसे अशा नावाने ओळखली जात. त्यामुळे अशा अधिकाऱ्यांकडून आपणांस निःसंदिग्ध सहकार्य आणि विश्वास कसा मिळेल, याबद्दल ते साशंक होते.

त्यांनी मला सांगितले, "राम, तुला अत्यंत दक्ष राहावे लागेल. मंत्रालयातील अधिकाऱ्यांमध्ये काय घडते आहे, हे समजण्यास तुझ्याशिवाय मला दुसरे साधन नाही. मी तुझ्यावर अवलंबून राहीन."

सर्वप्रथम आम्ही ईशान्येकडील भागाचा नकाशा घेऊन त्यावर बोमदिला, मिसामारी, तेजपूर आणि वलाँग ही तीनमूर्ती भवनाच्या चर्चेत उल्लेखली गेलेली ठिकाणे आहेत तरी कोठे, हे पाहिले; आणि आमच्या लक्षात आले की, संरक्षणमंत्र्यांच्या निवासस्थानी या सर्व नकाशांचे एक दालनच उभे करावे लागेल आणि त्या दालनाच्या शेजारीच मला मुक्काम ठोकावा लागेल. कारण आघाडीवरून येणारे

संदेश हे बहुधा रात्री उशिरा येत असत.

रात्री सुमारे साडे-दहा वाजता मी यशवंतरावजींचा निरोप घेतला आणि 'माल' या मार्गावरील माझ्या सासुरवाडीच्या ठिकाणी गेलो. मोरारजीभाईंच्या निवासस्थानापासून ते स्थान मोटारीने फार तर पाच-सहा मिनिटांचे होते.

पहाटे दोन वाजता टेलिफोन सतत वाजत राहिल्याने मी जागा झालो. खुद्द यशवंतरावजी बोलत होते.

ते म्हणाले, "राम, आताच मला पी.टी.आय.च्या प्रतिनिधीने फोन करून सांगितले की, चीनने एकतर्फी युद्धबंदी जाहीर केली आहे आणि मध्यरात्रीपासूनच तिची अंमलबजावणी होत आहे." मी काहीतरी प्रश्न विचारणारच, हे ताडून त्यांनी सांगितले की, "संबंधित वार्ता देणारा वार्ताहर माझ्या चांगल्या ओळखीचा असून, त्याचा आवाज मी स्पष्ट ओळखला आहे." त्यांनी मला विचारले, "आताच आपणांस काही करावे लागेल काय?"

मी म्हणालो, "जर ही बातमी अधिकृत आणि निश्चित असेल, तर ज्यांना ती पोहोचावयास हवी, त्यांच्यापर्यंत ती पोहोचलीच असेल."

मी त्यांना अशीही आठवण दिली की, अद्याप आपण घोषित संरक्षणमंत्री आहात, कुठलीही कृती करण्याची प्रत्यक्ष जबाबदारी आपल्यावर नाही.

या बोलण्यानंतर मला वाटते, यशवंतरावजी शांत चित्ताने झोपी गेले.*

दुसऱ्या दिवशी सकाळी मी थोडा लवकरच उठलो. सकाळी सात वाजता मोरारजीभाईंनी मला भेटीस बोलावले होते. मी त्यांच्या निवासस्थानी पोहोचलो, तेव्हा ते बंगल्यामागच्या बागेत फिरत होते. त्यांनीही रात्रीची बातमी कळल्याचे मला सांगितले. संरक्षणमंत्र्यांचा सेक्रेटरी म्हणून माझ्यावर कशा नाजूक जबाबदाऱ्या येणार आहेत, याची त्यांनी मला जाणीव दिली आणि टोणपेंशी सतत संपर्क साधून त्यांचा सल्ला आणि मदत, गरज पडेल, तेव्हा घ्या, असे सांगितले.

बागेत चालता-चालता मध्येच विषय बदलून ते म्हणाले, "पी.व्ही.आर. हा चांगला माणूस आहे; परंतु तो आपल्या मंत्रालयात असावा की नाही, हे यशवंतरावजींनीच ठरवायचे आहे. त्यांना आपला सेक्रेटरी आपल्या माहितीचा, विश्वासाचा आणि निवडीचा असावा, असे सांगण्याचा अधिकार आहे."

---

* काही वर्षांनी कुलदीप नय्यर यांचे 'Between the Lines' वाचले, तेव्हा कळले की, ती बातमी सकाळी सहा वाजेपर्यंत पंतप्रधान, गृहमंत्री लालबहादूर शास्त्री, गृहसचिव अथवा गुप्तहेर विभागाचे प्रमुख यांपैकी कोणाही व्यक्तीपर्यंत पोहोचली नव्हती.

मी मोरारजीभाईंना विचारले, ''आपल्या मनात एखादे नाव आहे का?''

ते म्हणाले, ''मुंबईच्या अधिकाऱ्यांमध्ये अनेक अनुभवी आणि कर्तबगार अधिकारी आहेत; आणि यशवंतरावजींना त्यांच्यापैकी पूर्ण माहितीचा एखादा जवळ असावा, असे वाटणे शक्य आहे.''

मोरारजीभाईंनी माझ्याच मनात एखादे नाव आहे का? असे विचारले.

मी म्हणालो, ''ही निवड यशवंतरावजींनीच करावयाची आहे; परंतु त्यांच्या मनात ए.एल.डायस, आय.सी.एस. यांचे नाव असावे. ते सध्या केंद्र सरकारच्या अन्न आणि खाद्य खात्यात आहेत.'' मोरारजीभाईंनाही, डायस मुंबईत गृह खात्याचे सचिव होते आणि तेव्हा मुख्यमंत्री या नात्याने यशवंतरावजींनी गृह खाते सांभाळले, हे माहीत होते. खरे म्हणजे, यशवंतरावजींना डायस सातारा जिल्ह्याचे कलेक्टर होते, तेव्हापासूनची माहिती होती. डायस यांनीच यशवंतराव बळवंतराव चव्हाण या भूमिगत कार्यकर्त्यावर १९४२ साली पकड वॉरंट काढले होते. तो काळ साताऱ्यात पत्री सरकारचा स्वातंत्र्य संग्रामाचा काळ होता.

मोरारजी म्हणाले, ''डायस चांगला माणूस आहे; परंतु सध्याच्या परिस्थितीत त्यांनी व्ही. शंकर या अधिकाऱ्याचा विचार करावा. कारण ते राष्ट्रीय पातळीवरील प्रकरणे हाताळण्यात मुरब्बी आणि अनुभवी आहेत.''

मोरारजींना हेही माहीत होते की, मी व्ही. शंकर यांच्या हाताखाली बनासकाठामध्ये 'असिस्टंट कलेक्टर' होतो.

ते म्हणाले, ''अखेरचा निर्णय यशवंतरावजींनी घ्यावयाचा आहे; परंतु यशवंतरावजींनी आपल्या पसंतीचा सेक्रेटरी घेण्याचे ठरविले, तर या नावाचाही विचार करा, असे मी त्यांना सुचवावे.''

त्या क्षणी माझ्या मनात चमकून गेले की, माझी व्ही. शंकर यांच्याशी विमानात झालेली भेट केवळ योगायोगच होता का?

याबाबत चव्हाणांशी काही बोलू नये, असे मी ठरवले.

मोरारजीभाईंबरोबर मी थोडा फिरलो. त्यांच्या बागेतील फुलांच्या सौंदर्याचा उल्लेख केला आणि थोडे काम आहे, असे सांगून चव्हाणांच्या खोलीकडे वळलो.

ते सकाळचा नाष्टा घेत होते.

रात्रीच्या बातमीचा किंचित उल्लेख करून विशिष्ट नजरेने पाहत ते मला म्हणाले, ''मी माझे काम सुरू करण्यापूर्वी माझ्या मित्रांनी माझ्या धैर्याला सुरूंग लावण्याचे काम सुरू केले आहे.''

बिजू पटनाईक रात्री आपल्याकडे उशिरा कसे आले आणि आपल्याला झोपेची आवश्यकता असतानाही, त्यांच्याशी तासभर कसे बोलावे लागले, हेही त्यांनी मला सांगितले.

बिजू मध्यरात्रीच्या सुमारास परत गेले.

त्यांनी चव्हाणांना विचारले, ''तुम्ही इथवर ...दिल्लीपर्यंत कशाला आला? चिनी सैन्य इतक्या वेगाने पुढे सरकत आहे की, ते मुंबईपर्यंतही लवकरच पोहोचले असते.''

चव्हाणांना कळेना की, पटनाईक अशा मध्यरात्री आपल्याला का भेटले? आणि आपण मुंबई सोडण्याची गरज नव्हती, असे त्यांनी का सांगितले?

बिजू पटनाईक हे पंडितजींच्या जवळचे आहेत, हे सर्वांना माहीत होते. त्यांना संरक्षणमंत्री होण्याची तीव्र आकांक्षा होती, हेही सर्वांना माहीत होते; आणि आता सरहद्दीवरील परिस्थिती अचानक बदलल्यामुळे दिल्लीत संरक्षणमंत्री म्हणून आपले कितपत स्वागत होईल, याची शंका यशवंतरावांच्या मनास चाटून गेली.

■

६ डिसेंबर, १९६२ रोजी पंतप्रधान आणि संरक्षणमंत्री यांची आसाम भेट :
त्या वेळी पंतप्रधान, (पाठीमागे) आसामचे मुख्यमंत्री चालिहा आणि
राज्यपाल विष्णू सहाय

भारत आणि इंग्लंड शस्त्रपुरवठा करार : संरक्षणमंत्री यशवंतराव, लेखक राम प्रधान आणि डँकन सन्डी

ब्रिटनचे सरसेनानी अर्ल माउंटबॅटन आणि संरक्षणमंत्री एका शाही मेजवानीच्यावेळी विचारविनिमय करताना

संरक्षणमंत्री आणि संरक्षणविषयक समितीचे सभासद :
चव्हाणांच्या (उजवीकडून) व्हाइस ॲडमिरल सोमण, जनरल चौधरी,
वायुसेना प्रमुख एअरमार्शल इंजिनीअर (निवृत्त) लेफ्टनंट जनरल थोरात,
(निवृत्त) लष्कर सेनानी जनरल राजेंद्रसिंग आणि
संरक्षणमंत्र्यांच्या डावीकडे हरीश सरीन

२९ नोव्हेंबर, १९६२ला संरक्षणमंत्रिपदाची शपथ घेताना यशवंतराव चव्हाण

शपथविधीनंतर पंतप्रधान आणि नवे संरक्षणमंत्री यशवंतराव यांच्याबरोबर
सेनाप्रमुख जनरल चौधरी आणि नौसेना प्रमुख व्हाइस ॲडमिरल सोमण

काश्मीर खोऱ्यात 'मराठा लाइट इन्फन्ट्री'ला भेट : त्या वेळी शिवाजी महाराजांच्या पुतळ्यास हार घालताना संरक्षणमंत्री

श्रीनगर भेटीत 'सदर-इ-रियासत' करणसिंग संरक्षणमंत्र्यांना काश्मीर खोऱ्याविषयी माहिती देताना : करणसिंगांच्या बाजूस लेखक आणि संरक्षणमंत्रालयाचे संपर्क अधिकारी मीरचंदानी

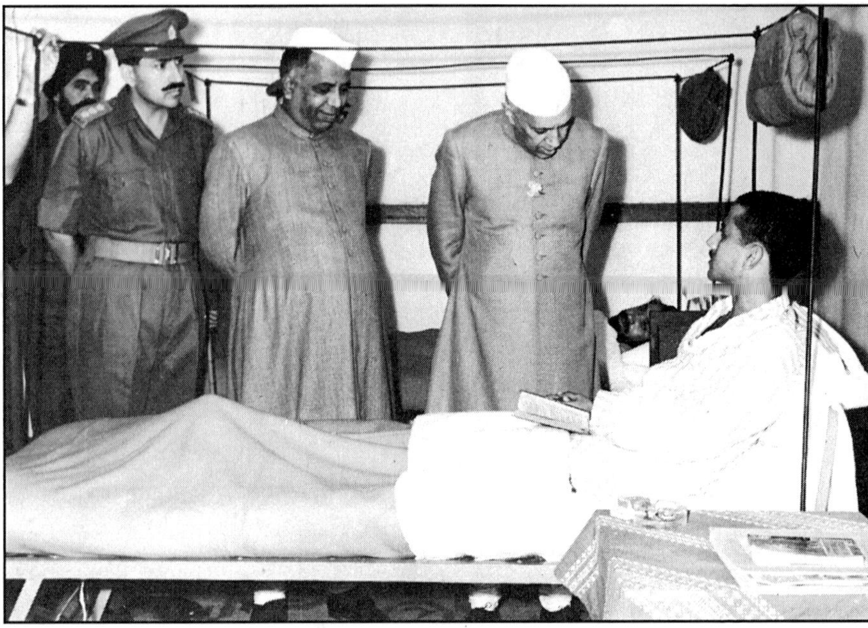

चीनच्या आक्रमणाच्यावेळी जखमी जवानांची विचारपूस करताना पंतप्रधान आणि संरक्षणमंत्री

सीमेची पाहणी करताना संरक्षणमंत्री आणि लष्कराचे जवान

काश्मीर खोऱ्यात संरक्षणमंत्री यशवंतराव चव्हाण सैनिकांबरोबर

१५ ऑगस्ट, १९६३ला स्वातंत्र्यदिनी लाल किल्ल्यावर
पंतप्रधानांचे स्वागत करताना संरक्षणमंत्री

१२ नोव्हेंबर, १९६३ रोजी तोवांगला संरक्षणमंत्र्यांनी भेट दिली :
या वेळी लेखक, त्यांच्या उजवीकडे लेफ्टनंट जनरल माणेकशॉ आणि
डावीकडे वायुसेना प्रमुख एअर मार्शल इंजिनीअर

'शांतिचितेचे भस्म' या स्मारकाचे कलावंत बुखटेक आणि यशवंतराव चव्हाण

पंतप्रधान पंडित नेहरू यांच्यासमवेत यशवंतराव चव्हाण

लंडन येथील लोकमान्य टिळकांच्या स्मारक भवनाला भेट :
याप्रसंगी यशवंतराव, 'केसरी'चे स्थानिक प्रतिनिधी ताम्हनकर आणि
भारताचे उच्चायुक्त जीवराज मेहता

लंडनमधील महाराष्ट्र मंडळाच्या स्वागत-सोहळ्यात :
एका प्रसन्न क्षणी यशवंतराव

ब्रिस्टल येथील राजा राममोहन रॉय यांच्या समाधीसमोर
यशवंतराव, लेखक आणि जीवराज मेहता

अमेरिकेतील कॉलोरडो स्प्रिंग्ज येथील वायुसेनेच्या प्रशिक्षण केंद्रातील चर्चसमोर.
चव्हाणांच्या उजव्या बाजूला लेखक आणि (निवृत्त) ॲडमिरल नंदा

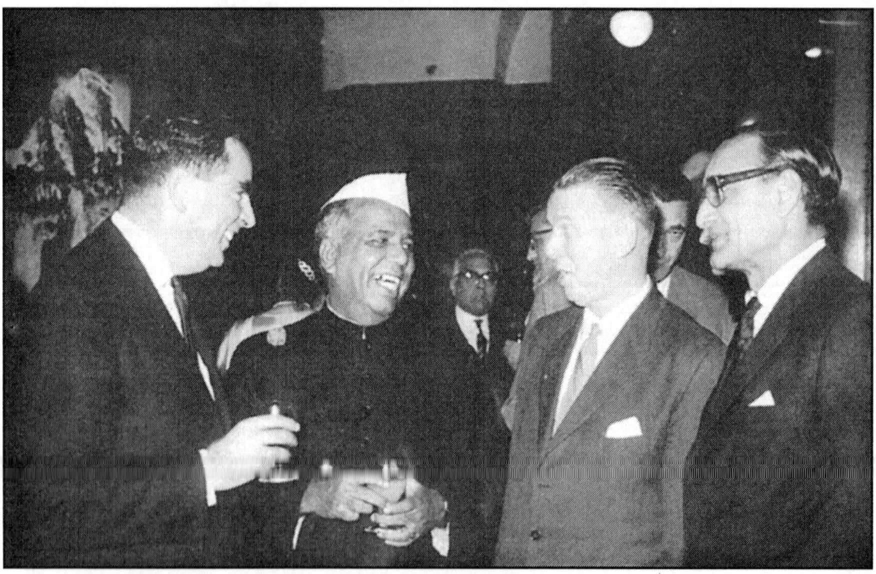

विदेश यात्रेमध्ये इंग्लंडच्या मंत्र्यांबरोबर (उजवीकडून) संरक्षणमंत्री डेनिस हिले,
चव्हाण, राष्ट्रकुलविषयक संबंधित मंत्री आर्थर बॉटमले आणि
भारताचे उप-उच्चायुक्त केवलसिंग

इंग्लंडमधील भेटीत एका आनंदाच्या क्षणी लॉर्ड ॲटली आणि
संरक्षणमंत्री डेनिस हिले यांच्याबरोबर यशवंतराव

रशियामध्ये लेनिनच्या समाधीवर पुष्पगुच्छ अर्पण करताना यशवंतराव

राष्ट्रीय विकास परिषदेच्या (NDC) सभेमध्ये सहभागी झालेले :
जम्मू-काश्मीरचे मुख्यमंत्री गुलाम मोहंमद बक्षी,
पंतप्रधान आणि संरक्षणमंत्री

संरक्षणमंत्री चव्हाण आणि कुश्चेव भेट :
त्यांच्याबरोबर भारतीय राजदूत टी.एन. कौल आणि संरक्षणमंत्रालयातील
अतिरिक्त सचिव हरीश सरीन

संरक्षणमंत्री यशवंतराव चव्हाण एका प्रसन्न क्षणी

अमेरिकेत 'पेन्टॅगॉन'समोर संरक्षणमंत्र्यांना दिलेल्या मानवंदनेनंतर :
अमेरिकेचे संरक्षणमंत्री मॅकन्मारा यांच्याबरोबर

अमेरिकेचे प्रेसिडेंट जॉन केनेडी यांच्या स्मृतीला श्रद्धांजली अर्पण करताना :
संरक्षण मंत्री आणि लेखक राम प्रधान

पंडित नेहरू व संरक्षण मंत्री तेजपूरला सेनानींबरोबर चव्हाण (डावीकडे)
लेफ्टनंट जनरल मोतीसागर, लेफ्टनंट जनरल सेन व लेफ्टनंट जनरल माणेकशॉ

एव्हरेस्टचे विजेते तेनझिंगबरोबर संरक्षण मंत्री

भारतीय नौसेनेबरोबर चव्हाण (उजवीकडे) व्हाइस ॲडमिरल सोमण,
लेखक राम प्रधान (डावीकडे)

महाराष्ट्राचे मुख्यमंत्री वसंतराव नाईक,
संरक्षण मंत्री व नौसेना प्रमुख व्हाइस ॲडमिरल सोमण

ब्लॅक सी (Black Sea) येथील नौसेनादलाची मानवंदना स्वीकारताना

व्होल्गा नदीवर– जगातील एका सर्वश्रेष्ठ वीजनिर्मिती केंद्राला भेट

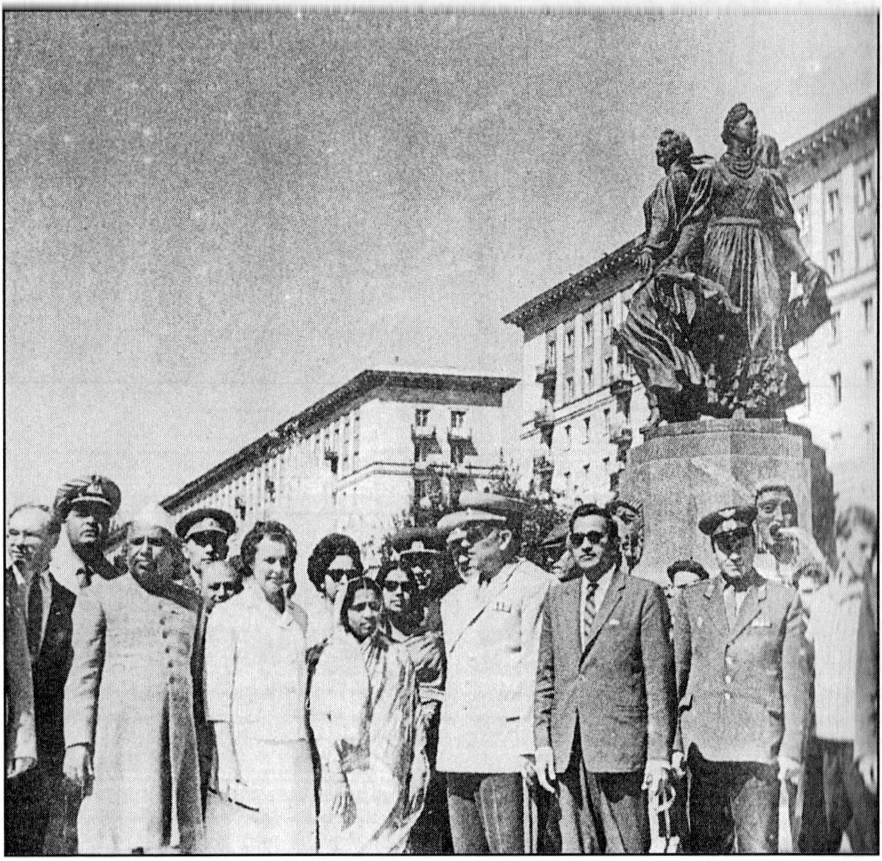

व्होल्गाग्राडला भेट : यशवंतराव, वेणूताई आणि लेखक

रशियाच्या दौऱ्यात लेनिनग्राड येथील सेंट पीटरबर्ग राजवाड्याच्या बगीच्यात संरक्षणमंत्री : त्यांच्या समवेत रशियाचे सैनिक अधिकारी तसेच भारताचे काही अधिकारी, लेखक (डावीकडून तिसरे) ॲडमिरल नंदा (उजवीकडून पहिले) शेजारी संरक्षणमंत्रालयाचे सचिव हरिश सरीन

संरक्षणमंत्री यशवंतराव चव्हाण पंजाब युद्धक्षेत्रात
सैनिकांच्या भेटीसाठी गेले असताना (१९६५)

पंजाबच्या युद्धक्षेत्रावर संरक्षणमंत्री यशवंतराव चव्हाण पाहणी करताना (१९६५)

७

संरक्षणमंत्री : पहिला दिवस

सकाळी ठीक नऊ वाजता कॅबिनेट सेक्रेटरी श्री. एस. एस. खेरा यशवंतरावांना राष्ट्रपती भवनाकडे नेण्यासाठी आले. ते संरक्षण खात्याचेही प्रमुख सेक्रेटरी होते. यशवंतरावांचा शपथविधी साधा, पण दिमाखाने साजरा झाला. पंतप्रधान आणि त्यांच्या मंत्रिमंडळाचे सर्व सहकारी राष्ट्रपती भवनात उपस्थित होते. राष्ट्रपती राधाकृष्णन मोठ्या खुशीत दिसले आणि भोवतालचे वातावरण प्रफुल्लित करण्याचा त्यांचा प्रयत्न होता.

नेहमीप्रमाणे राष्ट्रपती आणि पंतप्रधान यांच्याबरोबर नव्या संरक्षणमंत्र्यांची छायाचित्रे घेतली गेली आणि दहा वाजण्यापूर्वी काही मिनिटे यशवंतराव पंतप्रधानांबरोबर साउथ ब्लॉकमधील संरक्षणमंत्र्यांच्या कचेरीकडे निघाले.

या क्षणापर्यंत संरक्षण खाते पंतप्रधानांकडेच होते आणि आता औपचारिकरीत्या आपले ते पद नव्या संरक्षणमंत्र्यांच्या हाती त्यांना द्यावयाचे होते.

पंतप्रधानांचे कार्यालय साउथ ब्लॉकमध्ये संरक्षणमंत्र्यांच्या कार्यालयाजवळ होते. मी आणि माझे सहकारी श्रीपाद डोंगरे आणि बी.पी. जोशी कार्यालयामध्ये पोहोचलो. मी माझ्या कचेरीमध्ये स्थानापन्न झालो. ही खोली संरक्षणमंत्र्यांच्या कार्यालयाला लागूनच होती. त्यांच्या कचेरीकडे जाताना एक वाट माझ्याच खोलीत जाई. बाहेरच्या बाजूने दुसरी एक थेट वाट होती. पंतप्रधान, यशवंतरावांना घेऊन त्या वाटेने आत आले. संरक्षण खात्याचे सेक्रेटरी आणि इतर सेनाप्रमुख अगोदरच संरक्षणमंत्र्यांच्या कचेरीत उपस्थित होते. लष्करप्रमुख जनरल जे.एन. चौधरी, नौदलप्रमुख व्हाइस ॲडमिरल सोमण, वायुसेनेचे प्रमुख एअर मार्शल ए. एम. इंजिनीअर आपापल्या लष्करपोशाखात त्याच नेटकेपणाने उपस्थित होते.

पंतप्रधानांनी नव्या संरक्षणमंत्र्यांची या अधिकाऱ्यांशी आणि सेनानींशी ओळख करून दिली. यशवंतराव माझ्याकडे वळले आणि त्यांनी हे माझे स्वीय सचिव अशी सर्वांना ओळख करून दिली.

हे सर्व होईपर्यंत दहा वाजले होते. पंतप्रधानांनी आपल्या नव्या संरक्षणमंत्र्याला

आठवण करून दिली की, आघाडीवरच्या परिस्थितीचा आढावा घेणाऱ्या सेनानी आणि सचिवांच्या बैठकीला त्यांना जावयाचे आहे आणि अध्यक्षपद घ्यावयाचे आहे. पंतप्रधानांनी १ नोव्हेंबर रोजी संरक्षण खाते आपल्याकडे घेतले, तेव्हापासून त्यांनी ही सर्वांबरोबरच्या बैठकीची प्रथा सुरू केली होती.

ही बैठक जवळच्याच दालनात घेतली जात असे आणि तिकडे जाण्याचा मार्ग संरक्षणमंत्रालयातून परराष्ट्र मंत्रालयात जात असे.

मी यशवंतरावांबरोबर बैठकीला गेलो.

एका मोठ्या गोल टेबलाभोवती भारत सरकारचे वरिष्ठ सचिव उपस्थित होते. त्यांत कॅबिनेट सेक्रेटरी श्री. एस.एस. खेरा हे होते. त्यांच्या केवळ नजरेनेच माझ्या लक्षात आले की, मी या बैठकीस हजर असू नये, असे त्यांना सुचवायचे होते. त्यांच्या मते त्या थोरा-मोठ्यांबरोबर मी तुलनेने अननुभवी, तेथे उपरा ठरलो आणि त्या बैठकीस ज्या दर्जाची, गांभीर्याची आणि गुप्ततेची चर्चा होणार होती, तेथे माझी उपस्थिती योग्य नव्हती. मला संभ्रम पडला की मी झटकन बाहेर जावे की, मला तसे सांगितले जाईपर्यंत थांबावे.

माझ्या मनातील चलबिचल यशवंतरावांनी ओळखली. इतर कुणी काही बोलण्यापूर्वी त्यांनी मला एक खुर्ची घेऊन आपल्या मागे बसा आणि चर्चेच्या नोंदी घ्या असे सांगितले, त्यामुळे माझ्या उपस्थितीला मान्यता मिळाली.

अर्ध्या तासातच यशवंतरावजींना संसद भवनाकडे निघावयाचे होते आणि या अशा बैठकीत कशा तऱ्हेची चर्चा होते, याची माहिती नसल्याने त्यांनी खेरा यांना चर्चेचे संचालन करण्यास सांगितले. उपस्थितांपैकी कोणीतरी आग्नेय आणि ईशान्य आघाड्यांवरील परिस्थितीचा आढावा घेतला. परराष्ट्रीय खात्याचे सचिव एम.जे. देसाई यांनी पेकिंगहून आपल्या वकिलातीकडून आलेला युद्धबंदीचा संदेश – याची माहिती दिली. चीनने एकतर्फी युद्धबंदी जाहीर करण्यापाठीमागचे सुप्त हेतू काय असतील, याची चर्चा झाली. त्या दोन्ही आघाड्यांवर चिनी सैन्याने युद्धबंदी प्रत्यक्षात आणली होती की नाही, तेही स्पष्ट झाले नव्हते. तेव्हा याबाबत फारशी चर्चा न करता इतर बाबींचा विचार करावा, असे ठरले.

एक महत्त्वाचा मुद्दा चर्चेमध्ये होता की, चिनी सैन्याने आसामच्या तेलाच्या खाणीपर्यंत धडक दिली, तर काय करावे? बहुधा पूर्वीच्या बैठकीत अशा तऱ्हेची परिस्थिती निर्माण झाली, तर काय करावे लागेल, याची चर्चा झाली असावी. या तेलखाणी उडवून देण्यासाठी अमेरिकन तज्ज्ञांची गरज लागेल, असेही अंदाज केले गेले होते. दुसऱ्या कोणीतरी याबाबत त्या तज्ज्ञांना आणण्यासाठी काय व्यवस्था केली आहे, याचीही माहिती दिली. हा विषय मोठा आकर्षक आणि प्रक्षुब्ध करणारा होता. त्यावर थोडे इतर भाष्यही झाले.

मी यशवंतरावांना सुचविले की, संसदेमध्ये जाण्याची वेळ झाली आहे.

पंतप्रधान यशवंतरावांना घेऊनबरोबर ११.०० वाजता सभागृहात शिरले. सभागृह आणि सर्व प्रेक्षक गॅलऱ्या भरगच्च भरल्या होत्या. सर्वांचे लक्ष चव्हाणांकडे होते. अनेक स्वपक्षीय आणि विरोधी पक्षांतील सभासदांनी त्यांचे उत्स्फूर्त स्वागत केले आणि टेबले थोपटून आपला आनंद व्यक्त केला.

सभापती आपल्या जागेवर बसले आणि कामकाज सुरू झाल्याचा त्यांनी इशारा केला.

तेव्हा पंतप्रधान उठले आणि म्हणाले, "सभापतीजी, माझे नवीन संरक्षणमंत्री श्री. यशवंतराव बळवंतराव चव्हाण यांची मी सभागृहास ओळख करून देत आहे."

चव्हाण उठले आणि सभापतींच्या खुर्चीकडे गेले, तेव्हा पुन्हा साऱ्या सभागृहाने त्यांचे टाळ्या वाजवून स्वागत केले.

सभापती सरदार हुकूमसिंग उठून उभे राहिले. त्यांनी चव्हाणांशी हस्तांदोलन केले आणि ते म्हणाले, "साऱ्या सभागृहाने अंत:करणपूर्वक तुमचे स्वागत केले आहे, मीही त्यात सामील आहे. माझ्या स्वत:तर्फे तुमचे स्वागत करतो."

चव्हाणांनी आपली नियोजित जागा घेतल्याबरोबर व्ही.के.कृष्ण मेनन यांनी चार-पाच रांगांमधून पुढे येऊन यशवंतरावांशी हस्तांदोलन केले. मेनन यांनी नुकतेच संरक्षण मंत्रिपद सोडले होते.

त्यांनी आपल्या जागी परत जाताना मला पाहिले आणि ते मंदहास्य करून म्हणाले, "हॅलो!"

या औपचारिक विधीनंतर मी माझ्या कचेरीत गेलो. संरक्षणमंत्र्यांच्या दालनाची काळजीपूर्वक पाहणी केली. मला आढळले की, यशवंतराव तेथे काम करू लागण्यापूर्वी सर्व दालन साफसूफ करण्याची गरज आहे. मी सर्व कर्मचाऱ्यांना सांगितले की, दुपारी संरक्षणमंत्री आपल्या अधिकाऱ्यांसमवेत बैठकीसाठी येतील, त्यापूर्वी हे काम झाले पाहिजे.

संरक्षणमंत्र्यांच्या टेबलावर विविध रंगांची सात टेलिफोन यंत्रे जणू त्या टेबलाची शान वाढवत होती. त्यांचाही मी परिचय करून घेतला. नंतर मी माझ्या दालनात गेलो. ते शेजारीच होते. तेथे माझा कर्मचारी वर्ग जमा झाला होता. या सर्वांनी कृष्ण मेननबरोबर काम केले होते. दुसरे खाजगी चिटणीस सबरवाल मला आदल्या रात्रीच भेटले होते. त्यांनी मला इतरांची ओळख करून दिली. मी त्यांना सांगितले की, आपले संरक्षणमंत्री आणि मी या केंद्र सरकारच्या कार्यपद्धतीत अत्यंत नवशिके आहोत. येथील फायली कशा हाताळल्या जातात आणि कागद वर-खाली कसे केले

जातात, याची आम्हास माहिती नाही. मला आणि मंत्र्यांना तुम्हा मंडळींवरच अवलंबून राहावे लागणार आहे, तेव्हा ज्या निष्ठेने आणि तत्परतेने त्यांनी अनेक वर्षे पूर्वीच्या संरक्षणमंत्र्यांना साथ दिली, तशी आम्हास मिळावी. त्यांपैकी प्रत्येकाच्या चेहऱ्यावर मला सुटकेची छटा दिसली. कारण प्रत्येकाला आपल्या कामात काहीतरी बदल होणार, अशी भीती वाटत होती.

सबरवाल यांच्या मदतीने आणि संरक्षण खात्यातील काही जुन्या अधिकाऱ्यांकडून मी महत्त्वाची, गोपनीय कागदपत्रे कशी हाताळावीत, याची माहिती घेतली. संरक्षण खात्याच्या जवळजवळ प्रत्येक कागदावर 'मर्यादित', 'गोपनीय', 'अतिगोपनीय' आणि एखाद्यावर 'विशेष गोपनीय' असे शेरे असत. त्यामुळे ही माहिती घेणे जरुरीचे होते.

अशा तऱ्हेची गोपनीय कागदपत्रे ठेवलेल्या पोलादी कपाटाच्या चाव्या मी माझ्याजवळ घेतल्या. साहजिकच मला उत्सुकता वाटली की, या गुप्ततेच्या खाणीत काय काय दडलेले आहे, ते पाहण्याची; परंतु मी जेव्हा त्या कागदांचा ढीग आणि त्यांवर विविध तऱ्हेचे गोपनीय इशारे पाहिले, तेव्हा ते कपाट बंद करून त्याला सील केले आणि माझ्यासाठी एक नवीन पोलादी कपाट आणण्यास सांगितले. जुने कागद पुरेसा वेळ मिळेल, तेव्हा पाहावयाचे ठरवले. यामुळे संरक्षण खात्यातील माझी खेळी स्वच्छ, नव्या कागदावर सुरू झाली.

माझ्या टेबलाच्या डाव्या बाजूला एक पोलादी हॅन्डल भिंतीतून बाहेर आलेले दिसत होते. चौकशी करता मला सांगण्यात आले की, भिंतीत दडवलेल्या आणखी एका पोलादी कपाटाचा तो एक भाग आहे. वर्षानुवर्षे ती भिंत रंगवली गेल्यामुळे त्या पोलादी कपाटाचे अस्तित्वच जणू लपून गेले होते.

मी त्या कपाटाच्या किल्ल्या मागितल्या, तेव्हा त्या कचेरीतील सर्वांत जुना अधिकारी सबरवाल याने मला सांगितले की, या कपाटाच्या किल्ल्या आजपर्यंत कोणासच मिळालेल्या नाहीत. असे कळले की, ब्रिटिश राजवटीत या दालनात संरक्षणमंत्र्यांचे सरसेनापती बसत असत आणि त्यांचा मुख्य दुय्यम अधिकारी माझ्या खोलीत बसे. ब्रिटिशांचा शेवटचा सरसेनानी जेव्हा भारत सोडून गेला, तेव्हा या कपाटाच्या किल्ल्या त्याने आपल्याबरोबर नेल्या असाव्यात. तेव्हापासून कोणीही हे कपाट उघडण्याचा प्रयत्न केला नाही. मात्र प्रत्येक जण आपल्यानंतर तेथे बसणाऱ्या अधिकाऱ्यास विश्वासाने सांगतो की, हे कपाट पूर्ण मोकळे आहे. कोणास ठाऊक, ती [illegible] आजपर्यंतही चालत आली. त्या वेळच्या संरक्षणमंत्र्यांच्या दालनात आता परराष्ट्रमंत्री बसतात.

दुपारचे तीन वाजायला काही मिनिटे कमी असतील, एवढ्यात यशवंतरावजी

आपल्या खोलीत आले. तेथील स्वच्छता, टापटीप पाहून ते खूश झाले. ते तसे होणार, हे मला माहीत होते. कारण यशवंतराव आपली कामाची जागा नीटनेटकी, स्वच्छ ठेवण्याबाबत अति दक्ष असत. त्यांना गबाळेपणा बिलकूल आवडत नसे.

मी त्यांना त्या टेबलावरील विविध तऱ्हेच्या टेलिफोन यंत्रांची माहिती दिली. ती त्यांनी मोठ्या कुतूहलाने ऐकली. मी त्यांना म्हणालो, "तुम्ही या जंजाळाची काळजी करू नका आणि प्रत्येकाचे काम निराळे, हे विसरून जा. फक्त एकच लक्षात ठेवा की, तांबड्या रंगाचे, आपल्या डाव्या बाजूस असलेले यंत्र म्हणजे रक्स आहे. तो फोन वाजला की, हटकून समजावे पंतप्रधान आपणांशी बोलत आहेत. याव्यतिरिक्त आपण नुसते बटण दाबा. ही सर्व यंत्रे माझ्या टेबलावरील सात यंत्रांशी जोडलेली आहेत."

दुपारचे ठीक तीन वाजले आणि घड्याळाच्या काट्याबरोबर संरक्षण खात्याचे तीनही प्रमुख आत आले. बरोबर संरक्षण खात्याचे सेक्रेटरी पी.व्ही.आर. राव आणि ॲडिशनल सेक्रेटरी एच.सी. सरीन नव्या संरक्षणमंत्र्यांना अहवाल देण्यासाठी आले.

तासभर चर्चा झाल्यानंतर हे सर्व अधिकारी माझ्या खोलीतून असलेल्या वाटेने बाहेर आले आणि प्रत्येकाने मला माझ्या कामात सुयश चिंतून अभिनंदन केले.

त्यानंतर जवळजवळ रोज त्यांची अशी गाठ पडे. फक्त अति महत्त्वाच्या व्यक्तीला संरक्षणमंत्र्यांच्या दालनात बाहेरच्या दरवाज्याने आणून सोडले जात असे. इतर सर्वांना माझ्या दालनातून जावे लागे आणि मंत्रिमहाशय मोकळे आहेत की नाहीत, हे मी पाहिल्यानंतर त्यांना आत सोडले जाई.

ती बैठक झाल्याबरोबर मी यशवंतरावजींकडे गेलो. त्यांनी चर्चेत कोणता मुख्य मुद्दा निघाला, याची मला माहिती दिली. हे सर्व आमच्या मुंबईतील कार्यपद्धतीप्रमाणे. आपल्या निवासस्थानाबद्दल त्यांनी सांगितले की, '१८, अकबर रोड ही कोठी मला चालेल,' कचेरीत येण्यापूर्वी दुपारी त्यांनी ती जागा पाहिली होती आणि त्यांना ती सोयीची वाटली होती. त्यांचा पुढे वास्तव्य झालेला १, रेसकोर्स रोडवरचा बंगला रंगरंगोटी देऊन तयार होईपर्यंत ते या बंगल्यात काही महिने राहिले.

१, रेसकोर्सवरचा बंगला हे त्यांचे पुढे बावीस वर्षे सर्वपरिचित वसतिस्थान होते आणि तेथूनच २५ नोव्हेंबर, १९८४ रोजी त्यांनी जगाचा निरोप घेतला.

मी माझ्या दालनात परत येतो, तोच मला निरोप मिळाला की, खात्याचे सेक्रेटरी पी.व्ही.आर. राव संरक्षणमंत्र्यांना ताबडतोब भेटू इच्छितात. मी त्यांना रक्सवर संपर्क साधून 'लगेच या' असे कळवले. काही मिनिटांतच त्यांनी माझ्या

खोलीत गंभीर मुद्रेने प्रवेश केला. मी उभा राहिलो आणि त्यांना मंत्र्यांच्या दालनाकडे जाण्यास खुणावले. मला वाटले, आघाडीवरून काही अनपेक्षित वार्ता आली असेल आणि सेक्रेटरींना ती ताबडतोब मंत्रिमहाशयांना सांगावयाची आहे. त्यांच्या हालचालींवरून वाटले की, ते अस्वस्थ आहेत.

पण काही मिनिटांतच पी.व्ही.आर. संरक्षणमंत्र्यांच्या दालनातून बाहेर आले. त्यांच्या चेहऱ्यावर हास्य होते आणि ते सहजतेने माझ्या खोलीतून बाहेर गेले.

मी आत गेलो. यशवंतरावजींना विचारले, ''काय प्रकरण आहे?''

ते म्हणाले, ''तसे काही नाही. पी.व्ही.आर.ना एकदम टी.टी.केंच्या अर्थ-समन्वय खात्यातून संरक्षण खात्याकडे बदलले आणि तेही नवे संरक्षणमंत्री येण्यापूर्वी, यामुळे ते थोडे अस्वस्थ होते.''

पी.व्ही.आर.ना माहीत होते की, याबाबत नव्या संरक्षणमंत्र्यांना विचारले नव्हते किंवा आगाऊ सांगितले नव्हते.

ते यशवंतरावजींना म्हणाले, ''सर, मला या खात्याकडे बदलले, ते आपल्याशी विचारविनिमय केल्याशिवाय आणि तुमची मान्यता घेतल्याशिवाय, हे मला माहीत आहे. आजच्यासारख्या नाजूक अवस्थेत संरक्षणमंत्र्यांना त्यांचा सेक्रेटरी त्यांच्या पसंतीचा असावा, असेच मला वाटते. आपणांस अशा एखाद्या अधिकाऱ्याची नेमणूक करावीशी वाटल्यास जरूर करावी. मी रजेवर जाईन.''

मी यशवंतरावजींना विचारले, ''तुम्ही त्यांना काय सांगितले?''

त्यांनी माझ्याकडे पाहिले. थोडे हसून ते म्हणाले, ''मी पी.व्ही.आर.ना सांगितले, तुम्हीच आता माझी पसंती आहात. काही काळापूर्वी माझे मन द्विधा होते.''

या चार शब्दांनी पी.व्ही.आर. जिंकले गेले आणि ते यशवंतरावांचे 'माणूस' ठरले.

पी.व्ही.आर. १९६७मध्ये सेवानिवृत्त झाले. तोपर्यंत ते संरक्षणमंत्र्यांचे अत्यंत विश्वासू आणि समर्पितपणाने काम करणारे ठरले.

दिल्लीत संध्याकाळ होत होती. आघाडीवरून युद्धबंदी प्रत्यक्षात सुरू झाल्याच्या बातम्या येत होत्या आणि चीनने एक राजकीय खेळी खेळली होती, असे दिसले. तिचा अन्वयार्थ काय, हे मात्र स्पष्ट झालेले नव्हते.

असा उजाडला आणि मावळला, संरक्षणमंत्री यशवंतरावांच्या कामाचा पहिला दिवस. गेले चोवीस तास ते अनेक तऱ्हेचे ताणतणाव आणि आश्चर्यात गढून गेले होते.

■

८

संरक्षणमंत्रालय : व्यक्ती तितक्या प्रकृती!

२१ नोव्हेंबर, १९६२ रोजी चव्हाणांनी आपल्या साउथ ब्लॉकमधील कचेरीतून कामास सुरुवात केली. दोन प्रहरी त्यांनी आपल्या मंत्रालयाच्या वरिष्ठ अधिकाऱ्यांची बैठक घेतली. दुसऱ्या दिवशी सकाळी त्यांनी तिन्ही सरसेनापती, तसेच लष्करातील सर्व लेफ्टनंट जनरल्स आणि लष्करी हेडक्वार्टर्समधील वरिष्ठ अधिकाऱ्यांची बैठक घेतली. ही बैठक वास्तविक या सर्व अधिकाऱ्यांची ओळख करून देण्या-घेण्यासाठी होती. त्यात संरक्षणमंत्र्यांचाही वेळ वाचणार होता. अन्यथा, त्यांपैकी प्रत्येक वरिष्ठ अधिकारी संरक्षणमंत्र्याला औपचारिक भेट देण्यास आला असताच.

पुढचे काही दिवस यशवंतरावजी आणि मी आमच्या खात्याच्या कार्यपद्धतीची माहिती घेण्यात गुंतलो होतो. सकाळपासून रात्री उशिरापर्यंत सारख्या बैठका होत असत. त्यात वरिष्ठ मुलकी अधिकारी, लष्कर, नौदल आणि वायुदलातील अधिकारी उपस्थित राहून नव्या संरक्षणमंत्र्यांना माहिती देत असत. पार्लमेंटचे सभासद आणि दिल्लीमधील नामवंत, चव्हाणांच्या अभिनंदनासाठी येत आणि जाता-जाता काही सल्लाही देऊन जात.

इतर खात्यांचे वरिष्ठ अधिकारीही भेटीस येत. विशेषतः परराष्ट्र, गृह, अर्थ आणि अर्थसमन्वय खाते यांचे अधिकारी येत. ते आपल्या खात्याचा संरक्षण खात्याशी कशा प्रकारे संबंध येतो, हेही विशद करीत. खुद्द संरक्षण खात्यातील सेक्रेटरी पी.व्ही.आर. राव, अतिरिक्त सचिव एच.सी. सरीन हे जास्त वेळ घेत. त्यांचे खालचे सह वा दुय्यम आणि इतर यांना एक-दोन मिनिटेच मिळत असत. ते येत आणि आपली ओळख करून देऊन परत जात. त्यांची फक्त तोंडओळख होई आणि फक्त नावे कळत.

येणाऱ्या प्रत्येक माणसाला जे सांगावयाचे असेल, ते चव्हाण शांतपणे ऐकत. त्यांना माहीत होते की, लष्कराची यंत्रणा, त्या तोफा, ती हत्यारे

यांबाबतची पुरेशी माहिती घेण्याइतका वेळ त्यांच्याजवळ नाही किंवा आपल्या विमानदलात किती तऱ्हेची विमाने आहेत, त्यांचे काम काय, अशा हजारो गोष्टींकडे संरक्षणमंत्रालयाला लक्ष द्यावे लागे; पण पुढील काही दिवसांतच संरक्षणमंत्री चव्हाण यांनी इतकी माहिती करून घेतली आणि इतरांवर आपली छाप पाडली की, जणू ते यापूर्वीही आपण या जागी येणार, असे समजून [illegible] माहिती घेत असावेत. त्यांचे सुप्त हास्य आणि सभ्यतेची वागणूक इतरांना जिंकून जात असे. त्यांची खेळीमेळीने वागण्याची पद्धत आणि कृष्ण मेनन यांच्या काळातील पद्धत यांत जमीन-अस्मानाचे अंतर होते. कृष्ण मेनन यांच्या काळात त्यांच्यासमोर जाण्यास मोठे अधिकारी भीत असत. मेननसाहेबांशी विचारांची देवाण-घेवाण क्वचितच होई. याउलट चव्हाणांची मनमोकळी चर्चा करण्याची पद्धत संरक्षण खात्यातील अधिकाऱ्यांचे मनोधैर्य आणि विश्वास वाढविण्यास उपयुक्त होई.

या सर्व चर्चा अशा विद्युतवेगाने चालत की, सामान्य माणूस गडबडून जावा. यशवंतरावजी मात्र त्यांच्या खास शैलीने सामोरे जात. त्या तीन दलांतील अधिकाऱ्यांच्या खांद्यावरील चिन्हे त्यांचा दर्जा दाखवत. सुरुवातीस त्या चिन्हांकडे पाहून दर्जा ठरविण्यात चव्हाणांचा थोडा गोंधळ होई; पण मी त्यांना पटवून दिले की, बाकी सर्व माहितीपेक्षा या सर्व सेनानींची रँक, दर्जा आणि ती चिन्हे यांची माहिती करून घेतली पाहिजे. कारण उघड आहे. हा लष्करी पोशाखातील अधिकारी आपला दर्जा आणि महत्त्व दर्शविणारी छाती-दंडावरील चिन्हे ही अतिमोलाची समजत असतो. संरक्षणमंत्र्यांनी एखाद्या विंग कमांडरला 'स्क्वाड्रन लीडर' म्हणून संबोधता कामा नये किंवा एखाद्या कर्नलला 'लेफ्टनंट कर्नल' म्हणता कामा नये. या महत्त्वाच्या बाबतीत यशवंतरावजींना जाणते करण्यासाठी मी या सर्व चिन्हांचा एक छापील तक्ता मिळवला आणि त्यांच्या टेबलाच्या सर्वांत वरच्या कप्प्यात सहज दिसेल, असा ठेवला. जेव्हा-जेव्हा त्यांना संशय येई, तेव्हा ते ड्रॉवर उघडत, त्या तक्त्याकडे पाहत आणि समोरच्या अधिकाऱ्याचा दर्जा तपासून घेत. मी त्यांना आणखी एक तोडगा सुचवला आणि त्यानुसार, जेव्हा संभ्रम पडे, तेव्हा समोरच्या अधिकाऱ्याच्या वरच्या एखाद्या दर्जाचा ते उल्लेख करीत. एखाद्या ब्रिगेडियरला 'मेजर जनरल' किंवा एअर कमांडरला 'एअर मार्शल' म्हणून मंत्र्यांनी संबोधले, तर ते एकदम खूश होऊन जात.

आम्हाला लवकरच जाणवले की, संरक्षणमंत्री हे परराष्ट्रीय क्षेत्राशी किती संबंधित असतात. अनेक शिष्टमंडळे आणि प्रतिष्ठित पदाधिकाऱ्यांना भेटावे लागले. मंत्रिमंडळाच्या परराष्ट्रीयखात्याच्या कमिटीचे चव्हाण सभासद होते, तसेच मंत्रिमंडळाच्या

अतिदक्ष समिती (इमर्जन्सी कमिटी ऑफ कॅबिनेट)चेही सभासद होते. या कमिटीला सर्व तऱ्हेच्या गोष्टींचा विचार करावा लागे. या संदर्भात परराष्ट्रीय खात्याचे सेक्रेटरी जनरल रतन कुमार नेहरू आणि विशेषत: परराष्ट्रीय सचिव एम.जे. देसाई चव्हाणांना मदतगार ठरले. एम.जे. देसाई मुंबई आय.सी.एस.च्या गटामधून (केडर) आलेले होते. तरी यशवंतरावजींना किंवा मला त्यांचा परिचय होण्याची संधी आली नव्हती. देसाईंनी विशेष काळजी घेतली की, नव्या संरक्षणमंत्र्यांना सर्व माहिती योग्य वेळी आणि पूर्णपणे पुरविली जावी. अनेक शिष्टमंडळे येत, त्यांची एकाच वेळी विविध ठिकाणी चर्चा होई आणि हे सर्व सम्यकरीतीने संरक्षणमंत्र्यांना कळविण्याचे काम देसाई करत. परराष्ट्रखात्याला त्या दिवसांत जवळजवळ अठरा तास काम करावे लागे. विशेषत: चीनने एकतर्फी युद्धबंदी पुकारल्यानंतर त्या क्षेत्रात अनेक घटना विद्युतवेगाने घडत होत्या. सर्व जण त्यात बुडून गेले होते.

माझ्यापुरते बोलायचे, तर या परराष्ट्रीय संबंधांच्या हाताळणीचा मला काहीच अनुभव नव्हता. ते क्षेत्रच मला नवे होते. मुंबईमध्ये असताना आमचा संबंध विविध देशांच्या वकिलातीतील अधिकारी आणि प्रसंगोपात त्यांचे वकील किंवा हायकमिशनर मुंबईस भेटी देतील आणि मुख्यमंत्र्यांना भेटण्यास येतील, तेवढ्यापुरताच येई. दिल्लीत गुलाबी आणि हिरव्या रंगांत येणारे गुप्त भाषेतील संदेश आम्हास कधीच हाताळावयास लागले नाहीत, आता अशा संदेशांची माझ्या टेबलावर क्षणाक्षणाला चवड वाढत होती. जगातल्या मोठमोठ्या व्यक्ती, अध्यक्ष केनेडी, ब्रिटिश पंतप्रधान हॅरॉल्ड मॅकमिलन, इजिप्तचे नासर यांच्या संदेशांच्या प्रती माझ्या टेबलावर चित्ताकर्षक वाटत. याशिवाय पंतप्रधान पंडितजींना, विविध देशांत पाठविलेल्या खास दूतांकडून संदेश येत असत. या सर्व बाबतीत योग्य लक्ष पुरवून माझ्या मंत्र्यांना खरेखुरे महत्त्वाचे आणि उपयुक्त असे संदेश निवडून देण्याबाबत मला पी.व्ही.आर. राव यांच्याशिवाय अन्य मार्गदर्शक नव्हता. श्री. राव अतिशय उपयुक्त ठरत; पण त्यांना वरचेवर त्रास देणे अडचणीचे वाटे. कारण ते स्वत:च त्यांच्या कामांत बुडून गेलेले होते.

सुदैवाने पहिल्याच दिवशी माझी ए.पी. व्यंकटेश्वरन यांच्याशी गाठ पडली. ते परराष्ट्रखात्यात चीनविषयक काम पाहत असत. डेप्युटी सेक्रेटरी पदावरचे व्यंकटेश्वरन आणि मी एकाच दिवशी सरकारी सेवेत रुजू झालो होतो. तो दिवस होता २ एप्रिल, १९५२. त्यांची माझी प्रथम भेट झाली. तो दिवस मला आजही आठवतो. दिल्लीत आय.ए.एस. ट्रेनिंग स्कूलमध्ये प्रथम गाठ पडली, तेव्हा त्यांनी माझे हसत अभिनंदन केले आणि म्हटले होते की, बरे झाले आपला रुजू होण्याचा दिवस १ 'एप्रिल फूल' नव्हता. त्या दिवसापासून आमची मैत्री जमली आणि आजही तशीच आहे. आमच्या या ओळखीमुळे मला खूपच दिलासा मिळाला की, व्यंकटेश्वरन चीनविषयक काम हाताळीत आहेत. त्यांच्या कुशाग्र, तरतरीत बुद्धिमत्तेमुळे ते या अनेक राजनैतिक

संदेशांची मला उकल करून दाखवित. काही वेळा गरज नसतानाही त्या संदेशांतील दडलेला म्हणून काही अर्थ सांगण्याचा प्रयत्न करीत; परंतु मला त्याची मौज वाटे आणि राजनीती हा जणू व्यवसाय बनलेल्या माणसाने तसे करावे, हे सहज वाटे. कोलंबो प्रस्ताव नावाने ओळखल्या जाणाऱ्या आणि इतर अनेक संदेशांची देवाण-घेवाण कायरो, कोलंबो, जकार्ता, न्यू दिल्ली आणि पेकिंगसह इतर शहरांत होत गेलो. त्यांचे विश्लेषण करण्यास व्यंकटेश्वरनची मला मोठी मदत होई.

लवकरच आम्ही एकमेकांनी रोज भेटण्याची आणि चर्चा करण्याची प्रथा सुरू केली. अशा तऱ्हेच्या अनौपचारिक बैठकीची त्यांनाही उपयुक्तता पटत असावी. कारण त्यामुळे संरक्षणमंत्रालय आणि खुद्द संरक्षणमंत्र्यांच्या ऑफिसात काय घडते, हे त्यांना कळत असे. माझ्यापुरते बोलायचे, तर व्यंकटेश्वरन यांची माहिती देण्याची पद्धत आणि विशेषत: अफवा कोणत्या आणि माहिती कोणती, यांतील फरक ओळखण्यास मला त्यांची मदत झाली.

यशवंतराव आणि मी रोज संध्याकाळी भेटत असू, तेव्हा इतक्या गोष्टी घडलेल्या असत की, यशवंतरावजींना संरक्षणमंत्री या नात्याने त्या सर्वांकडे लक्ष देण्यास केव्हा वेळ सापडेल, असा प्रश्न मला पडे. चव्हाणांचे सर्वप्रथम अनुमान होते की, चिनी सेना, त्यांना योग्य वेळ वाटेल, तेव्हा पुन्हा हल्ला सुरू करील. या विचारामुळे त्यांनी कार्यालयामध्ये आल्याबरोबर सकाळी संरक्षण खात्याच्या तीनही विभागांचे प्रमुख आणि खात्याचे सेक्रेटरी यांच्याबरोबर बैठक घेण्याची प्रथा सुरू केली. पंतप्रधानांनी कृष्ण मेनन यांच्याकडून संरक्षण खाते तात्पुरते आपणांकडे घेतले, त्या दिवसापासून (१ नोव्हेंबर, १९६२) ही प्रथा त्यांनीच सुरू केली होती. बरोबर साडेनऊ वाजता बैठक सुरू होई आणि तासभर चाले. अधूनमधून कॅबिनेट सचिव एस.एस. खेरा, विदेश सचिव एम.जे. देसाई आणि गुप्तहेर खात्याचे डायरेक्टर बी.एन. मलिक बैठकीस हजर असत. अतिरिक्त सचिव हरीश सरीन ह्यांच्याकडे या बैठकीच्या चर्चेच्या नोंदी करण्याचे काम असे. या मुलकी अधिकारी आणि प्रमुखांच्या संयुक्त बैठका मोठ्या खुल्या आणि मोकळ्या वातावरणात होत असत. प्रत्येक अधिकारी गेल्या २४ तासांत काय घडले, याची सविस्तर माहिती देई आणि पुढे २४ तासांत काय घडेल, याचा अंदाज देत असे. सेनादल आणि संरक्षणमंत्रालय या परस्परांमधील अनेक रेंगाळलेली कामे विचारात घेत आणि त्यांचा निर्णय लागत असे. लवकरच असे आढळून आले की, या बैठकाच्या माध्यमातून घडणाऱ्या अनेक गोष्टी आपणाला लेखी अहवाल येण्यापूर्वीच एकमेकांना कळत; तसेच अनौपचारिक चर्चेत कितीतरी विषयांत परस्परांच्या मनांचे सांधे जुळत आणि विषय समजण्यास सोपे जाई.

त्याच दिवशी दुपारी ठीक तीन वाजता सरीन यांच्याकडून सकाळच्या बैठकीचे कामकाज नोंद करून माझ्याकडे येई, त्यामध्ये संरक्षणमंत्र्यांनी घेतलेले निर्णय नोंदवलेले असत. यामुळे चव्हाणांना अनेक फायली पाहताना लागणारा वेळ वाचत असे, तसेच बरेचसे काम सकाळी उरकले असल्यामुळे, त्यांना इतर अनेक चर्चा आणि बैठकांना वेळ काढता येऊ लागला. अशा बैठकांची संख्या रोज वाढतच होती. त्यांमध्ये प्रामुख्याने नॅशनल डिफेन्स कौन्सिलच्या औपचारिक बैठका, रात्री जेवणानंतर होत असलेल्या राजकीय चर्चा आणि भेटीगाठीस अनेक राजकीय व्यक्ती; तसेच भारतीय, विदेशी नामवंत पत्रकारांचा भरणा जास्त होता; तसेच बी.बी.सी.सारख्या प्रसारमाध्यमाच्या मंडळींनाही त्यांना भेटावे लागे. अशा वेळी संरक्षणमंत्री कामाचा काही ताण न दाखविता अगदी मोकळेपणाने बोलतात आणि कामाचा दबाव त्यांच्यावर दिसत नाही, याविषयी कित्येकांना आश्चर्य वाटे. त्या रहस्याचे उत्तर होते सकाळच्या बैठकीत. संरक्षणमंत्र्यांचे लक्ष गेलेच पाहिजे, असे प्रश्न त्या बैठकीत उरकलेले असत आणि दिवसभर सर्व वरिष्ठ अधिकारी आपापल्या कामात गुंतून जात.

नंतरच्या काळात यशवंतरावजींनी अर्थ, गृह अशी खाती सांभाळली, तेव्हाही ही सकाळच्या बैठकीची प्रथा त्यांनी चालू ठेवली होती. आम्ही त्या बैठकांना सकाळच्या 'प्रार्थना सभा' (Morning Prayer Meeting) म्हणत असू.

नव्या संरक्षणमंत्र्यांनी आपल्या खात्याच्या आणि इतर मुलकी खात्यांतील ज्या अधिकाऱ्यांचा संरक्षणाशी संबंध येई, त्या सर्वांची अल्पावधीत ओळख करून घेतली. त्यांतील प्रत्येक माणसाची शक्ती आणि वैशिष्ट्ये कशात आहे, हे समजल्यावरच त्यांच्याकडून कोणत्या यशाची अपेक्षा करावी, याची त्यांना कल्पना येई. माणसाची पारख आणि त्याचा उपयोग कसा आणि केव्हा करता येईल, हा अंदाज यशवंतराव सहजपणे करीत. त्यांच्या यशाचे ते एक अंग होते.

मोठी दिलासा देणारी गोष्ट ही होती की, किती अल्प वेळात जनरल जे.एन. चौधरी (लष्करात त्यांना 'मुचू चौधरी' म्हणून संबोधित.) यांनी आपल्या कामाची पकड घेतली. या सर्वोच्च पदावर त्यांची नेमणूक झाली, ती अनपेक्षितपणे. वस्तुतः काही थोड्या महिन्यांतच ते सदर्न कमांडचे प्रमुख या पदावरून निवृत्त होणार होते. चव्हाणांशी चौधरींची ओळख पुण्यातच झाली होती. अर्थातच ती वरवरची होती. मी जनरल चौधरींना प्रथम पाहिले, ते १९५२मध्ये आय.ए.एस. ट्रेनिंग स्कूलमध्ये असताना. त्या वेळी चौधरी मेजर जनरलच्या हुद्द्यावर 'अॅडज्युटंट जनरल' म्हणून आर्मी हेडक्वार्टर्समध्ये होते. आमच्या ट्रेनिंग स्कूलमध्ये त्यांनी लष्कराची बांधणी, त्याची उभारणी आणि मुलकी आणि लष्करी संबंध या विषयावर एक व्याख्यान दिले

होते. आम्हा तरुण अधिकाऱ्यांना त्यांचे व्यक्तिमत्त्व आकर्षक, त्यांची इतरांशी वागणूक आणि आपल्या विषयाचे प्रतिपादन प्रभावी वाटले होते.

ते आणि त्यांची पत्नी कधी-कधी आमच्या मेसमध्ये जेवण घेण्यासाठी येत. एक सुंदर आणि आकर्षक दाम्पत्य अशी त्या दोघांची ख्याती होती; पण ती ओळख वरवरची होती.

जनरल चौधरींना सेनाप्रमुख म्हणून अशा अनपेक्षितपणे आणल्यामुळे इतर अनेकांना धक्का बसेल, याची चव्हाणांना जाणीव होती. जनरल थापर यांच्यानंतर ज्यांचा क्रमांक लागेल, अशी मंडळी त्यांत होती. या वातावरणात जनरल चौधरी आपल्या खुर्चीवर खंबीरपणे बसले आहेत आणि त्यांना संरक्षणमंत्र्यांचा संपूर्ण पाठिंबा आहे, हे व्यक्त होण्याची गरज होती. अनेक लेफ्टनंट जनरल्सना तो संदेश पोहोचवायचा होता. संरक्षणमंत्र्यांच्या या पाठिंब्याचे महत्त्व जनरल चौधरी जाणून होते आणि आपले लष्करी यंत्रणेतले नेतृत्व खंबीर करण्यास ते उपयुक्त पडेल, याची त्यांना जाणीव होती. या अवघड कामात त्यांना त्यांचे दुय्यम सहकारी लेफ्टनंट जनरल वडालिया आणि लेफ्टनंट जनरल मोतीसागर यांचा फार उपयोग झाला.

लेफ्टनंट जनरल वडालिया हे शांत आणि घनगंभीर व्यक्तिमत्त्व होते. ते फार थोडे बोलत आणि तेसुद्धा त्यांना काही विचारले, तर. चव्हाणांना आढळले की, वडालिया हे ग्रामीण भागातून आलेले आहेत आणि त्यांची एक खंबीर अधिकारी म्हणून लष्करात प्रतिमा आहे.

लेफ्टनंट जनरल मोतीसागर हे मध्यम उंचीचे मुलकी खात्यातील अधिकाऱ्यांसारखेच वाटत. त्यांची नेमणूक लेफ्टनंट जनरल बी.एम. कौल यांच्या जागी झाली होती. स्वभावत: ते दोघे पूर्णत्वाने निराळे होते. लेफ्टनंट जनरल मोतीसागर संरक्षणमंत्री चव्हाणांना आपल्या सुरांशी जुळणारे वाटले.

एअर मार्शल ए.एम. इंजिनीअर – यांना 'ॲपसी इंजिनीअर' म्हणत. ते वायुदलाचे प्रमुख होते. बेताची उंची, पण जरा भरीव अंगयष्टी. वायुदलातल्या ऑफिसरसारखी त्यांच्यामध्ये धडक दिसत नसे; पण आम्हाला जेव्हा कळले की, 'मिग' विमानासारख्या लढाऊ विमानाचे, दर आठवड्याला एकदा तरी, स्वत: उड्डाण करण्याचा प्रघात त्यांनी ठेवला आहे, तेव्हा आम्हाला आश्चर्यच वाटले. वायुदलात त्यांचे आपल्या कामावरील प्रभुत्व सर्वज्ञात होते आणि म्हणूनच इतरांकडून त्यांना आदर आणि निष्ठा सहज मिळे.

विंग कमांडर एच.के.एल. कपूर हे त्यांचे स्वीय सहायक सदैव उड्डाणाच्या तयारीतले, अत्यंत चलाख ऑफिसर होते. एक तडफदार आणि प्रेमळ व्यक्तिमत्त्व.

पुढे २३ वर्षांनंतर मी गृह खात्याचा सचिव झालो आणि कपूर यांची नेमणूक

दिल्लीचे लेफ्टनंट गव्हर्नर म्हणून झाली. इतक्या तपांनंतरही या गृहस्थांची कामाची हौस तेवढीच कायम आहे, हे पाहून आश्चर्य वाटले. वायुदलातून निवृत्त झाल्यावर ते राज्यसभेचे सभासदही झाले होते.

एअर व्हाइस मार्शल अर्जुनसिंग 'डेप्युटी चीफ ऑफ एअर स्टाफ' एक उंचापुरा, देखणा आणि खेळाच्या मैदानावर शरीर कमाविलेला, हा अधिकारी त्याच्या हवाईदलाच्या युनिफॉर्ममध्ये मोठाच प्रभाव पाडणारा दिसे. वागण्यात सदैव सौजन्यशील, मृदू बोलणारा, दाढीच्या केसांची छटा पालटलेला, उंच आणि सडसडीत असा हा शीख अधिकारी त्याच्या प्रत्यक्ष वयापेक्षा अधिक मोठा दिसे. अर्जुनसिंगाचे वय इतके कमी होते की, एअर मार्शल इंजिनीअर यांच्यानंतर त्यांना ती जागा देण्यास वयाची अडचण निर्माण होण्याची शक्यता होती. अर्जुनसिंग इतक्या लहानवयात वायुदल प्रमुख झाले की, त्यांची सेवानिवृत्ती अवघ्या पन्नासाव्या वर्षी झाली.

१९६५ साली सर्व प्रकाशझोत लष्कर आणि वायुदलावर पडत असल्याने तिसरा विभाग नौदल हा जरा मागे पडल्यासारखे वाटले. नौदलाचे प्रमुख व्हाइस ॲडमिरल सोमण यांना वाटे की, आमच्याकडे कोणाचे लक्षच नाही. कारण देशासमोरील संकट हे प्रामुख्याने जमीन आणि डोंगराळ भागातून आलेले होते. सागराशी त्याचा संबंध नव्हता. तरी पण व्हाइस ॲडमिरल सोमण यांनी आपल्या कामात आणि उत्साहात तिळमात्र कमतरता येऊ दिली नाही. ते बऱ्याच वेळा माझ्याकडे येत, त्यांचे अधिकारी येत आणि नौदलाचे प्रश्न समजावून सांगत.

त्यांचे दुय्यम रिअर ॲडमिरल एस.एम.एस. नंदा एक कर्तबगार अधिकारी होते. त्या भरपूर उंचीच्या अधिकाऱ्याकडे पाहिले की, हा हाडाचा दर्यावर्दी वाटे. आपल्या परिवारात तो अत्यंत लोकप्रिय, सदा उत्साही आणि मोठा चाणाक्ष अधिकारी समजला जाई. माझ्या सेवाकाळात वॉशिंग्टन, मॉस्को, लंडन अशा तीन ठिकाणी संरक्षण खात्याच्या शिष्टमंडळात मी गेलो आणि माझ्याबरोबर नंदा असत. त्यांच्या इतका आनंदी, सदैव उत्साही आणि उपयुक्त सहकारी सापडणे कठीण.

मुलकी अधिकाऱ्यांमध्ये एस.एस. खेरा आणि बी.एन. मलिक यांचा दररोज संबंध येई. खेरा यांची 'प्रिन्सिपल डिफेन्स सेक्रेटरी' म्हणून नेमणूक झाली होती. त्यांची उंची आणि ताठ मान यांमुळे त्यांचा दरारा होता. त्यांनाही थातूरमातूर वृत्ती आवडत नसे. आपल्या संरक्षण खात्यातल्या प्रश्नांना पुढे रेटण्याला चव्हाणसाहेबांना खेरा यांचा चांगला उपयोग झाला. खेरा कधी-कधी आपल्या बरोबरच्या इतर ऑफिसर्सशी उर्मटपणाचा वास येईल, इतके कठोरपणे बोलत आणि यामुळे सर्वांना त्यांची भीती वाटे. त्यांच्यात एक वैगुण्यही दिसे आणि ते वरिष्ठांपुढे अत्यंत लीन

होत, हे चव्हाणांच्या लक्षात आले.

इंटेलिजन्स ब्युरोचे डायरेक्टर बी.एन. मलिक म्हणजे एक चालती-बोलती संस्थाच होती. इंडियन पोलीस सर्व्हिसमधील सर्वांत सेवाज्येष्ठ अधिकारी. उंचापुरा, ताठ आणि सदैव शिस्तीत. त्यांनाही थातूरमातूर वागणूक चालत नसे. ज्यांच्यावर पंतप्रधानांनी सर्व गुप्त गोष्टींसाठी अवलंबून राहावे, असा तो गृहस्थ होता. आम्हास असे आढळले की, मलिक केवळ माहिती पुरवत नसत, तर पंडितजींना [illegible] सल्ला देत. चव्हाणांच्या सुदैवाने ते दिल्लीस आले, त्यापूर्वी या खात्याच्या अधिकाऱ्यांनी दिलेली माहिती आणि देत असलेला सल्ला याचा परिणाम सर्वश्रुत होता; पण मलिकांची पंडितजींच्या मनावरची पकड काही कमी झाली नव्हती. माझ्या लवकरच लक्षात आले की, चव्हाण शांतपणे ऐकत असत, पण त्यांचा निष्कर्ष अथवा सल्ला सहज स्वीकारत नसत.

संरक्षणमंत्री म्हणून यशवंतराव दिल्लीत आले, त्या वेळी संरक्षण खात्यात उत्पादनविषयक एक खाते उघडले जात होते आणि आय.सी.एस. कॅप्टन व्ही. नंजप्पा यांना या नव्या खात्याचे सेक्रेटरी नेमण्यात आले होते. नंजप्पा जुन्या मुंबई राज्यातून आलेले अधिकारी. १९५७च्या नव्या प्रांतरचनेत ते कर्नाटककडे गेले होते. त्यांनी कोल्हापूर संस्थान विलीन झाल्यानंतर प्रशासक म्हणून कोल्हापुरात काम केले होते. मी १९५७ साली तिथे जिल्हाधिकारी म्हणून गेलो. या नंजप्पांनी कोल्हापूरचे महाराज शहाजी राजे, संस्थानातील जहागीरदार यांना कसे फटकळपणे वागवले आणि मुलकी कारभारात लष्करी शिस्त आणण्याचा कसा प्रयत्न केला, याच्या कथा सर्वत्र तेव्हाही सांगितल्या जात असत. खरे म्हणजे, नंजप्पा हा एक उत्तम मुलकी अधिकारी. कोठलेही काम करून घेण्यालायक; परंतु एखादे धोरण ठरविण्याच्या पातळीवर त्यांच्या उपयुक्तता मर्यादितच, हे चव्हाणांना माहीत होते. त्यांच्या विभागात कामाच्या फायली इतक्या तुंबू लागल्या की, काही महिन्यांनंतर नंजप्पांना त्या खात्यातून जाण्यास सांगण्याची वेळ आली. एक चांगला ग्रामीण आणि तत्सम प्रशासकीय क्षेत्रात यशस्वी आणि कार्यक्षम ठरलेला अधिकारी मंत्रालयात धोरण आखण्यासाठी उपयुक्त होईलच, अशी खातरी नाही, हे मी शिकलो.

लष्करी उत्पादनांकडे स्वत: लक्ष दिले पाहिजे, हे चव्हाणांना स्पष्ट दिसत होते. ताज्या लढ्यामध्ये हे उघड झाले होते की, आपल्या सैन्याला लागणारे जवळजवळ सगळेच साहित्य सर्वार्थाने कमी पडले होते. परदेशांतून येणाऱ्या अमेरिकन आणि ब्रिटिश शिष्टमंडळांच्या चर्चा आणि आश्वासनांतूनही अपेक्षित साहित्य हाती पडेल, याची खातरी नव्हती. विशेषत: ज्या प्रमाणात हे साहित्य हवे होते, त्या प्रमाणात मिळणे अवघड होते, हे पाहताच लष्करी उत्पादनाकडे स्वत: लक्ष देण्याचे यशवंतरावांनी ठरविले होते. संरक्षणमंत्री चव्हाणांनी संरक्षण खात्याचे शास्त्रीय

सल्लागार डॉ. एस. भागवतम, रिअर ॲडमिरल दयाशंकर, डायरेक्टर ऑफ ऑर्डनन्स फॅक्टरीचे एस. जे. सहानी यांच्याबरोबर अनेक चर्चा-बैठका घेतल्या. सहानी यांच्या कार्यक्षमतेचा त्यांच्यावर बराच प्रभाव पडला. ते आपल्या कामाला वाहून घेतलेले अधिकारी होते. नवी उत्पादन-यंत्रणा उभारण्याबरोबरच जुन्या ऑर्डनन्स फॅक्टरीचे नूतनीकरण करण्यासाठी ते २४ तास कार्यमग्न असत. पुढची काही वर्षे त्यांनी भारताचे संरक्षण उत्पादन भरभक्कम करण्यासाठी विश्वास न बसण्यासारखे काम केले. केवळ त्यांच्या प्रयत्नांमुळेच 'ईशापूर' ही सेमी-ॲटोमॅटिक रायफल सैन्याला उपलब्ध झाली होती; परंतु दुर्दैवाने या गृहस्थाने आत्यंतिक गरज असलेल्या विश्रांतीकडे दुर्लक्ष केले. मित्रमंडळी सांगत असताना ते सतत कामांत राहिले आणि एक दिवस कलकत्त्याहून दिल्लीला येत असताना हृदयविकाराचा झटका येऊन विमानातच त्यांचे देहावसान झाले. एका निष्ठावान तंत्रज्ञाचा असा अंत व्हावा, याचे चव्हाणांना फार दु:ख झाले.

अशा अनेक हुशार आणि लक्षणीय अधिकाऱ्यांची चव्हाणांशी गाठ पडली. त्यांपैकी नॅशनल कॅडेट कोअर (एन.सी.सी.)चे मेजर जनरल वीरेंद्र सिंग यांचा उत्साह, लोभस वागणूक आणि संपूर्ण कार्यमग्नता आम्हाला विशेष वाटली. तरुणांमध्ये राष्ट्रप्रेम निर्माण करण्यासाठी एन.सी.सी.च्या विस्ताराबाबतच्या वीरेंद्र सिंग यांच्या कल्पना चव्हाणांना एकदम आवडल्या. वीरेंद्र सिंग आमच्या कचेरीला नित्य भेटी देत. त्यांच्याच आजोबांनी दिल्लीतील बाराखंबा रस्त्यावरील मॉडेल स्कूलची स्थापना केली. वीरेंद्र सिंगांच्या बोलण्यावरून शिक्षण क्षेत्रातही त्यांना वैयक्तिक रस किती आहे, हे स्पष्ट होई. माझ्या आठ आणि चार वर्षांच्या दोन मुलांना रघुबीर सिंग ज्युनिअर मॉडर्न स्कूलमध्ये घालण्याचा आग्रह त्यांनी धरला. त्या शाळेपेक्षा अधिक चांगली शिक्षणसंस्था त्यांच्यासाठी मिळाली नसती, असा मला अनुभव आला.

संरक्षणमंत्री चव्हाण आपल्या नव्या कामात स्थिरावत होते. त्यांच्याबरोबर मलाही माझ्या कामाशी परिचित व्हावयाचे होते. दिल्लीत येण्यापूर्वी मी चव्हाणांबरोबर अडीच वर्षे काम केलेले होते. त्यांना जवळून पाहिले होते आणि मी ओळखले होते की, चव्हाण प्रामुख्याने राजकारणी होते आणि त्यांनी स्वत:ला उत्तम प्रशासक बनविले होते. ज्या नाट्यमय घटनांमुळे चव्हाणांचे नाव राष्ट्रीय स्तरावर घेतले जाई, त्या घटनांचा त्यांच्या पुढच्या देशपातळीवरच्या राजकारणात मोठा अर्थपूर्ण प्रभाव पडणार होता. मला लवकरच आढळले की, त्यांच्या या नव्या भूमिकेला उपयुक्त होण्यासाठी माझे स्वत:चे काही लागेबांधे असणे गरजेचे आहे. मोरारजीभाईंचे

खाजगी चिटणीस श्री. टोणपे हे मला आनंदाने मदत करीत. असेच राजेश्वर प्रसाद हे यु.पी.मधील आय.ए.एस. अधिकारी लालबहादूर शास्त्रींचे खास मदतगार होते. त्यांच्याशी माझे संबंध जुळवून आणले; तसेच सी. सुब्रमण्यम यांचे खाजगी चिटणीस एस.व्यंकटीरमण* या तामिळनाडूच्या आय.ए.एस. अधिकाऱ्याशी माझी ओळख झाली. हा संबंध महत्त्वाचा होता. कारण सी. सुब्रमण्यम आणि चव्हाण यांचे राजकीय संबंध फार जवळचे होते आणि दोघेही इंदिराजींच्या जवळचे मानले जात. राजेश्वरप्रसाद मला अतिशय उपयुक्त आणि विश्वासू वाटले. त्यांचा स्वभाव अतिशय मृदू आणि सभ्य होता. पाहणाऱ्याला वाटे की, जणू काय त्यांचे अंतरंग लालबहादुरांच्या स्वभावाशी समरस होण्यासाठीच बनले आहे.

आणखी एका गृहस्थाशी माझी ओळख झाली – ती गृहखात्याचा माहिती अधिकारी कुलदीप नायर यांची. जणू कुठल्याही राजकीय घडामोडी आणि चालींचे ते संदर्भग्रंथच होते.

माझ्या परिचय मंडळात सुशीतल बॅनर्जी आणि सुभाष मुखर्जी हे दोघे आय.ए.एस.अधिकारी 'डेप्युटी सेक्रेटरीच्या' जागेवर 'कॅबिनेट सेक्रेटरीएट'मध्ये काम करत. हा एक महत्त्वाचा परिचय होता. सुशीतल बॅनर्जी हे आय.ए.एस. वर्तुळातील सर्वार्थाने एक अतिकुशल आणि कार्यक्षम अधिकारी होते. संरक्षण सचिवपदावर असताना दुर्दैवाने त्यांच्या निधनाने देश एका देदीप्यमान अधिकाऱ्याला मुकला.

सुभाष मुखर्जी हे सर्वार्थाने सनदी नोकर होते. त्यांना प्रत्येक गोष्ट परिपूर्ण असावी, असे वाटे. त्यांच्यापुढे जाणाऱ्या प्रत्येक प्रश्नाच्या पूर्वपरंपरेपासून तो दूरवर घटना घडू शकणाऱ्या परिणामांची त्यांना माहिती हवी असे.

सुशीतल आणि सुभाष माझे निकटचे सहकारी बनले आणि आम्ही तिघे जणू एक गट म्हणून काम करू लागलो. अनेक नाजूक, अतिमहत्त्वाची माहिती आमच्या टेबलावर रोज येऊन पडत असे आणि आम्ही परस्परांना ती पुरवत असू.

आमच्या मंत्रालयात काहीशी अस्थिरता आहे, याची आम्हाला जाणीव होती. माजी संरक्षणमंत्री कृष्ण मेनन यांनी सर्व पातळ्यांवर कठोर लक्ष ठेवले होते. अनेक वरिष्ठ आणि मध्यम अधिकाऱ्यांची कुचंबणा होई. काही त्यांच्या अधिक निकटचे होते. कृष्ण मेनन यांच्या कामाच्या पद्धती आणि अवेळी मध्यरात्रीपासून काम करण्याची [illegible] होते, तरी पण काही अधिकाऱ्यांना आपल्या मंत्र्याच्या कामातील जोश आणि दूरदृष्टी या आदरणीय वाटत.

---

* हे पुढे रिझर्व्ह बँकेचे गव्हर्नर झाले.

नोकरशाहीत नेहमी घडते, त्याप्रमाणे आमच्याही कचेरीत घडत असे. अनेक मंडळी, यशवंतरावजींना आणि मला, कोण कुणाचा, हे सांगत असत. अमुक मंडळी कृष्ण मेनन यांची निकटची आहेत, त्यांच्यापासून सावध राहा. फार विश्वास टाकू नका, असे सांगण्याचा हा प्रयत्न असे. काही अधिकाऱ्यांची प्रतिमा तर अशी रंगवली जाई की, कृष्ण मेनन यांनाही बनविणारे असे ते अधिकारी आहेत. आम्हाला असेही सांगितले जाई की, संरक्षणमंत्रालयातील काही मंडळी लाल किंवा भगवी आहेत आणि त्यांच्याकडून धोका संभवतो.

यशवंतरावजी खुल्या दिलाचे होते आणि कामाची सुरुवात शंका-कुशंकांनी करू नये, असे त्यांना वाटे; परंतु लवकरच त्यांना असे आढळले की, आपल्या मंत्रालयात राजकीय हवा खेळते आहे किंवा आपले मंत्रालय राजकीय हवेने प्रदूषित झाले आहे. त्यांच्या हेही लक्षात आले की, काही अधिकारी कृष्ण मेनन यांच्या फार जवळचे होते आणि तो संपर्क अद्यापही चालू आहे. त्यांनी मला सावध केले की, ज्या अधिकाऱ्यांची निष्ठा अजूनही कृष्ण मेनन यांच्याशी आहे, त्यांच्यावर सदैव लक्ष ठेवा.

असे अधिकारी कोण होते, याची मी खास माहिती काढली. काही नवोदित अधिकारी डेप्युटी सेक्रेटरींच्या जागी काम करतात, असे मला आढळले. माझा दर्जा तोच होता. मी त्वरित अशा अधिकाऱ्यांची माहिती घेतली. विशेषत: एस. कृष्णस्वामी आणि एस. सुंदरराजन हे खास कृष्ण मेननचे आहेत, असे सारखे सांगितले जाई.

एस. कृष्णस्वामी हे आय.ए.एस. अधिकारी होते आणि सुंदरराजन आय.ए.ए.एस. (Indian Audit and Accounts) विभागातले होते. या मंडळींबाबत मी यशवंतरावजींना माझी माहिती आणि अभिप्राय वेळोवेळी देत असे. यशवंतरावजीही आपला त्या अधिकाऱ्यांवर पूर्ण विश्वास आहे आणि त्यांच्याकडून कामाची अपेक्षा करीत आहोत, असे दाखवत. यशवंतरावजी जेव्हा जेव्हा थोडे मोकळे असत, त्या वेळी या दोन अधिकाऱ्यांची संरक्षणमंत्र्यांशी भेट होईल, असे मी पाही. त्यांनी सादर केलेल्या काही कागदपत्रांबाबत स्पष्टीकरण हवे, अशा सबबीवर त्यांना बोलावून घेत असे. लवकरच आम्हाला असे आढळून आले की, हवा शुद्ध आणि मोकळी होत आहे आणि परिणामी थोड्याच महिन्यांत हे दोन हुशार आणि कर्तबगार अधिकारी यशवंतरावजींची माणसे म्हणून ओळखली जाऊ लागली आणि माझे ते वैयक्तिक स्नेही बनले.

यामध्ये एकच अपवाद होता, तो म्हणजे हरीश सरीन, आय.सी.एस. यांचा. हे गृहस्थ संरक्षणमंत्रालयात अतिरिक्त सचिव (ॲडिशनल सेक्रेटरी)च्या हुद्द्यावर होते. यशवंतरावजी आणि मी दिल्लीत आलो, तेव्हापासून एच.सी.सरीन यांच्या संरक्षण खात्यातील ख्यातीची आणि त्यांच्या विशेष महत्त्वाची आम्हाला माहिती होती. सरीन

म्हणजे जणू कृष्ण मेनन यांच्या आढ्यतेचीच प्रतिमा होती. त्यांच्या सैनिकी शाळा उभारण्याच्या चळवळीमुळे ते चव्हाणांना माहीत होते. नॅशनल डिफेन्स अकॅडमीला जाऊ इच्छिणाऱ्या आणि जाऊ शकणाऱ्या मुलांसाठी या सैनिकी शाळा ठिकठिकाणी असाव्यात, असे त्यांना वाटे. मुलांचे मन आणि शरीर संरक्षण खात्याला उपयुक्त असे बनविण्याची ही कल्पना होती. कृष्ण मेनन यांना याचे महत्त्व आणि उज्ज्वल भवितव्य [illegible] होते आणि आपल्या नेहमीच्या घाईने आणि भडक पद्धतीने त्यांनी महाराष्ट्रात सैनिकी शाळा उभारण्यासाठी मुंबईच्या फेऱ्या केल्या होत्या. यशवंतरावजींनाही ही कल्पना पटली आणि साताऱ्यात अशी शाळा निघण्यासाठी त्यांनीही पुढाकार घेतला. सातारा शहराला ऐतिहासिक महत्त्व होते. शिवशाही साम्राज्याची सातारा ही राजधानी होती. लवकरच साताऱ्यात भारतातील पहिली सैनिकी शाळा सुरू झाली. या सर्व चर्चेत कृष्ण मेनन यांच्याबरोबर सरीन हे हटकून हजर असत आणि यशवंतरावांच्या लक्षात आले होते की, कृष्ण मेननबरोबर त्यांची खूपच जवळीक होती, इतकेच नव्हे, तर सरीन यांचा कृष्ण मेननवर एक वेगळाच प्रभाव होता.

यशवंतरावजी मुंबई सोडून या नव्या कामगिरीवर रुजू होण्यापूर्वीच अनेक हितचिंतकांनी आणि अनुभवी आय.सी.एस. अधिकाऱ्यांनी त्यांना सरीनबाबत सावध केले होते. काही राजकारणी मंडळींनी त्यांना सल्ला दिला की, सरीन यांची दुसरीकडे कोठेतरी लवकरात लवकर बदली करा.

दिल्लीला पोहोचल्यानंतर मोरारजीभाईंचे सचिव टोणपे यांनीही मला सावध केले होते आणि सरीन यांच्यावर बारीक लक्ष ठेवावे आणि लवकरात लवकर या गृहस्थाला बिस्तरा गुंडाळून दुसरीकडे कसे पाठविता येईल, ते पाहा, असे सांगितले होते.

साहजिकच यशवंतरावजींनी संरक्षण खात्यात प्रवेश केल्यापासून सरीन यांच्याबद्दल सावधानता बाळगली होती. लवकरच आम्हाला आढळले की, सर्व संरक्षणमंत्रालयातच कृष्ण मेननच्या बाजूचे आणि विरोधी असे दोन गट पडले होते.

कृष्ण मेनन गेल्यानंतर विरोधी गटाला स्वाभाविक असे वाटले की, नवे संरक्षणमंत्री, कृष्ण मेनन यांच्या तथाकथित चुकांना साह्यभूत होणाऱ्या या मंडळींना दूर सारतील. मी दिल्लीत स्थानापन्न होताच लष्करातील अनेक अधिकारी मला शुभेच्छा देण्यासाठी म्हणून येत असत. पुढच्या कठीण काळात आपले संपूर्ण सहकार्य देऊ, असे आश्वासन देत आणि जाता जाता कृष्ण मेननचा कंपू या मंत्रालयात असणे योग्य नव्हे, असेही सुचवीत. लवकरच हेही स्पष्ट झाले की, खात्यातील नवीन सेक्रेटरी पी.व्ही.आर. राव यांनाही सरीन या आपल्या सहकारी आय.सी.एस. अधिकाऱ्याविषयी आस्था नव्हती. संरक्षणमंत्रालयात

दाखल झाल्यानंतर माझ्या हेही लक्षात आले की, सरीन हे केवळ कृष्ण मेननचे आवडते अधिकारी नव्हते, तर त्यांची एक कामसू, दक्ष आणि अतिशय कर्तबगार अधिकारी अशीही सर्वत्र ख्याती होती. त्यांचा आणखी एक गुण होता की, संरक्षणाच्या प्रश्नांबद्दल त्यांच्याइतकी जाण कोणालाही नसे. संरक्षणमंत्रालयात १९४७पासून त्यांनी सतत काम केले होते. या त्यांच्या प्रदीर्घ वास्तव्यामुळे भारतीय लष्कराच्या चालीप्रमाणे त्या तीनही सेनादलांतील अधिकाऱ्यांशी त्यांची व्यक्तिश: ओळख आणि जवळीक होती. या पंधरा वर्षांत त्यांना १९६२ साली जनरलच्या पदावर पोहोचलेल्या जवळजवळ सर्व अधिकाऱ्यांची – ते कॅप्टन आणि मेजर होते, तेव्हापासूनची माहिती होती. एवढेच नव्हे, तर वेळोवेळी या अधिकाऱ्यांच्या बढतीच्या प्रकरणांची कागदपत्रे त्यांच्या हातांतून गेली होती. सरसेनापतीही त्याला अपवाद नव्हते. एक तऱ्हेने हरीश सरीन म्हणजे संरक्षणाशी निगडित असलेल्या सर्व प्रश्नांचा एक चालता बोलता संदर्भग्रंथच होता.

सरीन यांच्याबाबतची बेरजेची ही बाजूही मी यशवंतरावांच्या नजरेस आणली होती. माझा कृष्ण मेनन गटातील इतर अधिकाऱ्यांबाबतचा अभिप्राय मान्य करून, त्यांना संरक्षणमंत्रालयात कायम ठेवण्यास यशवंतराव राजी होते; परंतु सरीन यांच्याबाबत त्यांचा संशय कायम होता. या त्यांच्या मताची कारणमीमांसा मी केली नाही, कारण निर्णय त्यांचा होता आणि त्यात बदल घडवून आणण्याची माझी इच्छा नव्हती; परंतु एक गोष्ट स्पष्ट झाली की, सरीन यांनी लवकरात लवकर हे मंत्रालय सोडावे, असे त्यांचे मत होते. नवीन संरक्षण सेक्रेटरी पी.व्ही.आर. रावांनी संरक्षण खात्याची नस लवकरात लवकर आपल्या हातात घ्यावी आणि मग सरीनची सुट्टी करावी, अशी त्यांची इच्छा होती. त्यांनी मला असाही इशारा दिला की, खात्यातील कोणतीही माहिती कृष्ण मेननपर्यंत पोहोचत नाही, याची काळजी घ्या. वास्तविक यशवंतरावजी उगाच संशयी वृत्तीचे नव्हते, तरीही सरीन यांच्याबाबत त्यांच्या मनात जी अढी होती, ती लवकर निघणार नाही, हे मला स्पष्ट दिसत होते.

माझे मत पटवून देण्यामागचे आणखी एक कारण म्हणजे, सरीन आणि राव यांचे परस्परसंबंध. नवे सेक्रेटरी पी.व्ही.आर. राव यांचे सरीनबाबतचे मत यशवंतरावजींचा निर्णय बदलण्यास साह्यभूत होणारे नव्हते. आपणाला यशवंतरावजींनी 'आपला माणूस' म्हणून स्वीकारले आहे, अशी खातरी पटल्यावर ते आपल्या खास पद्धतीने कामास लागले. कामाबद्दलचा उत्साह, त्यांच्यासमोर येणाऱ्या प्रत्येक प्रश्नाची चटकन उकल आणि विलक्षण स्मरणशक्ती या बळावर ते कुठल्याही प्रश्नाची बारीकसारीक माहिती सांगू लागले. एकच गोष्ट या बुद्धिमान माणसाच्या कामावर सावट होऊन राही, ती म्हणजे त्यांचा हट्टी स्वभाव, तिखट भाषा आणि असहिष्णू वृत्ती. ही त्यांची पद्धत खात्याच्या सेक्रेटरीपासून ते कर्नल आणि लेफ्टनंट जनरल दर्जाच्या

लष्करी अधिकाऱ्यांना अनुभवावी लागे. त्यांचे सेनाप्रमुखही हा अनुभव चाखत असत.

लवकरच सरीन यांच्याबाबतचा पी.व्ही.आर. राव यांचा राग, त्यांच्याशी असलेल्या कोणत्याही प्रश्नाबद्दल तिटकारा आणि अधिकाऱ्यांबद्दल तुच्छ वागणूक यांच्या कागाळ्या माझ्याकडे येऊ लागल्या. यशवंतरावांच्या कानांवर या किरकोळ गोष्टी घालाव्यात, असे मला वाटले नाही. कारण त्यांच्यापुढे अनेक महत्त्वाचे प्रश्न उभे होते आणि स्वभावतः यशवंतरावांना अशा गटारगप्पा ऐकण्याची सवय नव्हती.

दुर्दैवाने सरीन यांच्याबाबतच्या दोन गोष्टी यशवंतरावजींच्या नजरेस आल्या आणि त्यामुळे त्यांचा संशय आणि अविश्वास अधिकच वाढला.

पहिली घटना होती, नव्या सेनापतीच्या नेमणुकीसंबंधी. जनरल थापर १९ नोव्हेंबर रोजी तेजपूरला होते, त्या दिवशी त्यांनी ईशान्य भागातील भारतीय लष्कराचे पराभव स्वतः अनुभवलेले होते. त्याच रात्री दिल्लीला आल्याबरोबर त्यांनी पंतप्रधानांची गाठ घेऊन आपला राजीनामा सादर केला. दुसऱ्या दिवशी थापरनंतर कोण, या प्रश्नाची चर्चा अनेक पातळ्यांवर सुरू झाली आणि पंतप्रधानांना २० तारखेस सकाळी पार्लमेंटमध्ये नव्या प्रमुखाची घोषणा करावयाची होती. १९ तारखेसच निर्णय झाला की, लेफ्टनंट जनरल जे.एन. चौधरी या सदर्न कमांडच्या सेनानीची थापर यांच्या जागी नेमणूक करावी. सरीन यांचे काम होते की, याबाबतची कागदपत्रे तयार करून, कॅबिनेटच्या अपॉइंटमेन्ट कमिटीकडून हुकूम घेऊन राष्ट्रपतींकडे सादर करावीत. परंतु जनरल थापर यांच्याकडून त्यांचा राजीनामा किंवा सेवानिवृत्ती याची लेखी मागणी आली नव्हती आणि सरीन यांना लेखी पत्र मिळाल्याशिवाय अशी कागदपत्रे तयार करणे शक्य नव्हते.

सरीन जनरल थापर यांच्याबरोबर बोलले तेव्हा त्यांना आढळले की, जनरल थापर यांनी पराभवानंतरचा राजीनामा एक औपचारिक बाब म्हणून सादर करण्याची इच्छा व्यक्त केली होती. तो मंजूर होईलच, अशी त्यांचीही अपेक्षा नव्हती.

जनरल थापर यांनी आपण राजीनामा दिलेला नाही, असे सरीनना सांगितले, तेव्हा सरीनना धक्काच बसला. त्यांच्या लक्षात आले की, सरकार चमत्कारिक खोड्यात अडकले आहे. वास्तविक लढाईतील पराभवानंतर जनरल थापर यांची सेनेला नेतृत्व देण्याची कुवत संपली होती. त्यांना त्या जागी कायम ठेवण्याचा प्रश्नच नव्हता.

या अवघड परिस्थितीत सरीन यांनी उपसेनापती लेफ्टनंट जनरल वडालिया यांना विश्वासात घेऊन जनरल थापर यांच्याकडून या पेचातून मार्ग शोधावा, असे सुचविले. वडालियांनी थापरना भेटून, आता राजीनामा अपरिहार्य आहे, हे समजावून सांगितले. शेवटी २० तारखेस सकाळी वडालिया यांनी सरीन यांना सांगितले की, थापर राजीनामा देण्यास तयार आहेत. वडालियांचे निश्चित शब्द 'उसको मना

लिया', म्हणजे त्यांना शेवटी वळणावर आणले.

सरीनना दिलेल्या या तोंडी निरोपाच्या आधारावर पंतप्रधानांनी सभागृहात निवेदन दिले की, जनरल थापर स्वेच्छेने निवृत्त होत आहेत आणि लेफ्टनंट जनरल चौधरी यांची 'चीफ ऑफ आर्मी स्टाफ' अशी नेमणूक करण्यात येत आहे.

या अभूतपूर्व आणि गोंधळलेल्या वातावरणात संरक्षणमंत्रालयाचे काम चालू होते, त्यामध्ये या गोष्टी समजून घेता येतील; परंतु दुर्दैवाने ही महत्त्वाची गोष्ट २१ नोव्हेंबरला संरक्षण मंत्रिपदाची सूत्रे हाती घेणाऱ्या यशवंतरावांना सरीन यांनी सांगितली नाही. योगायोग असा की, काही दिवसांनंतर ही कागदपत्रे पाहण्याचा प्रसंग निर्माण झाला. त्या वेळी लेफ्टनंट जनरल कौल यांनी स्वेच्छानिवृत्तीची लेखी मागणी केली होती. लेफ्टनंट जनरल कौल यांनी आपले मागणीपत्र २५ नोव्हेंबरला तेजपूर येथे पूर्व क्षेत्राचे सेनाध्यक्ष लेफ्टनंट जनरल एल.पी. सेन यांच्या हाती दिले. तीन दिवसांनंतर कौल दिल्लीत आले, तेव्हा अशी चर्चा सुरू होती की, त्यांना स्वेच्छानिवृत्तीचे पत्र परत घेण्यास लावावे. बी.एम. कौल हे परत येण्याच्या वार्तेने लष्करी वर्तुळात भलतीच प्रतिक्रिया उमटली. अशीही चर्चा सुरू होती की, कृष्ण मेननच्या प्रभावाच्या आधारे जनरल थापर हेही परत येऊ इच्छितात. असे सांगितले जाऊ लागले की, जनरल थापर यांची विनंती तात्पुरत्या काळासाठी आणि 'रजा' म्हणून होती, स्वेच्छानिवृत्तीची नव्हे. चव्हाणांना असे सांगण्यात आले की, यामुळेच जनरल चौधरी यांची नेमणूक तात्पुरती आहे. हे खरे ठरले असते, तर लष्करात पराकाष्ठेची नाराजी व्यक्त झाली असती. कारण जनरल थापर आणि जनरल कौल यांच्या विश्वासार्हतेला कायमचा तडा गेला होता.

चव्हाणांनी जेव्हा जनरल थापर यांच्या निवृत्तीबाबतचे कागद मागितले, तेव्हा सरीन यांच्याजवळ मुळातच कागदपत्रे* उपलब्ध नसल्याने ते चव्हाणांना कसलीही कागदपत्रे देऊ शकले नाहीत. जनरल थापर यांच्याबद्दलचे कागद खात्यात उपलब्ध झाले नाहीत, यावर विश्वास ठेवण्यास चव्हाण तयार नव्हते. ते अत्यंत अस्वस्थ झाले. कारण कौलचे लागेबांधे पंतप्रधानांशी आहेत, हे सर्वश्रुत होते.

या सर्व घटनांमुळे सरीन यांच्याबाबत संशयाचे धुके निर्माण झाले होते ते अधिक दाट होण्यास आणखी एक कारण घडले. त्याचा संबंध सरीन यांच्या

---

* लेखकाने अलीकडे श्री.एच.सी.सरीन यांच्याशी संपर्क साधला आहे. सरीन यांनी सांगितले की, सदर पत्र कोठे सापडेल, याचा खूप तपास केला. कॅबिनेट सेक्रेटरी आणि पंतप्रधानांची कचेरी येथेही त्याचा मागोवा लागला नाही. कदाचित पंतप्रधानांच्या कचेरीत किंवा खुद्द नेहरूंनी आपल्या वैयक्तिक पत्रांत ते ठेवले असावे.

पदोन्नतीशी होता.

काही महिन्यांपूर्वी त्यांचा हुद्दा जॉइन्ट सेक्रेटरी होता, तो ॲडिशनल सेक्रेटरी असा करण्यात आला. त्यासंबंधी पी.व्ही.आर. यांनी यशवंतरावजींच्या नजरेस आणले की, कृष्ण मेनन यांनी १ नोव्हेंबर, १९६२ रोजी राजीनामा दिला त्या वेळी शेवटच्या कागदपत्रावर सही केली – ती सरीन यांना 'ॲडिशनल सेक्रेटरी' पदावर नेमणाऱ्या हुकूमावर. त्यात एक वैशिष्ट्य असे होते की, या नेमणकीचा १ ऑक्टोबर, १९६२पासून अंमल व्हावा. पदोन्नती देताना असे कधी होत नाही. मेनन आणि सरीन यांच्या अशुभ युतीचा हा आणखी एक पुरावा, असे यशवंतरावांना सांगण्यात आले, तरीही सरीन यांची खात्यातील उपयुक्तता लक्षात घेता यशवंतरावजींनी पी.व्ही.आर. यांना सुचविले की, 'याबाबत निर्णय घेण्यापूर्वी आपण सरीन यांच्यावर आणखी काही काळ लक्ष ठेवू या.'

मला कल्पना होती की, चव्हाणांची ही पद्धत त्यांच्या अनुभवातून निर्माण झाली होती. ज्या अधिकाऱ्यांची निष्ठा आणि कौशल्याने काम करण्याची ख्याती असेल, तर त्यांचा उपयोग करून घ्यावा, मग ते कृष्ण मेननच्या बरोबरचे का असेनात, अशी ही चव्हाण-नीती होती. जर हे अधिकारी कृष्ण मेननबरोबर काम करू शकतात, तर ते माझ्याबरोबरही का काम करणार नाहीत, असे त्यांचे गणित असावे; पण तसे आजमावताना सरीन यांच्याबाबत मात्र स्पष्ट इशारा होता की, मी त्यांच्यावर बारीक नजर ठेवावी आणि मत बनवावे.

हा इशारा आणि सूचना पुढे कशी वितळली, ही एक मनोरंजक कथा आहे.

संरक्षणमंत्रीपद घेतल्यानंतर लवकरच चव्हाणांच्या लक्षात आले की, संरक्षण दलाच्या वरिष्ठ अधिकाऱ्यांचे मनोबल वाढवायचे असेल, तर कृष्ण मेननच्या कारकिर्दीत काही 'अन्याय' झाला असेल, तर त्याचे परिमार्जन केले पाहिजे. कृष्ण मेननच्या स्वभावात एक दोष म्हणजे, जे त्यांची मर्जी सांभाळीत, त्यांच्यासाठी काहीही करण्यास तयार आणि त्या उलट मेननच्या मनासारखे वागत नसतील, तर त्यांचे भरलेच. असे एक वरिष्ठ अधिकारी होते, वायुदलाचे एअर व्हाइस मार्शल प्रतापचंद लाल.

प्रतापचंद लाल हे वायुसेनेचे भूषण होते. १९३९ साली महायुद्धात त्यांची भरती झाली होती आणि एक दिवस ते वायुसेनानी होणार होते, हे नक्की होते. १९५७ ते १९६२ सालात त्यांना इंडियन एअरलाइन्सचे व्यवस्थापक म्हणून पाठविण्यात आले होते. कदाचित मेननना ते वायुदलात परत नको होते. १९६२च्या सप्टेंबरच्या अखेरीस एक दिवस त्यांना वायुदलातून मुक्त करण्याचा हुकूम काढण्यात आला. त्याच वेळी चीनने भारतावर हल्ला चढविण्यास

सुरुवात केली होती.

संरक्षणमंत्री होताच त्यांना न्याय देण्यासाठी यशवंतरावांनी हालचाली सुरू केल्या. ते पंतप्रधानांशी बोलले आणि मोरारजीभाईंशीही. वित्तमंत्र्यांची संमती महत्त्वाची होती. कारण लाल वायुदलातून निवृत्त झाले होते. मोरारजीभाईंनी यशवंतरावांचा शब्द मानला आणि तीन महिन्यांपूर्वी निवृत्त झालेल्या अधिकाऱ्याला परत सेवेत रुजू करण्याचे आदेश काढण्यात आले. पुढे त्यांच्या पेन्शनबाबतीत अडचण येऊ नये, म्हणून तो तीन महिन्यांचा काळ 'बिनपगारी रजा' मानण्याचे त्यांनी कबूल केले.

एकदा सेवेतून निवृत्त झालेल्या अधिकाऱ्याला परत अशा प्रकारे सेवेत घेण्याचा भारत सरकारच्या कारभारातला हा पहिला प्रसंग. लालसाहेब परत सेवेत रुजू होतील आणि अशा आणीबाणीच्या समयी वायुसेनेला पुढारीपण देतील, यामुळे यशवंतरावांना फार समाधान मिळाले. पण... फेब्रुवारी १९६३मध्ये प्रतापचंद लाल एक दिवस ग्लायडिंगसाठी भरारी मारण्यास गेले आणि परत उतरताना एका अपघातातून मरता-मरता वाचले. पुढे कित्येक महिने ते प्लॅस्टरमध्ये इस्पितळात होते. त्यातून ते बरे झाले आणि नियतीने हात दिल्यामुळे १९६८ साली ते वायुदलाचे सेनानी झाले!

■

९

अविस्मरणीय आसाम भेट

पंतप्रधान आणि नवे संरक्षणमंत्री यांनी ईशान्य आघाडीला भेट देण्याचे ठरविल्याची बातमी मला प्रभावित करून गेली. ही भेट ता. ५ व ६ डिसेंबर १९६२ रोजी झाली.

५ डिसेंबरला भल्या पहाटे चव्हाणसाहेब आणि मी पालम विमानतळावर गेलो. नुकत्याच झालेल्या लढाईतील पराभवानंतर पंतप्रधानांची आसामला ही पहिलीच भेट होती. त्यामुळे या भेटीबद्दल मोठेच औत्सुक्य निर्माण झाले होते. आम्ही गोहाटीला उतरलो, तेव्हा आसामचे राज्यपाल विष्णु सहाय आणि मुख्यमंत्री चालिहा यांनी इतर अधिकाऱ्यांबरोबर आमचे स्वागत केले. इंदिराजी त्यापूर्वीच तेथे गेल्या होत्या. त्या आम्हास येऊन मिळाल्या.

तेथील परिस्थितीबद्दल आणि सेला आणि बोमदिला येथील भारतीय सेनेच्या पराभवानंतर खूप मोठ्या प्रमाणात लोक ब्रह्मपुत्रेच्या उत्तर किनाऱ्यावरून गावे सोडून इकडे आले होते. त्यामुळे मुलकी अधिकाऱ्यांसमोर उभ्या राहिलेल्या प्रश्नांची माहिती पंतप्रधानांना दिली. पंतप्रधानांनी २० नोव्हेंबरला आकाशवाणीवरून जे भाषण केले होते, त्यात जवळजवळ आसामी जनतेला 'निरोप' दिल्याचा भाव होता आणि त्या निवेदनाबद्दल जनतेत खूपच ताणतणाव होते, राग होता. वास्तविक त्या भाषणात तो सूर मुळीच नव्हता; परंतु लोकांमध्ये त्याचा अर्थ तसा लावला गेला, हे मात्र खरे.

पंतप्रधान आणि चव्हाण हे माहिती घेत असताना मंत्रिमंडळाचे डेप्युटी सेक्रेटरी सुशीतल बॅनर्जी आणि मी आसाम सरकारच्या इतर अधिकाऱ्यांकडून विविध तऱ्हेची माहिती घेत होतो. विशेषतः, त्या भागाचे कमिशनर, कलेक्टर आणि पोलीस प्रमुख यांच्याकडून लोकांच्या मनोधारणेसंबंधी आणि लष्करी अधिकाऱ्यांविषयी लोकमत आजमावून घेत होतो. हे स्पष्ट होते की, मुलकी व्यवस्थापनात बराच गोंधळ उडालेला आहे. लष्करी आणि मुलकी प्रशासन यांमधील संपर्क तुटलेला आहे. मुलकी अधिकाऱ्यांची अशी तक्रार होती की, चिनी सेना कशा तऱ्हेने हालचाल करत आहे आणि दिल्लीची त्यांच्या हेतूबद्दलची मीमांसा काय आहे, हे आपणांस सांगितले गेले नाही. वस्तुतः अशी मीमांसा केलीच गेली नव्हती. चिनी सैन्याने

बोमदिला भागातून १ डिसेंबरपासून मागे सरकण्यास सुरुवात केली आहे, असे निश्चित झाले आहे. धारणा अशी होती की, पर्वतराजीवरून बर्फ वितळून गेल्यानंतर, वाटा मोकळ्या होऊन, चीन पुन्हा लष्करी हालचाली सुरू करील. पुढे प्रसिद्ध झालेली कोलंबो ठरावाची ती प्राथमिक अवस्थाच होती.

गोहाटीहून आम्ही ब्रह्मपुत्रेच्या उत्तर तटावर वसलेल्या तेजपूरला गेलो. तेथे लेफ्टनंट जनरल माणेकशा यांनी पंतप्रधान आणि संरक्षणमंत्र्यांचे स्वागत केले. माणेकशा चौथ्या कोअरचे सेनानी म्हणून नुकतेच रुजू झाले होते. थोड्या दिवसांपूर्वीच त्यांनी अधिकार घेतले होते. माणेकशा यांचे व्यक्तिमत्त्व, त्यांचा एकंदर आत्मविश्वास आणि लष्करी शिस्तीच्या वागणुकीने आम्हा सर्वांवर प्रभाव पाडला. जनरल चौधरी आणि लेफ्टनंट जनरल एल.पी.सेन हे दोघे तेजपूरला उपस्थित होते.

आमच्याबरोबरच्या बहुतेक सर्व मुलकी अधिकाऱ्यांसह इंदिराजी मुख्यमंत्र्यांबरोबर तेजपूर गावात जाऊन त्यांच्यापुढील समस्यांची माहिती घेण्यास निघाल्या. गोहाटीला आम्हास सांगण्यात आले की, तेजपूरचे डेप्युटी कमिशनर (कलेक्टर) त्यांच्या कुटुंबीयांना बाहेर पाठविण्यासाठी २० नोव्हेंबर रोजी विमानतळावर आले, त्या वेळी चिनी केव्हा तेजपुरात शिरतील, हे कोणीच सांगू शकत नव्हते. चौथ्या कोअरच्या सैनिकांनी तेजपूर सोडण्याचे ठरविले आहे, अशा अफवा सर्वत्र पसरलेल्या. कलेक्टर महाशय इतके भावविवश झाले की, शेवटच्या क्षणी त्यांनी स्वत: विमानात उडी घेऊन तेजपूरला निर्वासित केले. सुदैवाने राणा के.डी.एन.सिंग या त्यांच्या जागी आलेल्या आय.ए.एस. अधिकाऱ्याने आपले अधिकार खंबीरपणे वापरून बिघडलेली परिस्थिती आटोक्यात आणली होती.

विमानतळावरून पंतप्रधान, त्यांचे अंगरक्षक मेहरा, चव्हाण आणि मी असे मिसामारी येथील लष्करी इस्पितळाकडे निघालो. तेथे लढाईत जखमी झालेले किंवा बर्फाच्या थंडीने थिजलेल्या (frost-bite) जखमींवर उपचार केले जात होते. तो हृदयस्पर्शी अनुभव होता. पंडितजी स्वत: एकेका जवानाजवळ जाऊन चौकशी करीत होते आणि त्याची सर्व देखभाल केली जाईल, असे आश्वासन देत होते. त्यांच्या डोळ्यांतील भावना स्पष्ट होत्या. आम्ही टेकड्यांजवळ सज्ज असलेल्या सैनिकांना भेटी दिल्या. त्यांचे नीतिधैर्य तिळमात्र खचलेले नव्हते. शत्रूला मुँहतोड जवाब देण्याची त्यांची शारीरिक, मानसिक तयारी होती. तेथेही पंतप्रधान अनेक जवानांशी बोलले. त्या प्रसंगाला साजेसे मौन चव्हाणांनी पत्करले होते आणि जे घडत होते ते पाहण्याचे आणि ऐकण्याचे काम त्यांनी केले. या सर्व भेटीवर खरा प्रभाव माणेकशा यांचा होता.

तिसऱ्या प्रहरी उशिरा चौथ्या कोअर छावणीत आम्हाला माहिती देण्यासाठी नेण्यात आले.

ते हिवाळ्याचे दिवस होते. अंधार पडण्यास सुरुवात झाली होती. मी सुशीतल बॅनर्जींना विचारले की, आपण बोलाविल्याशिवाय या अत्यंत गुप्त समजल्या जाणाऱ्या नकाशाच्या खोलीत (Map Room) जावे की नाही?

ते म्हणाले, ''जरूर, आपण इथे अधिकारी या नात्याने येत आहोत. लष्कराजवळ अशी कोणतीच गुपिते नसतील की, जी तुमच्या-माझ्यापासून दूर राहावीत.''

आम्ही नंतर पंतप्रधानांच्या नजीकच उभे राहिलो. इंदिरा गांधी आमच्याबरोबर होत्या. लेफ्टनंट जनरल माणेकशा या नकाशा-खोलीच्या दारात उभे होते. मी आणि सुशीतल चव्हाणांच्या मागोमाग होतो. इंदिराजी पुढे येत आहेत, असे पाहून आम्ही त्यांना वाट दिली.

माणेकशांनी त्यांना थांबविले आणि म्हणाले, ''श्रीमतीजी, मला खेद होतो; पण तुम्ही या खोलीत येऊ शकणार नाही. कारण आपण गुप्ततेची शपथ घेतलेली नाही.''

चव्हाणांनी मागे वळून ही घटना पाहिली. त्यांनी इंदिराजींकडे पाहिले. त्या माणेकशांच्या नकाराने थोड्या आश्चर्यचकित आणि रागावलेल्या दिसत होत्या.

संरक्षणमंत्री या नात्याने चव्हाणांना माणेकशांच्या नकाराला साथ देणे भाग होते. त्यांनी इंदिराजींना तसे न सांगता मजकडे पाहिले आणि म्हणाले, ''तू इंदिराजींच्या सोबतीला राहा.''

सुशीतल बॅनर्जींनी इंदिराजींकडे पाहिले आणि तेही म्हणाले, ''मीसुद्धा त्यांच्याबरोबर थांबतो.''

आम्हाला लगेच शेजारच्या इमारतीत अधिकाऱ्यांच्या मेसमधील एका खोलीत नेऊन बसविले. मला आणि सुशीतलला थोडी निराशा वाटली की, आम्हाला त्या अति गुप्ततेच्या चर्चेच्या ठिकाणी उपस्थित राहाता आले नाही. इंदिराजींच्या रागाचा पारा चढत होता, हेही आमच्या लक्षात आले. त्या दोन्ही हात बांधून एका खिडकीतून दूरवर पाहत होत्या. आम्ही दोघेही त्यांच्या शेजारी बसून होतो; आम्हाला काय बोलावे, हेच सुचेना.

चार-दोन मिनिटे स्तब्धतेत गेली आणि सुशीतलने तेथे पडलेले एक प्रकाशन इंदिराजींच्या हातात दिले; परंतु त्याकडे ढुंकूनही न पाहता त्यांनी ते समोरच्या टेबलावर ठेवले. सुशीतल माझ्याकडे पाहू लागला. आम्हाला त्यांचा रागाचा चढलेला पारा स्पष्ट दिसत होता. आम्ही गप्प बसण्याचे ठरवले.

काही मिनिटे जाऊ दिली आणि त्या शांततेचा भंग करण्यासाठी इंदिराजींना चहा किंवा कॉफी घेता का? असे विचारले. तोंडातून एकही न उच्चारता त्यांनी 'काही नको' अशी खूण केली. मग मात्र आम्ही आमच्यासाठी चहा मागविला. टेबलावर पडलेली दोन प्रकाशने चाळू लागलो आणि पुढचे दीड-दोन तास आम्ही अति गुप्ततेच्या त्या नकाशा-खोलीतील (Map Room) सभा संपण्याची वाट

पाहत राहिलो. इंदिराजी त्या दीड-दोन तासांत एक शब्दही बोलल्या नाहीत. आम्हाला कल्पना आली की, त्यांना घडल्या घटनेने अतिशय अवमानित झाल्यासारखे वाटले असावे. माणिकशांनी त्यांना अगोदरच तशी सूचना दिली असती, तर त्यांनी कदाचित फारसे मनावर घेतले नसते.

त्या संध्याकाळची ही अपमानास्पद घटना त्या कधीच विसरू शकल्या नाहीत, असा माझा कयास आहे. आता मागे वळून पाहताना मला असे वाटते की, एक तरुण अधिकारी म्हणून त्या गंभीर शांततेचा मी भंग करण्याचा प्रयत्न करावयास हवा होता. कदाचित मला आणि सुशीतलला भीती वाटली असेल की, आमच्या तशा प्रयत्नांना नकारार्थी फटकळ उत्तर मिळेल; पण तरीही मी प्रयत्न केला असता, तर बरे झाले असते, असे वाटते.

तेजपूरची ती रात्र अविस्मरणीय होती. सरकारी रेस्ट हाउस मोठमोठ्या अधिकाऱ्यांनी भरून गेले होते. मला आणि सुशीतलला राणा के.डी.एन. सिंग यांनी डेप्युटी कमिशनरच्या निवासस्थानी नेले. तेथील डेप्युटी कमिशनर नुकताच पळून गेला होता. अशा मोकळ्या पडलेल्या बंगल्यात आम्ही गेलो. सुदैवाने तेथील सर्व व्यवस्था कायम होती. डिव्हिजनल कमिशनर वघईवाला हे आय.सी.एस. अधिकारी आम्हास तेथेच येऊन मिळाले.

ती अंधेरी रात्र होती. हा बंगला ब्रह्मपुत्रेच्या किनाऱ्यावर गावापासून दूर होता. बंगल्याच्या मागील बाजूस कित्येक गज खाली ब्रह्मपुत्रा वाहताना दिसत होती.

आम्ही झोपी जाण्यापूर्वी कोणीतरी सांगितले की, हा फार जुना बंगला आहे आणि तेथे भूत-पिशाचांची बाधा आहे. सुशीतल आणि मी एका खोलीत झोपलो. राणा के.डी.एन. सिंग आता स्वत: डेप्युटी कमिशनर यांनी दुसऱ्या खोलीत बिछाना घातला.

मध्यरात्र उलटून गेल्यावर मला जाग आली आणि कोठून तरी लाकडी खडावांचा आवाज येतो आहे, असे भासले. हा कुणीतरी आमच्या खोलीबाहेरच्या लांब व्हरांड्यात चालत आहे, असे वाटले. हे घर भुताने पछाडलेले आहे, असे अगोदरच कळले असल्याने, मी हळूच सुशीतलला उठवले. तोही भांबावून गेला होता. आम्ही ठरवले की, दार उघडून बाहेर कोण आहे, ते पाहावे.

ऐकू येणाऱ्या पावलांचा आवाज ब्रह्मपुत्रेच्या बाजूने खूप दूर गेला आहे, असे पाहून मी आमच्या खोलीचे दार उघडले. आम्हाला दिसले, ते दृश्य धक्कादायक होते.

कुणीतरी शुभ्र वस्त्रे परिधान केलेली, लाकडी खडावा घातलेली आकृती आमच्याकडे येत आहे, असे ते दृश्य होते आणि ती आकृती जवळ आली, तेव्हा आमच्या लक्षात आले की, ही आकृती वघईवालाचीच असावी. त्याचा तो ढगळा

पांढरा शर्ट, पांढरा पायजमा आणि पारशी मंडळी आपल्या कमरेला बांधतात ती गोंड्याची दोरी आम्हाला दिसली. त्याच्या पायात लाकडी सँडल्स होते.

सुशीतलने वघईवालास विचारले, ''काय झाले तुम्हाला?''

ते म्हणाले, ''मला झोपच आली नाही.''

गेले काही दिवस अंगावर पडलेल्या कामांमुळे त्याला चोवीस तास काम करावे लागले आणि आता सवड मिळाली, तर झोप येत नाही.

मी त्याला सांगितले, ''बाबा, रे, तुला झोप येत नसेल; पण आम्हाला तरी शांत झोपू दे.''

वघईवाला आपल्या खोलीत गेला आणि सकाळपर्यंत आम्ही शांत झोपी गेलो.

दुसऱ्या दिवशी दिल्लीला परतण्यापूर्वी पंतप्रधान चौथ्या कोअर जवानांना संबोधून बोलणार होते. एक छोटासा प्लॅटफॉर्म तयार केला होता. त्यावर पंतप्रधान, चव्हाण आणि इंदिराजी बसले होते. एका बाजूस अनेक लष्करी अधिकारी आपापल्या हुद्द्याप्रमाणे बसले होते. सर्वप्रथम जनरल चौधरी, लेफ्टनंट जनरल सेन, लेफ्टनंट जनरल माणेकशा आणि इतरांनी आपल्या जागा घेतल्या होत्या. दुसऱ्या बाजूला आसामचे मुख्यमंत्री चालिहा, त्यांचे काही मंत्रिगण आणि मुलकी अधिकारी बसले होते. मी आणि गोपाल दत्त थोड्या अंतरावर व्यासपीठाच्या मागे उभे होतो. गोपाल दत्त, आय.बी. म्हणजे गुप्तचर खात्यातील वरिष्ठ अधिकारी होते. पंतप्रधानांच्या सुरक्षिततेची जबाबदारी त्यांच्यावर होती. सुशीतल बॅनर्जी आणि आय.बी.चे डायरेक्टर बी.एन. मलिक आमच्या मागे थोड्या अंतरावर उभे होते.

नेहमीच्या प्रथेप्रमाणे लष्करी जवान आपल्या देखण्या पोशाखासह व्यासपीठापासून काही अंतरावर बसले होते. सर्व जण एका सरळ रेषेत – जणू परेड सुरू आहे. डाव्या बाजूला ज्या जवानांवर हॉस्पिटलमध्ये औषधोपचार केले जात होते, त्यांना बसवण्यात आले होते. त्यांपैकी काही जण हॉस्पिटलच्या कपड्यांनिशीच आपल्या पंतप्रधानांचे भाषण ऐकण्यास बसले होते. या सर्व मेळाव्याच्या मागील बाजूस काही जवान आपल्या लष्करी वेषात, आपल्या रायफली सज्ज ठेवून उभे होते. गोपाल दत्तला हत्यारी जवान व्यासपीठाजवळ उभे ठाकलेले आवडले नाही, असे मला वाटले; पण आता ते काही बदल करू शकणार नव्हते.

पंतप्रधान आले. त्यांनी व्यासपीठावरील आपली जागा घेतली तोच व्यासपीठाच्या डाव्या बाजूने काही गडबड झाल्यासारखे दिसले. लढाईतला एक जखमी जवान काहीतरी हातवारे करीत होता. त्याचा पाय बँडेजने बांधला होता. तो काहीतरी मोठ्याने ओरडत होता, पण काय, हे स्पष्ट कळत नव्हते.

चव्हाणांनी मागे माझ्याकडे पाहिले आणि जणू विचारले,

'काय चालले आहे?'

त्यांची साहजिकच अपेक्षा असावी की, कुणीतरी लष्करी अधिकारी उठेल आणि काय गडबड चालली आहे, ते पाहील – आणि धक्कादायक आश्चर्य असे की, त्यांपैकी कोणीही वरिष्ठ लष्करी अधिकारी आपल्या खुर्चीतून उठला नाही आणि काय घडते आहे, हे पाहण्याची तयारी कोणीही दर्शवली नाही. उलट, त्यापैकी काही दुसऱ्या दिशेने मान वळवून पाहत होते.

गोपाल दत्त यांच्यातील पोलीस जागा झाला. त्यांनी अंगरक्षक श्री. मेहरा यांना खूण केली आणि संरक्षक जवानांना त्या ओरडणाऱ्या जवानाकडे जाण्यास खुणावले. मीही त्यांच्यामागून जलदीने गेलो.

त्याच क्षणाला इंदिराजी पंडितजींच्या कानाशी काही बोलल्या आणि स्वत: व्यासपीठावरून त्यांनी त्या ओरडणाऱ्या जवानाकडे धाव घेतली. इंदिराजीच स्वत: पुढे घुसल्या, हे पाहून मुख्यमंत्री चालिहा आणि इतर मंत्री तिकडे धावले.

इंदिराजी त्या जवानाशी बोलल्या आणि त्यांना आढळले की, त्याच्या गाऱ्हाण्याकडे कोणी लक्ष दिले नाही. पाठोपाठ येत असलेल्या एका लष्करी अधिकाऱ्यांना त्यांनी जवानाचे काय गाऱ्हाणे आहे, हे पाहण्यास सांगितले. आम्ही सर्व आपापल्या जागी परत आलो.

पंतप्रधानांनी जवानांसमोर भाषण केले; पण त्यात नेहमीचे तेज नव्हते. पंडितजी दमून गेले होते. परिस्थितीबद्दलची त्यांना नीट कल्पना आली होती आणि मला वाटते, घडलेल्या घटनेने ते अस्वस्थही झाले होते. जे पंडितजी आपल्या हातातील छोट्याशा छडीने दिल्लीतील हत्यारी निदर्शकांकडे धावून जात असत किंवा चिनी लष्करालाही त्यांनी तोंड दिले असते, ते पंडितजी आता उरले नव्हते, हे स्पष्टच होते.

एकंदर, त्या घटनेने आम्ही सर्व हादरून गेलो. असे वातावरण होते की, या प्रक्षुब्ध जवानांकडून काही घडणारच नाही, असे नाही. पंतप्रधानांच्या सुरक्षिततेबद्दल सदा तयार असलेल्या गोपाल दत्तांना तर कोणते अरिष्ट वाढून ठेवले आहे, असे वाटले.

या घटनेची कोठेही वाच्यता होऊ नये, असे चव्हाणांनी आम्हा सर्वांना सांगितले. आपल्या जवानांमध्ये शिस्त आणि निष्ठा यांच्याबद्दल कसलीही शंका व्यक्त होऊ नये, असे त्यांना वाटले. नेफा युद्धात घडून गेलेल्या घटनांबद्दल जवानांमध्ये राग होता, हे माहीत होते. वास्तविक आय.बी.चे डायरेक्टर मलिक यांनी जवानांमधील घोर निराशा आणि राग याची कल्पना पंतप्रधानांना आणि चव्हाणांना या भेटीपूर्वीच दिली होती.

पुढे काही दिवसांत या भावनांचा चव्हाणांना आणखी एक अनुभव आला.

डिसेंबरच्या मध्याला पंतप्रधान आणि संरक्षणमंत्र्यांनी लेह आघाडीला भेट दिली. लडाखच्या भेटीची कुणालाही कल्पना दिलेली नव्हती.

मलासुद्धा त्यांनी परत आल्यानंतर लेहला जाऊन आलो, असे सांगितले.

ते म्हणाले, ''खुद्द पंतप्रधान त्यांच्या स्वत:च्या सुरक्षिततेबद्दल शंकित झाले आहेत. त्या काळजीपोटी त्यांनी कॅबिनेट सेक्रेटरी खेरा यांना सांगितले की, लेह-भेटीबाबत अत्यंत गुप्तता ठेवावी.''

यशवंतरावजींनी या भेटीची कल्पना खुद्द वेणूताईंनाही दिली नव्हती.

परत आल्यावर त्या भेटीबाबत चव्हाण म्हणाले, ''पंतप्रधानांनी या जागेला का भेट दिली, हेच कळत नाही. तेथे त्यांनी जवानांसमोर भाषण दिले; पण त्यात नेहमीचा जोश आणि विश्वास नव्हता. सारे भाषण बेचव झाले. जवानांमध्ये पंडितजींच्या दर्शनाची उत्सुकता होती; पण उत्साह नव्हता. जवान नेहमीच्या शिस्तीत शांतपणे भाषण ऐकत होते; पण टाळी मिळत नव्हती. हे दृश्य पंडितजींच्या बाबतीत अनपेक्षित होते.''

चव्हाण पुढे म्हणाले, ''अशा भेटीचा मला आता कंटाळा आला आहे. पंतप्रधानांबरोबर त्यांचे स्वीय सहायक (ए.डी.सी.) म्हणून जाण्याची माझी इच्छा नाही. यापुढे अशा भेटीस न जाण्याचे मी ठरविले आहे.''

त्यानंतर चव्हाणांनी अनेक ठिकाणी, देशाच्या अनेक भागांत आणि प्रत्यक्ष लढ्याच्या छावण्यांनाही भेटी दिल्या. ते जेथे-जेथे गेले, तेथे-तेथे त्यांचे उत्साहाने स्वागत झाले. जवानांना या मराठा संरक्षणमंत्र्याबद्दल विश्वास वाटत असे आणि शिवाजी महाराजांच्या महाराष्ट्रातला हा नवा संरक्षणमंत्री आपल्याला मिळाला, याचा अभिमान वाटताना दिसला. त्यामुळे यशवंतरावांचाही आत्मविश्वास वाढला.

■

१०

विदेशी पाहुणे

चव्हाणांनी आपल्या कामाची सुरुवात केल्यापासून विविध तऱ्हेच्या बैठका, चर्चा यांमध्ये भाग घेण्यात ते गढून गेले होते. परदेशांतील अनेक लोकांशी त्यांना चर्चा कराव्या लागत. नोव्हेंबरच्या मध्यापासून तर परदेशी शिष्टमंडळांचा महापूर लोटला. विविध देशांचे मंत्री, अधिकारी, लष्करी तज्ज्ञ आणि राजकारणी परिस्थितीचा आढावा घेण्यासाठी आणि कम्युनिस्ट चीनच्या आव्हानाला भारताला मदत करण्यासाठी येऊ लागले. अनेक मान्यवर पत्रकार वार्तासंकलनासाठी दाखल झाले होते.

इंग्लंडचे जनरल सर रिचर्ड हल, 'पार्लमेंटरी अंडर सेक्रेटरी' जॉन ए. टिल्ने हे दिल्लीत अगोदरच दाखल झाले होते; तसेच, अमेरिकन लष्करातील ब्रिगेडियर जॉन इत्यादी. केली भारतात येऊन दाखल झाले. ते लवकरच मेजर जनरल या हुद्यावर जाणार होते. ते आपल्या सहकाऱ्यांबरोबर भारताच्या शस्त्रास्त्रांच्या गरजेबद्दल चर्चा करणार होते.

जनरल केली पुढे भारताला शस्त्रसामग्री पुरविणाऱ्या अमेरिकेच्या लष्करी समितीचे प्रमुख नेमले गेले.

राजकीय पातळीवर, एक ज्येष्ठ अमेरिकन सिनेटर मि. माईक मॅन्सफिल्ड हे सिनेटर्सचा गट घेऊन परिस्थितीची पाहणी करण्यासाठी येऊन गेले. त्यांच्या पाठोपाठ अमेरिकन काँग्रेसचे एक शिष्टमंडळ भारतात पोहोचणार होते.

२२ नोव्हेंबरच्या दुपारी अमेरिकेचे राजदूत प्रो. गालब्रेथ चव्हाणांच्या भेटीसाठी आले. माझ्या खोलीतून जात असताना मला ते इतके उंच वाटले की, मी जणू तक्तपोशीकडेच पाहत आहे. (नंतर समजले, त्यांची उंची ७ फूट ३ इंच होती.). आम्ही एकमेकांस शुभेच्छा दिल्या. त्यांचे व्यक्तिमत्त्व आकर्षक होते. ते आदराने बोलत. गेल्या काही रात्री त्यांना झोप नसावी, इतका त्यांचा चेहरा ओढलेला होता; पण त्यावरचे स्मितहास्यही कायम होते. ते अनेक राजकीय वाटाघाटींत पार गुंतून गेले होते. पुढे 'ॲम्बॅसर्स जर्नल' (Ambessders Journal) या त्यांच्या दैनिक-निशी पुस्तकात त्या दिवस-रात्र वाटाघाटी आणि परिस्थितीचे वर्णन वाचण्यास

मिळाले. ती माहिती छापून आली, तेव्हा कळले. त्याच संध्याकाळी ॲव्हरेल हॅरिमन यांच्या नेतृत्वाखाली अमेरिकेचे लष्करी शिष्टमंडळ येणार होते. त्याची माहिती देण्यासाठी गालब्रेथ आले होते. हॅरिमन हे अमेरिकेच्या अनेक अध्यक्षांचे मित्र आणि सल्लागार होते. ते या शिष्टमंडळाचे नेतृत्व करीत होते. त्यामध्ये जनरल पॉल ॲडॅम्स, पॉल नित्से यांचा समावेश होता. नित्से हे अमेरिकेच्या अंतर्गत सुरक्षा [illegible] होते. त्यांच्याबरोबरच लष्करी आणि वायुसेनेचे अनेक अधिकारी शिष्टमंडळात समाविष्ट होते.

त्याच आठवड्यात ऑस्ट्रेलियाचे परराष्ट्रमंत्री सर गॅरफिल्ड बारविक यांचीही संरक्षणमंत्र्यांबरोबर भेट झाली.

२६ नोव्हेंबरला जर्मन फेडरल रिपब्लिकचे अध्यक्ष दिल्लीस सरकारी भेटीवर येऊन पोहोचले.

दिल्लीत स्थायिक असलेले अनेक परदेशी वृत्तपत्रांचे वार्ताहर नव्या संरक्षणमंत्र्यांच्या मुलाखतीसाठी सारखा आग्रह धरीत होते.

ह्या सगळ्या उच्चपदस्थ पाहुण्यांच्या आणि वार्ताहरांच्या भेटीने तो सगळा आठवडा गजबजून गेला. याशिवाय नेहमी होणारी मोठ्या मंडळींची स्वागते आणि विविध वकिलातीत होणारे भोजनसमारंभ यांना चव्हाणांची उपस्थिती आवश्यक असे. अशी बडी मंडळी राष्ट्रपती-भवनात भेटीस जात, तेव्हाही चव्हाणांची हजेरी आवश्यक असे. लढाईच्या धामधुमीच्या काळात अशा विविध औपचारिक समारंभास संरक्षणमंत्र्यांना आपला वेळ खर्चावा लागला, हे चमत्कारिक दिसे. कारण त्यांपैकी बऱ्याच पाहुण्यांचा संरक्षण खात्याशी क्वचितच संबंध येई.

मला सारखे वाटे की, हे सर्व भेटीला येणारे परदेशी पाहुणे आणि पत्रकार यांना काही चर्चा करण्याऐवजी या नव्या संरक्षणमंत्र्यांचे व्यक्तिमत्त्व जोखून पारखावयाचे असे. त्यांना राजकीय किंवा लष्करी परिस्थितीसंबंधी चर्चा करण्यात रस नव्हता. विशेषत: कृष्ण मेननंतर नाट्यपूर्ण रीतीने दिल्लीत आणलेला संरक्षणमंत्री कसा आहे, हे जाणण्याची त्यांची इच्छा आहे. काही वृत्तपत्रांत तर चव्हाण पंडितजींचे संभाव्य वारस आहेत, असेही उल्लेख येत होते.

या सर्व परदेशी पाहुण्यांच्या वर्दळीमुळे माझ्या ऑफिसला एखाद्या पंचतारांकित हॉटेलसारखे स्वरूप आले होते. सारखी मोठमोठ्या परदेशी पाहुण्यांची ये-जा चालू असे. या त्यांच्या जाण्या-येण्यामध्ये जो थोडासा अवधी मिळे, त्यात चव्हाणांना पुरवावयाच्या माहितीची टाचणे करणे आणि त्यांचे घाईगर्दीचे वेळापत्रक व्यवस्थित पार पडते की नाही, हे पाहण्याच्या कामात माझा दिवस जात असे.

ॲव्हरेल हॅरिमन अमेरिकेच्या अनेक अध्यक्षांचे मित्र आणि सल्लागार होते.

त्यांच्यासारखाच तोलामोलाचा दुसरा पाहुणा म्हणजे डंकन सँडी. हे ब्रिटिश कॉमनवेल्थ संबंधांच्या खात्याचे सेक्रेटरी होते. हॅरिमनना भेटण्यात चव्हाणांना विशेष आनंद वाटला. त्यांच्या वागणुकीतील एक प्रकारची आदब, अतिशय स्निग्ध स्वभाव यांमुळे नकळत त्यांच्या व्यक्तिमत्त्वाचा एक ठसा उमटत असे.

ही सर्व ब्रिटिश आणि अमेरिकन मंडळी दिल्लीला आली ती, पंतप्रधान नेहरूंनी २६ ऑक्टोबर रोजी जगातल्या कित्येक राष्ट्रांना जे वैयक्तिक पत्र पाठवले होते, त्याला प्रतिसाद म्हणून. पंडितजींनी लिहिले होते की, भारत या आणीबाणीच्या काळात सर्वस्व पणाला लावून आक्रमणाला तोंड देत आहे. अशा वेळी जगातील सर्व देशांची आम्हाला सहानुभूती आणि साह्य मिळेल, असा आम्हाला विश्वास आहे. हॅरिमन यांच्याबरोबरील चर्चेत चव्हाणांना असे आढळले की, भारताने स्वीकारलेल्या आंतरराष्ट्रीय क्षेत्रातल्या अलिप्ततेच्या धोरणापासून भारत किती प्रमाणात आजूबाजूस सरकू शकेल, यावर अंदाज घेण्यासाठी ते आले होते. ब्रिटनचे डंकन सँडी यांचे मंडळ काही स्पष्ट मुद्दे घेऊन चर्चा करीत होते. भारतास द्यावयाच्या लष्करी मदतीची चर्चा चालूच होती. त्याच अनुषंगाने काश्मीर प्रश्नावर भारताने पाकिस्तानशी मिळते घ्यावे, असा दबाव पाडण्यासाठी ते आलेले दिसत होते. डंकन सँडींनी भारतात उतरल्या क्षणापासून अनेक तऱ्हेच्या उच्चपदस्थ मंडळींशी गाठीभेटी घेतल्या होत्या. आल्या दिवशीच ते पंतप्रधान, मोरारजीभाई, अर्थमंत्री, संरक्षणमंत्री चव्हाण, लालबहादूर शास्त्री, गृहमंत्री, टी.टी. कृष्णाम्माचारी यांना भेटले. कृष्णाम्माचारी यांच्याकडे अर्थ आणि लष्करी प्रश्नांची सांगड घालण्याचे खाते होते. परराष्ट्र खात्यातील विविध अधिकाऱ्यांशीही त्यांच्या भेटी झाल्या. चव्हाणांच्या आणि त्यांच्या पहिल्या भेटीतच चव्हाण सावध झाले. त्यांच्या मते हा गृहस्थ एक गडबड्या (busy body) मुत्सद्दी होता.

वास्तविक डंकन सँडी यांच्याकडे लष्करी साहित्याच्या पुरवठ्याबाबत चर्चा करण्यासाठी काही उरले नव्हते. इंग्लंडच्या जनरल सर हिचर्ड हल आणि जॉन टिले यांनी लष्करी साहित्याच्या मदतीबद्दल अगोदरच चर्चा पूर्ण केल्या. डंकन सँडी मात्र एकसारखे भारत-पाक संबंध सुधारण्याच्या त्यांच्या कल्पना इतरांच्या मनात रुजवण्याचा अथक प्रयत्न करीत होते. एक राजकीय खेळी ते खेळत होते आणि त्यात त्यांना थोडेसे यशही मिळाले. त्यांच्या दबावामुळे पंतप्रधान नेहरूंनी पाकिस्तानबरोबर काश्मीर प्रश्नावर चर्चा करण्याचे मान्य केले होते.

नेहरूंची ही संमती मिळाल्याबरोबर सँडींनी २८ नोव्हेंबरला संरक्षणमंत्री चव्हाणांबरोबर लष्करी साहित्य पुरवठ्याच्या करारावर सही केली. हा लष्करी साहित्य पुरवठा

भारताच्या प्रत्यक्ष गरजेच्या मानाने काही फार मोठा नव्हता, तरीही भारताला तीन आश्वासने द्यावी लागली. पहिले, जे साहित्य मिळेल, ते ब्रिटिश सरकारच्या संमतीशिवाय दुसऱ्या कोणास द्यावयाचे नाही. दोन, दिल्लीतील ब्रिटिश हायकमिशनरचे सेवक या पुरवठ्याची तपासणी करतील आणि तिसरे, विद्यमान संकटानंतर – गरज संपल्याबरोबर हे साहित्य भारत ब्रिटनला परत करेल.

राजकीय मुत्सद्देगिरीच्या या दालनाचा मला हा पहिलाच अनुभव होता

नंतर संरक्षणमंत्रालयात काम करत असताना वॉशिंग्टन, मॉस्को आणि लंडन येथे झालेल्या अनेक वाटाघाटींत मला अधिक भाग घ्यावा लागला. परिणामी १९६५मध्ये मी संरक्षण खात्यातून निघाल्यावर जवळजवळ बारा वर्षे आंतरराष्ट्रीय देवाण-घेवाण संबंधात एक मुरब्बी प्रतिनिधी म्हणून मला काम करावे लागले. या संरक्षणमंत्रालयात मिळालेल्या प्रशिक्षणाचा मला फारच फायदा झाला.

अखेर डंकन सँडी दिल्लीहून परतले आणि आम्ही सुटकेचा निःश्वास सोडला; परंतु ही सुटका क्षणिक ठरली. ४८ तासांच्या आत डंकन सँडी दिल्लीस परत येऊन धडकले. लोकसभेमध्ये त्यांच्या वाटाघाटींबाबत पंतप्रधानांनी केलेले निवेदन गैरसमज करणारे आहे, असे त्यांचे म्हणणे होते. पाकिस्तानबरोबर भारत 'काही अटींवरच' वाटाघाटी करेल, असे लोकसभेतील निवेदनावरून दिसत होते आणि म्हणून डंकन सँडी पुन्हा दिल्लीला आले. त्यांच्या पंतप्रधानांशी चर्चा झाल्या आणि पंतप्रधानांकडून ते वदवू शकले की, अशा वाटाघाटीत पूर्वअटी किंवा बंधने असण्याचा प्रश्नच नाही.

सुदैवाने चव्हाणांपुरते हे सँडी प्रकरण संपले होते. दिल्लीतील इतर अनेक मंडळींप्रमाणे डंकन सँडी यांच्या मुत्सद्देगिरीच्या चर्चेचा त्यांना वीट आला होता. त्यामुळे लोकसभेत पंतप्रधानांनी ठामपणे सांगितले होते की, 'सँडी किंवा आणखी कोणी माझ्यावर दाबदबाव आणू शकणार नाही,' तेव्हा चव्हाणांनी सुस्कारा सोडला. पंडितजींच्या या वक्तव्याने हेही स्पष्ट होत होते की, आघाडीवरील पराभवानंतर त्यांचे खचलेले मन पुन्हा उभारी घेत होते.

सँडी यांच्या गाठीभेटीच्या वेळी इंग्लंडचे 'चीफ ऑफ डिफेन्स स्टाफ' माउंटबॅटन दिल्लीसच होते. त्या वेळी त्यांच्या आणि चव्हाणांच्या भेटीचा योग आला नव्हता. [illegible] वाटाघाटी करत असताना आपण [illegible] भूमिकेत दिसू नये, याविषयी माउंटबॅटन दक्ष होते; अशी प्रतिमा निदान दिल्लीत तरी उमटू नये, असे त्यांना वाटले असेल. चव्हाणांची आणि माउंटबॅटन यांची भेट व्हायला चार महिन्यांचा अवधी लागला.

१९६३च्या मे महिन्यात सुरुवातीला परदेशांतील अनेक बडे पाहुणे आणि उच्चपदस्थ मंडळी दिल्लीवर झेपावत होती. अमेरिकेचे गृहमंत्री डीन रस्क २ तारखेला दिल्लीत पोहोचले. त्यांच्याबरोबर लष्करी खात्याचे दुय्यम सेक्रेटरी विल्यम बंडी आणि एशियन प्रश्न हाताळणारे वरिष्ठ अधिकारीही आले होते. दोघांनीही चव्हाणांची अलग-अलग भेट घेतली. वास्तविक चव्हाण विल्यम बंडीला भेटण्यास उत्सुक होते. पूर्वी त्यांचे बंधू जॉर्ज बंडी यांची आणि चव्हाणांची भेट झाली होती. हे दोघे बंडी बंधू अध्यक्ष केनेडींच्या वर्तुळातले चमकते तारे होते. त्या दोघांच्या बुद्धिमत्तेने चव्हाण खूप प्रभावित झाले होते. ही भेट यशवंतराव जेव्हा मुंबई राज्याचे मुख्यमंत्री होते, तेव्हा झाली होती.

या सर्व अमेरिकन मुत्सद्यांचे दिल्लीत आगमन झाल्यावर ब्रिटनचे डंकन सँडी कसे मागे राहातील बरे? ते १९६२च्या डिसेंबरपासून सुरू झालेल्या भारत-पाक चर्चासत्राचा प्रवास कसा चालला आहे, हे काळजीपूर्वक पाहत होते. भारत-पाक चर्चेच्या पाच बैठका झाल्या होत्या आणि सहावी मे महिन्याच्या मध्यास ठरली होती. कदाचित ती शेवटचीच ठरली असती. ही मंडळी, काश्मीर प्रश्नावर त्यांची मध्यस्थी स्वीकारावी, अशी पंडितजींना गळ घालीत होती.

■

११

अर्ल माउंटबॅटन : मान आणि शान

१९६३च्या मार्चच्या सुरुवातीला पंतप्रधानांनी चव्हाणांना कळवले होते की, ब्रिटनचे सरसेनानी अर्ल माउंटबॅटन एप्रिलच्या शेवटच्या आठवड्यात दोन-चार दिवस भारतभेटीला येण्याची शक्यता आहे.

पंडितजींनी त्यांच्या भेटीचे स्वागत केले आणि चव्हाणांना सुचविले की, नॅशनल डिफेन्स कौन्सिलच्या मिलिटरी अफेअर्स कमिटीची बैठक माउंटबॅटन यांच्या भेटीच्या वेळी बोलवावी.

पंडितजी आणि माउंटबॅटन यांचा घनिष्ठ स्नेह सर्वपरिचित होताच. ही भेट टी.टी.के. अमेरिकेस जाण्याच्या सुमारास ठेवण्यात आली होती. याचा सरळ अर्थ, ती लष्करी साहित्यनिर्मिती आणि प्रामुख्याने नौदलाच्या साहित्याबाबत भारताचे धोरण काय आहे, याचा अंदाज बांधण्यासाठी होती, हे स्पष्ट होते. ते भारताच्या संरक्षण धोरणात हस्तक्षेप करतील याबाबत चव्हाण शंकित होतेच. त्यांच्या हस्तक्षेपाचा एक नमुना अगोदरच त्यांच्या नजरेस आला होता.

चव्हाणांच्या काही उद्‌गारांवरून माउंटबॅटनसंबंधी चव्हाणांच्या मनात काही पूर्वग्रह होता, हे मला दिसत होते. हा सेनानी पूर्वीच्याच साम्राज्यशाही दृष्टिकोनातून भारताकडे पाहत आहे, ही त्यांची भूमिका चव्हाणांना आवडली नाही. चव्हाणांची शंका लवकरच खरी ठरली. माउंटबॅटन यांनी जनरल चौधरींना लिहिलेले एक पत्र चौधरींनीच त्यांना दाखवले. त्यात माउंटबॅटनने चौधरी सरसेनापती झाल्याबद्दल त्यांचे अभिनंदन केले होते. त्याचबरोबर जनरल थिमय्या यांची नेमणूक त्या जागी व्हावी, अशी आपली इच्छा होती, हेही त्यांनी लिहिले होते. माउंटबॅटनने पुष्टी जोडली होती की, चौधरी यांचा हृदयविकार पूर्ण बरा झाला आहे, हे त्यांना माहीत नव्हते, अन्यथा थिमय्यांच्याऐवजी त्यांनी चौधरींच्याच नावाचा आग्रह पंतप्रधानांकडे धरला असता.

यावरून स्पष्ट होते की, थापरनंतर थिमय्यांना नेमण्याचा सल्ला माउंटबॅटनने दिला होता. चव्हाणांना हा अनाठायी आगाऊपणा वाटला. ब्रिटनच्या संरक्षण

प्रमुखांना स्वतंत्र भारताच्या पंतप्रधानांना भारतीय सैन्याचा सेनाप्रमुख कोण नेमावा, हे निर्देशित करण्याची इच्छा आणि अधिकार आपला आहे, असे वाटणे हे धक्कादायक होते.

३० एप्रिल, १९६३ रोजी अर्ल माउंटबॅटन यांचे एखाद्या राष्ट्रप्रमुखाप्रमाणे स्वागत करण्यात आले. पंतप्रधान स्वत: विमानतळावर उपस्थित होते. त्यांच्याबरोबर तीनही सेनादल प्रमुख, मंत्रीमंडळ सदस्य आणि राजकीय वर्तुळातील मंडळी माउंटबॅटनच्या शाही स्वागतास हजर होती. अर्थात चव्हाणांनाही हजर राहावे लागलेच.

अर्ल माउंटबॅटन विमानातून उतरले, ते त्यांच्या नौदल सेनानीच्या पोशाखात. त्यांच्या छातीवर विविध पदके लटकत होती आणि कमरेला तलवार होती. त्यांनी आपले स्वागत उत्साहाने स्वीकारले आणि ते मनोमनी खूश झाले असावेत. कारण त्यांचे भव्य शाही पद्धतीने स्वागत झाले होते.

त्या रात्री ब्रिटिश वकील सर पॉल गोअरबूथ यांनी दिलेल्या मेजवानीच्या प्रसंगी त्यांची आणि चव्हाणांची परत भेट झाली.

संरक्षणमंत्र्यांच्या भेटीस दुसऱ्या दिवशी सकाळी १० वाजता अर्ल माउंटबॅटन येणार, असे ठरले. त्यांच्या भेटीपूर्वी काही मिनिटे चव्हाणांनी माउंटबॅटन यांचे स्वागत कसे करावे आणि कुणी करावे, याबद्दल चर्चा केली आणि अनेक पर्याय बाजूला सारत सांगितले की, साउथ ब्लॉकच्या चार नंबरच्या गेटवर मी एकट्याने माउंटबॅटनच्या स्वागतास जावे आणि त्यांना घेऊन संरक्षणमंत्र्यांच्या कचेरीत यावे. 'अर्ल माउंटबॅटन ऑफ बर्मा' अशा थोराचे ते स्वागत – म्हणजे फक्त औपचारिक प्रकारचे होणार होते आणि थोडे अपमानास्पदही दिसणार होते. अशा तऱ्हेने माझ्यासारख्या कनिष्ठ अधिकाऱ्याने त्यांचे स्वागत करावे, हे माझ्या मनास पटले नाही.

आदल्याच दिवशी ज्या माउंटबॅटनना पालम विमानतळावर सामोरे जाण्यास खुद्द पंतप्रधान हजर होते, त्यांच्या स्वागतासाठी माझ्याबरोबर एखादा तरी वरिष्ठ अधिकारी असावा, असे मला वाटले; परंतु याबाबत चव्हाणांबरोबर चर्चा करण्यास मला वेळच मिळाला नाही. चव्हाणांनी दिलेल्या सूचनेत मी थोडासा फरक केला आणि ४ नंबर गेटऐवजी जर शंभर गज पुढे जाऊन राष्ट्रपती भवन ते विजय चौक या राजरस्त्यावरच्या कडेला जाऊन उभा राहिलो. भेटीच्या ठरल्या वेळेला माउंटबॅटन यांची भव्य कॅडिलॅक गाडी आली. ते खाली उतरले आणि आपला लष्करी गणवेश झटकून मला अभिवादन आणि हस्तांदोलन करून त्यांची नजर चोहोंकडे फिरू

लागली. स्वाभाविकच संरक्षणमंत्रालयातील आणि लष्करातील अधिकारी कोठे आहेत, ते शोधत असावेत. त्यांची अपेक्षा योग्य होती आणि माझ्याशिवाय कोणी नाही, याचे त्यांना नवल वाटले असावे.

मी योग्य शब्दांत त्यांचे स्वागत करून त्यांना दरवाज्यापर्यंत नेले. माउंटबॅटन आपल्या लष्करी वेशात थाटात पावले टाकत होते. त्या उंच सरसेनानीबरोबर आपले [illegible] टाकताना [illegible] लागत होते. आपल्या स्वागतास संरक्षणमंत्र्यांचा एक खाजगी सचिव येतो आणि बरोबर कोणी नसावे, ते माउंटबॅटनच्या लक्षात आले, याची मला खातरी पटली; परंतु त्यांनी या गोष्टीला फारसे महत्त्व दिले नाही, हेही चटकन माझ्या लक्षात आले.

भेटीची पहिली वीस मिनिटे चव्हाण आणि माउंटबॅटन यांची बोलणी झाली आणि नंतर तिन्ही सेना दलांचे प्रमुख आणि संरक्षणमंत्रालयातील वरिष्ठ अधिकारीही आत गेले.

त्यांची ही भेट आणि बोलणी चांगली झाली असावीत. कारण माउंटबॅटन परत निघाले असता त्यांना पोहोचविण्यास संरक्षणमंत्र्यांनी माझ्याबरोबर संरक्षण खात्यातील एका ज्येष्ठ सहसचिव (जॉइन्ट सेक्रेटरी)लाही पाठविले.

त्याच दुपारी राष्ट्राध्यक्षांनी राष्ट्रपती भवनात पाहुण्यांकरिता दिलेल्या भोजनानंतर माउंटबॅटन यांनी राष्ट्रीय संरक्षण समिती (मिलिटरी अफेअर्स कमिटी)च्या सैनिकांविषयी उप-समितीच्या बैठकीत भाग घेतला. कमिटीचे सर्व सभासद हजर होते. भारतीय सैन्याचे सर्व सेनानी, माजी सेनानी आणि इतर वरिष्ठ अधिकारी यांच्याबरोबर बोलण्यात माउंटबॅटन फार उल्हसित दिसले. त्या चर्चेत महत्त्वाचे काही सापडले नाही. फक्त माउंटबॅटन अशा चर्चा-बैठकांत कोणत्या आत्मविश्वासाने आणि रुबाबाने वागत, हे दिसून आले.

त्या रात्री चव्हाणांनी अशोका हॉटेलमध्ये माउंटबॅटन यांच्या सन्मानार्थ भोजन दिले. माउंटबॅटन यांच्या कन्या लेडी पमेला त्यांच्याबरोबर येणार असल्याने श्रीमती वेणूताई चव्हाण आणि इतर महिला भोजनाच्या वेळी उपस्थित होत्या. वेणूताई, माउंटबॅटन आणि लेडी पमेला यांची देखभाल आणि पाहुणचार करण्याचे काम माझ्या पत्नीकडे सोपवण्यात आले होते. अशा अनौपचारिक भेटीच्या वेळी चव्हाण नेहमीच स्नेहाळ [illegible]. त्या वेळी ते विशेष आनंदात दिसले. माउंटबॅटनसुद्धा तशाच मोकळेपणाने जवळजवळ प्रत्येकाशी गप्पागोष्टी करीत होते. त्यांचे व्यक्तिमत्त्व आणि लष्करी रुबाब याचा आम्हा सर्वांवर साहजिकच प्रभाव पडला.

तीन दिवसांच्या भेटीनंतर ३ मे रोजी आपल्या खास विमानाने माउंटबॅटन मायदेशी परतले आणि नेमके त्याच दिवशी मि. डंकन सँडी हे आपल्या विमानातून दिल्लीत उतरले. ते नुकतेच नोव्हेंबर, १९६२मध्ये पहिली भेट देऊन गेले होते आणि आता इतक्या लवकर पुनर्भेटीसाठी आले.

माउंटबॅटन परत जाण्यापूर्वी संरक्षणमंत्र्यांची आणि त्यांची आणखी एक भेट झाली. तोपर्यंत त्यांच्या भेटीचा निश्चित उद्देश काय आहे, हे स्पष्ट झाले नव्हते. युद्ध परिस्थितीबाबत डीन रस्क, डंकन सँडी आणि प्राइम मिनिस्टर यांच्यांत ज्या चर्चा चालू होत्या, त्यांच्याशी माउंटबॅटन यांच्या भेटीचा संबंध नव्हता.

दुसऱ्या भेटीनंतर मी चव्हाणांना माउंटबॅटन यांच्या भेटीचा खरा उद्देश काय, हे विचारले, तेव्हा त्यांनी सांगितले, 'आपण स्वीडनबरोबर फ्रिगेट प्रोजेक्टबाबत बोलणी करत असतानाच माउंटबॅटन भारतात आले, हे तुझ्या लक्षात आले नाही का?'

चव्हाण पुढे म्हणाले, "आपल्या आरमारी अधिकाऱ्यांना वाटते की, प्रत्येक गोष्ट नटबोल्टसह आपण ब्रिटनकडून घ्यावी आणि माउंटबॅटन हेच निश्चित करण्यास आले होते की, आरमाराबाबत आम्ही खरेदीसाठी दुसरीकडे बोलणीसुद्धा करू नये."

ब्रिटन आणि भारतीय नौदलाच्या पारंपरिक संबंधात कोणताही फरक होणार नाही, असे अभिवचन मिळवण्याचा प्रयत्न माउंटबॅटन यांनी करून पाहिला.

■

१२

अंतर्गत संघर्ष : टीटीके

पंडितजींच्या मंत्रिमंडळातील एक चमकता तारा म्हणजे टी.टी. कृष्णाम्माचारी. त्यांची हुशार, कार्यक्षम आणि सुचते ते बोलणारे मंत्री अशी ख्याती होती. औद्योगिक क्षेत्रात त्यांचा अनुभव मोठा होता; तसेच आर्थिक आणि औद्योगिक धोरणाबाबत त्यांना रस होता. अर्थ आणि संरक्षण यांच्या समन्वयासाठी नव्याने निर्माण केलेल्या खात्याचा कार्यभार ते सांभाळत असत. हे खाते कृष्ण मेनन यांचा राजीनामा स्वीकारल्यानंतर निर्माण केलेले होते. हे खाते निर्माण करण्याला कारणीभूत ठरलेली राजकीय परिस्थिती आणि टी.टी.के. यांची अर्थ-उद्योगाबाबतची पार्श्वभूमी, त्यांची कार्यपद्धती, यामुळे नव्या संरक्षणमंत्र्यांशी त्यांचा खटका उडणार, हे उघड होते आणि थोड्याच काळात हा ताणतणाव दिसून आला.

कृष्ण मेनन यांनी काँग्रेस संसदीय पक्षामधील वादळी बैठकीनंतर ३१ ऑक्टोबरला संरक्षणमंत्रिपदाचा राजीनामा दिला होता. पंतप्रधानांनी संरक्षण खाते स्वत:कडे घेऊन कृष्ण मेनन यांना संरक्षण-उत्पादन या नव्या खात्याचा कार्यभाग सोपवला. एका आठवड्यातच मेननना मंत्रिमंडळातूनच बाहेर जाण्याचा प्रसंग आला. त्या वेळी पंतप्रधानांनी कृष्ण मेनन यांचा राजीनामा स्वीकारताना संरक्षण-उत्पादनाचे खाते श्री. रघुरामय्या यांच्याकडे सोपवले. रघुरामय्या कृष्ण मेनन यांचे राज्यमंत्री म्हणून काम पाहत होते.

या राजकीय घडामोडी होत होत्या, त्याला कारण संसदीय पक्षातून निर्माण होणारा आग्रह होता; पण अशा परिस्थितीत टी.टी. कृष्णाम्माचारी यांनी अर्थ आणि संरक्षण खात्याचे संयोजन करताना, लष्करी साहित्यनिर्मितीच्या कामात कोणती भूमिका बजावावी, हे स्पष्ट झाले नव्हते. कृष्ण मेनन यांचे बहिर्गमन आणि चव्हाण यांचा दिल्लीतील प्रवेश यांमध्ये दोन आठवड्यांचा अवधी गेला होता. त्या राजकीय पोकळीच्या काळात टी.टी.के. संरक्षण उत्पादन खात्याकडे, हे आपले राखीव दालन आहे, अशा रीतीने पाहू लागले होते.

चव्हाण यांनी आपला कार्यभार सांभाळला, तो २१ नोव्हेंबर रोजी. त्या वेळी,

लष्करी साहित्यनिर्मिती, ही बाब आपल्या अखत्यारीत नाही, असे त्यांना वाटण्याचे कारण नव्हते आणि म्हणून रघुरामय्या हे आपले राज्यमंत्री आहेत, अशा पद्धतीने ते त्या खात्याचे काम पाहू लागले. याउलट टी.टी.कें.नी लष्करी साहित्यनिर्मितीचा भाग आपलाच आहे अशा पद्धतीने काम सुरू केले होते. सार्वजनिक आणि खासगी क्षेत्रांतील लष्करी साहित्य-निर्मितीला वेग दिला होता. सैन्याची ती गरजही होती. या लष्करी साहित्यनिर्मितीच्या एका बाबीशिवाय त्यांच्या खात्याला केवळ सुसूत्रीकरणाशिवाय दुसरे काहीच काम नव्हते. ज्यांना सरकारची किंवा मोठमोठ्या संघटनांची माहिती आहे, त्यांना हे काम किती अवघड असते, याची कल्पना येईल. कुठलेही प्रत्यक्ष निर्मितीचे काम दाखवता तर येत नाही आणि आपल्या खात्याची अपरिहार्य उपयुक्तताही जाणवून द्यावयाची असते. त्यासाठी इतरांच्या कामात हस्तक्षेप करावा लागतो आणि स्वाभाविकत:च अशा अधिकाराबद्दल गैरसमज होतात. विरोध आणि शत्रुत्व निर्माण होते आणि म्हणूनच टी.टी.कें.चा चव्हाणांशी आज ना उद्या खटका उडणे अटळ होते.

चव्हाणांना जेव्हा संरक्षणमंत्रिपद देऊ केले, तेव्हा या लष्करी साहित्यनिर्मितीच्या खात्याबद्दल काही मोघमपणा आहे, याची त्यांना जाणीव होती. पंतप्रधानांच्या मनात काय आहे, हे स्पष्ट झाले नव्हते आणि चव्हाण थोडे रुष्टही होते. कारण त्यांच्या नेमणुकीची बातमी १२ नोव्हेंबर रोजी 'टाइम्स ऑफ इंडिया' पत्रात आली, त्यात म्हटले होते की, नवे संरक्षणमंत्री चव्हाण यांच्यावर तीनही लष्करी शाखांचा कारभार प्रत्यक्ष सोपवलेला आहे. त्याचबरोबर देशाच्या संरक्षणासाठी जी लष्करी तयारी करावयाची, तेही काम त्यांचे आहे; परंतु दिल्लीच्या 'टाइम्स' वार्ताहराने पुस्ती जोडली होती की, साहित्यनिर्मितीचे कारखाने, नौदलाचे डॉकयार्ड, विमाननिर्मितीचे कारखाने आणि या साहित्यांची देखभाल करणारी यंत्रणा या सर्वांचा समावेश नव्याने निर्माण केलेल्या लष्करीसाहित्यनिर्मिती खात्याकडे दिलेला असेल. त्याची जबाबदारी संरक्षणमंत्र्याकडे असणार नाही.

आपल्या मंत्रिपदाचा स्वीकार करण्यापूर्वी कोणत्याही तऱ्हेचे स्पष्टीकरण चव्हाण मागू शकत नव्हते किंवा शत्रू दाराशी पुन्हा धडक देण्यास सज्ज असताना असल्या किरकोळ गोष्टींबद्दल खुलासा मागणे योग्यही नव्हते.

दिल्लीत आल्यावर चव्हाणांच्या याबाबतच्या शंका अधिकच बळकट झाल्या, कारण नव्याने निर्माण केलेल्या अर्थ आणि संरक्षण संयोजनाच्या टी.टी.के. यांच्या खात्याचे सचिव पी.व्ही.आर. राव यांनाच संरक्षणमंत्रालयाचे सेक्रेटरी म्हणून चव्हाणांबरोबर नेमण्यात आले होते आणि या घटनांमुळे टी.टी.कें.च्या उद्देशांबाबतच्या शंका अधिक दृढ बनल्या.

सुदैवाने टी.टी.कें.च्या या खात्याचे प्रमुख श्री. एस. भूतलिंगम, आय.सी.एस. हे

जुने मुरब्बी ऑफिसर म्हणून ओळखले जात. त्यांची कार्यक्षमता सर्वत्र मान्यता पावलेली होती. त्यांनी आणि पी.व्ही.आर. यांनी संरक्षण आणि लष्करी-साहित्यनिर्मिती खाते यांचे काम सुनियंत्रित कसे चालेल, याची आखणी तातडीने करून घेतली. या दोन्ही खात्यांमध्ये खालच्या विविध श्रेणींवर जे अधिकार होते, ते हुशार आणि आपल्या कामात स्वत:ला झोकून देणारे होते. त्यांनी मंत्रिपातळीवरील कामकाजही सांगुन घ्यावे, असे प्रयत्न केले. तामिळनाडू गटातील एक आय.ए.एस. अधिकारी एस.गुहन हे टी.टी.कें.चे स्वीय-सचिव म्हणून काम करत होते. दुसरे दोन अधिकारी एस. कृष्णस्वामी आणि एस. सुंदरराजन हे इंडियन ऑडिट्समधील अत्यंत हुशार, कर्तबगार असे उपसचिव (डेप्युटी सेक्रेटरी) संरक्षण खात्यात होते; परंतु सर्व जण दाक्षिणात्य.

चव्हाण सावधतेने पावले टाकीत होते. या सर्व अस्थिरतेचा त्यांना शेवट करावयाचा होता. त्यांनी मला सांगितले की, टी.टी.कें.ना औद्योगिक जगताचा फार मोठा अनुभव आहे. ते या लष्करीसाहित्यनिर्मितीच्या कारभारात यशस्वी होतील; परंतु हा आपल्या राजकीय इभ्रतीचा प्रश्न आहे. दिल्लीत आल्यापासून त्यांना वाटत होते की, आपल्या खात्याच्या कक्षा अरुंद करण्याचे प्रयत्न सुरू आहेत. ज्या पद्धतीने त्यांना मुंबईहून दिल्लीत बोलावण्यात आले, त्यामुळे देशात आणि जागतिक स्तरावरसुद्धा त्यांच्याकडे सर्वांचे लक्ष वेधले गेले. एका राज्याचा मुख्यमंत्री एकदम देशपातळीवर आणला गेला होता. अशा स्थितीत त्यांच्यावर ही जबाबदारी सोपवताना कृष्ण मेनन यांच्या खात्याचा एक लचका तोडून नवे मंत्रालय तयार केले, अशी भावना निर्माण होणे, त्यांना आवडणारे नव्हते. उलट टी.टी.कें.ना हे काम आपल्यावर सोपवलेले आहे आणि आपणच ते केले पाहिजे, असे वाटत होते आणि म्हणून चव्हाणांनी लष्करी साहित्यनिर्मिती क्षेत्रावर आपली पकड घट्ट केली, तेव्हा जमेल तेथे कुरापती काढण्यात टी.टी.कें.नी अनमान केला नाही.

कॅबिनेटच्या आणीबाणी उपसमितीला (ई.सी.सी.) डिसेंबरच्या मध्याला भरलेल्या एका बैठकीत पंडितजींनी टी.टी.कें.ना विचारले,

''लष्करी साहित्यनिर्मितीबाबत उद्याच्या राष्ट्रीय संरक्षण समितीच्या सभेत आपण काही बोलू शकाल का?''

टी.टी.के. म्हणाले, ''मला त्यातले काही माहीत नाही. मी काय बोलणार?''

पंतप्रधानांनी त्वरितच ही गोष्ट चव्हाणांना पत्राद्वारे कळवली. टी.टी.के. पुरेशा माहिती आणि सामग्रीशिवाय काही करता येत नाहीत, अशा निर्णयाला आल्याचे सांगितले. चव्हाण फार अस्वस्थ झाले. त्यांनी पंतप्रधानांना कळविले की, टी.टी.के. यांची ही भावना निर्माण झाली असेल, तर दु:ख होते; परंतु प्रत्यक्षात टी.टी.के. यांचा संपर्क लष्करी साहित्यनिर्मितीचे राज्यमंत्री रघुरामय्या यांच्याशी

सतत असतो. रघुरामय्या संरक्षण खात्याचे राज्यमंत्री आहेत आणि त्यांच्याकडे लष्करी साहित्यनिर्मितीचे खाते आहे. टी.टी.कें.शी संपर्क ठेवण्यात मी केव्हाच अडचण केली नाही. प्रत्येक सोमवारी आपण संबंधित मंत्री, सेक्रेटरी यांच्याबरोबर साहित्यनिर्मितीचा सर्व कार्यक्रम पाहत असतो आणि जर टी.टी.के. अशा बैठकीला उपस्थित राहिले, तर आपणांस आनंदच होईल, अशी पुष्टीही त्यांनी जोडली.

अर्थात चव्हाणांचे हे आमंत्रण पंतप्रधानांनी टी.टी.कें.ना पोहोचविले नाही.

काही दिवसांनंतर टी.टी.कें.नी साहित्य मिळविण्याबाबत अमेरिकेस जाण्याची तयारी केली आणि त्यापूर्वी एस. भूतलिंगम यांनी पूर्वतयारीसाठी अमेरिकेची सफर केली. चव्हाण आपल्या मंत्रालयाच्या कामात मग्न होते. टी.टी.के. या कामासाठी अमेरिकेस जात आहेत, याचे त्यांनी स्वागतच केले. कारण परदेशातील अशा व्यवहारांबाबत टी.टी.कें.ना अधिक अनुभव आहे, हे त्यांना मान्य होते. उभयपक्षी या धोरणाने मंत्रिमंडळातील दोन बड्या व्यक्तींचे काम परस्परांच्या समजुतीने होत आहे, अशी हवा निर्माण झाली; पण फेब्रुवारी, १९६३च्या सुरुवातीला एकदम वादळ निर्माण झाले.

त्या दिवशी पंतप्रधानांनी चव्हाणांना त्यांच्या कचेरीत बोलाविले. पंचेचाळीस मिनिटे ही भेट चालली.

चव्हाण परतले, तेव्हा अति गंभीर आणि कष्टी दिसले. त्या दिवशी आम्ही दोघे वायुदलाच्या विमानाने कलकत्त्याला जाणार होतो. पंतप्रधानांबरोबर काय बोलणे झाले, हे मी प्रवासात विचारण्याचे ठरवले; परंतु ते जमले नाही. कारण आमच्याबरोबर कायदामंत्री श्री. अशोक सेन हेही कलकत्त्याला निघाले होते आणि ते यशवंतरावांबरोबर बसले होते.

कलकत्ता विमानतळावर चव्हाणांचे मोठे उत्साही स्वागत झाले. आम्ही दोघे उद्योगपती श्री. बी.एम. बिर्ला यांचे पाहुणे म्हणून गेलो होतो. बिर्लांच्या एका मोठ्या हॉस्पिटलचे उद्‌घाटन चव्हाणांच्या हस्ते होते. आम्ही दोघे अलिपूर भागातील बिर्ला हाउसमध्ये मुक्कामाला राहिलो.

रात्रीच्या जेवणानंतर मी चव्हाणांच्या खोलीत गेलो.

ते वाटच पाहत होते. खूप बोलावे, अशा मन:स्थितीत होते.

मी त्यांना विचारले, "पंतप्रधानांच्या चर्चेत काय घडले?"

चव्हाण म्हणाले, "राम, पंतप्रधानांचे खरे स्वरूप आज मला कळले."

त्यांनी चव्हाणांना टी.टी.कें.च्या पत्राबाबत माहिती दिली. 'लष्करी साहित्यनिर्मिती खाते पुन्हा आपल्या हाती द्यावे,' अशी टी.टी.कें.नी. पंतप्रधानांकडे पत्राद्वारे मागणी

केली होती. त्या पत्राला स्वत:च उत्तर देण्याऐवजी, त्या उत्तराचा मसुदा तयार करावा, अशी पंतप्रधानांनी यशवंतरावांना विनंती केली. स्वत:च्या मनात काय आहे, हे मात्र पंतप्रधानांनी सांगितले नाही किंवा सूचितही केले नाही.

चव्हाणांनी पंतप्रधानांना सांगितले की, याचा निर्णय तुम्हीच घ्यायचा आहे आणि स्पष्ट केले होते की, जो काही निर्णय पंतप्रधान घेतील, तो ते मानतील.

चव्हाण काही गमतीने म्हणाले, ''दुर्दैवाने पंतप्रधानांच्या मनात काय आहे, तेच समजत नाही.''

ते जेव्हा पंतप्रधानांना भेटले, त्या वेळी लालबहादूर शास्त्री उपस्थित होते. पंतप्रधानांनी विचारले,

''लालबहादूर शास्त्रींच्या उपस्थितीला तुमची हरकत नाही ना?''

चव्हाण म्हणाले, ''बिलकूल नाही, उलट ते उपस्थित आहेत, ही आनंदाची गोष्ट आहे.''

त्याविषयी यशवंतराव खुलासेवजा म्हणाले की, 'मी मुद्दामच असे म्हणालो. आपल्याला लालबहादूर शास्त्रीजींच्या उपस्थितीमुळे आनंदच झाला आहे, असे म्हणालो, कारण १० नोव्हेंबर, १९६२च्या त्या रात्री तीनमूर्ती सदनात चव्हाणांनी पंतप्रधानांच्या आमंत्रणास मान्यता दिली, तेव्हाही लालबहादूर उपस्थित होते.'

चव्हाण थोड्या तिरकसपणाने असेही म्हणाले की, 'लालबहादूरजी कोठेही, कशाचीही वाच्यता करणार नाहीत आणि पंतप्रधान म्हणतील, त्याला पाठिंबा देऊन मान डोलावतील, हे मला माहीत आहे;' पण या प्रसंगाचे एक साक्षीदार म्हणून लालबहादूरजी होते, हेही बरेच झाले, त्यांचा दुसरा काही उपयोग नव्हता. पंतप्रधान म्हणतील, त्याच गोष्टी ते पार पाडतात. आपले स्वत:चे मत व्यक्त करत नाहीत; आणि म्हणूनच या प्रसंगीही तीच भूमिका ते बजावतील, याची जाणीव चव्हाणांना होती.

पुन्हा एकदा आपल्या भेटीच्या घटनेकडे वळून चव्हाणांनी पंतप्रधानांना विचारले की, ''टी.टी.केंच्या सूचनेबद्दल त्यांचे मत काय आहे?''

पंतप्रधान म्हणाले, ''हे लष्करी साहित्यनिर्मितीचे खाते सर्वस्वी आपल्याकडे दिले नाही, तर आपण मंत्रिपद सोडू, असे टी.टी.के. म्हणतात.''

चव्हाण सांगत होते की, ते दिल्लीत येण्यापूर्वीच आणि खात्यात स्थिर होण्यापूर्वीच त्यांच्यावर असा अविश्वास दाखवला जावा, ही खेदकारक घटना आहे.

ते म्हणाले, ''मी दिल्लीला यायचे कबूल केले, तेव्हा काहीही मागितले नाही जे देऊ केले, ते मी घेतले. आता त्यात काही कपात करण्याचा प्रयत्न झाला, तर मलाही पुढे काय करावयाचे, याचा गंभीरपणे विचार करावा लागेल.''

पंतप्रधान आणि लालबहादूरजींनीसुद्धा चव्हाणांना, काहीतरी निश्चित उत्तर द्या,

असे सांगितले.

चव्हाणांनी सांगितले, 'या वेळी मी घाईने उत्तर देणार नाही. गेल्या प्रसंगी क्षणाचाही विलंब न करता माझा होकार दिला आणि आता फसलो, असे वाटते.' हा निर्णय त्यांनी संरक्षणमंत्रिपद तत्काळ स्वीकारले, याच्याशी आहे. आता मात्र ते त्यांचे उत्तर देण्यास हवा तेवढा अवधी घेणार होते.

माझ्या लक्षात आले की, चव्हाणांची मराठी अस्मिता हळूहळू प्रकट होत होती. ते कडवट बनले होते.

ते म्हणाले, ''ही मंडळी अशा प्रश्नाकडे राष्ट्रीय हिताच्या दृष्टीने पाहतात की नाही, याचीच मला शंका येऊ लागली आहे. प्रत्येक गोष्टीत मंत्रिमंडळात सत्तासमतोल कसा राहील आणि पंतप्रधान सर्वेसर्वा कसे ठरतील, याचाच विचार केला जातो. अशा देवाणघेवाणीत माझा वापर मी होऊ देणार नाही. जर पंतप्रधानांना लष्करी साहित्यनिर्मितीचे खाते टी.टी.कें.ना द्यावयाचे असेल, तर ते देऊ शकतात; परंतु त्यानंतर त्यांना नवा संरक्षणमंत्री शोधावा लागेल.''

चव्हाण प्रक्षुब्ध मन:स्थितीत बोलत होते आणि मला वाटले, त्यांना बोलू द्यावे, मधे थांबवू नये. त्यांच्या मनावरचा दाब कमी होऊ द्यावा.

चव्हाण त्या मन:स्थितीत बोलत राहिले. म्हणाले, ''मी मुंबईहून दिल्लीला आलो, तो प्रसंग पडल्यास पुन्हा कऱ्हाडला जाण्याच्या मानसिक तयारीने आणि आताही परत जाण्यास तयार आहे.''

हे आमचे बोलणे मध्यरात्र उलटून जाईपर्यंत चालले होते.

मला वाटले, त्यांच्या मनावरील दडपण आता कमी झाले असेल आणि त्यांना शांत झोप येईल.

मी त्यांच्या खोलीतून बाहेर जाण्याच्या तयारीत असताना ते म्हणाले, ''पंतप्रधानांनी आपणांस टी.टी.कें.बरोबर बोलण्यास सुचविले आहे; पण कशाबद्दल बोलायचे, तेच स्पष्ट नाही, तरीही टी.टी.कें.ची मी तातडीने भेट मागावी आणि ८ फेब्रुवारीला त्यांच्या घरीच ही भेट व्हावी.''

चव्हाणांनी मला आश्वासन दिले की, 'पंतप्रधानांच्या सूचनेप्रमाणे मी करणार आहे.'

मी उठून दाराबाहेर चाललो होतो; परंतु त्यांनी मला परत बोलावून आपल्या शेजारी बसण्यास सांगितले आणि म्हणाले, ''मी अशा काही गोष्टी तुझ्यापाशी बोलणार आहे की, ज्या इतरांशी बोलणे शक्य नाही.''

चव्हाण म्हणाले, ''जेव्हा पंतप्रधानांनी पुन्हा त्यांना टी.टी.कें.विषयी विचारले, तेव्हा त्यांनी उत्तर दिले की, आपण तातडीने उत्तर देऊन पुन्हा मूर्ख बनण्यास तयार नाही!''

यावर पंतप्रधानांनी मला सांगितले, ''मीच त्यांना पत्र लिहून, लष्करी साहित्यनिर्मितीचे खाते टी.टी.कें.कडे सोपवावे, असे सुचवावे. ते हितकर होईल, असे नमूद करावे.''

या घृणास्पद घटनेबद्दल चव्हाण म्हणाले की, ''गेली अनेक वर्षे पंतप्रधानांची हीच कार्यपद्धती आहे. ते माझ्या हातात फासाची दोरी देतात आणि अशीही अपेक्षा करतात की, ती दोरी माझ्या हाताने मी माझ्या गळ्यात बांधावी.'' चव्हाण बोलतच राहिले, ''राम, तू जाणतोस की, पंतप्रधानांनी मला एका गोष्टीबद्दल क्षमा केली नव्हती आणि ती म्हणजे लेफ्टनंट जनरल बी.एम. कौल यांचा राजीनामा मी मंजूर केला. पंतप्रधानांच्या मनात अजूनही त्या गोष्टीचा राग धुमसत आहे.''

चव्हाण जेव्हा आदल्या दिवशी ५ फेब्रुवारीला राष्ट्रपतींना भेटले, तेव्हा पंतप्रधानांची त्यांच्याशी झालेली चर्चा त्यांनी चव्हाणांना सांगितली. कौल यांच्या निवृत्तीची आज्ञा झाल्यानंतर पंतप्रधान राष्ट्रपतींकडे गेले होते.

त्यांनी त्यांना विचारले की, ''जनरल कौल यांनी लष्करात परत येण्याची पुन्हा विनंती केली, तर आपण फेरविचार कराल का? निदान तुम्ही त्यांना लेफ्टनंट गव्हर्नरच्या जागी नेमाल का?''

राष्ट्रपतींनी एका शब्दात उत्तर दिले, 'नाही'.

त्यांनी उलट पंतप्रधानांना विचारले, ''संरक्षणमंत्र्यांच्या निर्णयाला मनात नसतानाही तुम्ही मान्यता का दिली?''

पंतप्रधानांनी उत्तर दिले, ''संरक्षणमंत्र्यांची कुचंबणा होऊ नये, म्हणून आपण तो विषय सोडला.''

हे सांगत असताना यशवंतरावजी पुन्हा एकदा निराश मन:स्थितीत गेले.

ते म्हणाले, ''मी मुंबईत बराच सुखी होतो. ज्या लोकांनी माझ्यावर प्रेम केले त्यांच्यामध्येच काम करणे, मला आवडत होते. इथे ही मंडळी माझेच पंख छाटू पाहतात. त्यांना माझ्या उत्कर्षाची असूया आहे. मला असेही वाटते की, कदाचित पंतप्रधानांनासुद्धा मला मिळत असलेल्या उत्साही स्वागताचा हेवा वाटत असावा.''

चव्हाण बोलतच राहिले.

त्यांनी मला विशाल द्वैभाषिकाचे ते मुख्यमंत्री झाले (१ नोव्हेंबर, १९५६), तेव्हा पंतप्रधानांच्या भेटीस ते गेले होते, तो प्रसंग सांगितला.

ते म्हणाले, ''एखादा भक्त देवळात जातो, तसा मी गेलो; पण पंडितजी मात्र रुक्ष आणि औपचारिक दिसले, तरीही त्यांचा निरोप घेताना मी म्हणालो पंडितजी, मी आपल्याकडून सर्व पाठिंब्याची अपेक्षा करतो आणि आशा करतो की, आपल्या आशीर्वादाने मी माझ्या कामात यशस्वी होईन.''

पंतप्रधानांनी पटकन उत्तर दिले, ''माझे आशीर्वाद इतके सवंग मानू नका.''

चव्हाण सांगत होते, ''पंतप्रधानांच्या हेतूचा मला आज उलगडा झाला. माझा भ्रमनिरास झाला. माझा समज होता की, गेल्या सहा वर्षांत आपण पंतप्रधानांचे प्रेम आणि विश्वास संपादन केला आहे; पण ती माझी चूक होती.''

यशवंतरावजी लालबहादूर यांच्याबद्दलही असेच कडवट होते. मी बाहेर जाण्यापूर्वी मला म्हणाले, ''आपण पुन्हा भेटू, तेव्हा या गृहस्थाबद्दल काय वाटते, ते सांगेन.''

आम्ही कलकत्याहून दिल्लीला ८ फेब्रुवारीला सकाळी ११ वाजता पोहोचलो. टी.टी.कें.बरोबर त्यांची भेट टी.टी.कें.च्या निवासस्थानी निश्चित झाली होती. एक तासभर ही भेट चालली होती.

परतताना ते म्हणाले, ''राम, आमची बोलणी मोकळी आणि स्पष्ट झाली.''

चव्हाणांनी टी.टी.कें.ना पंतप्रधानांशी झालेले बोलणे सांगितले आणि टी.टी.कें.च्या पत्राचाही उल्लेख केला. आपण पत्रापत्री करण्याऐवजी स्वत:च प्रत्यक्ष बोलावे, असे ठरवल्याचे सांगितले आणि टी.टी.कें.नीसुद्धा पंतप्रधानांना रागाची पत्रे लिहिण्याऐवजी परस्परांनी समक्ष बोलावे हे बरे, असे सांगितले.

आपल्या मुलाखतीत चव्हाणांनी टी.टी.कें.ना स्पष्ट केले की, त्यांच्या लष्करी साहित्यनिर्मितीच्या खात्याबद्दल पंतप्रधान त्यांच्याशी बोलले आहेत; परंतु दोन महिन्यांच्या अनुभवावरून त्यांची खातरी झाली आहे की, संरक्षणमंत्र्यांना या साहित्यनिर्मितीच्या खात्याची जोड नसेल, तर परिणामकारक काम करता येणार नाही. सेनादलाच्या आणि संरक्षणमंत्र्यांच्या दोघांच्याही दृष्टीने हे खाते संरक्षणमंत्र्यांच्या अखत्यारीतच राहिले पाहिजे, हे आपले ठाम मत बनले आहे आणि उद्या आपण संरक्षणमंत्री नसलो, तरी त्याबाबत तडजोड करावी, असे आपणांस वाटत नाही.

चव्हाणांना अनपेक्षित अनुभव आला की, टी.टी.के. अतिशय सौम्य आणि जिव्हाळ्याने बोलत होते. त्यांच्या हेतूचा खरोखर गाभा काय, याचा चव्हाणांना थांगपत्ता लागला नाही.

टी.टी.कें.नी चव्हाणांना सांगितले की, आपले संरक्षणमंत्र्यांशी काहीही भांडण नाही आणि भावविवश होऊन टी.टी.के. म्हणाले, ''मला पत्नी नाही; पण माझ्या मुलाची शपथ घेऊन सांगतो की, तुम्हाला कोणत्याही प्रकारचा त्रास अथवा कमीपणा यावा, असे काही करण्याचे माझ्या मनात नाही.''

टी.टी.के. सांगत होते की, त्यांना संरक्षणमंत्री चव्हाण आज कोणत्या भारी जबाबदाऱ्या पार पाडीत आहेत, याची जाणीव आहे आणि संरक्षणमंत्र्यांची शक्ती कमी होईल, असे काहीही ते करणार नाहीत. त्यांची तक्रार पंतप्रधानांबद्दल होती. त्यांनी टी.टी.कें.ना आश्वासन दिले होते की, लष्करी साहित्यनिर्मितीचे खाते प्रत्यक्ष त्यांच्या हाती दिले जाईल. पंतप्रधानांनी आपले वचन पाळले नव्हते आणि ते निर्णयही घेऊ शकले नाहीत आणि म्हणून टी.टी.कें.नी आपला राजीनामा देण्याचा निर्णय पंतप्रधानांना कळवला होता. त्यांनी अशीही अपेक्षा व्यक्त केली की, आपली भावना चव्हाणांनी समजून घ्यावी.

यशवंतराव म्हणाले, "टी.टी.कें.चे हे भावनात्मक बोल माझा विरोध कमी करण्यासाठी आहेत; पण मी त्याला बळी पडलो नाही आणि स्पष्ट सांगितले की, मला संपूर्ण खात्याचा अधिकार असला पाहिजे, अन्यथा मी तेथे राहाणार नाही."

अशी चर्चा चालू असताना चव्हाणांना आढळले की, टी.टी.कें.ची भूमिका थोडी खाली येत आहे. म्हणून चव्हाणांनीच विचारले, "आपणांजवळ या पेचातून [illegible] काही सूचना आहे का?"

टी.टी.के म्हणाले, "मला आपला अतिरिक्त संरक्षणमंत्री म्हणून नेमण्याचा विचार आपण करावा."

त्यांच्या उत्तराने यशवंतराव आश्चर्यचकित झाले.

ही कल्पना इतकी अनपेक्षित होती की, चव्हाणांनी उत्तर दिले, "इतके ठाम असाल, तर स्वत: संरक्षणमंत्री का होत नाही?"

चव्हाणांना एक अरब आणि त्याचा उंट याची गोष्ट आठवली. टी.टी.कें.ना आपल्या तंबूत आत घेण्याची आणि मंत्रालय काबीज करण्याची संधी त्यांना द्यावयाची नव्हती.

टी.टी.कें.नी आणखी एक सूचना केली : रघुरामय्या या खात्याचे मंत्री होते, त्यांना काढावे. त्यांच्या हातून ते काम होणार नाही.

चव्हाणांनी त्यांना सांगितले की, आपल्या सहकाऱ्याबद्दल इतक्या जलदीने मत व्यक्त करणे बरोबर होणार नाही; पण टी.टी.कें.ना जर असे वाटत असेल की, हे काम जर दुसरा कोणी यशस्वीपणे करू शकत असेल, तर त्यांनी विचार करावा. मात्र ही सूचना त्यांनी स्वत:च पंतप्रधानांकडे करावी. चव्हाणांकडून कसलीही सूचना करण्यात येणार नाही.

अशाच काही बोलण्यानंतर काही नावांचीही चर्चा झाली.

टी.टी.के. म्हणाले, "चव्हाण, आपल्याला एकत्रित काम करायचे आहे. तुमची आणि माझी या खात्याचा कारभार पाहणारी दोघांची संयुक्त समिती नेमली, तर चालेल का?"

चव्हाणांनी उत्तर दिले, "आणखी एका मंत्र्याचा म्हणजे लालबहादूर शास्त्रींचा त्यात समावेश केला, तर ही कल्पना आपणांस पसंत पडेल."

टी.टी.कें.ना त्यांनी सांगितले, "आपणां दोघांमध्ये काही मतभेद उत्पन्न झाले, तर त्याला साक्षीदार असावा आणि तो पंतप्रधानांकडे वस्तुस्थिती पोहोचवणारा असावा. या [illegible] तिघेही समान दर्जाचे आणि या समितीच्या सभा आलटून-पालटून प्रत्येक मंत्र्याच्या कचेरीत व्हाव्यात."

या सूचनेला टी.टी.कें.नी संमती दर्शविली.

टी.टी.कें.च्या घरून निघाल्याबरोबर चव्हाण लालबहादूर शास्त्रींच्या मकानाकडे गेले आणि चर्चेत काय घडले, ते सांगून पंतप्रधानांच्या कानी ही गोष्ट घालावी, असे लालबहादूर शास्त्रींना सुचविले.

शास्त्रीजींच्या भेटीस जाण्यापूर्वी यशवंतरावांनी मला सांगितले की, आपण संरक्षणमंत्रिपदाची जबाबदारी जी स्वीकारली, ती राष्ट्रहित लक्षात घेऊन स्वीकारली आहे. पंतप्रधानांना काही कारणाने आपली अडचण वाटत असेल, तर आपण परत जाण्यास तयार आहोत. त्यात आपल्याला विषाद वाटण्यासारखे काहीच नाही. चव्हाणांनी अशी पुस्ती जोडली की, हे मोठे सोयीचे होईल. कारण ते अजून लोकसभेचे निवडून आलेले सभासद झाले नव्हते.

शास्त्रीजींच्या भेटीत त्यांनी नि:संदिग्ध शब्दांत सांगितले की, लोकसभा निवडणुकीसाठी १४ फेब्रुवारीस सातारा मतदारसंघासाठी आपण अर्ज दाखल करणार आहोत. १३ तारखेपर्यंत या प्रकरणाचा निर्णय लागला नाही, तर आपण निवडणूक-अर्ज भरणार नाही. चव्हाणांनी शास्त्रीजींना असेही सांगितले की, आपण पंतप्रधानांना माझी इच्छा कळवा. माझा बहिर्गमनाचा निकाल मान्य करण्यास चालढकल करू नका. माझ्या जाण्याने महाराष्ट्रात काही राजकीय वादळ होईल, अशीही कल्पना बाळगू नका. कारण आपण महाराष्ट्राचे मुख्यमंत्री म्हणून परत जाण्यास उत्सुक नाही.

चव्हाण म्हणाले, "आपण आपल्या जिल्ह्यात जाऊ. काँग्रेस संघटनेकरिता काम करू आणि राष्ट्रीय प्रयत्नांना त्याची मदतच होईल."

या गदारोळानंतर लवकरच लष्करी साहित्यनिर्मितीच्या खात्यासाठी टी.टी.कें.नी सुचविल्याप्रमाणे आणि चव्हाणांनी मान्य केल्याप्रमाणे मंत्रिमंडळाची त्रिसदस्य सबकमिटी निर्माण करण्यात आली; पण दुर्दैव हे की, तरीसुद्धा खोडसाळ कारवाया चालूच राहिल्या.

■

१३

बिजू पटनाईक

ओरिसाचे मुख्यमंत्री बिजू पटनाईक हे आणखी असे गृहस्थ निघाले की, चव्हाणांना पहिले काही महिने त्यांची खूप डोकेदुखी झाली. पंडितजींनी चव्हाणांना स्वत: सांगितले होते की, संरक्षणमंत्री होण्याची पटनाईक यांची तीव्र इच्छा होती. कृष्ण मेननंतर आपणच, अशी त्यांची धारणा होती आणि म्हणूनच चव्हाणांनी ही जबाबदारी पत्करण्याचे त्वरित कळवावे, असा पंडितजींचा आग्रह होता. त्यामुळे पटनाईक यांचे दाबदबावाचे राजकारण थांबेल, अशी अपेक्षा होती. पटनाईक त्या वेळी ४६ वर्षांचे होते. ओरिसाचे तरुण मुख्यमंत्री म्हणून त्यांनी लौकिक मिळवला होता. त्यांचे चाहते अनेक होते. विशेषत:, मुलकी आणि लष्करी खात्यांतील तरुण अधिकाऱ्यांना त्यांच्याबद्दल प्रेम होते. चव्हाणांचे त्यांच्याशी मित्रत्वाचे संबंध होते; परंतु चव्हाण त्यांना फारसे विश्वासू समजत नसत. २० नोव्हेंबरला मोरारजींच्या घरी असताना पटनाईक यांनी चव्हाणांना उपहासात्मक प्रश्न केला होता, तेव्हापासून चव्हाण त्यांच्याबद्दल सावध होते. त्या रात्री चव्हाण मुंबईहून आपले पद घेण्यासाठी दिल्लीत आले असता, पटनाईकांनी विचारले होते, 'एवढी लांबची सफर कशासाठी? चिनी लवकरच मुंबईपर्यंत पोहोचतील.' वास्तविक भारतीय लष्कराला माघार घ्यावी लागून, त्यांचे नीतिधैर्य खचत असताना नव्या संरक्षणमंत्र्याला असा प्रश्न विचारणे योग्य नव्हते.

चव्हाणांनी संरक्षणमंत्रिपद घेतल्यानंतरही पटनाईक अधून-मधून दिल्लीस येत आणि त्यांना दिलेल्या परराष्ट्रीय खात्याच्या कचेरीत गुप्त बैठका घेऊन त्यांच्या कारवाया सुरू असत. पटनाईक यांची खोली पंतप्रधानांच्या ऑफिसशेजारीच होती. चव्हाण संरक्षणमंत्री आणि मंत्रिमंडळाच्या आणीबाणीविषयक उपसमितीचे (इ.सी.सी.) सभासद असल्याने पटनाईक यांच्या सर्व हालचालींबद्दल त्यांना माहिती मिळत असे, असा माझा समज होता. मला त्या वेळी समजले की, चिन्यांनी जिंकलेल्या प्रदेशात अमेरिकेच्या मदतीने गनिमी युद्ध सुरू करण्यासाठी सेना उभारण्याचे काम

पटनाईकांवर सोपविले होते. या वार्तेची कुणकुण वृत्तपत्रांतही आलेली होती. या सर्व चर्चा आणि कारवायांमुळे चिनी सेना बर्फ वितळून मार्ग मोकळा झाल्याबरोबर, पुन्हा हल्ले सुरू करतील, अशी चव्हाणांना काळजी होती. अगोदरच चव्हाण दुसऱ्या दबावाला तोंड देतच होते.

टी.टी.के. शांत झाले नव्हते. संरक्षण साहित्यनिर्मितीच्या कामात जरा कोठे कमतरता दिसली की, ते राईचा पर्वत करीत. ते खाते पूर्णत्वाने आपल्या अखत्यारीत यावे, यासंबंधीचे त्यांचे प्रयत्न चालूच होते. पंतप्रधानांची भूमिका अशीच गुळमुळीत होती. यशवंतरावजींना असाही संशय होता की, माजी संरक्षणमंत्री कृष्ण मेनन संरक्षण खात्यातील काही अधिकाऱ्यांशी संबंध ठेवून आहेत आणि मिळेल ती माहिती पंडितजींपर्यंत पोहोचवत आहेत. चव्हाणांना हेही माहीत होते की, पंडितजींना वैयक्तिक रस असलेल्या काही प्रकरणांत आपले निर्णय मानवले नव्हते. अशा प्रकरणांत सर्वांत खटकलेले प्रकरण म्हणजे लेफ्टनंट जनरल कौल यांच्या राजीनाम्याचा स्वीकार आणि नेफामधील पराभवाची सुरू झालेली चौकशी.

नेमक्या याच वेळी बिजू पटनाईक ते करत असलेल्या 'गुप्त' कार्यासाठी अमेरिकेला गेले. वॉशिंग्टनहून त्यांच्या वक्तव्याच्या बातम्या एकामागून एक येऊ लागल्या. 'बाल्टिसमोर सन' या दैनिकाच्या फिलिप्स वॉल्टर या वार्ताहराला पटनाईक यांनी मुलाखत दिली. वार्ताहराने पटनाईक हे 'पंतप्रधान नेहरूंचे खास दूत म्हणून आले असून, अमेरिकेच्या परराष्ट्र आणि संरक्षण खात्यांशी संबंधित अधिकाऱ्यांशी चर्चा करणार आहेत,' असे लिहिले. वॉल्टरने पुढे लिहिले, 'पटनाईक अमेरिकेकडून काही शस्त्रास्त्रे आणि क्षेपणास्त्रे मिळू शकतील काय, याचा मागोवा घेत आहेत. त्यामुळे भारताला चिनी हवाई हल्ल्यापासून संरक्षणाचा विश्वास निर्माण व्हावा, अशी ती शस्त्रे असावीत.' पटनाईक यांचा ठाम अंदाज असावा की, चिन्यांचे आक्रमण पुन्हा सुरू होणार आहे.

'पटनाईक आमच्या (अमेरिका) लष्करी अधिकाऱ्यांबरोबर गनिमी काव्यातील युद्धात माओच्या लाल सैनिकांनी जे तंत्र वापरले होते, त्याविरुद्ध अमेरिकेने काही नवे यंत्र शोधले काय, याचीही चर्चा करणार आहेत.' त्यांनी पुढे पुष्टी जोडली की, 'पटनाईक यांच्या म्हणण्याप्रमाणे अमेरिकन लष्करी अधिकाऱ्यांना जो युद्धाचा प्रदीर्घ अनुभव आहे, त्याचा लाभ घेण्यास भारत सरकार उत्सुक आहे. विशेषत: चिनी आक्रमणानंतर अमेरिकेच्या विश्लेषणाचा फायदा भारताला हवा आहे.'

वृत्तपत्रांतील बातम्यांनुसार भारताच्या लष्करी कार्यक्रमाबाबतही पटनाईक बरेच काही बोलत होते. 'भारताला आपल्या लढाऊ सैन्यांची (इन्फन्ट्री) शक्ती दुप्पट करावयाची आहे. लष्करी विभाग (डिव्हिजन्स) ११ आहेत ते १७ करावयाचे आहेत आणि त्यांपैकी किमान सहा डोंगराळ भागात लढण्यासाठी विशेष शिक्षण घेतलेले

असतील. या सहा विभागांची उभारणी सुरूही झाली आहे.’

पटनाईक यांच्या या मुलाखतीस अमेरिकेत आणि भारतात खूप प्रसिद्धी मिळाली. ‘हिंदुस्थान टाइम्स’ने २१ मार्चच्या अंकात पटनाईक यांच्या ‘वॉशिंग्टन पोस्ट’ या दैनिकातील मुलाखतीचा परिच्छेद उद्‌धृत केला.

पटनाईकांना विचारले गेले की, ‘दिल्लीतील मंत्रिमंडळावर त्यांची नजर आहे ना? कारण पंतप्रधानांचे लष्करी सल्लागार म्हणून ते सध्या बहुतेक वेळ दिल्लीतच असतात.’

“मी लवकरच निर्णय घेणार आहे...” असे पटनाईक म्हणाले.

‘हिंदुस्थान टाइम्स’ने आणखी एक बातमी – परिच्छेद प्रसिद्ध केला. तो ‘ख्रिश्चन सायन्स मॉनिटर’ या पत्रातला आहे. त्यात नमूद केले होते :

‘पंतप्रधान नेहरू यांनी सार्वत्रिक निवडणुकीनंतर आपल्या मंत्रिमंडळात थोडेसे बदल केलेले आहेत. मे महिन्यातील लोकसभेच्या अधिवेशनानंतर पुन्हा एकदा मंत्रिमंडळात फेरबदल केले जातील आणि त्यात पटनाईक यांना संरक्षणमंत्रिपद दिले जाईल आणि नवे संरक्षणमंत्री वाय.बी. चव्हाण आपल्या राज्यात परत जातील.’

या सर्व वातावरणामुळे राजकीय वर्तुळात विलक्षण खळबळ माजली. पटनाईकांच्या असल्या विधानांमुळे संसदीय वर्तुळात राग आणि रोष मोठ्या प्रमाणावर व्यक्त झाला.

संसदेतील काँग्रेस पक्षाचे जनरल सेक्रेटरी रघुनाथ सिंग म्हणाले, “पटनाईक यांच्याबद्दल काँग्रेस पक्षात विलक्षण नाराजी निर्माण झाली आहे. हे गृहस्थ आमच्या लष्करी तुकड्या, शक्ती यांबद्दल सविस्तर माहिती देत आपले पुढचे बेत काय आहेत, हेही सांगत सुटले आहेत. यामुळे पक्षात पटनाईकांना विरोध वाढला आहे.”

काँग्रेसचे आणखी एक ज्येष्ठ खासदार आणि पक्ष कार्यकारिणीचे जुने सभासद, महावीर त्यागी अधिक स्पष्टपणे म्हणाले, “पटनाईक यांचे अमेरिकेतील वास्तव्य अत्यंत विवेकशून्य होते. अजूनही ते केंद्रीय मंत्रिमंडळात येण्याची स्वप्ने पाहत असतील, तर ते मूर्खांच्या नंदनवनात भटकत आहेत, असे म्हणावे लागेल.”

या प्रकारात चव्हाणांना खूपच मनस्ताप सहन करावा लागला. पटनाईक यांच्या अशा मुलाखतीमुळे चव्हाण हे नामधारी संरक्षणमंत्री आहेत, अशी हवा निर्माण झाली. विशेषत: मंत्रिमंडळाची फेररचना होणार आणि चव्हाणांना महाराष्ट्रात परत पाठविले जाणार, या पटनाईकांच्या मुलाखतीने सर्वच गोष्टींत अनिश्चितता आली. विशेषत: या सर्व [illegible] परिणाम लष्कराच्या मनोधैर्यावर काय होईल, याची चव्हाणांना चिंता पडली. नेफामधील पराभवाच्या छायेतून ते नुकतेच बाहेर येत होते.

यापेक्षाही दिल्लीतील राजकीय पत्रकारांनी जे मतप्रदर्शन केले, ते अधिक क्लेशकारक होते. श्री. किसन भाटिया यांनी ‘स्टेट्समन’ पत्रात २२ मार्च रोजी

पटनाईक यांच्या अमेरिकेच्या गुप्त भेटीबाबत टिप्पणी केली.

ते म्हणतात, 'बिजू पटनाईक यांचे कटक आणि पंतप्रधानांची नवी दिल्ली यांमध्ये खूप अंतर असले, तरी पटनाईकसारखे पंतप्रधानांच्या कानाशी लागलेले असतात. पटनाईक यांचा हा मोठाच राजकीय लाभ आहे. आणीबाणीनंतर देशातल्या फारच थोड्या मुख्यमंत्र्यांना अशी संधी मिळाली आहे.' भाटिया पुढे म्हणतात, 'पटनाईक यांना जी खोली मिळाली आहे, तीच त्यांना मिळालेल्या खास वागणुकीची निशाणी आहे. ही नजीकता आणि पटनाईक यांच्या सारख्या दिल्ली-कटक फेऱ्या यांमुळे लोकमानसात अशी भावना निर्माण झाली आहे की, कृष्ण मेनन यांची रिकामी जागा पटनाईक यांनी घेतली आहे. पंडितजींच्या ते इतके निकटवर्ती बनले आहेत.'

इतर सर्व वार्तांपेक्षा भाटिया यांचे हे विश्लेषण चव्हाणांना असह्य झाले. चव्हाणांनी ताबडतोब आपली नाराजी पंतप्रधानांच्या कानी घातली. खुद्द पंतप्रधानही पटनाईकांच्या जाहीर मुलाखतीने कष्टी झालेले दिसले. दोघांत असे ठरले की, पटनाईक स्वत: दिल्लीत परत येईपर्यंत आपला अभिप्राय स्थगित ठेवावा. मात्र हेही स्पष्ट झाले की, पटनाईक यांच्याबाबत काँग्रेस पार्लमेंटरी वर्तुळात जो राग आणि क्रोध निर्माण झाला, त्याचीही पंडितजींना जाणीव झाली होती.

२४ मार्च रोजी पटनाईक आपली अमेरिकेची सफर संपवून दिल्लीला परतले आणि त्यांनी पंतप्रधानांना आपल्या कामगिरीचा अहवाल दिला. त्याच दिवशी ते चव्हाणांच्याही भेटीस आले. बहुधा पंडितजींनीच त्यांना सांगितले असावे. यशवंतरावजी त्यांच्याशी निर्विकारपणे बोलत होते. खूप मोठे नुकसान घडून गेले होते आणि त्यांच्या भोवतालचे हे दाट धुके दूर करण्याचे काम खुद्द पंतप्रधानांनाच करावे लागणार होते.

दुसऱ्या दिवशी २५ तारखेला लोकसभेत विविध पक्षांच्या दहा सभासदांनी लक्षवेधी सूचना दिली. त्या दहांत काँग्रेस पक्षाचे सरचिटणीस रघुनाथ सिंग यांचेही नाव होते. पंतप्रधानांना उत्तर द्यावे लागले.

ते म्हणाले, "या लक्षवेधी सूचनेमुळे काही गोष्टींचा खुलासा करण्याची संधी मिळत आहे, याचा मला आनंद वाटतो. जनतेच्या मनात खूपच गोंधळ उडाला आहे. मला कबूल केले पाहिजे की, ओरिसाचे मुख्यमंत्री बिजू पटनाईक यांनी दिलेल्या मुलाखतीचे जे अहवाल प्रसिद्ध झाले, त्यांनी मी आश्चर्यचकित आणि दु:खीही झालो. विशेषत: आपल्या संरक्षणमंत्र्यांबाबत जे व्यक्तिगत उल्लेख आले त्यांनी मी फार दु:खी झालो." पंडितजी पुढे म्हणाले, "काल सकाळी श्री. बिजू पटनाईक अमेरिकेच्या भेटीहून दिल्लीला परत आले. मी त्यांना अमेरिकेच्या दौऱ्याबाबत

भारतीय वृत्तपत्रांत काय आले आणि त्यांच्या मुलाखतीने आम्ही सर्व जण कसे कष्टी झालो हे सांगितले. विशेषतः आपल्या संरक्षणमंत्र्यांबाबतचे संदर्भ आश्चर्यकारक होते. पटनाईकांनी मला सांगितले की, या वार्ता-अहवालामुळे त्यांना स्वत:लाही धक्का बसला. हे सर्व अहवाल साफ चुकीचे आहेत. आपण काय म्हणालो आणि अमेरिकन वृत्तपत्रांच्या दिल्लीच्या वार्ताहराने काय दिले, याचीही गल्लत झाली आहे. पटनाईक [illegible] जवळचे स्नेही आहेत आणि त्यांनाही या वार्तांनी दु:ख होत आहे.''

पटनाईक यांनी संरक्षण प्रश्नांबाबत अमेरिकेत ज्या मुलाखती दिल्या, त्याची पाठराखण करताना पंडितजींनी आपल्या निवेदनात पुढील उल्लेख केला –

''पटनाईक यांनी आपल्या मुलाखतीत भारताच्या लष्करी तयारीबाबत काही उल्लेख केले. सामान्यपणे अशा गोष्टी जाहीररीत्या बोलायच्या नसतात, तरीही त्यांनी जे सांगितले, ते सर्वांनाच माहीत आहे, कदाचित अमेरिकन संरक्षण अधिकारी आपल्या तयारीबाबत जेवढे तपशील देतात, तेवढे देण्यास हरकत नाही, असे पटनाईक यांना वाटले असावे.''

मंत्रीमंडळ फेररचनेबाबत पंतप्रधान म्हणाले, ''पटनाईक यांनी संरक्षणमंत्री चव्हाण यांची भेट घेतली आहे आणि खुलासा केला आहे की, मंत्रिमंडळात फेरबदल होतील, या वार्ता 'ख्रिश्चन सायन्स मॉनिटर' या वार्ताहराच्या कपोलकल्पित आहेत आणि याचा त्यांच्याशी (पटनाईकांशी) काही संबंध नाही. काहीही आधार नसलेल्या या कल्पनाविलासाला दुर्दैवी प्रयत्न असे म्हटले पाहिजे.''

पंतप्रधानांच्या या निवेदनावर त्यांना अनेक उपप्रश्न विचारले गेले. खासदार हेम बरुआ, एच.व्ही.कामत, प्रकाशवीर शास्त्री आणि कपूरसिंग यांनी प्रश्नांमागून प्रश्न विचारले, तेव्हा पटनाईक यांना काही महत्त्वाकांक्षा आहेत, त्यांना संरक्षणमंत्री व्हायचे आहे आणि त्यांच्या आशा म्हणजे खुद्द पंतप्रधानांचेच मनोगत व्यक्त होत आहे, या वार्ताहरांच्या निष्कर्षाचा त्यांनी ठाम इन्कार केला.

तरीही सभासद शांत झाले नाहीत. सभागृहात एकच आवाज निघाला. भारतीय लोकसभेलासुद्धा जी माहिती दिली जात नाही, ती लष्करी शक्तीबाबतची आकडेवारी अमेरिकेत देण्याच्या पटनाईक यांच्या अविवेकावर पंतप्रधान पांघरूण घालीत आहेत. सभापती सरदार हुकूमसिंग यांनी पटनाईक यांनी अमेरिकेत जे सांगितले, ते सभागृहात उघड केले नसल्याने, ही गोष्ट योग्य झाली नाही, असे मत व्यक्त केले. सभापतींच्या या [illegible] काँग्रेस आणि विरोधी दोन्ही बाजूंच्या सभासदांनी बाके वाजवून स्वागत केले.

पंतप्रधानांचे लोकसभेतील निवेदन पुढे काही दिवस वृत्तपत्रांत गाजत राहिले.

विविध तऱ्हेची वृत्ते आणि विश्लेषणे येत गेली. परिणामी, चव्हाणांच्या भवितव्याबाबतची निश्चितता व्यक्त झाली आणि पटनाईकही उघडे पडले.

२९ मार्च रोजी 'स्टेट्समन'मध्ये किशन भाटिया यांनी लिहिले, 'त्या आठवड्यात पटनाईक प्रकरण उघडे झाले. वृत्तपत्रातील काही तडाखे निष्कारणच बसले; पण त्यातून एक भली गोष्ट झाली की, संशयाचे धुके संपले आणि चव्हाणांच्या भवितव्याबाबतच्या शंकाकुशंका तात्पुरत्या तरी संपल्या.' ते पुढे म्हणतात, 'चव्हाणांबाबत बहुविध बातम्यांना ऊत आला होता. संरक्षणमंत्रालयात माजी संरक्षणमंत्री कृष्ण मेनन हे एक शक्तिमान राजाच बनले होते. त्यांचा कारभार कडक होता आणि जणू त्यांनी स्वत:चे एक साम्राज्य उभे केले होते. त्यांच्या पतनाबरोबर अनेकांची इच्छा बळावली की, या साम्राज्याचे काही तुकडे आपणांसही मिळावेत. कृष्ण मेननंतर कोण, याचा निर्णय घेण्यात जो थोडा वेळ लागला, त्या अल्पकाळात टी.टी. कृष्णाम्माचारी यांनी लष्करी साहित्यनिर्मितीचे खाते जणू आपल्या हाती घेऊन टाकले होते. कृष्ण मेनन यांचा तो मौल्यवान प्रदेश होता. याच काळात श्री. पटनाईक यांनीही संरक्षण खात्यात आपला पाय रोवला. मात्र त्यांचा मार्ग परराष्ट्रीय खात्याच्या दालनातून संरक्षणमंत्रालय असा होता. आता नव्या त्रिसदस्यीय उपसमितीत शास्त्रीजींची नेमणूक झाल्याने त्यांची सर्वांच्या वरची जागा निश्चित झाली. रघुरामय्या हे कृष्ण मेननच्या काळात नावापुरतेच राज्यमंत्री होते. त्यांना आता अधिक शक्ती आणि अधिकार मिळाले. स्वाभाविकत:च राजकीय निरीक्षकांना, चव्हाणांच्या अधिकारांतील ही काटछाट त्यांना अन्यायकारक वाटली, तर नवल नव्हते.'

किशन भाटिया यांचे हे विश्लेषण चव्हाणांच्या मानसिक व्यथेचे उत्कृष्ट चित्रण होते.

बिजू पटनाईक यांच्या चाळ्यांपेक्षाही आणखी एका नाजूक बाबतीत चव्हाणांचा खुद्द पंतप्रधानांशी खटका उडणार होता. तो प्रसंग लवकरच आला.

■

१४

लेफ्टनंट जनरल बी.एम. कौल : पंडितजी-चव्हाण गैरसमज

कृष्ण मेनन यांच्या नेतृत्वाखाली डिसेंबर १९६२पर्यंत लेफ्टनंट जनरल ब्रिज मोहन कौल हे सर्वांत जास्त प्रसिद्धी मिळालेले आणि वर्तमानपत्रांत उल्लेखिले जाणारे सेनानी होते. त्यांना भेटण्याची संधी मला मिळाली नव्हती आणि मीही चव्हाणांना ते संरक्षणमंत्री होण्यापूर्वी ते भेटले होते का, असे विचारले नाही. १९६२च्या ऑक्टोबरमध्ये जनरल कौल यांचे नाव सर्वश्रुत होते. अत्यंत नाट्यपूर्ण परिस्थितीत त्यांना रजेवरून बोलावून चौथा कोअर या खास दलाचे (टास्क फोर्स) प्रमुख नेमले होते. या दलाला चिन्यांना परत पिटाळून लावण्याची खास कामगिरी देण्यात आली होती. कोअर कमांडर या नात्याने त्यांना त्या भागातील इतर सर्व सैन्याचे नेतृत्व देण्यात आले. त्या सैन्यात दुसऱ्या महायुद्धात आफ्रिका आणि इटलीमध्ये जर्मन सेनानी रोमेलशी यशस्वी लढा देऊन नवा इतिहास निर्माण करणारी ४ डिव्हिजनही होती. अशा महत्त्वाच्या जागी कौल यांची नेमणूक झाल्यावर जवळजवळ प्रत्येक दिवशी त्यांचे नाव वृत्तपत्रांत झळकत होते; परंतु नोव्हेंबरमध्ये नेफा आघाडीवरून सारख्या सैन्याच्या पराभवाच्या, माघारीच्या बातम्या येऊ लागल्या, तेव्हा अशाही बातम्या उठल्या की, कौल यांना परत बोलावून त्यांच्या बंगल्यात त्यांना नजरकैदेत ठेवण्यात आले आहे.

यशवंतराव दिल्लीस येईपर्यंत सर्वत्र एकच विषय चर्चिला जात होता आणि तो म्हणजे नेफामधील भारतीय सेनेच्या पराभवाला जबाबदार कोण? चव्हाणांनी २१ नोव्हेंबरला आपल्या पदाचा प्रत्यक्ष स्वीकार केल्यावर कौल यांच्या वास्तव्याबाबत त्यांनी जनरल चौधरी यांना विचारले, "हे कोअर प्रमुख कोठे आहेत?"

ते कोठे आहेत, याचा थांगपत्ता कोणालाही नव्हता. तेजपूरमधील त्यांच्या हेडक्वार्टरलाही हे माहीत नव्हते आणि इकडे बोमदिला आघाडीवर भारतीय सैन्य मार खात होते. नंतर कळले की, भारतीय सेना नेफाच्या पश्चिम टोकात माघार घेत असताना त्या सेनेचे सेनानी लेफ्टनंट जनरल कौल सातशे किलोमीटर दूर वॉलांग विभागात हिंडत होते. हा भाग नेफाचे पूर्वेकडील टोक होते. या भागात भारतीय सेना लोहित नदीच्या खोऱ्यात चिनी सैन्याशी धैर्याने टक्कर देत होती. आपल्या तेजपूरमधील

लष्करी केंद्रावर चीन कब्जा करणार, हे दिसत असूनही, कौल तिकडे फिरकले नाहीत.

सहा डिसेंबर रोजी जनरल चौधरी यांनी कौल यांच्यासाठी संरक्षणमंत्र्यांच्या भेटीची वेळ मागितली आणि ती वेळ सात डिसेंबरला दुपारी ठरवण्यात आली. या भेटीपूर्वी मी यशवंतरावजींना विचारले, "ही भेट कशासाठी आहे?"

त्यांनी सांगितले, "सेनाप्रमुखांना कौल यांनी स्वेच्छानिवृत्तीचे पत्र दिले आहे आणि त्यामध्ये आपल्या हाताखालच्या सैनिकांना घ्याव्या लागलेल्या माघारीचा उल्लेख आहे. या पराभवाचे कारण कदाचित शत्रूची संख्या मोठी, त्याच्याजवळ अधिक प्रभावी हत्यारे असतील, तरीही प्रश्न शिल्लक राहतो की, कौल यांच्या अखत्यारीतील सैन्याचा तो पराभव होता. कौल यांनी त्या पराभवाची सर्व जबाबदारी पत्करली आहे आणि म्हणून सेनादलाच्या हितासाठी आणि नेहमीच्या प्रथेप्रमाणे त्यांनी सेवानिवृत्तीची इच्छा व्यक्त केली आहे."

यशवंतरावजींनी आपल्या मनाचा निर्णय त्यांच्या भेटीनंतरच करावयाचा ठरविले होते. ७ नोव्हेंबर रोजी दुपारी ठीक चार वाजता जनरल चौधरी संरक्षणमंत्र्यांकडे गेले. त्यांच्याबरोबर लेफ्टनंट जनरल बी.एम. कौल होते. संरक्षणमंत्र्यांच्या कचेरीत शिरताना कौल यांनी माझ्याकडे पाहिले आणि त्यांच्या चेहऱ्यावर क्षीण हास्य प्रकटले. आम्ही एकही शब्द बोललो नाही. तरी पण माझ्यावर त्यांच्या व्यक्तिमत्त्वाचा ठसा उमटला. एक ताठ लष्करी अधिकारी अशी ती प्रतिमा होती. त्यांच्या नजरेत चमक होती. याच माणसाच्या अधिपत्याखालील सैन्याने भरपूर मार खाल्ला आहे, असे दाखविणारी ती नजर नव्हती. जणू आपण युद्ध जिंकूनच आलो आहोत, अशा थाटात ते संरक्षणमंत्र्यांच्या मुलाखतीला गेले.

दहा मिनिटांतच कौल परत निघाले आणि माझ्या खोलीतून जाताना ते मला पूर्ण बदललेले दिसले. त्यांचा चेहरा कष्टी आणि निराशेने पछाडलेला होता.

थोड्या मिनिटांतच जनरल चौधरी बाहेर आले.

मी आत जाऊन चव्हाणांना विचारले, "या भेटीत काय घडले?"

चव्हाण म्हणाले, "तो एक आश्चर्यकारक अनुभव होता. कौल यांनी सांगितले होते की, डोंगराळ विभागातील लढा लढण्यास योग्य साधनसामग्री नव्हती. योग्य तऱ्हेचे कपडे नव्हते. आधुनिक शस्त्रे नव्हती आणि आपल्या इच्छेविरुद्ध राजकारणी मंडळींनी सैन्याला पुढे लोटले होते. कौलनी सांगितले की, आपल्या सैन्याने तोवांग गावच्या आसपास असलेल्या टेकड्यांच्या बाजूने आपली संरक्षण फळी तयार करावी; परंतु पंतप्रधानांनी उत्तरेस कित्येक कि.मी. दूर असलेल्या थागला पर्वतावरून चिन्यांना हुसकून लावण्याची आज्ञा दिली आणि ती लष्करीदृष्ट्या महाग ठरून

आपल्या सैन्याला माघार घ्यावी लागली.''

चव्हाणांनी सांगितले, ''कौल सर्वांनाच दोष देत होते. कृष्ण मेनन, पंतप्रधान आणि दिल्लीतील राजकारणी हे सर्व या माघारीला कारणीभूत आहेत आणि मला बळीचा बकरा करत आहेत. कारण त्यांना स्वत:च्या जबाबदाऱ्या टाळावयाच्या आहेत.''

कौल भावनेच्या भरात बोलत होते. आपण अयशस्वी झालो, हे त्यांना माहीत होतेच. आता त्यांना हुतात्मा बनण्याची इच्छा होती.

दुसरा दिवस रविवार होता. यशवंतरावजींनी मला त्यांच्या निवासस्थानी, १, रेसकोर्स रोडवर बोलावले. मी ९.३० वाजता तेथे पोहोचलो. चव्हाणांच्या हातांत कौल यांची फाइल होती आणि तिचा मी अभ्यास करावा, असे त्यांनी सांगितले.

ते म्हणाले, ''या प्रकरणी उचित आणि न्याय्य असा निर्णय घेण्यासाठी आपल्यापुढे दोन मार्ग आहेत. एक : पंतप्रधानांकडे जाऊन त्यांच्याशी चर्चा करणे. दुसरा : आपले मत त्यावर नोंदवून फाइल पंतप्रधानांकडे पाठवून देणे.''

दुसरा मार्ग चव्हाणांना पसंत होता. त्यांनी माझे मत विचारले.

मी सांगितले की, ''हे कागद मी अजून पाहिलेले नाहीत; परंतु आपण जर कौल यांची सेवानिवृत्तीची विनंती मान्य करावयाचे ठरविले असेल, तर पंतप्रधानांकडे त्यांच्या संमतीसाठी कागद घेऊन जाण्यात अर्थ नाही. पंतप्रधानांचे काही निराळे विचार असतील. (त्याविषयी मला कुणकुण होतीच.) चर्चेसाठी भेटीस गेल्यास राजीनामा मंजूर करण्याचा आपला निर्णय कदाचित बदलावा लागेल.''

दोघांच्या भेटीत समोरासमोर पंतप्रधानांनी कौलसंबंधी आपली इच्छा व्यक्त केल्यावर पंतप्रधानांना त्यांना नकार देता येणार नाही. हा धोका पत्करण्याऐवजी जर चव्हाणांनी हा राजीनामा मंजूर करण्याचे ठरवलेच असेल, तर आपले मत स्पष्ट आणि निश्चित स्वरूपात कागदावर मांडून पंतप्रधानांनीही तो निर्णय मान्य करावा, असा आग्रह धरावा, असे सुचविले. यशवंतरावांना अंतिम निर्णय घेण्यास मदत व्हावी, म्हणून मी त्यांना सांगितले की, केवळ कौल यांची इच्छा आहे, म्हणून राजीनामा मंजूर करावा, असा मुद्दा मांडू नये. कदाचित कौल यांच्याशी बोलून पंतप्रधान त्यांना राजीनामा-पत्र परत घेण्यास उद्युक्त करतील, हा धोका आहे. कौल यांना निवृत्त केले पाहिजे, असे चव्हाणांचे मत असेल, तर गुळमुळीत बोलण्याचा धोका न पत्करता त्यांनी तसे स्पष्ट लिहिले पाहिजे आणि फेरविचारासाठी थोडीही जागा ठेवता कामा नये.

चव्हाणांनी सांगितले की, त्यांचा निर्णय ठाम आहे आणि तो मान्य करून

घेण्यावर ते दृढ आहेत. या निर्णयावर पंतप्रधान उघडपणे निराळी भूमिका घेतील, अशी शक्यता त्यांना वाटली नाही. तरी पण त्यांना एका गोष्टीची काळजी वाटत होती. आपला राजीनामा मंजूर झाल्यानंतर कौल बाहेर काहीही बोलू लागतील आणि पंतप्रधानांना ते अडचणीचे होईल.

चव्हाण म्हणाले, ''या पराभवाच्या प्रकरणात आपणही तितकेच जबाबदार आहोत, असे लोकांस वाटेल आणि ते लोक कृष्ण मेनन यांच्या रांगेत आपल्याला बसवतील, अशी पंतप्रधानांना भीती वाटत असावी.''

मी सर्व कागदपत्रे वाचून चव्हाणांशी झालेल्या चर्चेला अनुसरून पंतप्रधानांसाठी द्यायच्या पत्राचा मसुदा तयार केला. जनरल चौधरी यांनी नेफा आघाडीवरील घटनांबाबत सविस्तर अहवाल तयार केला होता. त्यांच्या मते कौल यांनी तांत्रिकदृष्ट्या आणि लष्करी जाणिवेच्या दृष्टीनेही आपण कोठे असावयास पाहिजे, हे ठरविण्यात चूक केली. एखाद्या नेत्याने केवळ चुकीच्या भावनेच्या आहारी जाता कामा नये, तर परिस्थितीचे योग्य निरीक्षण करून निर्णय घ्यायचा असतो. कौल यांनी स्वत:चा विश्वास तर गमावला होताच, एवढेच नव्हे तर साऱ्या सैन्याचासुद्धा त्यांच्यावरील विश्वास ढासळला होता; आणि म्हणून कौल यांच्या उपयुक्ततेबाबत चौधरींनी शंका व्यक्त केली.

चव्हाणांनी पंतप्रधानांना दिलेल्या अभिप्रायामध्ये हा राजीनामा मंजूर केला नाही, तर त्याचे परिणाम काय होतील, त्यावर अधिक भर दिला. आपल्या लष्कराने मोठ्या प्रमाणावर पराभव स्वीकारलेला आहे आणि त्याची जबाबदारी निश्चित करण्याची गरज आहे. चव्हाणांनी नमूद केले की, लेफ्टनंट जनरल कौल यांनी खुल्या मनाने आपली जबाबदारी मान्य केली असून, सैन्यामध्ये आपली उपस्थिती आता पचणार नाही, हेही त्यांनी मान्य केले आहे.

चव्हाणांनी पुढे आठवण करून दिली की, ७ डिसेंबरच्या त्यांच्या भेटीत आपण सैन्यामधून निवृत्त होऊ इच्छितो, असे कौल यांनी आपणांस ठामपणे सांगितले होते आणि अशा परिस्थितीत आपण कौल यांचा राजीनामा मंजूर करीत आहोत.

वास्तविक संरक्षणमंत्री या नात्याने कौल यांचा राजीनामा मंजूर करणे ही चव्हाणांच्या अखत्यारीतील गोष्ट होती. पंतप्रधानांकडे जायची गरज नव्हती आणि म्हणून त्यांनी आपल्या टिप्पणीच्या शेवटी असा शेरा दिला की, 'हे कागदपत्र आपल्या अवलोकनार्थ पाठवत आहे.'

९ डिसेंबरला हे कागद पंतप्रधानांकडे गेले. पंतप्रधानांची प्रतिक्रिया काय असेल, याबद्दल आम्हाला शंका होती; परंतु काही तासांतच कागदपत्रे मजकडे परत आली, याचे मला आश्चर्य वाटले. मी ती घेऊन चव्हाणांकडे गेलो. त्यांच्यासमोरच

तो लिफाफा उघडला आणि पाहिले, तो पंतप्रधानांनी फक्त आपली स्वाक्षरी केली होती. आम्हा दोघांनाही हे नवलाचे वाटले.

यशवंतराव एवढेच म्हणाले की, ''पंतप्रधान सदैव घटनेच्या चौकटीतच काम करणारे आहेत, याचेच हे द्योतक आहे.''

[illegible] त्यांनी सेवानिवृत्तीची विनंती मान्य केली आणि कौल १५ मे, १९६३ रोजी त्यांची शिल्लक रजा भोगून निवृत्त झाले.

पंडितजींच्या त्या पडत्या भूमिकेविषयी पुढे काही वर्षांनी लेफ्टनंट जनरल कौल यांच्या 'अनटोल्ड स्टोरी' या पुस्तकावरून कळले की, त्याच दिवशी सकाळी कौल यांना पंतप्रधानांनी भेटीस बोलावले.

कौल लिहितात, 'नेहरूंनी मला पुन्हा भेटीस बोलाविले आणि मी सेवेत कायम राहावे, म्हणून माझे मन वळवण्याचा प्रयत्न केला; परंतु मी चव्हाण आणि चौधरी यांना मला निवृत्त व्हायचेच आहे, असे सांगितल्याचे सांगितले.'

पंडितजींनी सांगितले, जनरल चौधरी यांनी आपल्या अहवालामध्ये लेफ्टनंट जनरल कौल यांच्यावर अनेक तऱ्हेचे आरोप केले आहेत, मात्र त्याचे पुरावे दिलेले नाहीत. चौधरी यांनी त्यांच्या (कौल) पश्चात असे आरोप केले आहेत की, जे त्यांच्यासमोर (कौल) करण्यास त्यांना धैर्य झाले नाही. नेहरूंनी ही गोष्ट सांगितल्यावर त्यांना धक्काच बसला. पंतप्रधानांनी सांगितले की, चौधरींनी आपल्या अभिप्रायाबरोबर कौल यांचे म्हणणे पाठविले नव्हते. नेहमीच्या प्रथेप्रमाणे ते पंतप्रधानांसमोर दिले असते, तर त्यांना दोन्ही बाजू कळल्या असत्या. चौधरींनी जर ते कागद पाठविले असते, तर त्यांनीच त्यांना (कौल) वेळोवेळी दिलेली शिफारसपत्रे आणि त्यांच्याबाबतचे चांगले गोपनीय अहवाल पंतप्रधानांना पाहावयास मिळाले असते. चौधरींच्या आजच्या आरोपपत्रापेक्षा ते फारच निराळे ठरले असते. शिवाय सैन्याला घ्यावी लागलेली माघार, त्याचे जनमानसात उमटलेले परिणाम, हेतूपुरस्सर होत असलेला प्रचार या सगळ्यांचा नेहरूंना उबग आला होता. अशा वेळी कौल यांच्या राजीनाम्याचे आणखी एक निमित्त कुणाच्या हाती मिळावे, असे त्यांना वाटत नव्हते आणि म्हणून त्यांनी मला सांगितले की, दुःखी अंत:करणाने त्यांनी तो निर्णय मानला आणि त्यावर काही मतप्रदर्शन न करता फक्त स्वाक्षरी केली.

मी त्यांना सांगितले की, मला परिस्थितीची जाण आहे आणि आपण त्याची खंत बाळगू नका.

लेफ्टनंट जनरल कौल सहा महिन्यांनी प्रत्यक्ष सेवामुक्त झाले. मध्यंतरीच्या काळात चव्हाणांनी याबाबत काहीच करावयाचे उरले नव्हते. चव्हाणांचे मन स्वच्छ होते, तरी पण त्यांना वाटत होते की, नव्याने स्थापन झालेल्या 'हेंडरसन-ब्रुक्स' चौकशी समितीसमोर आपले गाऱ्हाणे घेऊन कौल गेले, तर ते नेफा भागातील पराभवाची सर्व जबाबदारी कृष्ण मेनन आणि पंतप्रधान यांच्यावर लोटण्याचा प्रयत्न करतील. कौलना अशा तऱ्हेची चिखलफेक करण्याची संधी मिळणे, हे देशाच्या आणि पंतप्रधानांच्या हिताचे ठरणार नव्हते आणि म्हणूनच कदाचित कौल यांना हेंडरसन-ब्रुक्स कमिटीसमोर जाण्यास परवानगी नाकारण्यात आली.

एकंदरीत बी.एम. कौल यांना सांगावयाचे होते, ते त्यांनी आपल्या 'अनटोल्ड स्टोरी' या पुस्तकात (४५४ व ४५५) या पानांवर नमूद केले आहे. त्यात त्यांनी खालीलप्रमाणे काही माहिती नमूद केली आहे.

'२४ एप्रिल, १९६२ रोजी मी कार्यवाह, सी.जी.एस.यांना एक पत्र लिहिले, ते चौधरींनी पाहिले होते. मी विनंती केली होती की, हेंडरसन-ब्रुक्स कमिटीसमोर मला त्या घटनांबद्दल माझे मत सांगण्याची परवानगी मिळावी. ही संधी मला तोंडी नाकारण्यात आली. वास्तविक नेफा-पराभवाच्या चौकशीचे काम कित्येक महिने चालू होते. त्यांचा अहवाल तयार होण्याच्या मार्गावर होता, तेव्हा मी आपणहून साक्ष देण्याची परवानगी मागितली होती. चौधरींनी त्यांच्या सी.जी.एस. (चीफ ऑफ स्टाफ) मार्फत मला कळवले की, दुसऱ्या दिवशी मी जालंदरला कमिटीसमोर स्वतःस सादर करू शकतो.'

'मी त्याप्रमाणे लेफ्टनंट जनरल हेंडरसन-ब्रुक्स यांच्यापुढे हजर झालो, तेव्हा कळले की, माझी साक्ष नोंदली जाऊ नये, असे त्यांना हुकूम देण्यात आले होते. या कमिटीचा अहवाल लोकसभेत चर्चिला जाणार होता; परंतु माझ्यासारख्या 'कोअर कमांडर'ला माझी प्रतिमा डागाळली गेली असतानासुद्धा, ती संधी देण्यात आली नाही. वास्तविक नेफा आघाडीवरच्या माझ्या हातांखाली काम केलेल्या अनेकांना ती संधी दिली गेली होती. मी नेहरूंना ही हकिकत लेखी कळवली. (नेफा चौकशी कमिटीच्या अहवालास आजपर्यंत प्रसिद्धी दिलेली नाही.) मला शंका आहे की, त्यामध्ये सरकारच्या जबाबदारीबद्दल काही न आवडणारे उल्लेख असावेत.'

कमिटीसमोर कौल यांना समक्ष साक्ष देण्यास परवानगी नाकारली, तरी २१ डिसेंबर, १९६२ रोजी त्यांनी आपणहून कमिटीला एक लेखी निवेदन दिले. त्यावरून यशवंतरावजींची भीती काही अंशी खरी होती, असे दिसते. कौल पंतप्रधानांवर आणि राजकारण्यांवर चिखलफेकीचा प्रयत्न करतील, ही चव्हाणांची भीती अगदीच अस्थायी नव्हती.

पंतप्रधान या प्रकरणाकडे वेगळ्या दृष्टीने पाहत होते. कौल यांची निष्ठा त्यांच्या मनात घर करून होती आणि म्हणून परिस्थितीच्या रेट्यामुळे कौल यांना निवृत्त व्हावे लागले, असे दर्शविण्याचा त्यांनी प्रयत्न केला.

पंतप्रधानांनी १८ डिसेंबर, १९६२ रोजी कौल यांना एक पत्र लिहिले. त्यातील काही भाग 'अनटोल्ड स्टोरी' या पुस्तकात उद्धृत केला आहे.*

'तुमच्या निवृत्तीला ज्या घटना आणि गोष्टी कारणीभूत झाल्या, त्या अनेकांना दुःखद आणि क्लेशकारक वाटत आहेत. तुमच्या एकट्यावरच हा दोष लादला गेला आहे, असे मला वाटत नाही. अनेकांना असे वाटते की, परिस्थितीच या घटनांना जबाबदार आहे.'

पंतप्रधान राज्याच्या मुख्यमंत्र्यांना दरमहा पत्र लिहीत असत. त्यात २२ डिसेंबर रोजी ते म्हणतात,

'घटना घडून गेल्यानंतर शहाणे होणे सोपे असते. अशा गोष्टीवर टीका-टिप्पणी करणे त्याहीपेक्षा सोपे असते; परंतु आपल्या पराभवाला त्या दोनच गोष्टी कारणीभूत होत्या, असे मला वाटत नाही. आपल्या काही सेनानींवर टीकेचा भडिमार झाला आहे आणि त्यांना सेवेतून मुक्त करण्यात आले आहे. त्यांच्यावर अन्याय करणाऱ्या अनेक गोष्टी बोलल्या गेल्या आहेत आणि स्वाभाविकच स्वाभिमानी माणसांप्रमाणे त्यांनी राजीनामे दिले आहेत; पण दोष त्यांच्याकडे नव्हता.

'ज्या चुका झाल्या, त्या स्थानिक ब्रिगेड कमांडर्सच्या चुका आहेत. वास्तविक त्या मोक्याच्या वेळी त्यांनी निर्णय घ्यायला हवे होते. त्यांच्यासमोर मोठ्या संख्येने शत्रू उभा ठाकला होता. लष्कर प्रमुख आणि इतर वरिष्ठ अधिकारी- ज्यांनी राजीनामे दिले आहेत, त्यांना या घटनांबद्दल प्रत्यक्ष जबाबदार धरता येणार नाही. हे अधिकारी शूर आणि कर्तबगार होते आणि त्यांच्यावर दोषाचे खापर फोडणे योग्य होणार नाही. घडले, ते सर्व परिस्थितीजन्य होते आणि परिस्थिती त्यांच्या हाती राहिली नव्हती.'

या वेळेपर्यंत लेफ्टनंट जनरल कौल आणि पंतप्रधान यांच्यामधील भावनात्मक स्नेहसंबंधांबद्दल यशवंतरावजींनी फारशी फिकीर केली नव्हती. त्यांची खरी काळजी

---

* लेफ्टनंट जनरल कौल यांना आपल्यासाठी पंतप्रधान, धर्म तेजाकडे एखादी जागा पाहत आहेत याची माहिती नसावी. त्यांनी आपल्या 'अनटोल्ड स्टोरी' या पुस्तकात म्हटले आहे की, धर्म तेजा यांचा आणि आपला कधी संबंध आला नव्हता. एप्रिल, १९६३मध्ये दिल्लीतील एका मेजवानीला ते एकत्र आले आणि तेव्हा धर्म तेजा यांनी कौल यांना परदेशात एखादी जागा देण्याचा विषय काढला.

आणि दक्षता पंतप्रधान, त्यांचे राजकीय नेतृत्व विरुद्ध लष्कर यांचे संबंध निष्कारण ताणले जाऊ नयेत, अशी होती. त्यांचे ठाम मत होते की, अशा तऱ्हेचे झगडे राजकीय नेतृत्व आणि लष्करी नेतृत्व यांच्यामध्ये उभे राहिल्याने दोघांचेही नुकसान होईल आणि भारताच्या लोकशाही कार्यपद्धतीला ते नुकसानकारक ठरेल.

पंतप्रधानांचा दृष्टिकोन निराळा होता, याचा अनुभव चव्हाणांना लवकरच दिसू लागला. त्यांच्या लक्षात आले की, आपल्याबरोबर वागण्या-बोलण्यांत पंतप्रधान बदलले आहेत आणि काही वेळा ते भलतेच तटस्थ वाटत. नजीकच्या भविष्यात नवी वादळे उभी राहणार, याची जाणीव यशवंतरावांना झाली आणि पुढच्या झंझावाती तीन महिन्यांत यशवंतरावजींना दोन वेळा आपला राजीनामा सादर करावा लागला.

■

१५

संरक्षणमंत्रिपदाचा राजीनामा

२५ मार्च, १९६३ रोजी पंतप्रधानांनी पटनाईक यांच्या अमेरिकेच्या भेटीसंबंधी लोकसभेत निवेदन केले, त्या दिवशी चव्हाण मुंबईत होते. कांगोमध्ये संयुक्त राष्ट्राच्या शांतता सेवेचा भाग म्हणून गेलेली भारतीय सेनेची तुकडी मुंबईस परत येणार होती. २७ मार्चला चव्हाण भल्या पहाटे दिल्लीला आले. दुपारी लष्करी अधिकाऱ्यांच्या सहामाही परिषदेसमोर त्यांना भाषण करावयाचे होते. संरक्षणमंत्री म्हणून अशा परिषदेला संबोधण्याची ही पहिली संधी होती आणि सर्व अधिकारी आपल्या नवीन संरक्षणमंत्र्यांना ऐकण्यासाठी उत्सुक होते.

यशवंतरावजी परतल्याबरोबर मी त्यांना त्यांच्या रेसकोर्स रोडवरील बंगल्यात भेटलो. ते अतिशय खिन्न आणि हताश दिसले. दोन-तीन महत्त्वाच्या गोष्टींसंबंधी मी त्यांच्याशी चर्चा केली आणि त्यांच्या मनात काय आहे, ते चाचपण्याचा प्रयत्न केला.

बिजू पटनाईकांविषयी मी बोलताच ते म्हणाले, "पंतप्रधानांनी लोकसभेत केलेल्या निवेदनात मला न्याय दिलेला नाही."

मी चव्हाणांना सांगितले की, पंतप्रधान निवेदन करत असताना मी लोकसभेत अधिकाऱ्यांच्या खास कक्षात हजर होतो आणि मला असे वाटले की, पंतप्रधान सतत बचावाचा प्रयत्न करत होते. अनेक खासदारांना वाटले की, पंतप्रधानांनी चव्हाणांवर अन्याय केला. आपल्या संरक्षणमंत्र्यांबद्दल, त्यांच्या कारभार-कौशल्याबद्दल चार बरे शब्द बोलून चव्हाणांवर आपला विश्वास ठाम आहे, हे व्यक्त करणे पंडितजींना सहज शक्य होते.

यशवंतराव म्हणाले, "नेमकी हीच माझी भावना आहे. पंतप्रधानांनी आपल्या निवेदनात पटनाईक यांच्या अमेरिकेतील वक्तव्याला पाठिंबाच दिला, असे नव्हे, तर आता जाहीरपणे असे स्पष्ट झाले की, संरक्षण प्रश्नांबाबत पटनाईक पंतप्रधानांना खास सल्ला आणि मदत देत आहेत. जणू ते पंतप्रधानांचे व्यक्तिगत सल्लागारच बनलेत. म्हणून संरक्षणमंत्री या नात्याने माझी जागा डळमळीत झाली आहे."

काही मिनिटे शांततेत गेली.

चव्हाण बोलू लागले, "प्रधान, मला वाटते, पंतप्रधानांचा माझ्यावर विश्वास उरलेला नाही. अशा वातावरणात मी मंत्रिमंडळात राहणे निरुपयोगी आहे. माझा माझ्या स्वत:च्याच कर्तृत्वावरचा विश्वास मी गमावला आहे आणि म्हणून मी या जबाबदारीतून मुक्त व्हावे, असे मला मनापासून वाटते."

"वास्तविक मी वैयक्तिक संदर्भाला अशा बाबतीत दूर ठेवलेले आहे; परंतु आता मला वाटते की, या गोष्टी मला असह्य होत आहेत. गेले दोन दिवस मी सारखा हाच विचार करीत आहे आणि कोण जाणे, त्याचा माझ्या प्रकृतीवरही परिणाम होईल, अशी भीती मला वाटते."

माझ्या शक्ती-बुद्धीप्रमाणे मी शांत राहण्याचा आटोकाट प्रयत्न केला. आपणांपुढे कोणते मार्ग खुले आहेत, याचा विचार केला.

मी त्यांना म्हणालो, "पंतप्रधानांच्या या निवेदनानंतर मला सारखे असे वाटते की, मी तयार केलेल्या पत्राचा पहिला मसुदा त्यांच्याकडे जावयास हवा होता. याबाबतच्या आपल्या भावनांची तीव्रता पंतप्रधानांच्या लक्षात आली असती. आता आपण पंतप्रधानांना पुन्हा लिहिणे अगत्याचे आहे. पटनाईक यांनी आपल्याबरोबर झालेल्या चर्चेचा खरा बिनचूक अहवाल दिला की नाही, याची शंका वाटते. पटनाईक यांनी असेही सांगितले असेल की, चव्हाणांशी आपले बोलणे झाले आहे आणि मी त्यांचे समाधान केले आहे. तेव्हा याबाबत अधिक काही करण्याची गरज नाही. म्हणून पंतप्रधानांना आपल्या खऱ्याखुऱ्या भावना कळल्याच पाहिजेत."

चव्हाण म्हणाले, "पंतप्रधानांची कार्यपद्धतीच मला कळत नाही. त्यांच्या मनात जे काही आहे, त्याची पुसटशीही कल्पना मला असती, तर मी संरक्षणमंत्री होण्यास नकार दिला असता."

मी चव्हाणांना विचारले, "तसे करण्याच्या अवस्थेत तुम्ही खरोखर होता का? तुम्हाला संरक्षणमंत्रीपद देऊ करण्यात आले, ही पंतप्रधानांची निवड नव्हती. परिस्थितीच्या रेट्यामुळे आणि लोकांच्या दबावामुळे पंतप्रधानांना आपणांस बोलावणे भाग पडले."

चव्हाणांना माझे म्हणणे पटल्यासारखे दिसले, ते उद्गारले, 'कसल्या दुर्दैवी पेचात मी येऊन पडलो आहे! मला स्वार्थनिरपेक्ष सल्ला देणारा जवळचा कुणी दिसत नाही. वाटते, मोरारजीभाईंकडे जावे; पण ते म्हणतील – मी पंतप्रधानांशी बोलेन. यापुढे मी आणि पंतप्रधान यांमध्ये मध्यस्थाचे स्थान कोणास द्यावे, असे मला वाटत नाही.'

चव्हाण दुसऱ्या दिवशी नागपूरजवळ कामटी येथे एन.सी.सी.ची मानवंदना घेणार होते आणि भाषण करणार होते. त्यांनी तो कार्यक्रम रद्द करण्यास सांगितले.

ते म्हणाले, "मी आता जनतेसमोर जाहीर सभेत काय सांगणार? माझी परिस्थिती अशी डळमळीत असताना संरक्षणमंत्री या नात्याने मी काय बोलणार?"

आणखी थोडा वेळ मनातल्या मनात विचार केल्यानंतर ते म्हणाले,

"मी पंतप्रधानांकडे राजीनामा पाठवावा आणि कसलेही कारण देऊ नये, असे मला वाटते."

त्यांना [illegible], म्हणून मी म्हटले, "कुठल्याही दृष्टीने हे योग्य ठरेल, असे मला वाटत नाही. शिवाय कोणते निश्चित कारण आपण सांगणार? आणि आपण असे तर म्हणू शकणार नाही की, पटनाईक माझ्या कामात ढवळाढवळ करतात आणि म्हणून मी राजीनामा देत आहे."

थोडा विचार करून चव्हाण म्हणाले, "पटनाईक यांच्याबद्दल व्यक्तिशः मला काहीच म्हणावयाचे नाही; परंतु मी एवढे निश्चित म्हणू शकतो की, पंतप्रधानांनी जाहीरपणे पटनाईक यांना पाठिंबा दिल्यामुळे उघड झाले आहे की, मी पूर्वीइतक्या प्रभावीपणे काम करू शकणार नाही."

"हेही जाहीर झाले आहे की, पटनाईक यांच्यावर लष्करी प्रश्नांबाबत तुमचा जास्त विश्वास आहे. साहजिकच ते तुमचे संरक्षणमंत्री व्हावेत, हे स्वाभाविक दिसेल. सेनादलालासुद्धा, जो स्वतः प्रभावी बनण्याचा आत्मविश्वास बाळगतो आणि ज्याला पंतप्रधानांचा संपूर्ण पाठिंबा आहे, असा संरक्षणमंत्री मान्य होईल."

आणखी काही मिनिटे अशीच गेली. त्यांच्या मनात विचारांचे द्वंद्व चालूच होते. ते म्हणाले,

"व्यक्तिशः हा माझा निर्णय फार गंभीर आहे, याची मला जाणीव आहे. कदाचित माझ्या राजकीय भविष्याचा नाश होणार आहे; परंतु भारताच्या संरक्षण-प्रयत्नांना बाधा येईल, असे न करता मला मार्ग शोधायचा आहे. महाराष्ट्राच्या हितानहिताचा विचारही मला करावा लागेल."

मी त्यांना म्हणालो, "मी तुमच्याशी सहमत आहे; परंतु तुम्ही सी.डी. देशमुखांसारखे हौतात्म्यही पत्करू नका. अशा निर्णयाने महाराष्ट्राचे तर नाहीच नाही, देशाचेही हित साधणार नाही."

काही वेळ स्वस्थ बसल्यानंतर त्यांना आठवण झाली की, त्यांना लष्करी सेनानींपुढे भाषण करावयाचे होते.

चव्हाण एकदम म्हणाले, "मी त्या भाषणाला जात नाही. त्यांच्या पुढे जाण्यास मला तोंडच नाही."

मी चव्हाणांना खंबीरपणे सांगितले, "साहेब, हे बरोबर होणार नाही. आपल्या न जाण्याने अनेक तऱ्हेच्या वार्तांना आणि अफवांना चालना मिळेल. आपण

तिथे जावे. खात्याच्या सचिवांनी जो काही मसुदा तयार केला असेल, तो वाचावा आणि परत यावे.''

त्यांच्या चेहऱ्यावर रुक्ष हास्य दिसत होते. ते म्हणाले, ''तू म्हणतोस, तर मी जातो; पण मला स्वत:ला जावेसे वाटत नाही; पण राजकारणी पुरुषाला रंगभूमीवरच्या नटाचेच काम करावे लागते. मीही तेच करीन.''

चव्हाण उठले आणि अत्यंत कष्टी मनाने म्हणाले, ''राम, एखाद्याला वधस्तंभाकडे नेताना जे वाटते, तेच मला वाटत आहे.''

पुढचे तीन दिवस चव्हाण जणू काही घडलेच नाही, अशा थाटात वागले. आपला नाटकातील भाग त्यांनी उत्तम वठविला. सेनाधिकाऱ्यांच्या मेजवानीला ते हजर राहिले. २८ मार्च रोजी मंत्रीमंडळ आणि आणीबाणीविषयक उपसमितीच्या सभेलाही हजर राहिले आणि दुसरे दिवशी दुपारी त्यांनी राष्ट्रपतींची भेट घेतली. आपल्या मनातील राजीनाम्याचा विचार त्यांच्या कानी घालण्यासाठी ती भेट होती, असे मला वाटले.

३० मार्च रोजी रात्री खूप उशिरा चव्हाणांनी मला त्यांच्या बंगल्यावर बोलावले. मी त्यांना विचारले, ''अखेर तुमचे काय ठरले?''

ते म्हणाले, ''माझे अनेक मित्र आणि हितचिंतक भेटून गेले. त्यांपैकी काही थोड्यांजवळ मी माझे मन खुले केले. आदल्या दिवशी २९ तारखेस अशोक मेहता मला भेटून गेले होते आणि त्यांनी मला पंडितजींच्या हालचालींबद्दल कल्पना दिली होती. असे समजले की, बिजू पटनाईक रशियन वकिलाबरोबर दोन तास बातचीत करत होते. पंतप्रधानांपुरते बोलायचे, तर मी त्यांना पत्र लिहू नये. असे करण्याने पंतप्रधानांना हवी असलेली सोनेरी संधीच दिल्यासारखे होईल. त्याऐवजी अशोक मेहतांचा सल्ला असा आहे की, आहे तेथे घट्ट राहून तवा तापत ठेवावा. पंतप्रधानांना तीच भाषा कळते.''

अशोक मेहतांनी नाट्यपूर्ण पद्धतीने इतिहासातील दाखला दिला, तो इंग्लंडच्या दुसऱ्या जॉर्ज याचा.

त्याच्या आईने त्याला सांगितले, 'जॉर्ज, राजासारखा वाग.'

चव्हाणांनी त्याच थाटात मंत्रिमंडळात राहून पंतप्रधानांना आपल्या आवश्यकतेची जाणीव करून द्यावी.

चव्हाण मला म्हणाले, ''मी तरी तसे वागणार नाही. पंतप्रधानांना अडचणी निर्माण करण्यासाठी मी येथे आलो नाही आणि मी जर मला दिलेले काम प्रभावीपणे करू शकलो नसेन, तर आनंदाने महाराष्ट्रात परत जाण्यास तयार आहे.''

यावर मी त्यांना विचारले, “पंतप्रधानांना पत्र लिहिण्याबाबत निर्णय घेतला आहे का? आणि तसे असेल, तर हीच वेळ पत्र लिहिण्याची आहे. न जाणो, उद्या पंतप्रधान तुम्हास बोलावून घेतील आणि नेहमीच्या गोड-गोड भाषेत बोलतील आणि तुमचा पत्र लिहिण्याचा मनोदय बारगळेल. तुमच्या मनातील विचार त्यांना कळणारच नाहीत.”

मी पुढे चव्हाणांना सांगितले, “कागदोपत्री घडल्या गोष्टी नमद करणे, तुमच्या वैयक्तिक हिताचे ठरेल. न जाणो, उद्या परिस्थिती अधिकच तापदायक होईल. शिवाय आत्ताचा प्रश्न व्यक्तिनिरपेक्ष भूमिकेवर तुम्ही पंतप्रधानांसमोर मांडू शकाल. काही काळ गेला, तर ते अवघड होईल.”

चव्हाण म्हणाले, “राम, तू म्हणतोस, ते बरोबर आहे. पंतप्रधान स्वत: अत्यंत अस्थिर मन:स्थितीत दिसतात. आज सकाळी लष्करी सेनानींच्या परिषदेत त्यांचे भाषण अत्यंत मुळमुळीत होते. त्यांच्या मनात भयंकर गोंधळ झालेला दिसला आणि नेहमीचा आत्मविश्वास तर अभावानेच स्पष्ट होत होता. एक तर त्यांचा आत्मविश्वास ढळलेला असेल किंवा उत्तर सीमेवर घडल्या घटनांबद्दल त्यांचे मन त्यांना खात असेल. कदाचित दोन्हीही गोष्टी घडल्या असतील.”

शेवटी चव्हाण म्हणाले, “पंतप्रधानांच्या न्यायबुद्धीवरील माझा विश्वास पूर्णपणे निघून गेला आहे.”

अशा अवस्थेत आम्ही बसलो आणि पंतप्रधानांना पाठवण्याच्या पत्राचा मसुदा तयार केला. त्याची सुरुवात अशी होती :

“मी हे पत्र एक कर्तव्य म्हणून, खूप-खूप विचार केल्यानंतर लिहीत आहे.”

पत्राच्या सुरुवातीलाच त्यांनी स्पष्ट केले की, अमेरिकेतून परतल्यावर पटनाईक मला भेटले होते. त्यांनी जे मला सांगितले, त्यावर माझा विश्वास बसला नाही आणि त्यांचे म्हणणे मी ग्राह्य मानले नाही; परंतु हे माझे पत्र त्यांच्या भेटीच्या संदर्भातले नाही.

त्यानंतर चव्हाणांनी पटनाईक यांची संरक्षण खात्यासंबंधीची भूमिका आणि त्यामुळे निर्माण होणारे धुरकट वातावरण यांत संरक्षणमंत्र्यांची प्रतिमा धूसर होते आणि तीसुद्धा पंतप्रधानांच्या लोकसभेतील स्पष्टीकरणानंतर कायम आहे. चव्हाणांनी पुढे लिहिले की, लष्करी जवानांसमोर आणि देशात आणि परदेशांत संरक्षणमंत्र्यांची प्रतिमा अशी धूसर झाली, तर संसदेसमोर जाण्यास संरक्षणमंत्र्याला तोंड राहणार नाही आणि आपल्या संपूर्ण निष्ठा संसदेला वाहिलेल्या आहेत. तीसमोर खोटेनाटे बोलणेही योग्य नाही. त्या संदर्भात चव्हाणांनी पत्रात म्हटले की, पटनाईक यांच्यावर जे खास काम पंतप्रधानांनी सोपविले आहे, त्याने दिवसेंदिवस व्यवहारात आणि कारभारात अडचणी निर्माण होत आहेत. तिन्ही सेनापती आणि संरक्षणमंत्रालयातील

अधिकारी यांना अवघड, अडचणीत आल्यासारखे वाटत आहे. आपण कुणाकडून, कोणत्या विषयांवर अंतिम निर्णय मागावा, याबद्दल त्यांच्या मनात स्पष्टता नाही. या तऱ्हेची परिस्थिती म्हणजे लष्करी यंत्रणेत आणखी एक सत्तास्थान निर्माण केल्यासारखे होईल आणि शेवटी त्यातून अनर्थच ओढवेल.

शिवाय संरक्षणमंत्रालय आणि संरक्षणविषयक विविध प्रश्न यांबाबत एकच निर्णायक शक्ती असणे महत्त्वाचे आहे. या एकमुखी निर्णायक पद्धतीला बळ आणि दिशा – दोन्ही प्राप्त होऊन, असे सिद्ध होईल की, संसदेत संरक्षणमंत्री हाच सर्व कारभाराला जबाबदार धरला जाईल.

या पत्रात चव्हाणांनी आपला राजीनामा देऊ करताना एवढेच नमूद केले की, पंतप्रधानांना याबाबत जो काही निर्णय घ्यावयाचा असेल, तो त्यांनी घ्यावा. हे करताना त्यांनी कोणाचाही व्यक्तिगत – चव्हाणांचासुद्धा – विचार करण्याचे कारण नाही.

शेवटी त्यांनी एवढेच नमूद केले की, सध्याची कार्यपद्धती अशीच चालू ठेवली, तर परिस्थिती सुधारणार नाहीच; परंतु अधिकच गोंधळ निर्माण होईल.

हे पत्र ३१ मार्च, १९६३ला चव्हाणांनी लिहिले आणि पंतप्रधानांचे खाजगी चिटणीस श्री. खन्ना यांना मी स्वत: नेऊन दिले.

दुसऱ्या दिवशी भल्या सकाळी खन्नांकडून मला निरोप मिळाला की, संरक्षणमंत्र्यांची सायंकाळी साडेसात वाजता तीनमूर्ती भवनामध्ये पंतप्रधानांशी भेट ठरवली आहे. तो दिवस १ एप्रिल, १९६३.

त्या संध्याकाळी यशवंतरावजी संसदेच्या संरक्षणविषयक सल्लागार समितीत भाग घेत होते.

सात वाजताच चव्हाण म्हणाले, ''राम, चल, आपण घरी जाऊ या. एक सुरेख सिगारेट ओढू आणि नंतर पंतप्रधानांच्या भेटीस जाऊ.''

आम्ही बंगल्यावर गेलो. चव्हाणांनी मला शयनगृहात बोलावले आणि म्हणाले, ''माझे मन आता शांत आहे. माझ्या मनात माझी भूमिका आता स्पष्ट झाली आहे आणि मी पंतप्रधानांना सांगून टाकणार आहे. त्यांना आज हे कळेल की, त्यांनीही आपली भूमिका स्पष्ट करावी. एक तर त्यांनी मला संपूर्ण विश्वासाचा 'पूर्ण' संरक्षणमंत्री म्हणून स्वीकारावा किंवा दुसऱ्या कुणाची निवड करावी.''

सिगारेटचे दोन झुरके घेऊन ते उठले आणि झपझप पावले टाकीत पोर्चमध्ये उभ्या असलेल्या गाडीकडे निघाले.

तेवढ्यात ते मला म्हणाले, ''तू येणार आहेस ना?''

मी त्यांच्या पाठीमागे नेहमीप्रमाणे होतोच आणि या ऐतिहासिक भेटीच्या वेळी मी त्यांना एकटा जाऊ देणार नव्हतो.

मी त्यांच्या पाठोपाठ गाडीत बसलो.

गाडी निघाली, तेव्हा चव्हाण म्हणाले,

"तुला आठवते, गेल्या वर्षी १० नोव्हेंबरला आपण असेच पंतप्रधानांना भेटावयास जात होतो, तेव्हा किती निराळी परिस्थिती होती! आणि आज?"

मी उत्तर दिले नाही. त्यांच्या विचारशृंखलेचा मला भंग करावयाचा नव्हता.

आम्ही तीनमूर्ती भवनात पोहोचलो. विमला सिंधी पुढे आल्या आणि त्यांनी चव्हाणांना वरील मजल्यावरील खोलीकडे नेले.

पुढची पन्नास मिनिटे ते पंतप्रधानांबरोबर होते.

आम्ही सुमारे साडेआठ वाजता १, रेसकोर्सवर आलो. महाराष्ट्रातील एक राज्यमंत्री कल्याणराव पाटील पत्नीसह यशवंतरावांच्या भेटीसाठी थांबले होते. चव्हाणांनी त्यांना जरा कामात आहे, असे सांगितले आणि ते मला व्हरांड्यात घेऊन गेले.

चव्हाण म्हणाले, "आमची भेट आणि बोलणे झाले, ते चांगले झाले."

पंतप्रधानांनी त्यांना विचारले होते, "तुझ्या काय भावना झाल्या आहेत? अशा तऱ्हेचे पत्र तू का लिहिलेस?" तुझ्यावर जर माझा विश्वास नसता, तर अशा कठीण अवस्थेत मी तुला बोलावून संरक्षणमंत्री हो, असे म्हटलेच नसते."

चव्हाणांनी उत्तर दिले, "पंडितजी, हा प्रश्न आपल्याबद्दलच्या माझ्या भावनांचा नाही. आपण काय सांगता, त्यावर माझा संपूर्ण विश्वास आहे; पण अशा वेळी लोकांच्या भावभावना अधिक महत्त्वाच्या ठरतात. लोकांमध्ये जर अशी भावना निर्माण झाली की, चव्हाणांवर पंतप्रधानांचा विश्वास नाही, तर संरक्षणमंत्री म्हणून मी विश्वासाने काम करू शकणार नाही; आणि संरक्षण-यंत्रणा आणि देशाच्या दृष्टीने ते अनिष्ट आहे."

पंतप्रधान म्हणाले, "चव्हाण, मला टी.टी.के. चांगले माहीत आहेत. ते अवघड जागचे दुखणे आहे; पण बाकीच्यांना खूश ठेवण्यासाठी मला त्यांना येथे सामावून घ्यावे लागते. बिजू पटनाईकांना मंत्रिमंडळात घ्यावे, असा सारखा दाब सतत येत होता, म्हणून त्यांना काहीतरी काम देऊन शांत ठेवण्याची गरज होती; परंतु मी आश्वासन देतो की, तुमच्याशी विचारविनिमय केल्याशिवाय पटनाईक यांनी जी गनिमी काव्यासाठी सेना उभी केली, त्याच्याशी माझा कसलाही संबंध राहणार नाही. काही असो, आज सर्व जण गोंधळलेल्या

मन:स्थितीत आहोत. मी तुम्हाला आश्वासन देतो की, संरक्षणमंत्री म्हणून तुमची प्रतिमा सर्वत्र सांभाळली जाईल.''

चव्हाणांचे समाधान झाल्याचे दिसताच पंतप्रधानांनी आपली गाऱ्हाणी मांडली.

ते म्हणाले, ''आपण आज सकाळी मंत्रिमंडळाला अथवा मला न विचारताच हेंडरसन-ब्रुक्स कमिटीची कार्यप्रणाली संसदेत सांगितली, हे कसे काय?''

यशवंतरावजी उत्तरले, ''पंडितजी, मला दुसरा पर्याय नव्हता. काही आठवड्यांपूर्वी हा प्रश्न उद्भवला, तेव्हा मी संसदेत कार्यप्रणाली जाहीर करण्यास नकार दिला आणि माझ्यावर फाजील गोपनीयतेचा हल्ला सर्व पक्षांच्या सभासदांनी केला. आपणही संसदेतील आपल्या निवेदनात पटनाईक अमेरिकेत जे काही बोलले, त्याला आपला पाठिंबा असल्याचे दर्शित केले आणि माझ्याबद्दल मात्र मी अधिक गुप्तता राखणारा आहे, अशी भावना निर्माण झाली. तुम्ही सांगितले की, पटनाईकांनी अमेरिकन वृत्तपत्रांना लष्करी तयारीबद्दल जे सांगितले, ते सामान्यपणे आमचे संरक्षणमंत्री भारतीय जनतेपुढे सांगत नाहीत. यामुळे संरक्षणमंत्री या नात्याने मी संसदेलाही विश्वासात घेत नाही, असा आभास निर्माण झाला आणि मी मात्र जास्त गोपनीयवादी ठरलो.''

यानंतर डाव उलटवल्याच्या आनंदात चव्हाणांनी पंतप्रधानांना सांगितले की, यापुढे सभागृहाला मी अधिकाधिक विश्वासात घेण्याचे ठरवले आहे.

नंतर चर्चेचा ओघ नेफा चौकशी समितीच्या कामकाजाकडे वळला. पंडितजींची काळजी उघड दिसत होती की, या चौकशीत लष्करी अधिकारी दिल्लीतील राजकारण्यांवर दोष लादण्याचा संभव आहे. चव्हाणांनी त्यांना आश्वासन दिले की, जनरल चौधरींबरोबर आपले बोलणे झाले असून, अशा तऱ्हेचा प्रयत्न होणार नाही, असे त्यांनी आश्वासन दिले आहे.

मला चव्हाणांनी सांगितले, ''पंडितजींचे मन त्यांचे त्यांनाच खात आहे, हे उघड दिसले. पंतप्रधानांनी आणखी एका विषयाला हात घातला. लेफ्टनंट जनरल कौल यांच्याबाबतच्या माझ्या मताबद्दल ते शंकित होते. मी पंतप्रधानांना निक्षून सांगितले की, लष्कराशी त्यांचा कोठलाही संबंध येण्यास मी मान्यता देणार नाही.''

तरीही पुन्हा पंतप्रधानांनी विचारले, ''कौल यांच्या राजीनाम्याबद्दल लष्करात काय भावना आहेत?''

चव्हाणांनी सांगितले की, त्यांच्या माहितीप्रमाणे सर्वांना आनंदच झाला आहे.

शेवटी पंतप्रधान म्हणाले, ''मी त्यांच्यासाठी धर्म तेजाकडे एखादी जागा शोधण्याचा प्रयत्न करत आहे.''

पंतप्रधानांनी कौल यांच्यासाठी जयंत शिपिंग कॉर्पोरेशनमध्ये काही व्यवस्था केली आहे, हे चव्हाणांना माहीत नव्हते.

१ एप्रिल, १९६३ची तीनमूर्तीमधील ही भेट संपताच पंतप्रधानांनी चव्हाणांचा हात धरून सांगितले,

"तुमच्यावर माझा पूर्ण विश्वास आहे आणि माझा तुम्हाला सदैव पाठिंबा राहील, त्याविषयी तुम्ही नि:शंक असावे."

बिजू पटनाईक प्रकरणानंतर चव्हाणांना पंडितजींबरोबरचे आपले नाते एका निराळ्या [illegible] प्रस्थापित झाल्यासारखे वाटले. त्यांना अधिक विश्वास वाटू लागला आणि मनावरचा ताण कमी झाला. साहजिकच यानंतर २१ मार्च, १९६३च्या चव्हाणांच्या पत्राला पंतप्रधानांच्या वेगळ्या उत्तराची अपेक्षा उरली नाही.

■

१६

आमरसाचे अजीर्ण : एक सुपरिणाम

११ जूनला मंत्रिमंडळाच्या बैठकीनंतर यशवंतरावजी मुंबई आणि नाशिकच्या दौऱ्यावर रवाना झाले. तेथूनच त्यांनी कळविले की, इंदूरला जाऊन आपण १५ तारखेस परत येऊ. माझ्या मुलाचा वाढदिवस घरी साजरा करावयाचा असल्यामुळे, मी त्यांच्याबरोबर या दौऱ्यात गेलो नव्हतो. १३ जून रोजी डोंगरेंचा नाशिकहून फोन आला की, साहेब आजारी आहेत. त्यांनी सूचित केले की, त्यांचे आजारपण हृदयाशी निगडित आहे.

ती रात्र चव्हाणांना अस्वस्थतेत गेली. नाशिक आणि मुंबईच्या नामवंत डॉक्टर्सनी त्यांना तपासले; पण पुढचे ४८ तास गेल्याशिवाय निश्चित काही सांगता येणार नाही, असे मला सांगण्यात आले.

मी ताबडतोब ही वार्ता कॅबिनेट सेक्रेटरी एस.एस.खेरा यांना सांगितली आणि ती पंतप्रधानांपर्यंत पोहोचली. तासाभरातच खेरा यांना फोन आला की, त्यांनी स्वत: नाशिकला जावे आणि संरक्षणमंत्र्यांना दिल्या जाणाऱ्या वैद्यकीय मदतीची खातरी करून घ्यावी, अशी पंतप्रधानांची आज्ञा आहे.

मी तत्काळ मुंबई आणि नाशिकला कॅबिनेट सेक्रेटरींच्या भेटीची वार्ता कळविली आणि व्यवस्थेविषयी सूचना दिल्या. दुपारी जेव्हा मला सांगण्यात आले की, खेरांऐवजी सरीन मुंबईला गेलेत आणि ते नाशिकला जाणार आहेत, तेव्हा मला आश्चर्य वाटले. कारण सरीन यांची भेट यशवंतरावजींना कितपत मानवेल, याची मला शंका होती. विशेषत: पंतप्रधानांनी सरीन यांना पाठवले, ही गोष्ट त्यांना निश्चित स्वागतार्ह वाटली नसती.

त्याच दुपारी मी कॅबिनेट सेक्रेटरी खेरा यांच्याकडे जाऊन यशवंतरावजींच्या प्रकृतीची माहिती दिली आणि सरीन यांच्या नाशिक भेटीबाबतची माझी भीती व्यक्त केली. त्यांनी लगेच प्रतिसाद दिला नाही. त्याच रात्री उशिरा मला झोपेतून उठवून खेरांनी सांगितले की, मी नाशिकला जावे आणि माझा अभिप्राय पंतप्रधानांना कळवावा.

मी ताबडतोब जाण्याची व्यवस्था केली. लष्कर आणि वायुसेनेची सर्व साधने उपलब्ध होतीच. दुसऱ्या दिवशी भल्या पहाटे मी नाशिकला पोहोचलो. यशवंतरावांना, वेणूताईंना आणि डॉक्टरांना भेटलो आणि एकंदर परिस्थितीचा अंदाजही घेतला.

आदल्या दिवशी रात्री सरीनही नाशिकला पोहोचले होते. मी त्यांना सक्त ताकीद दिली, कृपा करून यशवंतरावजींना आपले तोंड दाखवू नका.

त्याच दिवशी सकाळी यशवंतरावजींच्या हृदयाचा ई.सी.जी. काढला होता आणि असे ठरले की, मी हे दोन्हीही ई.सी.जी. घेऊन मुंबईला जावे आणि यशवंतरावजींच्या वैयक्तिक डॉक्टरांना दाखवावे. सरीनना मुंबईला जावयाचे होतेच. सरीन आणि मी लष्कराच्या खास गाडीतून मुंबईला निघालो. या चार तासांत आमची जी चर्चा झाली, त्याने सरीन यांच्या यशवंतरावजींबरोबरच्या संबंधांत जमीन-अस्मानचा फरक पडला. एका अर्थी हा योगायोगच होता.

उलटलेल्या सहा महिन्यांत मंत्रालयाच्या विविध कार्यांशी माझा खूपच परिचय झाला होता. मी संरक्षणमंत्र्यांबरोबर अनेक आघाड्यांना भेटी दिल्या होत्या. लष्करी तुकडीतील जवानांशी बोललो होतो. साहित्यनिर्मितीच्या कारखान्यांना भेटी दिल्या होत्या आणि लष्करी यंत्रणेबद्दल अनेक अधिकाऱ्यांबरोबर बोललो होतो. सरीन यांच्या भारताच्या संरक्षण-यंत्रणेतील कामगिरीबद्दल माझे मत बनविण्यास या भेटी उपयुक्त ठरल्या. मी सरीन यांना वरचेवर भेटत असे. या वेळी सरीन आणि संरक्षणमंत्री यांच्यामधील दुराव्यासंबंधीही बोलणे होई. सरीन यांची कामावरची निष्ठा, कठोर परिश्रम आणि ध्येय यांचा माझ्यावर मोठा प्रभाव पडला. खरे म्हणायचे, तर माझ्या नकळतच मी त्यांचा चाहता बनलो. माझ्या लक्षात होते की, अनेकांनी मला सावध राहण्याचा इशारा दिला होता आणि हरीश सरीन यांच्या व्यक्तिमत्त्वाच्या प्रभावाखाली येऊ नका, असे सांगितले होते; पण त्यांची कामाची पद्धत आणि उरकच असा होता की, कोणीही प्रभावित व्हावे. पंतप्रधानही त्यांचे चाहते होते.

आमचा नाशिक ते मुंबई हा प्रवास सह्याद्रीच्या घाटातून. तो प्रवास नेहमीच सुखद. त्या दिवशी हलका पाऊस झाला होता आणि सर्व काही स्वच्छ आणि हिरवेगार दिसत होते. घाट सोडून राजमार्गाला लागल्यावर यशवंतरावांच्या मनात सरीन यांच्याबद्दल असलेल्या शंकांचा मी उल्लेख केला. मी त्यांना सांगितले की, जर या मनःस्थितीत मी बदल घडवून आणू शकलो, तर मला आनंदच वाटेल. खुद्द सरीन भावविवश झाले आणि त्यांनी मला त्यांची कथा सविस्तर सांगितली.

सर्वप्रथम त्यांचा नाशिकचा दौरा. खेरांनी त्यांना नाशिकला जाण्यास सांगितले, तेव्हा सरीन आश्चर्यचकित झाले. वस्तुतः त्यांनी कॅबिनेट सेक्रेटरी खेरा यांच्यासाठी विमानाची व्यवस्था केली होती; पण अचानक खेरा यांनी सरीननाच नाशिकला जाण्यास सांगितले, तेव्हा सरीननी आपले जाणे कितपत रुचेल, याबद्दल शंका व्यक्त केली.

त्यांनी खेरांना सांगितले, "यशवंतरावजी मला बाहेरचा दरवाजा तर दाखविणार नाहीत?"

यावर खेरांनी त्यांना सांगितले, "तुम्हीच जा. मी तुम्हाला आज्ञा देत आहे."

म्हणून सरीनसमोर दुसरा पर्याय नव्हता आणि ते नाशिकला कसेबसे पोहोचले.

सरीन यांना लहानपणापासून संरक्षण दलाचे आकर्षण आणि भावनात्मक जवळीक वाटत असे, यामुळे ते या खात्यातील कार्यात बुडून गेले होते. ते स्वतः या खात्यात प्रथम कसे रुजू झाले, याची माहिती त्यांनी दिली.

सरीन १९४० सालच्या बिहार गटातील आय.सी.एस. अधिकारी. प्रथम त्यांची महत्त्वाच्या अशा अर्थ आणि व्यापार (Finance and Commerce pool) गटात निवड झाली आणि त्यांची सर्व हयात या आर्थिक गटातच जाणार, हे स्पष्ट झाले. तो काळ १९४६चा, स्वातंत्र्यपूर्व हंगामी मंत्रिमंडळाचा (Interim Government) होता आणि अर्थखाते लियाकत अली खान यांच्याकडे होते.

सरदार बलदेवसिंग त्या वेळी संरक्षणमंत्री होते. त्यांना आपला स्वीय सचिव म्हणून कुणीतरी तरुण आय.सी.एस. ऑफिसर हवा होता. बलदेवसिंगांना इंग्लिश भाषेची जाण कमी. अधिकारी पंजाबी बोलणारा, पण पंजाबमध्ये काम न केलेला, असा ते शोधत होते आणि सरीन या सर्व चौकटीत चपखल बसणारे होते. ते जन्माने पंजाबी, आय.सी.एस. बिहार गटातले आणि पंजाबात कधीही काम न केलेले असे अधिकारी होते. त्यांचे बालपण आणि शिक्षण उत्तर प्रदेशात झाले होते, ही आणखी एक जमेची बाजू होती. म्हणून बलदेवसिंगांना सरीन हे स्वीय सचिव हवे होते; परंतु लियाकत अली खान यांना अर्थ आणि व्यापार गटातील अधिकारी त्या कामासाठी सोडण्याची कल्पना मानवली नाही. २१ नोव्हेंबर, १९४६ रोजी भारतातील एक शिष्टमंडळ इंग्लंडचे पंतप्रधान क्लेमंट ॲटली यांच्या आमंत्रणावरून लंडनला जावयाचे होते. सरदार बलदेवसिंग यांचा समावेश शीखांचा प्रतिनिधी म्हणून झाला होता. बलदेवसिंगांनी लियाकत अली खानांना कळवले की, आपण शिष्टमंडळाबरोबर जाऊ शकत नाही. कारण मला योग्य स्वीय सचिव मिळालेला नाही. लियाकत अली खानने आपला निर्णय बदलला आणि ताबडतोब सरीन यांना संरक्षणमंत्र्यांबरोबर जायला सांगितले. घाईगर्दीने केवळ काही तासांत सरीन यांचा पासपोर्ट आणि इतर

कागदपत्रे तयार करण्यात आली आणि धावत-पळत त्यांनी सफदरजंग विमानतळ गाठला. पंडितजी आणि इतर सभासदांना घेऊन जाणाऱ्या डाकोटा विमानात ते शिरले. दिल्लीतून विमान प्रथम कराचीला थांबणार होते.

कराची विमानतळावर पंडितजींचे लक्ष या नव्या प्रवाशाकडे गेले आणि त्यांनी विचारले, "आपण कोण?"

सरीननी आपली ओळख, 'संरक्षणमंत्र्यांचे नवे स्वीय सचिव' अशी करून दिली.

पंडितजींनी विचारले, "तुमची नेमणूक केव्हा झाली?"

सरीन उत्तरले, "आजच सकाळी."

पंडितजी आश्चर्याने म्हणाले, "आज सकाळी तुमची नेमणूक झाली आणि तुम्ही इथे पोहोचलात?"

सरीन म्हणाले, "येस, सर."

पंडितजी किंचित गोंधळले आणि म्हणाले, "मला दिसला नाहीत, कोठे होतात?"

सरीन म्हणाले, "सर, मी तुमच्याच मागच्या जागेवर बसलो आहे."

हरीश सरीन या शिष्टमंडळात कसे, याचा उलगडा विमानतळावर झाला. पंडितजी एकदम सरीनकडे वळले आणि त्यांनी विचारले,

"आपण कधी भेटलो आहोत का?"

सरीन म्हणाले, "येस, सर."

सरीननी खुलासा केला की, ते जेव्हा अलाहाबादला विद्यार्थी होते, तेव्हा आनंद भवनजवळ तीन-चार विद्यार्थी एकत्र बसलेले पंडितजींनी पाहिले होते आणि 'कोण, रे, तुम्ही?' अशी हाक मारली होती.

सरीन हसू लागले, त्यांनी मला सांगितले की, आम्ही तेथे कसे शिरलो, हे पंडितजींना सांगावेसे वाटले; पण सांगितले नाही. कारण त्यांच्या भगिनी कृष्णा हाथीसिंग यांच्या लग्नाचा सोहळा पाहण्यास आम्ही अनाहूतपणे गेलो होतो आणि आम्हाला पंडितजींचे दर्शन झाले होते.

त्यानंतर त्यांनी पंडितजी आणि इंदिराजी यांच्याशी त्यांचा परिचय कसा वाढत गेला, हेही सांगितले. त्याचबरोबर कृष्ण मेनन यांनी या सर्व खात्याला एक नवे वळण दिले, त्यात राजकीय, मुत्सद्दी [illegible] आणि सैनिकी भाग कसा होता, हेही सरीननी विस्ताराने सांगितले. कृष्ण मेननसारख्या अत्यंत बुद्धिवान, स्पष्ट राजकीय विचारांच्या आणि भावनाप्रधान माणसाशी त्याने आपले संबंध कसे प्रस्थापित केले, हेही सांगितले. त्याचबरोबर कृष्ण मेनन यांनी युद्ध-साहित्यनिर्मितीच्या बाबतीत

केवढे मोठे योगदान दिले आणि त्याची खरी किंमत कळण्याला काही वर्षे लागतील, हेही सांगितले. नॅशनल डिफेन्स कॉलेज उभारण्यात त्यांचा हात होता आणि देश संरक्षण-साहित्याबाबत स्वयंपूर्ण झाला पाहिजे, बड्या राष्ट्रांच्या दारात त्याला जावे लागू नये, अशी त्यांची तीव्र इच्छा नव्हे, तर स्वप्न होते.

कृष्ण मेनन यांना एकदा पसंत पडलेल्या माणसाबद्दल किती घनिष्ठ जवळीक वाटत असे आणि त्या व्यक्तीच्या भल्याबुऱ्या प्रसंगात ते कसे ठामपणे त्याच्या बाजूला उभे राहत, हेही सरीन यांनी सांगितले. त्याचे उदाहरण म्हणून त्यांच्या स्वत:च्या अतिरिक्त सेक्रेटरी पदाच्या पदोन्नतीच्या घटनेचे दिले. ती नेमणूक एक महिना पूर्वीच्या तारखेपासून धरावी, असे म्हटल्याबरोबर खूपच गैरसमज निर्माण झाले.

सरीन म्हणाले, "खरे तर, माझ्या पदोन्नतीला त्यांनी विरोध केला होता. कारण काय, तर माझ्याऐवजी दुसऱ्या एखाद्या सहसचिवाला पदोन्नती द्यावी, असा त्यांचा आग्रह. ते अधिकारी संरक्षण खात्यात वायुदलाशी संबंधित काम पाहत. ते अधिकारी माझ्यापेक्षा सेवेत वरिष्ठ असल्यामुळे कृष्ण मेनन यांचा आग्रह बरोबरच होता."

या दोघांच्या पदोन्नतीची प्रकरणे कॅबिनेट नेमणूक समितीपुढे गेली, तेव्हा यांची पदोन्नती १ ऑक्टोबर, १९६२पासून मान्य करण्यात आली; परंतु दुसऱ्या अधिकाऱ्याची पदोन्नती समितीने मान्य केली नाही. आपली शिफारस मान्य न झाल्यामुळे कृष्ण मेनन खवळले. एक महिन्यापर्यंत त्यांनी सरीन यांनाही ॲडिशनल सेक्रेटरीच्या जागेवर रुजू करू दिले नाही. ती जागा रिकामीच राहिली. १ नोव्हेंबर, १९६२ रोजी नेहमीच्या प्रथेप्रमाणे दरवाजा बंद करून आपल्या खोलीत सरीन काम पाहत होते. तेवढ्यात कोणीतरी दारावर काठीने जोरजोरात टकटक करीत आहे, असे त्यांना आढळले. सरीनने ओळखले की, हे संरक्षणमंत्री असणार. त्यांनी दार उघडले. कृष्ण मेनन आत आले. सवयीप्रमाणे त्यांनी आपली काठी टेबलावर आपटली. सरीनने, 'काय घडले आहे?' असे विचारले. कृष्ण मेनननी सांगितले त्यांचे संरक्षणमंत्रिपदाच्या राजीनाम्याचे पत्र रवाना झाले असून, कुठल्याही क्षणी राष्ट्रपती तो स्वीकारतील. राजीनामा स्वीकारण्यापूर्वी सरीन यांनी ॲडिशनल सेक्रेटरीच्या जागी बसावे, अशी त्यांची इच्छा आहे.

कृष्ण मेनन लगबगीने आपल्या खोलीत गेले आणि स्वत:च्या हाताने त्यांनी हुकूम लिहिला की, 'एच.सी. सरीन यांना संरक्षणमंत्रालयात १ ऑक्टोबरपासून अतिरिक्त सेक्रेटरी म्हणून नेमले आहे.' सरीनना हा हुकूम मिळाला, तेव्हा त्यांना नवल वाटले. ते त्या वेळचे संरक्षण सचिव पुल्ला रेड्डी यांच्याकडे गेले

आणि त्यांना विचारले की,

"आपण एक महिन्याच्या काळात जॉइन्ट सेक्रेटरी म्हणून काम करत असताना, अशी नेमणूक कशी करता येईल? ज्या जागी आपण काम केले नाही, त्या जागेचा पगार कसा घेता येईल?"

पुल्ला रेड्डीने त्यांना सांगितले की,

"ए.सी.सी ने मान्य केलेली नेमणूक आणि संरक्षणमंत्र्यांनी दिलेला हुकूम १ ऑक्टोबर, १९६२पासूनच अमलात आणला पाहिजे."

सरीनने सांगितले की, असा हुकूम असला तरी आपल्याला मिळणारे एका महिन्याचे जादा ५०० रुपये दिले जाऊ नयेत.

जेव्हा हेही मान्य झाले नाही, तेव्हा शेवटी ही रक्कम त्यांनी राष्ट्रीय संरक्षण निधीला देऊन टाकली.

प्रवासातील चार तासांच्या गप्पांनंतर आम्ही मुंबईला पोहोचलो आणि यशवंतरावांची प्रकृती आणि सवयी माहीत असलेल्या डॉक्टरकडे गेलो. त्यांनी ई.सी.जी. पाहिले आणि हृदयाला काहीही धक्का नाही, यशवंतरावांनी भोजनाच्या वेळी खाल्लेल्या आमरसाचा हा परिणाम आहे, असे सांगितले.

सरीन मुंबईहून विमानाने दिल्लीला गेले आणि मी नाशिकला परतलो.

सरीन आणि मी त्या चार तासांत काय बोललो, हे यशवंतरावांना मी बरेच दिवस सांगितले नाही.

काही दिवसांनंतर पंतप्रधानांचे पत्र यशवंतरावांना मिळाले. त्यांनी सुरुवातच अशी केली :

'मनाला बसलेल्या धक्क्यापेक्षा नंतरचा निर्वाळा फार मोलाचा होता.'

अर्थात हा संदर्भ यशवंतरावजींचा आजार आणि त्याबद्दलचे निदान याबद्दलचा होता.

पंतप्रधानांनी पुढे लिहिले, 'आपल्याला हृदयविकाराचा झटका आला आणि तो कितीही सौम्य असो, मला खराच वाटला नाही. तुमच्या प्रकृतीबद्दल एक सुदृढ व्यक्ती अशी माझी भावना आहे. सुदैवाने पहिली बातमी खोटी ठरली.'

चव्हाणांची प्रकृती काळजी करण्यासारखी नाही आणि ते जून १७ तारखेच्या कॅबिनेटच्या खास कमिटीच्या सभेत येत आहेत, याबद्दल आनंद व्यक्त करून पंडितजींनी लिहिले,

'आपण येत आहात, ही गोष्ट बरी वाटली, तरीही पूर्ण बरे होईपर्यंत आपण प्रवास करावा की, नाही, अशी काळजी वाटली. आपण अशा बाबतीत डॉक्टरांच्या सल्ल्याप्रमाणेच वागावे.'

मी लगेच पंडितजींना आभाराचे पत्र तयार केले. त्यात यशवंतरावजींनी नमूद केले,

'माझ्या नाशिकच्या अकस्मात आजाराने मलाही धक्का बसला. अशा आणीबाणीच्या काळी मी आजारी पडावे, याचे वाईट वाटले. सर्वांत क्लेशकारक म्हणजे, मला माझ्या दिल्लीतील कामापासून दीर्घकाळ दूर राहावे लागले.'

त्यांनी पंतप्रधानांना अशीही विनंती केली की, आणखी एक आठवडा दिल्लीपासून दूर राहावे लागत आहे, तेव्हा १७ तारखेच्या बैठकीसमोरील महत्त्वाचे विषय तहकूब ठेवावेत आणि पंतप्रधान काश्मीरला जात आहेत, ते परतल्यानंतरच्या बैठकीत ते विषय घ्यावेत.

त्यांची सूचना पंतप्रधानांनी ताबडतोब मान्य केली.

नाशिकमध्ये असताना यशवंतरावजींना आणखी एक हृदयस्पर्शी पत्र आले, ते श्रीमती विजयालक्ष्मी पंडित यांचे. त्या महाराष्ट्राच्या राज्यपाल होत्या. त्या आपल्या पत्रात म्हणतात,

'यशवंतरावजी, मी आपल्या प्रवासातील काही छायाचित्रे वृत्तपत्रांत पाहिली आणि आपण किती भ्रमंती करत आहात, याची काळजी वाटली आणि आज आपल्या आजाराची बातमी वाचली. त्याने तर काळजी वाढलीच. कळत नकळत आपण आपल्या पंतप्रधानांच्या पद्धतीने भ्रमंती करत आहात; पण मला वाटते, हा खुळेपणा आहे. पंडितजींचे सर्वच निराळे. ती नियतीच त्यांना एक तऱ्हेचे संरक्षण देते. आपण साधी माणसे नियतीवर अशा तऱ्हेचा बोजा टाकू शकत नाही.'

त्या पुढे लिहितात, 'तुम्ही अतिशय मोलाचे काम करत आहात आणि आज देशाला तुमची गरज आहे. प्रकृतीची योग्य काळजी घ्या आणि आपले डॉक्टर्स सल्ला देतील, त्याप्रमाणे वागा. मी हे लिहीत आहे, ते आपणांस माझा धाकटा भाऊ समजून. म्हणून असे लिहिण्याबद्दल मला खंत वाटत नाही.'

विजयालक्ष्मींचे हे पत्र यशवंतरावजींच्या मनाच्या तारा छेडून गेले.

काही दिवसांच्या विश्रांतीने ते उत्तम रीतीने बरे झाले आणि मुंबईला आले.

या विश्रांतीच्या दिवसांत मी त्यांच्याबरोबर होतो आणि साहजिकच अनेक गोष्टींवर गप्पा होत. अशा एका दिवशी नाशिक सोडण्यापूर्वी मी यशवंतरावांना सरीनसंबंधी सर्व माहिती सांगितली.

माझे मत सांगितले की, सरीन हे एक उत्कृष्ट दर्जाचे सनदी नोकर आहेत

आणि कुठल्याही परिस्थितीत त्यांना संरक्षणमंत्रालयातून सोडू नये, असे वाटते.

त्या वेळी यशवंतरावांनी सर्व शांतपणे ऐकून घेतले. ते काही बोलले नाहीत.

आम्ही दिल्लीला परतल्यानंतर यशवंतरावजींनी पहिली गोष्ट केली, ती कॅबिनेट सेक्रेटरींना बोलावले आणि सांगितले की, 'एच.सी. सरीन यांना संरक्षणमंत्रालयातून हलवायचे नाही. अर्थात सरीन यांना सेक्रेटरी म्हणून पदोन्नती मिळावयाची असल्यास प्रश्न मिटला.'

यशवंतरावजींनी माझा अभिप्राय आणि सल्ला मानला, याचा मला आनंद वाटला.

पुढे १९६४च्या जूनमध्ये विश्वास न बसणारी गोष्ट घडली. सरीन यांना संरक्षण खात्यातून बढती मिळून त्यांची नेमणूक नागरी विमान वाहतूकखात्याच्या सेक्रेटरी पदावर झाली. यशवंतरावजींनी त्या वेळी पंतप्रधानपदी असलेल्या लालबहादूर शास्त्रींना खास विनंती केली की, सरीन यांची पुन्हा संरक्षणखात्यातच बदली करावी आणि घडले असे की, सहा आठवड्यांतच सरीन यांना पुन्हा संरक्षणखात्यात पाठवण्यात आले आणि तेसुद्धा संरक्षण उत्पादन खात्याचे सेक्रेटरी या नात्याने.

त्यानंतर १९६४च्या ऑगस्टपासून कित्येक वर्षे – ते सेवानिवृत्त होईपर्यंत, सरीननी संरक्षण उत्पादन आणि नंतर संरक्षणखात्याचे सेक्रेटरी म्हणून काम केले. निवृत्तीपूर्वी सरीन हे सर्वांत जास्त काळ म्हणजे एकवीस वर्षे एका खात्यात काम केलेले असे अतुलनीय अधिकारी ठरले. पूर्वी एखाद्या खात्यात अशा अधिकाऱ्याने इतकी वर्षे काम केले, असे कधी घडले नाही; पुढे कधी घडेल, अशी शक्यताही नाही.

मौजेची गोष्ट आहे की, एखाद्या आमरसामुळे कुणाला आजार व्हावा आणि त्याचा प्रत्यक्ष फायदा हरीश सरीन यांना मिळावा. सरीन यांना त्यांच्या आवडीचे आणि देशाला उपयुक्त असे काम करायला मिळाले आणि मला एक शुभचिंतक मिळाला.

या प्रसंगामुळे मोठ्या राजकीय नेते मंडळींच्या आजारपणात, राजकारण दूर राहू शकत नाही, याचाही मला अनुभव मिळाला. त्या 'आजारपणा'विषयी 'महाराष्ट्र टाइम्स'ने 'गोड, तिखट आणि ओले' या शीर्षकाखाली लिहिले :

'यशवंतराव दौऱ्यावर असताना नाशिक मुक्कामी आले आणि एकाएकी आजारी पडले. एक बातमी अशी होती की, भोजनात आमरस आला. तो बाधला आणि पोटात अस्वस्थता निर्माण झाली.

...त्यांच्या आजारासंबंधी पत्रके काढली गेली. त्यापैकी एकात यशवंतरावांना सौम्य हृदयविकार असावा, असेही सूचित केले गेले ... हृदयविकाराच्या उल्लेखामुळे केवढा तरी गोंधळ झाला बरे! मागाहून मग पत्रकावर पत्रके काढून 'हृदय नव्हे, पोट' असे पुन:पुन्हा सांगावे लागले!

...यशवंतरावांना हृदयविकार झाला आहे, असे जर एकदा ठरले, तर त्यांच्या आरोग्याची तीव्र काळजी दिल्लीत अनेकांना वाटू लागेल आणि 'प्रकृतीच्या हितास्तव' त्यांनी परिश्रम कमी करणे, किंबहुना विश्रांती घेणे किती आवश्यक आहे, याच्या विवंचना अनेक गोटांत सुरू होतील. दिल्लीच्या बादशाह्या नष्ट झाल्या असल्या, तरी वाणाचा गुण नष्ट झालेला नाही ...

...म्हणूनच यशवंतरावांचे हृदय ठीक नाही, असे शब्द, अनवधानाने का होईना, बाहेर पडले, हे बरे झाले नाही.'

जे 'महाराष्ट्र टाइम्स'ने लिहिले, त्यात बरेच तथ्य होते. दिल्लीत बरेच नेते यशवंतराव चव्हाणांच्या प्रकृतीकडे 'लक्ष' देऊन होते. काहींची निराशाही झाली असावी.

■

१७

कामराज योजनेची कुणकुण आणि चव्हाण

१९६३च्या सुरुवातीला काँग्रेस पक्षाची पुनर्घटना आणि मंत्रिमंडळातील फेरबदल याबाबतच्या बातम्या येऊ लागल्या. काँग्रेस महासमितीच्या अनेक सदस्यांनी खास अधिवेशन बोलावून पक्षबांधणीबाबत विचार करावा, असे सुचविले.

२० जून, १९६३पर्यंत मीही दिल्लीत रुळलो, स्थिरावलो होतो. मला असे जाणवले की, दिल्लीमध्ये आपली उपयुक्तता वाढवायची असेल, तर सर्व बाजूंनी माहिती मिळवण्याची कुवत असली पाहिजे. यासाठी मी माझे स्वत:चे एक वर्तुळ निर्माण केले. त्यामार्फत राजकीय क्षेत्रातल्या खऱ्या माहितीबरोबर दिल्लीमधील अफवा, गप्पाही मला आपोआप समजू लागल्या. या जोडीला संरक्षणमंत्रालयात दोन अनुभवी आणि मान्यता पावलेले पत्रकार होते. त्यांची मला मदतच झाली. ते म्हणजे श्री. एम.एल. भारद्वाज आणि त्यांचे सहकारी श्री. यु.एम. मीरचंदानी. हे दोघेही शिकारी कुत्र्याप्रमाणे भक्ष्यावर लक्ष ठेवून असत.

प्रसंगोपात स्तंभलेखक कुलदीप नायर आणि राजेश्वरप्रसाद यांची मदत होई. राजेश्वरप्रसाद गृहमंत्र्यांचे खाजगी चिटणीस म्हणून काम पाहत. या मार्गाने मला मंत्रीमंडळ फेरबदलासंबंधी पहिला सुगावा लागला. त्या योजनेला पुढे 'कामराज योजना' असे नाव मिळाले. मला कळले की, दोन योजनांवर चर्चा चालू आहे. एका योजनेप्रमाणे काँग्रेस संघटना बळकट करण्यासाठी काही अनुभवी मंत्री आणि राज्याचे मुख्यमंत्री यांनी आपणहून संघटनेत काम करण्याची तयारी दर्शविली आहे. दुसरा पर्याय असा की, काही कर्तबगार तरुण मुख्यमंत्र्यांना दिल्लीत आणावे आणि केंद्रीय सरकारच्या कारभारात सुधारणा घडवून आणून, पंतप्रधानांचे हात बळकट करावेत. वस्तुत: या दोन्ही योजना परस्परावलंबी आणि पूरक होत्या.

दिल्लीत या चर्चा चालू असताना ऑगस्ट ६३च्या सुरुवातीला यशवंतरावांची काश्मीर खोऱ्याला चार दिवसांची भेट ठरवली. ४ ऑगस्ट रोजी ते श्रीनगर

विमान-तळावर उतरले, तेव्हा त्यांचे उत्साहपूर्ण भव्य स्वागत झाले. काश्मीरचे मुख्यमंत्री बक्षी गुलाम महंमद आणि त्यांचे सर्व सहकारी नव्या संरक्षणमंत्र्यांच्या स्वागतास उपस्थित होते. आम्हाला राज्य सरकारच्या 'चश्माशाही' या अतिथिगृहात उतरविण्यात आले. मुगल बादशहा जहांगीर आणि बेगम नूरजहाँ या प्रसिद्ध बागेतील महालात उन्हाळ्यात ऐश करीत असत. त्या बागेच्या शेजारीच 'चश्माशाही'चे सुंदर अतिथिगृह आहे.

यशवंतरावजींना ही सुट्टी मोठी आल्हाददायक आणि तणावरहित विश्रांती देणारी ठरली. माझ्या अजूनही लक्षात आहे, ती शाही मेजवानी. सदर-ए-रियासत करणसिंग यांनी त्यांच्या अतिसुंदर अशा 'करण' निवासमध्ये ही मेजवानी दिली होती. निवासाच्या एका बाजूला प्रसिद्ध 'दाल लेक' पसरलेले होते, तर दुसऱ्या बाजूला सदाबहार काश्मीर खोऱ्यातील हिरवा गालिचा पसरला होता. सदर-ए-रियासत करणसिंग यांच्याशी बोलताना भारतीय कलाकौशल्याबद्दल माझे थोडे प्रबोधन झाले. या करण निवासाच्या भव्य दालनात टांगलेल्या सतीश गुजराल या चित्रकाराच्या दोन भव्य चित्रांबद्दल मी चार-दोन प्रश्न विचारले. कदाचित याच प्रसंगाने माझ्या मनात कला आणि कलाकार यांच्याबद्दलचे प्रेम आणि कुतूहल जागे झाले आणि आजवर मी त्याचा पाठपुरावा करत आनंद लुटत आहे. हा माझा छंद मला तसा लाभदायक ठरला, कारण भारतीय कला आणि कलाकार यांना आता मानमान्यता मिळाली असून, ती एक जमेची बाजू झाली आहे.

काश्मीरच्या या मुक्कामात चव्हाणांनी श्रीनगरच्या आसपासच्या लष्कराच्या छावण्यांना भेटी दिल्या. एका आल्हाददायक सुप्रभाती सोनमर्गचे सौंदर्य पाहिले आणि दाल-लेकच्या शिकाऱ्यामध्येही एक फेरफटका मारला. माझ्यापुरता मीही सुटीच्या मन:स्थितीत होतो. फुरसतीच्या वेळी वाचावयाची म्हणून बाजूस ठेवलेली पुस्तके आणि अहवाल वाचून काढत होतो. त्या रम्य वातावरणात आम्ही जणू दिल्ली आणि तेथील काँग्रेस पक्षाचे अस्तित्व विसरून गेलो होतो.

असा आल्हाददायक वेळ जात असताना आम्हाला कळले की, मोरारजीभाई आणि त्यांचे सहकारी अमरनाथच्या यात्रेहून परतत आहेत आणि त्यांचा मुक्कामही 'चश्माशाही' आरामगृहातच होणार आहे. तिसऱ्या प्रहरी मोरारजीभाई आणि त्यांच्या पत्नी 'चश्माशाहीत' येऊन पोहोचले. त्यांच्याबरोबर अर्थखात्यातील उपमंत्री श्रीमती तारकेश्वरी सिन्हा आणि त्यांचे अतिरिक्त स्वीय सचिव रघुनाथजी नाईक होते. इतरही काही मंडळी होती. ते येताच आम्ही सर्वांनी त्यांचे बाहेर जाऊन स्वागत केले. मोरारजीभाईंनी चव्हाणांची स्निग्ध प्रेमाने भेट घेतली.

ते आपल्या माडीवरच्या कमऱ्याकडे जात असता माझ्याकडे बघून म्हणाले, ''दिल्लीची काही खास बात आहे का?''

मी हळूच सांगितले, ''वर येऊन आपणांशी समक्षच बोलेन.''

वर गेल्यानंतर लगेचच मोरारजीभाईंनी मला बोलावून घेतले आणि विचारले.

मी सांगितले, ''सर, वार्ता चांगली नाही.''

मी त्यांना दिल्लीतील वार्ता सांगितली की, मंत्रिमंडळातील काही अनुभवी मंत्र्यांना काँग्रेस पक्षाच्या नवचैतन्यासाठी मंत्रिमंडळातून वगळण्यात येणार आहे.

शंकित मुद्रेने मोरारजींनी माझ्याकडे पाहिले आणि विचारले,

''या वार्तांचा उगम कोठून आहे?''

मी सांगितले की, याचे निश्चित मूळ कोठे आहे, हे सांगू शकणार नाही. कारण ही दिल्लीतील अफवा आहे, असेच मी सांगितले होते.

मोरारजीभाई आपल्या नेहमीच्या थाटात म्हणाले,

''असल्या अफवा-गप्पांत गुंतू नकोस.''

हे उघड दिसले की, या वार्तेने मोरारजीभाई अस्वस्थ दिसले. अमरनाथची पुण्ययात्रा करून परतल्याबरोबर अशी वार्ता त्यांना ऐकावयास मिळावी, हे त्यांना आवडले नसावे.

दुसऱ्या दिवशी चव्हाण आणि आम्ही मंडळी श्रीनगर सोडून दिल्लीला परतलो. दुसऱ्याच दिवशी म्हणजे ८ ऑगस्ट, १९६३ रोजी काँग्रेस कार्यकारिणीची बैठक झाली आणि कामराज योजनेला तत्त्वत: मान्यता देण्यात आली. कोणत्या पोक्त काँग्रेस नेत्याला आपल्या सरकारी जबाबदारीतून मुक्त करावे आणि पूर्ण वेळ पक्षीय कामाला लावावे, याचा निर्णय पंतप्रधानांवरच सोपविण्यात आला.

९ ऑगस्ट रोजी काँग्रेस महासमितीची बैठक झाली आणि पंडित नेहरूंनी स्वत: पंतप्रधानपद सोडून संघटनेच्या कामाला वाहून घेण्याचा व्यक्त केलेला मनोदय पूर्णत्वाने फेटाळून लावला. मात्र वर्किंग कमिटीने मान्य केलेल्या कामराज योजनेवर औपचारिक शिक्कामोर्तब केले.

पुढील काही दिवस दिल्लीतील राजकीय वातावरण तर्कवितर्क आणि वार्ता-अफवा यांनी भरून गेले होते.

आम्ही मात्र १३ ऑगस्ट रोजी सुरू होणाऱ्या पावसाळी अधिवेशनाच्या तयारीला लागलो.

१५ ऑगस्ट रोजी चव्हाणांनी प्रथमच कामराज योजनेबद्दल माझ्याशी विषय काढला. १५ ऑगस्टच्या लाल किल्ल्यावरील ध्वजवंदन समारोहाहून परतल्यानंतर लगेचच

मला यशवंतरावांचा त्यांना भेटण्याचा निरोप मिळाला. मला आश्चर्य वाटले. कारण सामान्यपणे रविवारी अगर सुटीच्या दिवशी ते मला बोलावत नसत. एका तऱ्हेने आपला सहकारी कामाच्या दिवशी बारा-चौदा तास कचेरीत असतो. त्याला सुटीचा दिवस कुटुंबीयांसाठी मोकळा मिळावा, ही त्यांची दृष्टी असे.

१, रेसकोर्सवर गेल्याबरोबर मला भास झाला की, केवळ कचेरीच्या कामासाठी चव्हाणांनी मला बोलावलेले नाही. कारण तशी तातडीची कामे आमच्यासमोर नव्हती. त्या वेळेला कामराज योजना या एकाच विषयाने दिल्लीतील हवा भरून गेली होती आणि त्यांच्या मनातही हा विषय असावा, असे गृहीत धरून मीच त्यांना विचारले, "महासचिवांच्या या ठरावाला आपला हार्दिक पाठिंबा आहे का?"

चव्हाणांनी उत्तर दिले, "होय."

त्यांच्या मते, या ठरावाला दोन तऱ्हेने विशेष महत्त्व होते.

ते म्हणाले, "काँग्रेस पक्षासारख्या त्यागाची मोठी परंपरा असलेल्या पक्षात सध्या सत्तेसाठी शर्यत सुरू आहे. प्रत्येकाला कोठे ना कोठे राज्यकारभारातील जागा हवी आहे. या ठरावाने काँग्रेसजनांना त्यांच्या थोर त्यागी परंपरेची आठवण करून दिली आहे. दुसरे असे की, जे सत्तेमध्ये आहेत, त्यांना आपण सत्तेतच सदैव कायमचे असले पाहिजे, अशी हाव आणि इच्छा निर्माण झाली आहे, मग त्यासाठी ते कुठल्याही बऱ्यावाईट मार्गाचा अवलंब करतात. कामराज योजना म्हणजे पक्षहितासाठी श्रेष्ठींनी आपल्या जागा सोडण्यास तयार असावे, असा त्याचा अर्थ आहे."

चव्हाण म्हणाले, "या योजनेमुळे सद्यःपरिस्थितीत खूपच फरक होईल, असे वाटते."

मी त्यांना विचारले, "खुद्द कामराज यांना याबद्दल काय वाटते?"

ते म्हणाले, "राम, कामराज दिसतात, तितके साधेभोळे नाहीत. तेही आपल्यापरीने एक चलाख राजकीय खेळी खेळत आहेत."

चव्हाणांनी खुलासा केला की, या ठरावात नवीन असे काहीच नाही. जुलै ६२च्या मद्रास येथील राष्ट्रीय ऐक्याच्या एका समितीत अशा तऱ्हेच्या योजनेवर थोडी-फार चर्चाही झाली होती. त्या वेळी कामराज यांनी असे म्हणणे जोराने मांडले होते की, काँग्रेस पक्षाची शक्ती आणि प्रभाव कायम राहून, ती एक प्रभावी राजकीय शक्ती ठरावयाची असेल, तर महत्त्वाच्या काँग्रेस नेत्यांनी सरकारातून बाहेर पडून, पक्षामार्फत लोकसेवेला वाहून घ्यावे.

बिजू पटनाईक यांचीही या योजनेच्या निर्मितीत महत्त्वाची भूमिका होती. मात्र ते या विषयाकडे दुसऱ्या टोकाकडून पाहत होते. त्यांच्या मते अत्यंत बुद्धिमान, तरुण आणि कर्तबगार नेते राज्यकारभारात असावेत आणि त्यांच्या

शासकीय कर्तबगारीवर लोकहित साधावे आणि पक्षाने निवडणुकीत दिलेली आश्वासने पूर्ण करावीत.

कामराज योजनेचे आणखी एक अंग सांगताना चव्हाण म्हणाले, "त्यांची ही योजना व्यक्तिगत संबंधातून स्फुरली असल्याने आजच्या घटकेला कामराज स्वत: पक्ष आणि राज्यकारभार या दोन्ही ठिकाणी मद्रासमध्ये सर्वेसर्वा आहेत. त्यांना [illegible] मर्यादांची कल्पना आहे आणि राष्ट्रीय पातळीवर मंत्रिमंडळात आपल्याला जागा मिळण्याची शक्यता कमी, हे ते जाणून आहेत. शिवाय त्यांना भाषेची अडचण आहे आणि अखिल भारतीय स्तरावर स्वत:ला प्रस्थापित करण्याची त्यांना आशा नसावी."

चव्हाण सांगत होते, "या कारणाने कामराज यांनी आपल्यासाठी राज्यस्तरावरचे स्थान निश्चित केले आहे. कामराजांनी असा विचार मांडला आहे की, केंद्रामध्ये प्रभावी पार्लमेंटरी बोर्ड असावे आणि विविध राज्यस्तरांवर संघटनेची देखभाल नामवंत पुढाऱ्यांनी करावी. अशा नेत्यांच्या हाती काही राज्यांतील संघटना सोपवाव्यात. त्यामुळे त्यांची अपेक्षा आणि इच्छा दक्षिणेचे एकमेव नेते बनण्याची असावी."

यशवंतरावांनी खुलासा केला की, एस.के. पाटलांच्या समवेत आपण या योजनेला विरोध केला होता. कारण यामुळे संघटनेचा राष्ट्रीय स्तरावर अंत ठरणार होता. ही गोष्ट स्पष्ट होती की, अशी योजना राबवली, तर लालबहादूरजी हिंदी भाषिक पट्टा आपल्या हाती घेतील. कामराज दक्षिण ताब्यात घेतील आणि अशा रीतीने इतर विभागांचे नेतृत्व दुसरे कोणी करतील. हे सर्व प्रादेशिक दादा बनतील आणि केंद्रीय पार्लमेंटरी बोर्ड हे फक्त नावापुरते राहील.

हे सांगताना यशवंतरावजींच्या चेहऱ्यावर स्मितहास्य उमटले.

ते म्हणाले, "तुला माहीत आहे की, २३ ऑगस्टला कार्यकारिणीच्या बैठकीत पंतप्रधान काय निर्णय जाहीर करणार, यावर बऱ्याच नेत्यांची झोप उडाली आहे. माझे मन अत्यंत शांत आहे. कारण मी केव्हाही परत जाण्यास तयार आहे आणि इतकेच नव्हे, तर लोकांत कार्य करण्यासाठी मी केव्हाही तयार आहे."

मी चव्हाणांना काश्मीर येथील चश्माशाही अतिथिगृहात मोरारजीभाईंशी झालेल्या माझ्या बोलण्याबद्दल सांगितले.

ते म्हणाले, "सगळ्यांत जास्त फिकिरीत आहेत, ते स्वत: मोरारजीभाईच. या योजनेमुळे दोन्ही बाजूंनी त्यांना धक्का बसणार आहे. आज ते मंत्रिमंडळात दुसऱ्या क्रमांकावर आहेत. त्यांना जर संघटनेचे काम करा, असे सांगितले, तर मंत्रिमंडळातील जागा जाईल आणि जर ते संघटनेकडे गेले नाहीत, तर लालबहादूर शास्त्री पक्षाच्या अध्यक्षपदी जातील आणि त्यांची गादी बळकट करतील. त्यामुळे मोरारजीभाईंच्या

मार्गात अडचणी निर्माण होतील.'' चव्हाण म्हणाले, ''आजसुद्धा काँग्रेस पक्षाला जर आपला नेता निवडा, असे सांगितले, तर शास्त्रीजींच्या समोर मोरारजींचा पराभव निश्चित आहे. म्हणून सर्व काही करून मोरारजींनी मंत्रिमंडळातील आपले स्थान कायम टिकवले पाहिजे.'' चव्हाण पुढे म्हणाले, ''राम, तुला एक गुपित सांगू? काही दिवसांपूर्वी नंदाजी मला भेटले आणि त्यांनी सांगितले की, त्यांच्या माहितीप्रमाणे पुनर्घटित मंत्रिमंडळात पंतप्रधान, मला – यशवंतरावांना – गृहमंत्री करणार आहेत. मुत्सद्याला शोभेल, अशा भाषेत त्यांनी स्वत:लाच गृहमंत्री होणे आवडेल, हेच ध्वनित केले.''

चव्हाणांना मोठेच आश्चर्य वाटले.

ते नंदाजींना म्हणाले, ''सध्या तुम्ही फार मोठ्या जबाबदारीच्या जागेवर काम करीत आहात. आर्थिक क्षेत्रातल्या सर्व मंत्रालयांचे सूत्र आपल्या हाती आहे. तेव्हा तुम्हाला हा बदल कशासाठी हवा?''

नंदाजी उत्तरले, ''या आर्थिक खात्यात काय आहे? खरी शक्ती गृहखात्यात आहे.''

चव्हाणांनी मला विचारले, ''राम, तुला काय वाटते?''

मी त्यांना उत्तर दिले, ''क्षमा करा, पण तुम्ही राजकीय मुत्सद्दी फार ढोंगी आहात, असे मला वाटते.''

ते खदखदून हसले आणि आम्ही दुसऱ्या कामाकडे वळलो.

१७ ऑगस्ट रोजी संध्याकाळी इंदिराजी चव्हाणांच्या भेटीसाठी त्यांच्या ऑफिसात येणार होत्या. मी त्यांना विचारले,

''इंदिराजी कशासाठी येत असाव्यात?''

चव्हाण आपल्या नेहमीच्या दिलखुलास हास्यासह म्हणाले,

''माझी चाचपणी करण्याला! दुसरे कशाला?''

इंदिराजी संध्याकाळी चव्हाणांना भेटल्या.

त्या गेल्यावर मी चव्हाणांना विचारले,

''चाचपणी कशी काय झाली?''

चव्हाणांनी सांगितले, ''बाईंनी मला विचारले की, कामराज योजनेबद्दल माझ्या काही खास कल्पना आहेत किंवा काय?''

चव्हाणांनी उत्तर दिले, ''माझ्या अशा काही खास कल्पना नाहीत.''

इंदिराजींनी अधिकच खोलात विचारले, तेव्हा चव्हाण म्हणाले, ''पाहा, पंतप्रधानांना मी म्हणतो, ते आवडेल की नाही, कोण जाणे; परंतु त्यांनी आपला अर्थमंत्री (मोरारजीभाई) बदलला पाहिजे. आज सरकारवर ज्या टीका होत आहेत,

त्याचे मूळ आर्थिक दुखण्यात आहे.''

चव्हाणांनी त्या चर्चेत असेही सुचविले की, सी.डी.देशमुखांना परत मंत्रिमंडळात आणण्याची मोठी गरज आहे. चव्हाणांनी अधिक स्पष्टीकरण दिले की, सी.डी. महाराष्ट्रीय आहेत आणि आपल्या जोडीला दुसरा एक महाराष्ट्रीय असावा, म्हणून नव्हे. मला हेही आठवते, राजीनामा देताना सी.डीं.नी अनेक [illegible], जो त्यांनी [illegible] होते, ते [illegible] झाले असावेत; परंतु चव्हाणांच्या मते ''सी.डी. देशमुख ही एकच व्यक्ती अशी होती की, ती देशातच नव्हे, तर परदेशांतही नवा विश्वास निर्माण करू शकेल.'' चव्हाणांनी पुढे असेही सांगितले, ''इंदिराजी, आणखी एक गोष्ट सांगतो. जर सी.डी.येत असतील, तर मी बाहेर जाण्यास तयार आहे.''

मी विचारले, ''इंदिराजींची यावर काही प्रतिक्रिया?''

चव्हाण म्हणाले, ''इंदिराजींच्या नेहमीच्या पद्धतीप्रमाणे त्यांचे डोळे निर्विकार, शून्य होते. त्या काहीच बोलल्या नाहीत. माझ्या सूचनेबद्दल त्यांना काय वाटले, ते मी सांगू शकत नाही; परंतु मला एवढे समाधान मिळाले की, माझे मत पंतप्रधानांपर्यंत आता पोहोचेल.''

२३ ऑगस्ट, पंतप्रधानांचा निरोप आला की, पार्लमेंट हाउसमध्ये साडेतीन वाजता चव्हाणांनी त्यांना भेटावे.

त्या भेटीतून परतल्यानंतर चव्हाणांनी मला सांगितले, ''पंडितजींनी विचारले, कामराज योजनेबद्दल तुमच्या काही कल्पना आहेत किंवा काय?''

चव्हाणांनी उत्तर दिले, ''काही खास कल्पना नाहीत; परंतु मंत्रिमंडळातील फेरबदलासंबंधी प्रश्न असेल, तर गोष्ट निराळी. त्याविषयी आपण इंदिराजींजवळ व्यक्त केलेले मत आपणांपर्यंत पोहोचलेच असेल.'' चव्हाण म्हणाले, ''पंतप्रधानांचा चेहरा निर्विकार होता. शेवटी निघण्यापूर्वी पंतप्रधानांना सांगितले की, व्यक्तिगत माझ्यापुरते आपण जे काही कराल, ते मला मान्य आहे.''

पाच वाजता तीनमूर्ती भवनमध्ये काँग्रेस पार्लमेंटरी बोर्डाची बैठक व्हावयाची होती. नेहमीप्रमाणे चव्हाणांबरोबर तीनमूर्ती भवनपर्यंत गेलो आणि त्यांना पोहोचवून माझ्या घरी परत आलो. ते उशिरापर्यंत तेथे थांबणार, हे उघड होते. मी काय वार्ता येते, याची उत्सुकतेने वाट पाहत होतो.

[illegible] चव्हाणांना फोन आला. त्यांनी सांगितले, काही नावे निश्चित करण्यासाठी पंतप्रधानांना वेळ हवा आहे आणि म्हणून कार्यकारिणीची सभा दुसऱ्या दिवशी होईल. त्यांनी असेही सांगितले की, आपणांस ठरल्याप्रमाणे सायंकाळी मुंबईस जाण्यास पंतप्रधानांनी संमती दिली.

मी पुन्हा विचारले, "काही खास?"

चव्हाण हसून म्हणाले, "ज्या चार नावांची चर्चा आहे, ते जाण्याच्या मार्गावर आहेत."

२४ ऑगस्ट रोजी पंडितजींनी कार्यकारिणीच्या सभेत नावांची यादी सादर केली. तीत मोरारजी देसाई, लालबहादूरजी, एस.के.पाटील आणि बाबू जगजीवनराम यांची नावे इतरांबरोबर होती.

मला ही बातमी कळल्याबरोबर मी मुंबईत यशवंतरावजींशी फोनवर बोललो आणि सांगितले की, संरक्षण खात्यातील आपले तख्त आवरण्याला सुरुवात करतो. कारण माझ्या अंदाजाप्रमाणे आपल्या खात्यात बदल होणार आहे.

यशवंतरावजी फोनवर म्हणाले, "कल्पना छान आहे."

■

१८

मोरारजीभाईंची लडाख-भेट

१६ ऑगस्ट रोजी मी मोरारजीभाईंबरोबर लेहला गेलो. यशवंतरावजींनी मला तशी सूचना दिली होती. मोरारजीभाईंचे सेक्रेटरी टोणपे आणि मेजर जनरल भूतसिंग आमच्याबरोबर होते. आमचे विमान सी-१३० प्रचंड, अमेरिकन वाहतूक-विमान होते. हे विमान अमेरिकेची मदत म्हणून पाठविलेले आणि त्याचे वैमानिकही अमेरिकनच होते.

मोरारजीभाई विमान-चालकाजवळच कॉकपिटमध्ये बसले. ते काही उंचावर होते. टोणपे आणि मी विमानाच्या शेपटाकडे खालील भागात बसलो होतो. आमच्या सोबतीला एक मोठा रोड-रोलर आणि काँक्रीट मिक्सर होता. आम्ही चिंतेत आणि घाबरूनच बसलो होतो. विमानाने जेव्हा उड्डाण केले आणि त्याचे तोंड आकाशाकडे वळले, तेव्हा टोणपे आणि माझ्या मनात एकच विचार आला की, या रोड-रोलरच्या शृंखला तुटल्या आणि तो सुटला, तर आमची चटणी करेल. लवकरच विमान तीस हजार फुटांवर सरळ झाले आणि आम्ही निश्चिंत झालो.

आम्ही पालम विमानतळ सकाळी सहा वाजता सोडला आणि दीड तासात लेह येथे पोहोचलो. हिमालयाच्या या पर्वतराजीवरून उड्डाण करण्याचा हा माझा पहिलाच अनुभव होता. सर्व पर्वत उघडे आणि माथ्यावर फक्त बर्फाचे आच्छादन, असा देखावा होता. लेह जवळ आले, तेव्हा आम्हाला सिंधू नदीचे दर्शन घडले. ज्या महानदीवरून देशाचे नाव 'इंडस' असे पडले, तिचे दर्शन रोमांचकारी होते. याच नदीच्या किनारी प्राचीन मानवी संस्कृतीची भरभराट झाली होती.

लेह विमानतळाजवळ जाताना सिंधूच्या दोन्ही बाजूंस आम्हाला तुरळक झाडी दिसली. त्या काळात लेहची लोकसंख्या फक्त पाच हजार होती. आज ते शहर दाट लोकवस्तीचे आणि सतत हालते-बोलते झाले आहे. आमचे विमान धावपट्टीवर उतरले, त्या वेळी वर आकाशात सी-१३० जातीची अनेक प्रचंड वाहतूक विमाने विमानतळावर झेपावत होती आणि आकाश त्या विमानांनी भरून गेलेले दिसले.

विमानातून उतरताच लेह येथील डिव्हिजनचे कमांडर आणि इतर सैनिक

अधिकाऱ्यांनी मोरारजीभाईंचे स्वागत केले. आपल्या नेहमीच्या थाटात मोरारजीभाई झपझप चालू लागले. वरिष्ठ सैनिकी अधिकाऱ्यांनी त्यांना थांबविले आणि त्यांना जीपमध्ये बसण्यास विनंती केली. दिल्लीहून लेह जवळजवळ अकरा हजार फूट उंच आहे. त्या उंचीवर विरळ हवेत नेहमीप्रमाणे हिंडण्या-फिरण्यासाठी शरीराला काही तास विश्रांती लागते. मोरारजीभाईंची प्रकृती खणखणीत, त्यांना काही ते पटेना; परंतु आग्रहाखातर ते जीपमध्ये बसले.

विमानतळावरून आम्ही लष्कराच्या मेजवानीच्या जागी गेलो. तेथे आम्हाला नाष्टा तयारच होता. त्यात कॉर्नफ्लेक्स, उकडलेला बटाटा आणि पराठा मिळाला. मोरारजींनी मात्र त्यांचे नेहमीचे पदार्थ, फळे, सुकी अंजिरे, गाईचे दूध आणि मध बरोबर आणले होते. ते अतिशय गंभीर आणि मनात प्रक्षुब्ध झालेले वाटले. मला माहीत होते की, त्यांना, काही दिवसांतच मंत्रिमंडळातून बाहेर जावे लागणार, हे कळून चुकले होते.

लेहच्या हॉस्पिटलला भेट दिल्यानंतर छोट्या बाजारपेठेतून आम्हाला लष्करी ठाण्याला नेण्यात आले. तेथे नेहमीप्रमाणे रेतीच्या मॉडेलच्या मदतीने नकाशावर त्या विभागाची आणि सैन्याची मांडणी यांवर माहिती देण्याची जय्यत तयारी ठेवली होती.

डिव्हिजनल कमांडरनी चिन्यांनी अकसाय-चीन भागात बांधलेल्या रस्त्याची आणि नुकत्याच झालेल्या युद्धाची माहिती दिली. त्यासंबंधात भारतीय सैन्यदले कशी ठेवली होती, हे नकाशावर काठीने निरनिराळ्या जागा दाखविण्यास सुरुवात करताच मोरारजींनी त्यांना थांबवून विचारले,

"शत्रूने पुन्हा हल्ला केला, तर तुम्ही काय कराल?"

त्या अनपेक्षित प्रश्नाने सेनाधिकारी गोंधळला. त्याच्याकडून उत्तर येण्यापूर्वीच मोरारजीभाईंनी त्याच्या हातातली निमुळती काठी घेतली आणि तिचे टोक त्या रस्त्याच्या एका बिंदूवर टेकवून ते म्हणाले, "आपण रस्ता येथे अडवला पाहिजे. चिन्यांचा हल्ला उत्तरेकडून आला, तरी चालेल."

चिनी सेनेच्या पाठीशी जाऊन भारतीय सेना रस्ता कसा अडवू शकेल, याचा विचार सेनाधिकाऱ्यास पडला. तो आणखीनच बुचकळला. सेनाधिकारी सावध होऊन काही उत्तर देण्याच्या आतच मोरारजीभाईंनी दुसरा प्रश्न विचारला, "तिबेट काबीज करण्याच्या तुमच्या काही योजना आहेत का?"

यावर मात्र तो अधिकारी संपूर्णपणे गोंधळला आणि आपण काय उत्तर द्यावे, हे त्याला कळेनाच. मोरारजीभाईंनी केवळ नकाशावर बोट ठेवून युद्धनीती अगदीच साधी करून टाकली होती. यावर तो बिचारा सेनानी काय उत्तर देणार!

मोरारजींनी पुढे विचारले, "चिन्यांना आपल्या प्रदेशातून परत हाकलण्याचे

तुमचे वेळापत्रक काय? त्यात काही फारसे अवघड दिसत नाही. सेनादलाला लागतील, ते पैसे मी तुम्हास देण्यास तयार आहे.''

आम्ही सर्व एकमेकांकडे पाहतच राहिलो; पण त्या सेनाधिकाऱ्यांनी प्रसंगावधान दाखविले. त्या अधिकाऱ्यांनी आपली मान ताठ केली आणि छाती फुगवून तो म्हणाला, ''हे काम आम्ही लवकरच पार पाडणार आहोत.''

या [illegible] [illegible] समाधान झालेले दिसले आणि ती बैठक संपली.

परत जाण्यासाठी आम्ही आमच्या सी-१३० वाहतूक विमानात सकाळी अकरा वाजता आमच्या जागा घेतल्या. विमानातील सर्व अवजड सामग्री उतरवली गेल्यामुळे त्या प्रचंड विमानाचा आतला भाग फुटबॉलच्या मैदानासारखा भासला. विमान सुरू होण्यापूर्वी वैमानिकाने आम्ही कशा मार्गाने परतणार आहोत, ते सांगितले. आम्ही पंचवीस हजार फुटांवर प्रथम जाणार आणि तितक्याच जलदीने 'शिपकी-ला' खिंडीवर तेरा हजार फुटांवर खाली येणार. आपल्या नेहमीच्या पद्धतीने अमेरिकन वैमानिकाने विचारले, 'सर्व समजले ना?' जणू तो पुढल्या संकटाची आम्हाला सूचनाच देत होता. आम्ही आग्नेय दिशेने उड्डाण केले. स्पिटी खोऱ्यावर दोन-तीन चकरा मारल्या. आम्ही 'शिपकी-ला' खिंडीच्या इतक्या जवळ गेलो की, वाटले, आमचे विमान दोन्ही बाजूंच्या पवर्तमाथ्याला स्पर्श करून जात आहे. दहा मिनिटे त्या खोऱ्यावर फेऱ्या मारीत होतो. केव्हा-केव्हा तर वाटे, आमचे विमान थेट पर्वताच्या कुशीत झेपावणार आणि दुसऱ्या क्षणाला वाटे, विमानाचे पंख त्या पर्वताला स्पर्श करणार. मी कॉकपिटमध्ये मोरारजीभाईंच्या मागेच त्या वेळी बसलो होतो. त्यांच्या आविर्भावावरून मोरारजीभाईसुद्धा आपल्या सुरक्षिततेबद्दल साशंक झाले असावेत, असे मला वाटले. तेवढ्यात विमानचालकाने आम्हाला विचारले,

'सर, आणखी एक फेरफटका मारायचा का?'

हे त्याचे विचारणे उघड उघड विनोदी, खोडसाळपणाचे होते.

मोरारजीभाई त्याला काही उत्तर देणार, तेवढ्यात मी त्यांच्या कानात म्हटले,

''झाले एवढे पुरे, आपण यातून बाहेर पडू या.''

मोरारजीभाईंनाही माझी सूचना स्वागतार्ह वाटली असावी. ते जणू सुटकेचा निःश्वास सोडून म्हणाले, ''तसेच करू.''

आमचे विमान पुढे निघाले. चोहोबाजूला पसरलेल्या हिमालयाच्या शिखरांतून आम्ही बाहेर पडलो.

थोडे स्वस्थ झाल्यावर मी मोरारजींना विचारले, ''कामराज योजनेबद्दल तुम्हाला काय वाटते?''

मोरारजी उत्तरले, ''पंतप्रधानांची ती आणखी एक चाल आहे. आपण सरकारी

कारभार सुधारू, लोकांना हवे ते दक्ष आणि स्वच्छ प्रशासन देण्याआधीच पक्ष-बळकटीचा उद्योग फोल आहे.''

मोरारजीभाई म्हणाले, ''ही योजना सी.सुब्रमण्यम आणि गुलजारीलाल नंदा यांची आहे आणि ती मला मंत्रिमंडळातून काढण्यासाठी आहे. कामराजांचे फक्त नाव योजनेला दिले आहे.''

एखाद्या माणसाला, आपल्या राजकीय मृत्यूच्या छाया क्षणाक्षणाला जवळ येत आहेत, असे दिसत असावे, या शब्दांत मोरारजीभाई बोलत असावेत, असे दिसले. चार-दोन मिनिटांनी त्यांनी मला सांगितले की, ही वार्ता मी यशवंतरावजींना सांगितली; पण त्यांनी त्यामध्ये फारसा अर्थ आहे, असे दाखविले नाही.

थोड्या वेळाने ते म्हणाले, ''तुला लष्करी अधिकाऱ्यांत काय चर्चा चालू आहे, त्याची कल्पना आहे का?''

मोरारजीभाईंच्या माहितीप्रमाणे ते अधिकारी प्रत्येक गोष्टीत चव्हाणांची तुलना कृष्ण मेननशी करीत असतात.

मोरारजीभाई म्हणाले, ''अधिकाऱ्यांत अशीही भावना आहे की, जनरल चौधरी सांगतात, ते चव्हाण करतात. तू त्यांना सांग की, त्यांनी घोड्यावरची मांड खंबीर केली पाहिजे.''

त्यानंतर थोडा आणखी काही सल्ला देऊन सांगितले की, सरीनपासून थोडे सावध राहा. तो कृष्ण मेननचा माणूस आहे. पी.व्ही.आर. राव हा एकमार्गी अधिकारी आहे. तो त्याला मर्यादेत ठेवू शकणार नाही. जितक्या लवकर या सरीनला बाहेर काढाल, तेवढे अधिक चांगले.

मी मोरारजींना म्हटले, ''आपण यशवंतरावजींना माझ्यापेक्षाही चांगले ओळखता. ते स्वत:ला हवी तीच गोष्ट करतात; पण असे दाखवतात की, आपल्या सहकाऱ्यांना हवा, तोच निर्णय आपण घेत आहोत. यशवंतरावजींच्या कारभाराची एक पद्धत आहे. आपणांस जर असे वाटत असेल की, यशवंतराव पंतप्रधानांना हवे तेच करतात, तर ते पूर्ण सत्य नाही. यशवंतरावजी गेले सहा महिने कोणत्या मानसिक क्लेशातून गेले, याची तुम्हाला कल्पना नाही. शिवाय त्यांनी पंतप्रधानांच्या इच्छेला मान तुकवली, तर त्यात वावगे काय आहे? ते पक्षाच्या आणि सरकारच्याही हिताचे ठरणार नाही का?''

मोरारजीभाईंनी ते तत्काळ मान्य केले आणि म्हणाले,

''गेल्या सहा-आठ महिन्यांत यशवंतरावजी संरक्षणमंत्र्यांचा अधिकार पूर्ण सक्षमतेने चालवत आहेत आणि लष्करी वर्तुळातील त्यांची प्रतिमा उजळलेली आहे, हे मला आढळले.''

मोरारजीभाई जरा शांत झाले आहेत, हे पाहून मी म्हटले,

"लष्करी अधिकाऱ्यांशी वागण्यात, बोलण्यात चव्हाण आपला अधिकार कसा वापरतात, हे आपण पाहताच. नेफा प्रश्नाबाबतची चौकशी राजकारणी लोकांना हवी तशी त्यांनी कधी होऊ दिली नाही आणि त्याचबरोबर त्यांची घोड्यावरील मांड खंबीर आहे, हे सिद्ध झाले, हे आपणांस मान्य करावे लागेल."

आमचे संभाषण संपले; परंतु त्यांच्या पद्धतीप्रमाणे शेवटचा शब्द त्यांचाच. मोरारजीभाईंनी सल्ला दिला की, "राम, तू तुझे कान आणि डोळे सतत उघडे ठेव!"

दुपारी १२.४५ला आम्ही पालम विमानतळावर उतरलो.

तिसऱ्या प्रहरी मी यशवंतरावजींना आमचे हे बोलणे आणि मोरारजींचा सूचक सल्ला सांगितला.

चव्हाण म्हणाले, "मोरारजीभाई बोलतात खूप; परंतु गेल्या आठ महिन्यांत त्यांनी पंतप्रधानांचे म्हणणे खोडून काढल्याचा एकही प्रसंग मला आठवत नाही. मोरारजींना मी, ते मुंबईत मुख्यमंत्री असल्यापासून चांगला ओळखतो. मुंबईत ते बेदरकार असत; पण दिल्लीत मी पाहतोय, त्यांचा सगळा जोश संपलेला आहे. आमच्या इमर्जन्सी कॅबिनेट मीटिंग (इ.सी.सी.)ने त्याचा अनुभव घेतला आहे. पंतप्रधानांनी आपले मत मांडल्यावर मोरारजीभाईंनी विरोधी किंवा निराळे मत मांडल्याचे मला तरी आठवत नाही."

■

१९

मोरारजीभाईंची मनोव्यथा

दिल्लीत राजकीय घडामोडींना अतिशय वेग आला होता. आम्ही काही दिवस संसदेच्या कामांत गुंतलो होतो. मी हेंडरसन-ब्रुक्सच्या नेफा चौकशीचा अहवाल अभ्यासत होतो.

२४ ऑगस्टच्या संध्याकाळी पंतप्रधानांनी, मंत्रिमंडळातून कोणत्या मुरब्बी व्यक्तींनी बाहेर जाऊन पक्षाचे काम करावे, त्यांची यादी जाहीर केली. मी टोणपे यांना आठवण दिली की, श्रीनगरच्या 'चश्माशाही' अतिथीगृहात या अफवांसंबंधी मी माहिती दिली होती.

मी टोणपेंना विचारले, "आता त्या अफवा प्रत्यक्षात जाहीर झाल्या आहेत, तेव्हा मोरारजीभाई मला त्यांच्या घरी भेटू शकतील का? औपचारिकरीत्या अर्थमंत्रिपदाची धुरा सोडण्यापूर्वी माझी भेट व्हावी."

२९ ऑगस्टला संध्याकाळी सहाच्या सुमारास टोणपे यांचा फोन आला आणि मोरारजीभाईंना आम्ही लगेच येऊन भेटावे, असे त्यांनी सांगितले.

मी टोणपेंना विचारले, "माझ्याबरोबर मी माझ्या पत्नीला घेऊन आलो, तर चालेल का? मला जे बोलावयाचे आहे, त्यासाठी मला एक साक्षीदार हवा आहे."

चार-दोन मिनिटांत टोणपेंनी मला सांगितले की, आम्हा दोघांचेही स्वागत होईल.

संध्याकाळी सहा वाजता आम्ही दोघे २, वेलिंग्टन क्रेसेंट या मोरारजींच्या कोठीवर पोहोचलो. मोरारजीभाई, काँग्रेस संसदीय पक्षाने बाहेर जाणाऱ्या मंत्र्यांना दिलेल्या निरोप-समारंभाहून नुकतेच परत आले होते. नंतर मला समजले की, त्या निरोप समारंभात श्री. मोरारजीभाई आणि श्री. एस.के. पाटील यांच्याबद्दल पंडितजींनी खूपच चांगले उद्‌गार काढले होते. विशेषत: त्यांनी जोर देऊन सांगितले की, या दोघांच्या राजीनाम्याचा आणि कम्युनिस्टांनी त्या दोघांना बाहेर काढण्याच्या संबंधात केलेल्या मागणीचा काहीही संबंध नाही. काही आठवड्यांपूर्वी कम्युनिस्टांनी ही मागणी सरकारवरील अविश्वासाच्या ठरावावर बोलताना जोरात पुढे मांडली होती

आणि तेव्हा पंतप्रधान या दोघांच्या संरक्षणार्थ उभे राहिले नव्हते, या गोष्टीची नोंद सर्वांनी घेतली होती.

मोरारजीभाईंशी बोलताना सुरुवात कशी करावी, हे क्षणभर मला सुचेना.

मी म्हणालो, "सर, तुम्ही माझ्याशी सदैव आपुलकीने वागला आहात, म्हणून मला वाटले की, आपण मंत्रिपद सोडण्यापूर्वी आपणांस भेटणे माझे कर्तव्य आहे."

मोरारजीभाईंनी थोडे नैतिक पातळीवर जाऊन उद्गार काढले की, आयुष्याच्या मैदानावर असे उंच-सखल (बरे-वाईट) प्रसंग येतातच. क्षणभर थांबून ते म्हणाले,

"पुष्कळसे ज्योतिषी अनाहूतपणे माझ्याकडे येऊन सांगत की, मला मंत्रिमंडळातून केव्हाही बाहेर जावे लागणार नाही. आता त्यांचे भविष्य खोटे ठरल्यामुळे त्यापैकी कोणीही मला तोंड दाखवत नाही. मला एवढेच वाटते आहे की, जे घडते आहे, ते देशाच्या हिताचे नाही."

मोरारजीभाईंच्या या बोलण्याने मला सुरुवात कशी करावी, तो क्षण सापडला आणि मी मोकळ्या मनाने काही प्रश्न विचारण्याचे ठरवले. मला माहीत होते की, त्यांची उत्तरे तितकीच खुल्या दिलाची असतील.

यापुढचा भाग मी माझ्या दैनंदिनीतील नोंदीवरून जसाच्या तसा उद्धृत करत आहे.

मी त्यांना विचारले, "सर, आपल्या लेहच्या सफरीत मी कामराज योजनेबद्दल आपले मत विचारले होते. आता मला सांगा, ही योजना फसली आहे, असे लक्षात येण्यास किती काळ लागेल?"

मोरारजींनी उत्तर दिले,

"मला वाटते, सहा-आठ महिने. तुम्ही पाहाल, येत्या सहा महिन्यांत या योजनेतील जी फसवाफसवी आहे, ती उघडी पडेल. ही गोष्ट ना कारभाराच्या हिताची, ना संघटनेच्या हिताची. आपण देशाचा कारभार उत्तम चालवतो, हे सिद्ध केल्याशिवाय एक वरिष्ठ पक्षयंत्रणा उभी करण्याचा काय उपयोग?"

मी विचारले, "या योजनेचा खरा जनक कोण आहे?"

किंचितही विचारात न पडता मोरारजी म्हणाले, "खुद्द पंतप्रधानच. या योजनेची पहिली कल्पना फार मर्यादित होती. कामराजांना दक्षिणेत मोकळेपणाने काम करता यावे, हा त्यांचा उद्देश होता; परंतु पंतप्रधानांनी स्वत: सुब्रह्मण्यम यांच्या मदतीने नवीन योजना तयार केली. सुब्रह्मण्यम यांना कामराजांच्या विना मोठे होण्याची महत्त्वाकांक्षा होतीच."

चेहऱ्यावर छद्मी हास्याचा भाव दाखवत मोरारजीभाई म्हणाले, "आपली गादी ढासळत आहे, याची पतंप्रधानांना कल्पना असून, ती टिकवण्यासाठी शेवटचा निकराचा प्रयत्न ते करीत आहेत. मंत्रिमंडळात ते मला वाकवू शकले नाहीत, म्हणून हा प्रयोग चालला आहे. आज लोकसभा-सभासदांत माझ्या मागे पंतप्रधानांपेक्षा

जास्त संख्याबळ आहे; आणि ते त्यांना माहीत आहे. म्हणून मला आडमार्गाने ते हा धक्का देऊ पाहत आहेत.''

मला जाणीव झाली की, मी अधिक गंभीर वातावरणात शिरत आहे.

मी त्यांना विचारले, ''संघटनेच्या भवितव्याबाबत आपणांस काय वाटते? विशेषत:, संघटनेमधील आपल्या भवितव्याबद्दल काय वाटते?''

ते हसले आणि म्हणाले, ''मी आता रोखठोक व्यवहार करणार आहे. जर त्यांच्या मनात लालबहादूर शास्त्रींना अध्यक्ष करावयाचे असेल, तर गाठ माझ्याशी आहे, याचा त्यांना विचार करावा लागेल. नोव्हेंबरमध्ये ते मला अध्यक्षपद नाकारू शकणार नाहीत आणि जर त्यांनी तसा प्रयत्न केला, तर मला राजकीयदृष्ट्या खलास करण्याचे श्रेय मी त्यांना देणार नाही. मी दुसरे काय करू शकेन? मला मंत्रिमंडळातून बाहेर जाण्यास सांगण्याबाबतच्या त्यांच्या सद्हेतूबाबतच मला अविश्वास वाटेल आणि मी उघडपणे त्यांच्याविरुद्ध भूमिका घेईन.'' मोरारजींच्या चेहऱ्यावर गंभीरता दिसत होती. ते म्हणाले, ''माझा असल्या छुप्या हल्ल्यावर विश्वास नाही. मी रोखठोक बोलतो आणि जे बोलतो, तेच करतो.''

मला वाटले, आता हा विषय पुरे झाला आणि मी निराळ्या विषयाकडे वळण्याचा प्रयत्न केला; पण त्यांनी आपले सांगणे सुरू केले :

''गेली सोळा वर्षे नरम पक्षाध्यक्षांची पंतप्रधानांना सवय झाली आहे. त्यांना माहीत आहे की, माझा स्वभाव बोटचेपा नाही. मी त्यांच्यापुढे वाकणे शक्य नाही आणि म्हणून मला अध्यक्षपद नाकारण्याचा ते प्रयत्न करतील. मी त्यांच्याशी समान उंचीवरून वागणूक ठेवीन. त्यांच्या दारात माजी अध्यक्षाप्रमाणे भेटीसाठी उभा राहणार नाही.''

मी मधेच विचारले, ''सर, टी. टी. कृष्णम्माचारींना अर्थमंत्री नेमले, तर लोकांची प्रतिक्रिया काय होईल, असे तुम्हाला वाटते?''

मोरारजी म्हणाले, ''सर्वांत वाईट.''

''पंतप्रधानांना जे काही बरे घडवावयाचे असेल, ते कोसळेल. लोकांना ही नेमणूक आवडणार नाही आणि खासदारांनाही पसंत पडणार नाही.'' परत थांबून ते म्हणाले, ''मला वाईट वाटते यशवंतरावजींबद्दल. त्यांच्या अडचणी वाढणार आहेत. त्यांना ठाम उभे राहावे लागेल. मी अर्थमंत्री या नात्याने त्यांना हवी असलेली निधीची सर्व सोय करून दिली; परंतु त्यांच्या दैनंदिन कामात कधी हस्तक्षेप केला नाही. मनात आले, तर अर्थमंत्री किती तऱ्हेने हस्तक्षेप करू शकतो, हे मला माहीत आहे. टी.टी.के. आपले उद्योग सुरू करेल.''

मी म्हटले, ''संरक्षणमंत्र्यांना याची पूर्ण जाणीव आहे. आपण आमच्या मागण्या कधी नाकारल्या नाहीतच; पण संरक्षणमंत्रालयात हस्तक्षेपही केला नाहीत.''

मी पुढे सांगितले, यशवंतरावजींच्या वैयक्तिक भावभावना मला माहीत आहेत. २६ ऑगस्टला आपण मंत्रिमंडळातून बाहेर जाणार, हे जाहीर झाल्यानंतर लगेच मी त्यांना भेटलो.

तेव्हा ते म्हणाले, "प्रधान, मोरारजीभाईंच्या बहिर्गमनाने मी पोरका झालो, असे मला वाटते."

मोरारजींच्या चेहऱ्यावर स्निग्ध भाव उमटला.

ते म्हणाले, "हे पाहा, मी त्यांच्या भावना ओळखू शकतो. मला त्यांच्याबद्दल खूप वाईट वाटते. ते गृहस्थ (पंतप्रधान) मोठे हेकेखोर आहेत आणि घडल्या गोष्टी विसरणे हे त्यांच्या रक्तातच नाही. यशवंतरावजींना जेव्हा दिल्लीत पाचारण केले, तेव्हा मी त्यांना सांगितले होते की, इकडे येऊ नका, तुमचा भ्रमनिरास होईल; परंतु त्या वेळी नेहरू हे त्यांचे लाडके नेते होते. आपली प्रतिमा त्यांच्याप्रमाणेच उंचावण्याचा ते प्रयत्न करीत होते आणि काय घडले, हे तुम्ही पाहताच."

मी म्हटले, "मला आठवतात आपले शब्द. यशवंतरावजी गेले सहा महिने कोणत्या मानसिक यातनांतून जात आहेत, याचा मी साक्षीदार आहे."

थोडे क्षण विचार करून मोरारजीभाई म्हणाले, "याला एकच प्रत्युत्तर आहे, ते म्हणजे यशवंतरावांनी पंतप्रधानांसमोर ठाम उभे राहिले पाहिजे. त्याचप्रमाणे लष्करी अधिकारी आणि इतर सर्वांना ते या रथाचे सारथी आहेत, ते पटले पाहिजे. टी.टी.कें.सारख्यांचे खेळ त्यांनी चालू देता कामा नयेत. ते खंबीर राहिले, तरच टिकतील. नाही तर पस्तावतील."

मी त्यांना विचारले, "सर, मला आणखी एक प्रश्न विचारावयाचा आहे. फक्त उत्तर द्या. माझा एकच प्रश्न, कृष्ण मेनन यांचे पंतप्रधानांवर असलेल्या प्रभावाचे गूढ काय?"

मोरारजी हसले. "हे प्रकरण भलतेच निराळे आहे. मी अधिक खुलासा न विचारणे पसंत करीन."

नंतर आमचे संभाषण वैयक्तिक आणि घरगुती समस्यांकडे वळले.

ते म्हणाले, "मला एकदा वाटले की, माझी मोटारगाडी विकून टाकावी; पण पुन्हा वाटले, ठेवून द्यावी. मंत्रिपद गेल्यावर थोड्या अडीअडचणींना तोंड द्यावे लागेलच." ते सांगत होते, "अशा गोष्टी नियतीने ठरविलेल्या असतात. या दिव्यामधून मला जावेच लागेल. सुदैवाने दिल्लीच्या माझ्या मुक्कामात मी थोडे-फार पैसे साठवले आहेत. [illegible] [illegible] निम्म्यात भाग मी खर्च करतो. त्यामुळे पुढची दहा-बारा वर्षे मला योग्य रीतीने राहता येईल."

मी म्हटले, "सर, इतकी वर्षे तुम्हाला बाहेर राहावे लागेल, असे मला तरी वाटत नाही."

यावर ते दिलखुलास हसले. आमची संध्याकाळ उल्हसित झाली.

ते म्हणाले, "हे पाहा, मी दिल्लीतच राहणार आहे. केव्हाही उपलब्ध आहे. कसल्याही बाबतीत मला भेटण्यास संकोच करू नकोस."

आम्ही उठलो आणि निरोप घेतला.

आम्ही बाहेर पडण्यापूर्वी एक हृदयस्पर्शी घटना घडली. टोणपे दिवाणखान्याच्या प्रवेशद्वाराजवळ उभे होते.

मी त्यांना पाहिल्याबरोबर म्हणालो, "चला, माझ्या पत्नीला दाखवा तुमचा संसार."

ते मोरारजीभाईंबरोबर एका खोलीत राहत होते.

आम्ही त्यांच्या खोलीकडे वळलो, तेवढ्यात मोरारजीभाई बाहेर आले. त्यांची प्रश्नार्थक मुद्रा पाहून मी म्हटले, "टोणप्यांच्या भावी योजनेबद्दल मी त्यांना विचारत होतो."

त्यांनी विचारले, "काय म्हणतात टोणपे?"

मी उत्तर दिले, "त्यांनी सर्व आपल्यावर सोपवले आहे."

मोरारजी म्हणाले, "असे कसे म्हणता? त्यांचा त्यांनी निर्णय घेतला पाहिजे. माझे नवे मकान फार छोटे आहे. अन्यथा तेथेच राहावयास मी त्यांना बोलावले असते."

टोणपे म्हणाले, "मी लॉईड्स बँकेच्या इमारतीत एक फ्लॅट अगोदरच घेतला आहे. तेथे मी जाणार आहे लवकरच. आपणांस कसे सांगावे, हे कळत नव्हते."

मोरारजीभाई जेवणासाठी आत गेले. टोणप्यांनी मला जणू मिठीच मारली.

"राम, तुमचे आभार कसे मानावे, कळतच नाही. माझी मोठी अडचण तुम्ही दूर केलीत. मोरारजींच्या नव्या जागेत मी राहायचे की कसे, हे विचारणे मला शक्य नव्हते. खरेच, मी आभारी आहे. माझी एवढी मोठी समस्या सुटली."

मोरारजीभाईंच्या निवासस्थानातून आम्ही तासाभराने बाहेर पडलो, तेव्हा तो मोठा दिवाणखाना पूर्ण मोकळा होता. थोड्याच दिवसांपूर्वी ज्या जागी प्रचंड वर्दळ असे, तेथे आता शुकशुकाट होता.

राजकीय नेत्याच्या जीवनात खुर्ची सोडली की काय होते, ते दिसत होते. बदलता काळ आणि परिस्थितीची चिन्हे २, वेलिंग्टन क्रेसेन्टमध्ये त्या संध्याकाळी दिसू लागली होती.

■

२०

संरक्षणमंत्रालयावर वर्चस्व

संरक्षणमंत्रिपद स्वीकारताना यशवंतराव चव्हाणांनी पंतप्रधानांना सांगितले होते की, त्या जागेसाठी लागणारी गुणवत्ता माझ्याजवळ नाही. माझ्याजवळ फक्त देशभक्तीची शिदोरी आहे आणि ती मी आपणांस देत आहे.

कारभार स्वीकारल्यानंतर थोड्याच काळात त्यांच्या लक्षात आले की, एखाद्या राज्याच्या कारभारापेक्षा येथील काम निराळे आहे. या मंत्रालयाला लष्कराच्या विविध अंगांची मांडणी, जोडणी करावी लागते आणि ते काम खूपच गुंतागुंतीचे आहे. महाराष्ट्राचे मुख्यमंत्री असताना सदर्न कमांडच्या अनेक अधिकाऱ्यांशी पुण्यात ओळख झाली होती आणि मुंबईत नौदलाच्या ज्येष्ठ अधिकाऱ्यांशी ओळख आणि कामाची पहचान झाली; पण या सर्व दलांच्या अंतर्गत व्यवहारासंबंधी त्यांना फारसे ज्ञान नव्हते.

आपल्या खात्याचे सेक्रेटरी आणि विशेषत: सेनाप्रमुखांशी येणारे संबंध खूपच निराळे होते. इतर मंत्रालयांत थोडे अपवाद सोडले, तर सर्व अधिकारी सेक्रेटरी पदाला दुय्यम स्वरूपाचे होते; परंतु संरक्षण खात्यात मात्र एक सेनाप्रमुख हा राजशिष्टाचार श्रेणीच्या दृष्टीने खात्याच्या सचिवाच्या वरचा मानला जाई. खुद्द संरक्षणमंत्र्यांच्याही संबंधात एखाद्या प्रश्नावर गरज वाटली, तर त्यांना डावलून तो सेनानी थेट पंतप्रधानांपर्यंत जाऊ शकतो. म्हणूनच खात्याचे सेनानी आणि खात्याचे सचिव यांचे आपापसांतील संबंध मैत्रीचे आणि आदरयुक्त हवेतच; आणि या सगळ्यांमध्ये विश्वास निर्माण करण्याचे काम संरक्षणमंत्र्याला करावे लागते. दुर्दैवाने कृष्ण मेनन यांच्या ही गोष्ट लक्षात आली नाही. त्यांनी दुय्यम दर्जाच्या अधिकाऱ्यांनासुद्धा आपणांकडे थेट येऊन अहवाल द्यावेत, असे प्रोत्साहन दिले होते. खात्याच्या सचिवाला तर त्यांनी जणू बाजूस सारले होते. स्वाभाविकच अशी भावना दृढ झाली की, आपल्या काही खास अधिकाऱ्यांमार्फत कृष्ण मेनन सारा कारभार पाहणार होते. चव्हाणांच्या ही गोष्ट लक्षात आली आणि सर्व गोष्टी सुरळीत केल्या नाहीत, तर परिस्थिती आणखी बिघडेल, विशेषत: लष्करी आणि मुलकी मित्रत्वामध्ये

तणाव निर्माण होतील. शिवाय सध्याच्या नाजूक परिस्थितीत सहन कराव्या लागलेल्या पराभवाचा दोष राजकीय नेतृत्वाकडे जातो, असे आरोप होते. लष्करी अधिकारी राजकीय नेतृत्वावर कुरघोडी करण्याचा प्रयत्न करतील, अशी भीती. चव्हाणांसमोर पहिले काम उभे राहिले, ते ही अंतर्गत नाती आणि पद्धती दुरुस्त करून परस्परांचा समतोल राखणे.

रोज सकाळच्या बैठकीत तिन्ही दलांचे प्रमुख, त्यांचे वरिष्ठ अधिकारी, संरक्षणमंत्रालयाचे वरिष्ठ अधिकारी आणि काही वेळा मंत्रिमंडळाचे चिटणीस, परराष्ट्र खात्याचे चिटणीस आणि इंटेलिजन्स ब्युरोचे डायरेक्टर हजर असत आणि संरक्षणमंत्र्यांसमोर त्यांची चर्चा होत असे. त्या वेळी अनेक प्रश्नांची उकल होत असे. यामुळे परस्परसंबंधांची घडी बसत असे. चव्हाण आपल्या स्निग्ध, मधुर स्वभावाने आणि समजुतीच्या शब्दांत अनेक वेळा तापत जाणारे वातावरण शांत करत असत. ही त्यांची खास खबरदारी होती. खात्यातील सचिव पी.व्ही.आर. राव आणि सेनाप्रमुखांच्या संदर्भात त्याचा अधिक उपयोग होई. विशेषत: जनरल चौधरींच्या बाबत ही गरज पडे. कारण पी.व्ही.आर. अतिस्पष्टवक्ते होते. केव्हा-केव्हा छोट्याशा धक्क्याने जे काम होईल, तेथे ते हातोड्याचा उपयोग करीत. या त्यांच्या स्वभाववैचित्र्यासह चव्हाणसाहेबांसमोर त्यांनी आपला प्रभाव पाडला होता. पी.व्ही.आर. हे एक कर्तव्यनिष्ठ, कठोर परिश्रम करणारे आणि विलक्षण बुद्धिमान आहेत, असे चव्हाणांना लवकरच पटले. त्यांच्या हेही लक्षात आले की, त्यांच्यासमोर अल्प वेळात जे काम उरकावयाचे होते, त्यात एकट्या पी.व्ही.आर. यांची मदत मोलाची ठरेल. युद्ध आघाडीवर चिन्यांनी एकतर्फी युद्धबंदी जाहीर केली असली, तरी हिवाळ्यानंतर हवा अनुकूल झाल्याबरोबर ते पुन्हा चढाई करतील किंवा नाही, याची शाश्वती नव्हती. लढाई सुरू होईल, असा संरक्षणमंत्र्यांचा अंदाज होता. दुर्गम भागातील खिंडी बर्फ वितळल्यानंतर मोकळ्या होतील. त्यापूर्वीच आपल्या सैन्याचे नीतिधैर्य उंचावले पाहिजे, एवढेच नव्हे तर संभाव्य आक्रमणाला यशस्वी रीतीने परतविण्याजोगी अशी सामग्री दिली पाहिजे, याची चव्हाणांना जाणीव होती आणि या कामी त्यांना सचिवाच्या कर्तबगारीवर अवलंबून राहावे लागणार होते.

एके दिवशी दुपारी जनरल चौधरींचा मला फोन आला. त्यांना संरक्षणमंत्र्यांना तातडीने भेटायचे होते. मला ते एवढे उतावीळ दिसले की, मी त्यांना लगेचच बोलावले. चौधरी माझ्या खोलीत आले, तेव्हा त्यांच्या हाताच्या मुठी वळलेल्या असून, राग नजरेतून ओसंडत होता आणि चेहऱ्यावर कसला तरी निश्चय व्यक्त होत होता. ते आत गेले. संरक्षणमंत्र्यांबरोबर दहाच मिनिटे होते आणि बाहेर आले ते हसत-हसत. 'मी किती खुळा होतो.' या आविर्भावाने.

मी आत जाऊन चव्हाणांना विचारले, ‘‘काय घडले?’’

ते म्हणाले, ‘‘चौधरी माझ्याकडे पी.व्ही.आर. राव यांच्या विरुद्ध तक्रारींची एक यादीच घेऊन आले. विशेषतः लष्करातील ज्येष्ठ अधिकाऱ्यांशी ते तुसडेपणाने वागतात, ही त्यांची मुख्य तक्रार होती. पी.व्ही.आर. समोरचा माणूस लेफ्टनंट जनरलच्या हुद्द्यावरचा असला, तरी त्याच्या मतांची ते कशी चिरफाड करतात, त्याबद्दल चौधरींना राग होता. पी.व्ही.आर.नी एवढा राग आणि क्षोभ एकत्रपणे दाखविण्याची काय गरज आहे? हा चौधरींचा आक्षेप होता.’’

चव्हाणांनी जनरल चौधरींना नेमक्या ठिकाणी थांबवले आणि विचारले, ‘‘जनरल, तुमची सेनादलात किती वर्षे झाली?’’

चौधरी म्हणाले, ‘‘चाळीस वर्षे झाली.’’

चव्हाणांनी विचारले, ‘‘मग सांगा की, मी जर तुम्हाला तुमच्या वागण्या-बोलण्याच्या पद्धती आणि चेहऱ्यावरच्या भावभावना बदलून माझ्याशी बोला, असे सांगितले, तर तुम्हाला काय वाटेल?’’

चौधरी क्षणभर अवाक् झाले, मंत्री काय म्हणतात, हे लक्षात येण्यास त्यांना काही क्षण लागले. मग चव्हाण पुढे म्हणाले, ‘‘चौधरी, मी जर आज पी.व्ही.आर.ना सांगितले की, तुमची बोलण्याची पद्धत बदला, चेहऱ्यावरच्या भावना आवरा, तर मला सांगा, पी.व्ही.आर. हे पी.व्ही.आर. राहतील का? आज ज्या कामाला आपण हात घातला आहे, त्याच्या पूर्तीसाठी पी.व्ही.आर. आहेत तसेच आपण स्वीकारायला नकोत का?’’

चौधरी खळखळून हसले. त्यांनी हात उंचावले, ते उभे राहिले आणि एक शब्दही न बोलता त्यांची भेट संपली.

अशा तऱ्हेचे, व्यक्तीच्या स्वभावामुळे होणारे खटके आणि मतामतांमधील तणाव उच्चतम पातळीवरसुद्धा अटळ होते. तितकेच चव्हाणांच्या मते ते आवश्यक होते. अशा चकमकीमुळेच दररोजच्या बैठकींना उपयुक्त, निर्णायक स्वरूप येत असे. त्याचबरोबर या सर्व उच्चपदस्थ मंडळींजवळ असलेला खिलाडूपणा आपले काम करून घेण्यास चव्हाणांच्या उपयोगी पडला आहे.

आपणाला या संदर्भात कोणती भूमिका बजवावयाची आहे, याचा यशवंतरावजींनी प्रथमपासून खूप विचार केला होता. चीनने भारतावर आक्रमण का केले, याबद्दल त्यांचे काही आडाखे होते. विशेषतः ‘हिंदी-चिनी भाई-भाई’चा पुकारा होत असताना हे आक्रमण का झाले? चव्हाणसाहेब एम.एन.रॉय यांचे वैचारिक अनुयायी होते. घडलेल्या आणि घडणाऱ्या ऐतिहासिक घटनांचे बुद्धिवादाने विश्लेषण करण्याची

त्यांना सवय होती. ते दिल्लीला आल्याबरोबर त्यांनी चिनी नेता माओ याचे स्वतःचे लिखाण आणि त्याच्यावर इतरांनी केलेले लिखाण अशा पुस्तकांची यादीच मिळवली आणि त्यांनी माओच्या नेतृत्वाचा अभ्यास करण्यास सुरुवात केली. ते म्हणत, युद्धाच्या कल्पना प्रथम माणसांच्या मनात निर्माण होतात आणि म्हणून आपल्या शत्रूच्या मनोव्यापाराचा अभ्यास केला पाहिजे. पुस्तकांची निवड करताना चव्हाणांनी मला हे विशद केले. १९६२च्या सप्टेंबर-नोव्हेंबरमध्ये ज्या घटना घडल्या, त्याचे बौद्धिक पातळीवर विश्लेषण करण्याची गरज होती. कारण पुढच्या कामासाठी त्या नीट समजून घेण्याची गरज आहे, असे त्यांना वाटले.

माओ नेतृत्वाच्या अभ्यासानंतर चव्हाणांनी तीन शोध-बोध काढले आणि ते लिहून पुढे उपयोगी पडतील, म्हणून मजजवळ दिले ते असे होते :

माओची युद्धनीती, पहिला बोध :

विद्युत्वेगाने सैन्याची हालचाल करावी आणि त्वरित धक्का द्यावा.

दुसरा बोध :

सर्व आक्रमणाची सूत्रे आपल्या हाती असावीत आणि ते आपल्या मर्जीप्रमाणे करता यावे.

तिसरा बोध :

कुठल्याही परिस्थितीत तयारीविना हल्ला करू नये; आणि जेथे विजयाची आशा नसेल, तेथे लढाईत गुंतू नये.

या तीनपैकी दुसऱ्या संकेताचा वापर चव्हाणांनी १९६५च्या पाकिस्तानच्या आक्रमणाची चाहूल लागल्याबरोबर केला.

चव्हाणांना जाणीव होती की, त्यांच्या नेतृत्वाची पहिली कसोटी १९६३मध्ये लागणार आहे. त्या वेळी त्यांना संसदेमध्ये संरक्षण खात्याच्या मागण्या सादर करावयाच्या होत्या. त्यासाठी त्यांनी संरक्षण खात्याच्या तीनही संरक्षक दलांचा आणि त्यांच्या आर्थिक गरजांचा पूर्ण विचार करण्यास सुरुवात केली. काही मूलभूत प्रश्नांसंबंधीही त्यांना लक्ष द्यावयाचे होते. त्यांपैकी एक म्हणजे सेनाप्रमुख आणि त्यांचे दुय्यम अधिकारी यांना काही आदेश द्यावयाचे होते. कारण पाचव्या पंचवार्षिक योजनेची तयारी सुरू होती. दुर्दैवाने १९५७ ते १९६२ या काळात सेनादलाला असे मार्गदर्शन झाले नव्हते. संरक्षण यंत्रणेला 'मार्गदर्शक आदेश' देणे, ही एक जटिल समस्या आहे. कारण यामध्ये देशाच्या परराष्ट्रीय धोरणाचाही संबंध येतो. असे म्हटले जाते की, 'युद्ध म्हणजे देशाच्या परराष्ट्रीय धोरणाचा अंतिम टप्पा आणि अशी लढाई आणि अशी युद्धे लढत असतानाच भावी काळातल्या युद्धाची बीजे पेरली जातात.' या मार्गदर्शनामध्ये आपले राष्ट्रीय उद्दिष्ट काय आणि त्याबाबत येऊ

शकणाऱ्या अडथळ्यांचे वस्तुनिष्ठ मूल्यमापन व्हावे आणि आपली सेनादले यांना कसे तोंड देऊ शकतील आणि त्यांची साधने किती, याचेही भान ठेवावे लागते. अशा तऱ्हेच्या मार्गदर्शनाची जबाबदारी प्रामुख्याने मुलकी अगर लष्करी प्रशासनावर असते. हे मार्गदर्शन वेळोवेळी फेरविचारासाठी उपलब्ध असावे लागते, आणि त्याचा मुख्य भाग युद्धाच्या दिशेने वाटचाल असा असतो.

अशा तऱ्हेची महत्त्वाची मार्गदर्शक तत्त्वे चव्हाणांनी पंतप्रधानांच्या अनुमतीने आणि अनेक स्तरांवरच्या चर्चेमधून केवळ तीन महिन्यांत जारी केली. त्यामुळे लष्करी सेनादले आणि संरक्षणमंत्रालय यांना पुढील कारवाईबाबत निश्चित दिशा मिळाली आणि पाचव्या पंचवार्षिक योजनेसाठी एक आराखडा तयार करता आला.

पंचवार्षिक योजना हे एक असेच गुंतागुंतीचे प्रकरण होते. तिसऱ्या पंचवार्षिक विकास योजनेमध्ये जी काही उद्दिष्टे ठरवली गेली, त्यांना चिनी आक्रमणाने हादरा बसला होता. १९६१-६२ सालात संरक्षणाची अंदाजपत्रकातील तरतूद ३१२ कोटींची होती. १९६२-६३मध्ये ती ८०० कोटींपर्यंत वाढली आणि नंतरच्या तीन वर्षांत हजार कोटींच्या घरात येऊन थडकली. देश कोठल्याही त्यागास तयार होता. आपली संरक्षण दले बळकट व्हावी, ही देशाची इच्छा. त्याचबरोबर आपल्या पैशाचा उपयोग व्यवस्थित व्हावा, ही सर्वांची इच्छा. संरक्षण दलांना ही कल्पना थोडीशी नवीन होती. त्यांचा वारसा ब्रिटिश साम्राज्यशाहीचा होता. त्या काळात रणभूमीवरील सैन्यापेक्षा पिछाडीच्या, युद्धात न उतरणाऱ्या सेनेची संख्या मोठी असे. सैनिकी भाषेत 'दात आणि शेपूट' (टीथ टू टेल) याचे प्रमाण शेपटाकडे झुकते होते. चव्हाणांनी या प्रश्नावर खूप अभ्यास आणि चिंतन करून रणांगणावरील आणि छावणीतील सेवकांचे परस्परांशी प्रमाण काय असावे, याबद्दल एकवाक्यता घडवून आणली. हे मतैक्य झाल्यावर असे ठरविण्यात आले की, प्रत्यक्ष सेनादलाची संख्या आठ लक्ष पंचवीस हजारांपर्यंत वाढवावी आणि त्यांना आधुनिक शस्त्रांचा पुरवठा करावा. या वाढीमध्ये आणखी एक नवी कल्पना मान्य झाली. ती म्हणजे, पर्वतीय क्षेत्रात सक्षमतेने लढू शकेल, असा सेनादलाचा खास विभाग उभारावा, त्याचे व्यवस्थापन करावे आणि त्याला उपयुक्त प्रशिक्षण, तसेच अद्ययावत युद्धसाहित्य द्यावे. त्याचबरोबर या योजनेत वायुदले आणि आरमार यांचाही विस्तार करावा. संरक्षण साहित्याचे उत्पादनही मोठ्या प्रमाणावर वाढवावे, परदेशी पुरवठ्यावर अवलंबून राहावे लागू नये.

८ एप्रिल, १९६३ रोजी संरक्षणमंत्री चव्हाणांचे लोकसभेत पहिले भाषण झाले आणि संरक्षणाबाबतच्या आपल्या कल्पना त्यांनी संसदेसमोर आणि देशापुढे मांडल्या. नियोजनाचा तातडीचा भाग आणि दीर्घ काळ चालणारे नियोजन यासंबंधी विस्ताराने

सांगताना त्यांनी संरक्षण आणि परराष्ट्रीय धोरण यांचा संबंध कसा येतो, हे विशद केले. आपल्या इतर उद्देशांबरोबरच देशाच्या संरक्षण-यंत्रणेत ते कसे उपयोगी होते, याचाही त्यांनी उल्लेख केला. संरक्षणमंत्र्यांच्या भाषणात संरक्षण आणि परराष्ट्रीय धोरण या दोन्हीही गोष्टींचा कसा मिलाप झालेला आहे, हे विशद करणाऱ्या त्यांच्या भाषणाचे लोकसभेत स्वागत झाले, तसेच कौतुकही झाले.

या संरक्षणात्मक योजनेची तयारी करत असताना मला स्वत:ला मंत्रालयाच्या कामात पुष्कळच गुंतून घ्यावे लागले. त्यांपैकी पुष्कळसे काम मध्यम पातळीवरील अधिकारी करीत होते. त्यामध्ये एस.सुंदराजन, एस. कृष्णस्वामी आणि के. सुब्रह्मण्यम यांचा समावेश होता. त्यांच्या कामाच्या प्रगतीवर लक्ष ठेवण्याचे काम करण्यास मला सांगण्यात आले. हे सर्व काम महाराष्ट्रातील दिनकर साठे, आय.सी.एस. यांच्याकडे सोपविण्यात आले होते. त्यांची एक कर्तबगार, कल्पक अधिकारी म्हणून पूर्वीच ख्याती होती. ते महाराष्ट्रातील सनदी अधिकारी होते, पुढे ते महाराष्ट्राचे मुख्य सचिव झाले. त्यांच्याजवळचे संघटनात्मक कौशल्य सर्वमान्य होते आणि त्याचा उपयोग या पंचवार्षिक योजनेच्या आखणीत भरपूर होणार होता. कारण ते काम मंत्रालयात, तसेच संरक्षण दलातील ज्येष्ठ अधिकाऱ्यांच्या सहकार्याने व्हावयाचे होते. मी श्री. साठे यांच्याशी सतत जवळजवळ दररोज संपर्क साधून होतो आणि त्या माहितीवर संरक्षणमंत्र्यांना प्रगतीचा आढावा देत होतो. शेवटी-शेवटी या योजनेचा अंतिम मसुदा तयार करण्यातही माझा सहभाग होता आणि तो माझ्या पुढच्या आयुष्यात खूपच उपयुक्त ठरला.

या पंचवार्षिक कामाच्या योजनेबरोबरच संरक्षणमंत्रालयाला नवी दिशा देणारा वार्षिक अहवाल तयार करण्याचे काम चव्हाणांनी माझ्यावर प्रत्यक्ष सोपवले. अशा तऱ्हेचे वार्षिक निवेदन, अंदाजपत्रक तयार होत असताना, खात्याच्या गरजांची पार्श्वभूमी कळावी, म्हणून तयार केले जाते. आजपर्यंत या खात्यातर्फे तयार होणारे निवेदन त्रोटक स्वरूपाचे आणि कमीतकमी माहिती देणारे असते, असा या खात्याचा लौकिक होता. दुर्दैवाने १९६२-६३ सालचा वार्षिक अहवाल चव्हाण संरक्षणमंत्री होण्यापूर्वीच तयार झाला होता. त्याचबरोबर त्यांच्यासमोर अनेक तातडीच्या बाबी येत गेल्यामुळे या अहवालाचे काम पूर्वी ते काम करणाऱ्या अधिकाऱ्यांनी केले होते. नव्या परिस्थितीत संसद संरक्षण-प्रश्नांबाबत अतिशय जागरुक आणि तत्पर झाली होती. चव्हाणांनी या अहवालात कमीतकमी माहिती लिहिण्याच्या आपल्या पूर्वसुरींच्या मंडळींचीच प्रथा चालवली, याबद्दल कडक टीका करण्यात आली. या गंभीर टीकेचे आणि नाराजीचे पडसाद दोन्ही सभागृहांत उमटल्याचे लक्षात घेऊन

चव्हाणांनी ठरवले की, १९६३-६४ या वार्षिक अहवालाचे स्वरूप आमूलाग्र बदलावयाचे. श्री. साठे 'जॉइन्ट सेक्रेटरी' म्हणून या कामाकडे पाहत होतेच. त्यांच्याबरोबर मी स्वत: लक्ष द्यावे, असे त्यांनी सांगितले. नेहमीच्या प्रथेप्रमाणे अहवाल तयार होतानाच कमीतकमी माहिती द्यावयाची आणि नंतरही त्यातील काही भाग नाजूक म्हणून काढावयाचा, यापेक्षा आम्ही निराळ्या नजरेने अहवालाकडे पाहावयाचे ठरवले. संरक्षणमंत्री चव्हाणांनी आम्हाला एक आज्ञा केली. ती म्हणजे १९६३-१९६४चा वार्षिक अहवाल तयार करताना, मंत्रालय आणि सेनादले करत असलेल्या कामाची संपूर्ण आणि सविस्तर माहिती देण्यात यावी. गुप्ततेचा बाऊ करू नये. असा हा मसुदा तयार झाल्यानंतर त्यापैकी कोणता भाग ठेवावा की वगळावा, हे संरक्षणमंत्री स्वत: ठरवणार होते.

याचा स्वाभाविक परिणाम असा झाला की, १९६३-१९६४साठी खात्याचा अहवाल जेव्हा संसदेला सादर झाला, तेव्हा तो पूर्वीपेक्षा अगदी निराळा पाहून, संसदेला सुखद धक्काच बसला. संरक्षणमंत्रालयाचे कामकाज असे खुल्या धोरणाने सभागृहापुढे ठेवल्यामुळे चव्हाणांची सर्वत्र प्रशंसा झाली. यापूर्वी अशा तऱ्हेची माहिती सामान्य सभासदांना देशी आणि परदेशी नियतकालिकांमधून मिळत असे; पण त्याचा खात्याच्या वार्षिक अहवालात गुप्ततेच्या कारणास्तव पत्ताच नसे.

माओच्या तत्त्वज्ञानाचा अभ्यास आणि नेफा आघाडीवरील घडलेल्या घटनांचे पृथक्करण यामुळे सेनादलातील अधिकारी आणि जवान यांच्यामध्ये किती मोठी दरी आहे, हेही स्पष्ट झाले. प्रत्यक्ष लढणारा जवान आणि आज्ञा देणारे अधिकारी यांचे परस्परसंबंधांचे महत्त्व युद्ध-क्षेत्रातच सिद्ध होते. सत्य असे होते की, १९६२च्या लढाईमध्ये काही मूठभर अधिकाऱ्यांच्या सैन्याला प्रत्यक्ष नेतृत्व देण्याच्या शौर्यकथा सोडल्या, तर बहुतांश अधिकारी ढिले पडले होते. वृत्तपत्रांमधून या वस्तुस्थितीचे दर्शन सतत घडत होते.

चव्हाण जेव्हा-जेव्हा खालच्या श्रेणीच्या अधिकाऱ्यांशी आणि सेवानिवृत्त सेनानींशी भेटत-बोलत, तेव्हा अशी उदाहरणे त्यांना अनेक सांगितली जात. त्यामुळे लढाऊ जवानांचा त्यांच्या अधिकाऱ्यांवरचा विश्वास पुनश्च प्रस्थापित करण्याच्या कामास चव्हाणांनी हात घातला. त्यांनी जनरल चौधरींच्या बरोबर त्यांच्या प्रमुख सहकाऱ्यांसह चर्चा केल्या. अधिकारी आणि जवान यांच्यामध्ये जवळचे आणि विश्वासाचे नाते उत्पन्न व्हावे, यासाठी त्यांच्याकडूनच सूचना मागवल्या. त्यांनी जवान आणि अधिकाऱ्यांत अधिक एकोपा निर्माण करण्याचे काम त्यांच्यावरच सोपवले.

८ एप्रिल, १९६३ रोजी लोकसभेत बोलताना ते म्हणाले, "आणखी एक

महत्त्वाचा प्रश्न आहे, तो म्हणजे अधिकारी आणि जवान यांच्यामधील घनिष्ठ संबंधांचा. या प्रश्नाला खूप महत्त्व आहे. एका थोर सेनानीने असे उद्‌गार काढले की, चांगले सैन्य आणि नेभळे सैन्य असे असू शकत नाही, तर चांगला अधिकारी आणि वाईट अधिकारी असा फरक होऊ शकतो. अधिकाऱ्याची गुणवत्ता तो ज्यांना नेतृत्व देतो, त्या जवानांमध्ये किती विश्वास निर्माण करू शकतो, यावर अवलंबून आहे; आणि म्हणून प्रामुख्याने अधिकारी आणि जवान यांच्यांतील परस्परसंबंधांवर आपणांस यावे लागते. सध्या काळजी घेतली जात आहे की, अशा तऱ्हेची भावना निर्माण करावी आणि वाढवावी.''

यानंतर २१ सप्टेंबर, १९६३च्या राज्यसभेतील चर्चेला उत्तर देताना संरक्षणमंत्र्यांनी नेफा आघाडीवरील माघार आणि संरक्षण क्षमता यांचा ऊहापोह केला.

ते म्हणाले, ''सन्मान्य सभासदांनी (श्री. मणी) चिनी रेडिओवरून सुरू असलेल्या प्रचाराचा उल्लेख केला. त्या प्रचारात अधिकारी-जवान यांच्यामध्ये भेदभाव केला जातो, असे सांगितले जाते. मला वाटते, चिनी प्रचारकांनी ब्रेनवॉशिंग सुरू केले आहे. त्याचा पहिला बळी श्री. मणी आहेत की काय? मी अपेक्षा करतो – ते तसे नाहीत. मला असे आढळले की, चिनी प्रचारकांनी नेमका याच धर्तीचा प्रचार आणि वापर आपल्या युद्धबंद्यांबाबत केला. गोष्ट खरी आहे की, ब्रिटिशांच्या काळातील काही कार्यपद्धतींचा वारसा आम्हाकडे आला आहे; पण मी आपणांस सांगू इच्छितो की, सध्याचे सेनानी आणि लष्कराचे नेतृत्व करणाऱ्या मंडळींना या गोष्टीची जाणीव आहे. त्यांनी सर्व अधिकाऱ्यांना अशा सूचना दिल्या आहेत की, जवान आणि अधिकारी यांच्यामध्ये एक नवीन नाते आपणांस निर्माण करावयाचे आहे. आपल्या लोकशाही जीवनपद्धतीला हे नवे नाते सुसंगत असले पाहिजे. याबाबत खुलासेवार सूचना दिल्या असून, ते कसे घडू शकेल, हे दाखवले गेले आहे.''

२३ सप्टेंबर रोजी जनरल करिअप्पांकडून चव्हाणांना एक तार मिळाली. त्यात करिअप्पांनी सुचविले होते की, अधिकारी आणि जवान यांच्यामधील नव्या लोकशाही नात्याचा विचार स्थगित करावा आणि त्याचे परिणाम काय होतील, याचा सखोल अभ्यास करावा. घाईगर्दीत काही पाऊल उचलले, तर अधिकाऱ्यांच्या इभ्रतीला धक्का लागेल आणि त्याचा परिणाम शिस्तीवर होईल.

करिअप्पांची ही तार संरक्षणमंत्र्यांच्या भाषणाच्या संदर्भात होती.

या तारेने चव्हाण थोडे गोंधळातच पडले.

या तारेमागोमाग जनरल करिअप्पांनी त्यांच्या शंका-कुशंका व्यक्त करणारे पत्र संरक्षणमंत्र्यांना लिहिले. चव्हाणांच्या निवेदनातून, लष्कराचे लोकशाहीकरण करावे,

असा अर्थ निघतो, तो एक जुना सैनिक या नात्याने करिअप्पांना गंभीर आणि धोक्याचा वाटला. या निवेदनामुळे सामान्यांची अशी समजूत झाली की, लष्करातील अधिकारी आणि जवान यांच्या संबंधात काही बिघडले आहे; आणि ही गोष्ट काळजी करण्यासारखी आहे. जनरल करिअप्पांना वाटले की, तथाकथित लोकशाही संबंधांची कल्पना म्हणजे चिनी कम्युनिस्टांनी चालवलेल्या प्रचाराचा एक परिणाम असावा.

[illegible] करिअप्पांनी पुढे लिहिले, 'जर तुम्ही लष्करातील लोकशाही संबंधांची कल्पना पुढे चालू ठेवली, तर आपल्या लष्करी तळावर त्याचा परिणाम होईल. सध्या साऱ्या देशात ही एकच संस्था संपूर्ण शिस्तबद्ध आहे, असा विश्वास आहे आणि या नव्या धोरणाने या शिस्तीलाच तडा जाईल. ही गोष्ट आपल्या देशाच्या दृष्टीने बिलकूल योग्य नाही. या मार्गाने साम्यवादी विचारसरणीचा संरक्षण-सेवेत प्रादुर्भाव होईल. कृपया या संकटापासून देशाला वाचवा.'

संरक्षणमंत्री चव्हाण या पत्राने आश्चर्यचकित झाले. तसेच, आपण वरिष्ठ लष्करी अधिकाऱ्यांची पूर्ण संमती घेऊन पुरोगामी पावले उचलत असताना, अशा तऱ्हेचा गैरसमज एका सेवानिवृत्त सेनानीचा होतो, याने संरक्षणमंत्री अस्वस्थ झाले, कदाचित हीच भावना सध्या सेवेत असलेल्या अधिकाऱ्यांत फैलावेल, ही त्यांना भीती वाटली. म्हणून सर्व वरिष्ठ अधिकाऱ्यांना अशा सूचना दिल्या गेल्या की, संरक्षणमंत्र्यांच्या राज्यसभेतील निवेदनाचा खरा अर्थ त्यांनी सर्वांना समजावून सांगावा.

चव्हाणांनी जनरल करिअप्पांना खुलाशाचे पत्र लिहिताना म्हटले की, असल्या निवेदनात सर्वांमध्ये सहकार्याची भावना निर्माण करण्याचा भावार्थ होता. हे बंधुत्व, अधिकारी, दुय्यम अधिकारी आणि जवान या सर्वांमध्ये निर्माण व्हावे आणि परिणामी यांनी आघाडीवर एकदिलाने झुंजावे, ही यामागची कल्पना आहे. ही परस्परबंधुत्वाची भावना नेतृत्वामधील गुणांना उत्तेजन देईल आणि ते अधिकारी जेव्हा जवानांना, त्यांच्या निष्ठा द्या, असे सांगतील, तेव्हा आमच्याही निष्ठा आणि साथ तुम्हाला मिळेल, असे आश्वासले जाईल.

हा पत्रव्यवहार लांबू नये, म्हणून चव्हाणांनी करिअप्पांना लिहिले की, या क्षेत्रात मी आपणांस काही अधिक सांगावे, असे नाही.

■

२१

काही अविस्मरणीय दौरे

सैन्यातील विविध तुकड्या, त्यांचे अधिकारी आणि प्रत्यक्ष आघाडीवरील जवान यांची अधिक माहिती आणि तोंडओळख व्हावी, म्हणून १९६३च्या पहिल्या चार महिन्यांत यशवंतरावजींनी सर्वत्र संचार केला. आठवड्यातून दोन दिवस दूरदूरच्या छावण्यांना भेटी देऊन ते जवानांना भेटत. त्याचप्रमाणे वायुदल आणि लष्करी साहित्यनिर्मितीचे कारखाने यांनाही भेटी देत. अशा कारखान्यांना भेट देत असताना त्या कामगारांच्या सुविधांची त्यांनी माहिती मिळे. आजही त्या भेटी आणि यशवंतरावांचे स्वागत, जवानांबरोबर चहापाणी आणि अधिकाऱ्यांबरोबरील चर्चा मला आठवतात. काही गोष्टी विसरणे शक्यच नाही.

जानेवारी महिन्याच्या शेवटी-शेवटी आम्ही राजस्थानला भेट दिली. एका सकाळी झुनझुनू गावी हजारो माजी सैनिक संरक्षणमंत्र्यांची भेट आणि स्वागतासाठी एकत्र जमले होते. मुख्यमंत्री सुखाडिया आणि त्यांच्या मंत्रिमंडळातील सहकारी तेथे उपस्थित होते. झुनझुनू आणि भोवतालचा परिसर हा लष्करसेवा इच्छुकांनी भरलेला आणि भारलेला होता. तेथील दृश्य आनंददायक होते. अनेक सेवानिवृत्त वृद्ध, ज्युनिअर कमिशन्ड ऑफिसर आणि जवान स्वागताला उभे होते. त्यांच्या डोक्यावर रंगीबेरंगी फेटे आणि पगड्या, छातीवर लटकत असणारी पदके आणि कमरेला तलवारी हे दृश्य मनोहारी होते. संरक्षणमंत्री चव्हाण आपल्या गाडीतून उतरल्यावर सर्वत्र 'शिवाजी महाराज की जय' असा जयजयकार झाला. एक वृद्ध सेवानिवृत्त जे.सी.ओ. जमादार पुढे झाला आणि त्याने लष्करी ऐटीत सॅल्यूट ठोकला. त्याचे दोन सुपुत्र नुकत्याच झालेल्या युद्धात मारले गेले होते आणि तिसरा 'लापता' होता. तो चिन्यांच्या कैदेत असावा, असा संभव होता. त्या वृद्धाने चव्हाणांना सांगितले,

"माझ्या दोन स्वर्गवासी पुत्रांनी माझ्या कुटुंबाची इभ्रत आणि परंपरा आपल्या मृत्यूने सांभाळलेली आहे. मी देवाची प्रार्थना करतो की, माझ्या तिसऱ्या मुलानेही असे बलिदान केले असावे."

चव्हाणांना सातारा जिल्ह्याची आठवण झाली होती. त्या जिल्ह्यात अपशिंगे गावासारखी काही गावे आणि परिसर लष्कराला सदैव जवान पुरविणारी क्षेत्रे होती. आपल्या तिसऱ्या मुलाला चिन्यांच्या कैदेऐवजी धारातीर्थी मृत्यू यावा, हे सांगणाऱ्या त्या वृद्ध जमादाराच्या भावना संरक्षणमंत्री अनुभवाने ओळखत होते. त्यांच्या डोळ्यांतून आसवे पाझरू लागली. दोन पावले पुढे येऊन त्यांनी त्या वृद्ध जे.सी.ओ.ला आपल्या मिठीत घेतले. पुन्हा एकदा सारा परिसर 'शिवाजी महाराज की जय'च्या घोषणांनी दुमदुमून गेला.

चव्हाणसाहेबांना एक फेटा बांधून आणि तलवार देऊन चालीरीती-रिवाजाप्रमाणे गौरविण्यात आले.

आणखी अशी एक भेट १९६३च्या मार्चच्या प्रारंभी ईशान्य भागाच्या आघाडीवरची आठवते. तेजपूरजवळच्या डोंगरपायथ्याजवळच्या छावणीत त्यांची भेट होती. आम्ही हेलिकॉप्टरने मणिपूर आणि नागालँडमधील अनेक स्थळांना भेटी दिल्या. कोहिमामध्ये श्री. टी. शीलो या नागालँडच्या 'चीफ एक्झिक्युटिव्ह कौन्सिल'बरोबर चव्हाणांनी चर्चा केली.

वर्षअखेर नोव्हेंबर महिन्यात नेफा भागाला आणखी एक चिरस्मरणीय भेट दिली. आम्ही जोराहट, तेजू, तेजपूर, दारांग, तवांग, डीराँग झाँग आणि बोमदिलाला भेटी दिल्या. एक वर्षापूर्वी या सर्व ठिकाणांची नावे वृत्तपत्रांत झळकत होती. कारण चिन्यांनी 'नेफा-फ्राँटियर डिव्हिजन' आक्रमिली होती.

१२ नोव्हेंबर, १९६३ची तवांगची भेट अविस्मरणीय ठरली. जवळजवळ एक वर्षापूर्वी चिन्यांनी शहर ताब्यात घेतले होते. तेथील मोन्पा नागरिकांनी चव्हाणांचे स्वागत केले. हे लोक तिबेटी संस्कृतीचे असून, त्यांचा धर्म बौद्ध होता. संरक्षणमंत्र्यांचे स्वागत मोठे उत्साही होते. तवांगच्या प्रार्थनामंदिरात प्रमुख लामा – त्यांना रिपोंचे म्हणतात – यांनी आणि त्यांच्या इतर साधूंनी परंपरागत पद्धतीने स्वागत केले. वस्त्रांची देवाणघेवाण झाली. परंपरागत वाद्ये वाजत होती आणि लांबच लांब तिबेटी शिंगांतून आवाज निनादत होता. असा हा संगीत-रंगीत कार्यक्रम झाला.

संरक्षणमंत्र्यांची चिनी सैन्य माघारी गेल्यानंतरचीही ही पहिलीच भेट होती. तवांग नागरिकांतर्फे चव्हाणांना मानपत्र देण्यात आले. लोकांच्या चेहऱ्यांवर उत्साह आणि एका प्रकारची उत्सुकता होती; पण त्याचबरोबर सालगुदस्त झालेल्या घटनांची छाया डोकावत होती. त्या वेळी चिनी सैन्य दौड करत कसे येत होते आणि भारतीय सैन्य त्यांच्यापुढे जलदीने माघार घेत होते, हे दृश्य त्यांनी पाहिले आणि अनुभवले होते. त्या लोकांच्या मनात, विशेषत: तरुण पिढीच्या मनात एक प्रकारचा अविश्वास

रुजला होता की, पुन्हा प्रसंग आला, तर आम्हाला वाऱ्यावर सोडले जाईल का?

चव्हाणांनी त्यांच्यासमोर भावनेने ओथंबलेल्या शब्दांत भाषण केले आणि आक्रमणाच्या वेळी त्यांनी दाखविलेल्या धैर्याचे कौतुक केले.

मात्र त्यांच्या लक्षात आले की, या मंडळींचा विश्वास संपादन करण्यासाठी यापुढे खूपच कठीण आणि चिकाटीने काम करावे लागणार आहे.

या आमच्या भेटीत असे कित्येक अधिकारी भेटले की, ज्यांचा ईशान्य भागाच्या विकासाशी संबंध होता. सेवानिवृत्त कर्नल सी.एन. लुथारा, सेवानिवृत्त मेजर आर. खातीग, सिक्युरिटी कमिशनर आणि निवृत्त मेजर के.सी. जोहरी, पोलिटिकल ऑफिसर कार्मेग, फ्रॅंटियर डिव्हिजन आणि कित्येक अनेक. एक सुखद अनुभव आला की, या अधिकाऱ्यांनी जनतेमधील प्रक्षोभ दूर करून त्यांना शांत करण्यात आणि सरहद्दीवर विश्वास निर्माण करण्यात थोड्या काळात बरेच यश मिळवले होते. १६००० फुटांवर हेलिकॉप्टरने सेलाक खिंडीवरून प्रवास करणे आणि बोमदिलाला पाणी गोठविणाऱ्या थंडीचा अनुभव घेणे रोमांचकारी होते. त्याचबरोबर डीराँग झाँग आणि तेंगा व्हॅली यांच्यावरून जाताना भारतीय सैन्याची अगणित वाहने, साहित्य, वैयक्तिक हत्यारे आणि अवजड साहित्य (हेवी इक्विपमेंट) इतस्तत: विखुरलेले पाहणे दु:खदायक होते.

त्या वेळी अर्थातच मला कल्पना नव्हती की, पंचवीस वर्षांनंतर मला अरुणाचल प्रदेशाचा राज्यपाल या नात्याने येथे येऊन या गावांना भेटी देण्याचा योग येणार आहे. खरा आनंद वाटला, तो १९६३ साली भेटलेल्या या अधिकाऱ्यांची नावे आजही मोठ्या आदराने घेतली जातात. त्यांपैकी काही जणांच्या पुनर्भेटींचे भाग्य मला लाभले.

एप्रिल, १९६४च्या सिक्कीम भेटीची आठवण अशीच अविस्मरणीय; पण निराळ्या कारणासाठी होती. तेथे भारताचा राजकीय प्रतिनिधी म्हणून गंगटोकमध्ये बहादूर सिंग यांच्याबरोबर त्यांच्या बंगल्यात आम्ही राहिलो. आम्ही आलो, त्याच रात्री सिक्कीमच्या वृद्ध महाराजांनी संरक्षणमंत्र्यांना आणि आम्हा मंडळींना भोजनाचे आमंत्रण दिले होते. महाराज कुमारांनी आमचे स्वागत केले. त्यांचा नुकताच होप कुक या अमेरिकन युवतीबरोबर विवाह झाला होता. त्या आणि महाराजांच्या इतर कन्यका भव्य दरबार हॉलच्या एका बाजूला बसल्या होत्या. आम्ही सर्व जणांनी त्यांच्या विरुद्ध दिशेला, महाराज बसले होते, त्या बाजूला जागा घेतली. माझ्या लक्षात आले की, टोकाला बसलेल्या राजकुमारींना कुणाची संगतसोबत नाही आणि

म्हणून चव्हाणांच्या परिवारातील मी सर्वांत तरुण असल्याने एक शिष्टाचार म्हणून त्यांच्या बाजूस जाऊन बसण्याचे ठरवले.

मी संभाषण सुरू केले. किरकोळ प्रश्न विचारत होतो. युवराज्ञी लग्नापूर्वी सिक्कीमला आल्या होत्या का? त्यांना गंगटोक आवडले का? या प्रश्नांना युवराज्ञी होप दुसऱ्या टोकाला बसलेल्या महाराजांना आणि चव्हाणांना ऐकू जाईल, इतक्या गोड्या आवाजात उत्तर देत होत्या.

चव्हाणांच्या शेजारी बसलेल्या युवराजांनी जरा कठोर नजरेने आपल्या पत्नीकडे पाहिले. त्यापुढील प्रश्नोत्तरांत युवराज्ञी होय, नाही उत्तर देत होत्या; परंतु मला त्यांचा आवाज ऐकू येत नव्हता. उघड दिसत होते की, युवराज्ञी होप यांचा आवाज अमेरिकन नाऱ्यांच्या पद्धतीप्रमाणे मोठा होता आणि त्यांना दरबारात हळू बोलण्यास सांगण्यात आले होते. त्या तसा प्रयत्न करत होत्या, पण मला मात्र काही ऐकू येत नव्हते. त्या बोलतच राहिल्या, हे पाहून मीही ठरविले की, आपणही इतक्या हळू बोलायचे की, त्यांना काही ऐकू जाऊ नये. मीही गमतीने आपले ओठ हलवीत होतो; पण शब्द उच्चारला नाही.

आमचे बहिऱ्यांचे संभाषण काही काळ जमले. होप कुकही तितक्याच खेळीमेळीने त्यात सहभागी झाल्या.

जेवणानंतर मी त्यांचे आभार मानण्यास गेलो, तेव्हा त्या मोहकपणे हसून म्हणाल्या, ''आपल्या संभाषणाने मला आनंद झाला.''

युवराज्ञीला आणि मला ठाऊक होते की, आमचे संभाषण झालेच नव्हते!

ती भेट आणखी एका दृष्टीने लक्षात राहणारी होती. आम्ही साडेचौदा हजार फुटांवरच्या नाथूला पर्वत शिखरावरील खिंडीपर्यंत गेलो. त्या वेळी पूर्वेकडे भूतान आणि पुढे उत्तरेला तिबेटकडे जाणारा मार्ग त्या खिंडीतूनच होता. तेथील भारतीय सैन्याने आमचे मोठ्या प्रेमाने स्वागत करून, चिनी ठाण्यांबाबतची माहिती दिली. आकाश निरभ्र असल्याने दुर्बिणीच्या साहाय्याने आम्ही खाली बसलेल्या चिनी सैनिकांची हालचाल पाहू शकत होतो.

त्या खिंडीतल्या एका कोनशिलेवर लिहिले होते :

'श्री. जवाहरलाल नेहरू, भारताचे पंतप्रधान, महाराज कुमार लेफ्टनंट कर्नल पी.टी. नांग्याल यांच्याबरोबर येथे आले. १८ सप्टेंबर, १९५८.'

त्या खिंडीतल्या कोनशिलेचे आणि इतर काही फोटो स्मृती म्हणून आम्हीही घेतले.

सातारा जिल्हा हा संरक्षणमंत्रिपदासाठी यशवंतराव चव्हाणांना उपयुक्त ठरला.

सातारा म्हणजे शिवाजीच्या वंशजांची गादी. चव्हाण सैनिकांच्या छावण्यांना भेटीसाठी जात किंवा माजी सैनिकांच्या मेळाव्यांना जात, तेव्हा, 'शिवाजी महाराज की जय' म्हणून त्यांचे स्वागत होई. मनातल्या मनात साहजिकच त्यांना आनंद वाटे. सैन्यालाही एक लढवय्या मराठा संरक्षणमंत्री लाभला, म्हणून अभिमान वाटणे साहजिकच होते.

चिनी युद्धामध्ये भारतीय सेनेची नेफा आघाडीवर वाताहत झाल्यावर संरक्षणमंत्रालयातील जनसंपर्क अधिकारी नवीन संरक्षणमंत्र्यांची प्रतिमा जवानांच्या मनात उज्ज्वल होईल, याचे प्रयत्न करीत होतेच. सैन्याच्या मनोधैर्याच्या दृष्टीने ते महत्त्वाचे होते; पण कधी कधी अतिउत्साही प्रसिद्धी अधिकारी अडचणही निर्माण करावयाचे.

१९६३च्या सुरुवातीला कामाचा व्याप पाहून पंडितजींनी यशवंतरावांना उपमंत्रिपदासाठी एक नाव सुचविण्यास सांगितले. त्यांनी कऱ्हाडचे लोकसभा सभासद आनंदराव चव्हाणांचे नाव सुचविले. ते सुशिक्षित, शांत स्वभावाचे आणि सर्वप्रिय व्यक्तिमत्त्व होते.

पंडितजींनी त्यांची नेमणूक केली.

एके दिवशी (एप्रिल १९६३) जवळजवळ सर्व वर्तमानपत्रांत एक ठळक बातमी पहिल्या पानावर झळकली :

'माझे पूर्वज अहमद शहा अब्दालीला लढत देत देत पानिपतावर शहीद झाले होते,' असे संरक्षणमंत्री आपल्या पानिपत शहराच्या वतीने दिलेल्या सत्कार-समारंभात बोलले.

दुसऱ्या दिवसापासून वर्तमानपत्रकारांनी रकानेच्या रकाने यशवंतराव आणि त्यांच्या पूर्वजांच्या पुण्यस्मृतीने भरले. संरक्षणमंत्रालयातील जनसंपर्क अधिकारी भारी खुशीत. अशी संधी ते थोडी वाया घालवू देणार होते. राजकीय क्षेत्रात; तसेच सैनिकांत ही बातमी सर्वत्र पसरली.

यशवंतरावांना थोडेसे अवघडल्यासारखे झाले. कारण बातमी खरी होती; पण ती होती आनंदराव चव्हाणांच्यासंबंधी. अशी बातमी 'माझ्या बाबतीत खरी नव्हे,' असे म्हणणेही योग्य वाटले नाही. कारण त्या वेळी आनंदराव चव्हाण कोण, याची विशेष माहिती नव्हती. त्यांचा स्वभावही प्रसिद्धीपराङ्मुख होता, त्यामुळे ते संरक्षण उपमंत्री आहेत, याची संरक्षण-क्षेत्राच्या बाहेर जाणीवही नव्हती –

संरक्षणमंत्र्यांच्या पूर्वजांविषयी जेव्हा जेव्हा सभेत गुणगान होई आणि पानिपतविषयी बोलले जाई, तेव्हा यशवंतरावांना संकोच वाटे... पण हेही खरे, आलेली 'बातमी'

खरी नव्हे, हेही त्यांनी कधी म्हटले नाही. त्यामुळे महाराष्ट्रात विद्वान आणि रसिक लोकांतही हा भ्रम पसरला. त्याचे एक उदाहरण म्हणून सांगतो.

१८ एप्रिल, १९६३च्या 'साहित्य-लक्ष्मी'च्या विशेष अंकात पु.भा.भावे यांनी त्यांच्या लेखात या प्रसंगाविषयी लिहिले :

श्री. यशवंतराव चव्हाण यांच्याविषयी नुकतीच एक छोटीशी वार्ता माझ्या वाचनात आली. श्री. चव्हाण पानिपतावर गेले आणि तेथील रणभूमीवरील धूळ त्यांनी आपल्या मस्तकी लावली. ही वार्ता वाचताच माझ्या मनात एक चमक उठून गेली ...कृष्णाकाठचा एक शूर शिलेदार पुन्हा एकदा पानिपती आला होता. पूर्वजांच्या रक्ताने रंगलेली धूळ तो आपल्या मस्तकी लावत होता. तेथेच यशवंतरावांचे पणजोबा लढले. तेथेच आज ते उभे होते. भारताची ललाटरेखा लिहिणाऱ्या पानिपतावर भारताचा संरक्षणमंत्री उभा होता आणि पानिपतची पुनीत धूळ तो आपल्या मस्तकी घेत होता. पूर्वजांचे आशीर्वाद, त्यांच्या आकांक्षा, पराक्रम, त्यांची परंपरा – साऱ्यांनाच जणू तो मस्तकी धारण करीत होता... पानिपतावर त्यांनी पुन्हा एकदा आपल्या पूर्वजांचा आशीर्वाद घेतला. या देशातील आणि महाराष्ट्रातील माणसे मन:पूर्वक इच्छा करितात की, तो हा आशीर्वाद पूर्णपणे फळाला येवो! शिवाजीचे आणि महादजी शिंद्यांचे यश त्यांना मिळो! देश, धर्माच्या नावाने तसेच कर्तृत्व त्यांच्या हातून घडो!

■

२२

एका तंत्रज्ञाची लढाई : ईशापूर रायफल्स

भारतीय लष्कराला देशी बनावटीच्या 'सेमी ॲटोमॅटिक रायफली' प्राप्त करून देण्यास एका व्यक्तीचा लढा कारणीभूत झाला. त्या माणसाच्या प्रचंड खटपटीचे ते यश आहे. त्याच्यासमोरील काही तांत्रिक, तर काही मानवनिर्मित अडचणी दूर करून तो पुढे गेला.

१९६०च्या सुरुवातीला असा निर्णय घेण्यात आला की, भारतीय लष्कराला सेमी ॲटोमॅटिक रायफल्स द्याव्यात. त्यापूर्वी '३०३ एन्फील्ड' या रायफली सर्वमान्य हत्यार म्हणून शंभर वर्षे मान्यता पावल्या होत्या. लष्करामध्ये काही अधिकाऱ्यांचा एक गट होता. त्यांना भारतीय सेमी ॲटोमॅटिक बंदुका तयार करायच्या होत्या आणि त्याला कृष्ण मेनन यांचा आशीर्वाद होता. त्याचबरोबर लष्कर आणि संशोधन खाते यांमध्ये वजनदार गट होता. त्यांना परदेशी निर्मात्यांबरोबर सहकार्य करावेसे वाटत होते.

१९६२च्या ऑक्टोबर-नोव्हेंबरमधील लढाईत सिद्ध झाले की, चिनी सैनिक त्यांच्यापाशी असलेल्या ॲटोमॅटिक रायफल्समुळेच अधिक बलवान ठरले. आपल्या जवानांना त्या सुधारित बंदुकांपुढे माघार घ्यावी लागली. स्वाभाविकच याबाबत संसदेत अनेक प्रश्न विचारले गेले आणि पंतप्रधानांना त्या टीकेला तोंड द्यावे लागले. संरक्षण खाते पंतप्रधानांकडेच होते. सर्व प्रश्नांना ते एकच उत्तर देऊ शकत होते की, आमच्या जवानांना नेहमीची मान्य हत्यारे ३०३ रायफल्स पुरवल्या होत्या. त्यांना सेमी ॲटोमॅटिक रायफल्स दिल्या गेल्या नाहीत. कारण, त्या आमच्याजवळ नव्हत्या. अशा रायफल्स तयार करण्याचाच प्रश्न नव्हता, तर त्याला लागणारा दारुगोळा निर्माण करण्याचीही समस्या होती.

१४ नोव्हेंबर, १९६२ रोजी पंतप्रधानांनी लोकसभेला आश्वासन दिले की, 'आमच्या रायफलनिर्मितीच्या विभागाने तीन-चार महिन्यांत नमुन्याबरहुकूम सेमी ॲटोमॅटिक रायफल तयार केल्या आहेत. मोठ्या संख्येने त्या निर्माण होत आहेत आणि येत्या दोन-तीन महिन्यांत त्यांची संख्या खूप वाढेल.'

याबाबतची तातडी लक्षात घेऊन संरक्षणमंत्री चव्हाणांनी निर्मितीच्या प्रगतीत स्वत: लक्ष घातले आणि त्यांना आढळले की, सुधारित सेमी ॲटोमॅटिक रायफल अजून संशोधनातच आहे, तिची चाचणी अजून झालेलीच नाही. चव्हाणांना प्रचंड धक्का बसला. उघड होते की, पंतप्रधानांना चुकीची माहिती दिली गेली होती आणि त्या आधारावर त्यांनी संसदेत आश्वासने दिली होती. त्याहीपेक्षा गंभीर गोष्ट म्हणजे, आपल्या जवानांना जुन्या, कालबाह्य झालेल्या हत्यारांनीच तोंड द्यावे लागणार होते. या परिस्थितीची चव्हाणांनी आपल्या सल्लागारांबरोबर चर्चा केली. त्यांना सांगण्यात आले की, बेल्जियममधील 'एफ-एन' या प्रचंड प्रमाणावर शस्त्रांची निर्मिती करणाऱ्या कारखान्याबरोबर सहकार्य करावे. तो कारखाना आपली तातडीची गरज भागवण्यास तयार आहे. शिवाय त्या सेमी ॲटोमॅटिक रायफल्स येथे तयार करण्यासही सहकार्य देण्यास तयार आहे. शस्त्रविषयक संशोधन आणि निर्मितीमधील काही जुन्या व्यक्तींनी असेही सांगितले की, आपली मंडळी परदेशी बनावटीची हुबेहूब नक्कल करीत आहेत. त्याचा परिणाम कोर्टबाजीत होईल आणि आपणांस मोठी नुकसानभरपाई द्यावी लागेल. फक्त एक अधिकारी यापेक्षा निराळ्या मताचे होते. ते होते एस.जे. सहानी.

सहानी हे ऑर्डनन्स फॅक्टरीचे डायरेक्टर जनरल होते आणि ते पूर्णत्वाने भारतीय बनावटीच्या सेमी ॲटोमॅटिक रायफल्स तयार करण्याच्या योजनेमागे खंबीरपणे उभे होते. मंत्रालयात झालेली चर्चा ही समाधानकारक नव्हती आणि प्रामुख्याने त्यांच्या विचारावर आणि प्रयत्नावर टीका करणारीच होती.

एक दिवस हे अधिकारी मजकडे आले आणि त्यांनी आपल्या मनातील दु:ख मला सांगितले. बेल्जियमच्या एफ.एन. कंपनीची हितसंबंधीय मंडळी चर्चेवर कसा प्रभाव पाडीत आहेत, याचे चित्र त्यांनी रेखाटले. सहानी यांनी, पूर्णत्वाने समाधानकारक रायफल निर्माण करण्यात अडचणी आहेत, हे कबूल केले, मात्र ते स्वत: आणि त्यांचे निष्ठावंत अधिकारी, कलकत्त्याच्या ईशापूर फॅक्टरीत आपणांस हव्या त्या नमुन्याबरहुकूम रायफल्स काही महिन्यांतच निर्माण करून, त्यांची यशस्वी चाचणी देतील, असा त्यांना विश्वास वाटत होता. डायरेक्टर जनरल सहानींना फक्त दोन महिन्यांचा अवधी हवा होता आणि तेवढ्यात भारतीय बनावटीच्या सेमी ॲटोमॅटिक रायफल्स तयार करण्याची त्यांची तयारी होती.

मी त्यांच्याबरोबर झालेली चर्चा चव्हाणांना सांगितली. त्यांनी मला कलकत्ता फॅक्टरीला भेट देऊन समक्ष अंदाज घ्यावा, असे सांगितले.

त्याप्रमाणे मी ईशापूर (कलकत्ता) फॅक्टरीला समक्ष भेट दिली. तेथे सहानी आणि त्यांचे सहकारी अधिकारी यांनी आपल्या प्रगतीची संपूर्ण माहिती दिली आणि त्याचबरोबर त्या हत्याराची चाचणी करून घेण्याबाबत येणाऱ्या अडचणी सांगितल्या. त्यांनी कबूल केले की, आपल्या नव्या रायफली परदेशी रायफलची नक्कल आहे,

असे सकृतदर्शनी दिसेल; पण ती गोष्ट अटळ होती. मात्र, त्यांनी अशी काळजी घेतली होती की, आपली रायफल परदेशी बनावटीपेक्षा महत्त्वाच्या बाबतीत निराळी आणि अधिक सुधारलेली आहे, असे सिद्ध करता येईल. त्यामुळे बेल्जियमच्या रायफलची नक्कल केल्याचा दोष येणार नाही. माझ्यावर सहानी आणि अधिकाऱ्यांचा जो प्रभाव पडला, तो त्यांची आपल्या प्रयत्नांवरील श्रद्धा आणि उत्साह यांचा होता. माझ्या भेटीचा वृत्तांत मी चव्हाणांना दिला आणि त्यांनी ईशापूर कारखान्याला काही महिन्यांचा अवधी दिला. त्या काळात भारतीय बनावटीच्या सेमी ॲटोमॅटिक रायफलची चाचणी करून मान्यता मिळवायची होती.

बेल्जियम एफ.एन. कंपनीसाठी वरच्या जागेवर काम करणारे अधिकारी ईशापूर फॅक्टरीच्या कामात खीळ घालण्याचे सर्व प्रयत्न करीत होतेच.

पुढे ही नमुन्याबरहुकूम रायफल तयार झाली. तिची चाचणीही यशस्वी झाली आणि निर्मितीची योजना चर्चिली जात होती. त्या वेळीही एफ.एन. कंपनीच्या पुरस्कर्त्यांनी राजकीय पातळीवरसुद्धा ती योजना हाणून पाडण्याचा प्रयत्न केला.

एक दिवस सहानी माझ्याकडे पुन्हा आले. ते अत्यंत दु:खी होते. जणू आपल्या महत्त्वाकांक्षी स्वप्नांचा भंग झाला, असे त्यांना वाटले. मी मात्र अजूनही ईशापूर फॅक्टरीत जे स्वत: पाहिले, त्याच्या प्रभावाखाली होतो. मी संरक्षण खात्याचे डेप्युटी सेक्रेटरी एस. कृष्णस्वामी आणि कॅबिनेट सेक्रेटरीएटमधील सुभाष मुखर्जी यांच्याशी संपर्क साधून चर्चा केली. आमच्यात एकमत झाले की, आमच्या जवानांना भारतीय बनावटीच्या रायफल्सच मिळाल्या पाहिजेत आणि त्यासाठी सहानींना शक्य ती मदत केली पाहिजे. आम्ही आमची पुढील योजना आखली.

मी चव्हाणांशी बोललो आणि सुचवले की, या गुंतागुंतीच्या प्रकरणाचा कॅबिनेट सेक्रेटरींनी बारकाईने अभ्यास करावा आणि त्यांचा अभिप्राय आल्यावरच अधिकृत निर्णय घ्यावा.

चव्हाणांनी ते मान्य केले.

अर्थात हे सर्वज्ञात होते की, कॅबिनेट सेक्रेटरीमध्ये जो अभ्यास व्हावयाचा, तो सुभाष मुखर्जीच करणार. कारण दिलेल्या विषयाच्या पूर्ण खोलात जाऊन सर्वांगीण अभ्यास करणारे अधिकारी अशी सुभाष मुखर्जींची ख्याती होती. मुखर्जींनी अक्षरश: रात्रीचा दिवस करून आपला अहवाल तयार केला आणि तो कॅबिनेट सेक्रेटरी एस.एस. खेरा यांच्या मान्यतेसह चव्हाणांकडे पाठवला.

आता या प्रश्नावर सर्वांच्या मिळून होणाऱ्या बैठकीत निर्णय घ्यावयाचा होता.

मी आणि मुखर्जी यांनी, संरक्षणमंत्र्यांनी विचारावी, अशी एक प्रश्नावली तयार केली, ज्यामुळे एफ.एन.चा प्रचारक गट अखेर थंड होण्याची खातरी होती. आम्ही

सांगोपांग अभ्यास केला असल्यामुळे चव्हाणांच्या प्रश्नांनी विरोधी गट चीत झाला.

बैठकीअंती चव्हाणांनी शांतपणे निर्णय दिला की, ईशापूर रायफल हे भारतीय जवानांचे विश्वासू हत्यार असेल.

सहानी आणि त्यांच्या सहकाऱ्यांना हा हिरवा कंदील मिळाला.

नोव्हेंबर, १९६३मध्ये कलकत्त्याची ईशापूर ऑर्डनन्स फॅक्टरी सेमी ॲटोमॅटिक रायफलींची मोठ्या प्रमाणावर निर्मिती करू लागली.

भारतीय जवानांना ईशापूर रायफल कशी मिळाली, त्याची ही कथा आहे. सहानी आणि त्यांचे तंत्रज्ञ यांना हा एक मानाचा तुरा होता. त्याचबरोबर आमचे तरुण सहकारी सुभाष मुखर्जी यांची कार्यक्षमता यशस्वी ठरली आणि पूर्णत्वाने भारतीय बनावटीचे हत्यार भारतीय सैनिकांना मिळाले.

मलाही खूप समाधान वाटले की, मी स्वत: याबाबत छोटेसे योगदान करू शकलो.

१२ नोव्हेंबर, १९६३ रोजी मी चव्हाणांबरोबर ईशापूर फॅक्टरीला भेटीस गेलो, तो दिवस सोन्याचा होता. ईशापूर रायफल नावाने ओळखले जाणारे ते हत्यार चव्हाणांना नजर करण्यात आले आणि चव्हाणांनी सर्व अधिकारी आणि तंत्रज्ञ यांचे अंत:करणपूर्वक अभिनंदन केले.

दुर्दैवाने या आनंददायक घटनेनंतर काही दिवसांतच सहानी यांना दिल्ली ते कलकत्ता प्रवास करताना हृदयविकाराचा झटका येऊन त्यांचे विमानातच निधन झाले.

या हत्यारनिर्मितीच्या कामात त्यांनी रात्रंदिवस अविरत श्रम केले होते. भारताच्या संरक्षणनिर्मितीच्या प्रयत्नात गढून गेलेला हा अधिकारी गमावला, हे फार मोठे नुकसान होते. हे उघड होते की, त्यांनी केलेल्या अविश्रांत श्रमाचा तो परिणाम होता; पण त्यांच्या आत्म्याला समाधान होते की, 'माझे काम मी यशस्वी केले.'

■

२३

तो अशुभ शुक्रवार

२२ नोव्हेंबर, १९६३ रोजी उजाडलेला शुक्रवार माझ्या जीवनातील काळाकुट्ट दिवस ठरला. तो माझ्या आठवणीत कायमचा बसलेला आहे.

दिवसाची सुरुवात नेहमीप्रमाणे अधिकाऱ्यांच्या बैठकीने झाली. संरक्षणमंत्र्यांना भेटण्यासाठी लोकांची रांग लागली होती. मध्यान्ह काळी 'हिंदुस्थान टाइम्स'च्या स्तंभलेखिका कोमिला कोल्हन मला भेटावयास आल्या. मंत्री इतर कामांत होते, म्हणून त्यांनी माझ्याशी बराच वेळ गप्पागोष्टी केल्या. अनेक प्रश्न त्यांनी विचारले. मंत्र्यांची दिवसभराची दैनंदिनी कशी असते, फुरसतीच्या वेळी ते काय करतात, आपल्या जवानांना कडक थंडीच्या संरक्षणार्थ आता तरी योग्य कपडे आहेत का? आणि उंच प्रदेशात लढणाऱ्या जवानांच्या काही खास प्रश्नांवर संशोधन चालू आहे का, वगैरे.

नंतर त्या यशवंतरावांना भेटल्या आणि पाठोपाठ इतरही लोक भेटले.

एक वाजावयाच्या सुमारास महाराष्ट्र सरकारचे उद्योग खात्याचे सचिव माधव राजवाडे आत आले. इतक्यात जनरल चौधरींचा फोन आला आणि ते त्रस्त आवाजात ओरडून म्हणाले,

''मला ताबडतोब मंत्र्यांशी बोलायचे आहे.''

मी हातातील रक्स टेलिफोन तसाच ठेवून आत गेलो आणि त्यांच्या खोलीतील टेलिफोन चव्हाणांच्या हातात दिला. मी ऐकत होतो.

''हाय देवा! काय हे? जनरल दौलतसिंग, जनरल विक्रमसिंह? कोण म्हणाला? मार्शल पिंटो? नानावटी? ओ! काय झाले या भारतीय सेनानींना? काय म्हणता! दौलत आणि विक्रम तेथे होते? हे सगळे एकत्र कसे होते? हे देवा!''

चव्हाणांनी हातातील फोन खाली ठेवला. त्यांच्या डोळ्यांतून अश्रुधारा वाहत होत्या.

माझ्याकडे पाहून ते म्हणाले, ''राम, हे सर्व अधिकारी पूंचजवळ हेलिकॉप्टरच्या अपघातात मरण पावले.''

मी म्हणालो, ‘‘केवढी मोठी शोकांतिका! दौलत आणि विक्रम हेही गेले, कसे घडले हे?’’

चव्हाण म्हणाले, ‘‘आत्ताच बातमी आली आहे आणि अधिकारी अधिक माहिती मिळवत आहेत.’’

चव्हाणांनी राजवाडे यांच्याबरोबर सुरू असलेली चर्चा चालू ठेवली. नाशिक आणि नागपूर येथे संरक्षणसामग्री निर्मितीच्या प्रगतीबाबत अहवाल देण्यास ते आले होते. भोवतालचे वातावरण कुंद झाले होते.

मी राजवाड्यांना म्हणालो, ‘‘कृपया पुन्हा केव्हातरी बोलू.’’

त्यांनी ओळखले आणि ते बाहेर गेले.

मी यशवंतरावांसमोरचा तो खास टेलिफोन उचलला आणि तीनमूर्ती भवनमध्ये पंतप्रधानांशी संपर्क साधण्याचा प्रयत्न केला. ते दुपारचे जेवण घेत होते. मी निरोप ठेवला. ‘ताबडतोब संरक्षणमंत्र्यांशी त्यांचा संपर्क जुळवून द्यावा.’ थोड्या वेळातच पंतप्रधानांचा फोन आला. त्यांना ही दुःखद बातमी चव्हाणांनी सांगितली.

ते जणू ओरडतच उद्‌गारले, ‘‘काय? कसे? असे कसे झाले?’’

पंतप्रधान या वार्तेने जणू गोठून गेले होते.

मी चव्हाणांकडे पाहत होतो.

त्यांच्या डोळ्यांतून अश्रू वाहत होते. त्यांना असे वाटले – काय दैवदुर्विलास! नियतीने जणू जनरल विक्रमसिंह आणि संरक्षणमंत्री यांची थट्टा आरंभिली होती. आदल्याच दिवशी संध्याकाळी लेफ्टनंट जनरल दौलतसिंग वेस्टर्न कमांडवर होते, त्यांना मुख्यालयात दुय्यम ‘चीफ ऑफ आर्मी स्टाफ’ म्हणून आणण्याच्या सूचनेला मान्यता दिली होती. दौलतसिंगांच्या कर्तबगारीवर यशवंतरावांचा नितांत विश्वास होता. त्यांना दिल्लीत आणण्याविषयी मीच थोडी शंका व्यक्त केली होती. लेफ्टनंट जनरल दौलतसिंगांनी लडाख क्षेत्रात चिनी सेनेला हैराण केले होते. असा आघाडीवरील प्रमुख सेनानी मुख्यालयात आणण्यापेक्षा तो आघाडीवर असणे उपयुक्त नाही का, असा प्रश्न मी विचारला होता.

चव्हाणांनी मला सांगितले की, लष्करी मुख्यालयात (हेड क्वार्टर) एक तरी आघाडीवरच्या लढाईचा अनुभव असलेला सेनानी असण्याची गरज आहे. सध्याचे आपले सेनाप्रमुख मुचू चौधरी हुशार आहेत, चांगले आहेत; पण ते महत्त्वाकांक्षी आहेत आणि काही वेळा राजकारण्यांसारखे वागतात. काही वेळा मला वाटते, यांना आघाडीवर पाठविले, तर किती बरे होईल?

क्षणभर थांबून ते म्हणाले, ‘‘चौधरी नकाशावर चांगले आहेत, पण ते रणांगणावरही चांगले ठरावेत, अशी आशा आहे. मला असेही वाटते की, जनरल दौलतसिंग हे चौधरींच्या महत्त्वाकांक्षा मर्यादित ठेवतील.’’

आमच्या चर्चेचा ओघ लेफ्टनंट जनरल दौलतसिंग, पश्चिम क्षेत्र कमांडर यांच्याकडे वळला. त्यांच्या बाबतीत काय हा नशिबाचा खेळ झाला. दौलतसिंग यांच्या बदलीने वेस्टर्न कमांडची जागा मोकळी होणार होती आणि ती जागा इंडियन कमिशन्ड अधिकाऱ्याला दिली जाईल की, किंग्ज कमिशनवाला अधिकारी तेथे येईल, अशा बऱ्याच चर्चा चालू होत्या. 'इंडियन कमिशन्ड ऑफिसर'मध्ये सर्वांत श्रेष्ठ लेफ्टनंट जनरल माणेकशा हे आग्नेय भागात चार कोअरचे कमांडर होते. सर्वांचे एकमत होते की, त्यांना सिमल्याला वेस्टर्न कमांडकडे नेमावे.

एक दिवस आमच्या मंत्रालयातील ॲडिशनल सेक्रेटरी सरीन माझ्याकडे आले आणि त्यांनी विचारले,

"लेफ्टनंट जनरल विक्रमसिंह यांना वेस्टर्न कमांडकडे बढतीवर पाठविण्यात येणार आहे का?"

मी म्हणालो, "मला माहीत नाही."

सरीन पुढे म्हणाले, "विक्रम माझा खास स्नेही आहे; परंतु त्याला तिकडे पाठविण्यात मोठी चूक होईल, असे वाटते."

मी विचारले, "का?"

सरीन उत्तरले, "त्याला, उच्च अधिकाऱ्यांनी वरिष्ठ वर्गात कसे वागावे, याची जाणीव नाही. आर्मी कमांडरला ती आवश्यक आहे. त्याचे शिक्षण फार मर्यादित झाले आहे."

मी म्हणालो, "मंत्र्यांच्या मनात काय आहे, हे मला माहीत नाही; परंतु त्यांना प्रकर्षाने वाटते की, लष्करातील पदोन्नती ही सामाजिक ऋजुतेपेक्षा त्याच्या लढाऊ वृत्तीवर अवलंबून असावी."

सरीनने सांगितले की, मुचू (जनरल चौधरी) काही लोकांना सांगत आहेत की, विक्रमसिंह यांच्या पदोन्नतीला त्यांना काही राजकीय दबावाखाली मान्यता द्यावी लागत आहे.

या आमच्या भेटीनंतर दुसऱ्याच दिवशी म्हणजे २२ नोव्हेंबरच्या अपघात घडण्याच्या आदल्या दिवशी मी हे संभाषण चव्हाणांच्या कानी घातले आणि विक्रमसिंह यांच्या पदोन्नतीचे नीटसे स्वागत होणार नाही, असे सुचविले. या बाबतीत राजकीय दबावाचा मी उल्लेख केला.

तेव्हा ते हसले आणि म्हणाले, "तो राजकीय दबाव म्हणजे माझ्याच मताचा दबाव आहे. मी सेनानी आणि संरक्षण सेक्रेटरी या दोघांना सांगितले की, विक्रमबद्दल त्या दोघांची काही मते असली, तरी माझे स्वतःचे असे मत आहे की, विक्रमसिंह

अतिशय कर्तबगार आहेत, लडाख मोहिमेच्या वेळी त्यांची कर्तबगारी सिद्ध झाली आहे.''

चव्हाणांनी स्पष्ट केले होते की, 'माझ्या मताचा आदर झालाच पाहिजे.'

नंतर मी चव्हाणांना आणखी अफवा प्रसृत झाल्याचे सांगितले.

काही महिन्यांपूर्वी चौधरींनी लेखी मत दिले होते की, विक्रमसिंह यांना 'आर्मी कमांडर' म्हणून पदोन्नती देण्यास ते योग्य नाहीत.

काही दिवसांनंतर याच अधिकाऱ्याने बरोबर निराळे मत दिले आहे.

चव्हाणांच्या नजरेत एक मिस्किलपणा दिसला.

ते म्हणाले, ''मला याबाबत काही माहीत नाही; पण चौधरींनी हे केले असेल, तर माझे मन त्यांना समजले, असे म्हणावे लागेल. ते सूज्ञ आहेत आणि म्हणून माझ्या अभिप्रायाच्या विरोधी निर्णय घेतला जाऊ नये, याची काळजी घेतात.''

चव्हाणांनी याबाबत मंत्री या नात्याने स्वत:च्या अधिकारांचा वापर केला होता, त्यामुळे काही जुन्या सेनानींमध्ये खूप खळबळ माजली, याची कल्पना होती. कारण ती सर्व मंडळी 'किंग्ज कमिशन अधिकारी' होते. लेफ्टनंट जनरल विक्रमसिंहांच्या प्रमोशनच्या मागे ही कथा घडली होती. अशा या अधिकाऱ्याच्या दैवाचा फासा उलटा पडला आणि त्यांची पदोन्नती मान्यतेच्या वाटेवर असताना त्यांचे अपघाती निधन झाले. चव्हाणांना आणि मला, विक्रमसिंह एक कठोर अधिकारी आहेत आणि त्यांना कामातील हलगर्जीपणा बिलकूल सहन होत नाही, हे माहीत होते. शरीरयष्टीने बुटका; पण सुदृढ प्रकृतीचा हा शीख सदैव हसऱ्या चेहऱ्याचा आणि आज ना उद्या पंजाब, जम्मू-काश्मीरसह लडाख भागाचे आपण कमांडिंग ऑफिसर होऊ, ही महत्त्वाकांक्षा बाळगून होता.

त्यांच्या मृत्यूने संरक्षणमंत्री - जो आपला वैयक्तिक अधिकार चालवू पाहत होते, आणि सचिवांना दूर सारून निर्णय घेणार होते, तो त्यांचा निर्णय दुर्दैवाने कागदावरच ठेवू शकले.

हा अपघात देशाच्या दृष्टीने मोठा महाग ठरला. तो म्हणजे वायुदलाचे एअर व्हाइस मार्शल (ए.व्ही.एम.) पिंटो यांच्या मृत्यूमुळे. पिंटोंना आम्ही मुंबईपासून ओळखत होतो. ते तेथे वायुसेनेचे स्थानिक प्रमुख होते.

जेव्हा जेव्हा संरक्षणमंत्री कृष्ण मेनन मुंबईत यशवंतरावांच्या भेटीस येत, तेव्हा बहुधा पिंटो त्यांच्याबरोबर असत. पिंटो हे मोठे हसरे अधिकारी होते. त्यांचा चेहरा सदैव हसरा असे. वायुदलात त्यांनी मोठी वाहवा मिळवली होती. तेही एक दिवस भारतीय वायुदलाचे प्रमुख होतील, असे स्पष्ट होते; परंतु कोणास ठाऊक, या उमद्या सेनानीला हसतच मृत्यूला सामोरे जाण्याची नियतीची आज्ञा झाली असावी.

२१ नोव्हेंबर, १९६३ रोजी संरक्षणमंत्री चव्हाण लेहला भेट देणार होते. वस्तुत: ए.व्ही.एम. पिंटो यांनीच चव्हाणांना या भेटीचे आमंत्रण दिले होते आणि लेहचा विमानतळ कमीतकमी वेळात ज्यांनी तयार केला, त्या इंजिनिअर्सचे चव्हाणांनी अभिनंदन करावे, अशी कल्पना होती.

आदल्या दिवशी तिसऱ्या प्रहरी मला सांगण्यात आले की, दुसऱ्या दिवशी हवामान वाईट असेल, असा अंदाज आहे, म्हणून संरक्षणमंत्री २१च्या ऐवजी २३ तारखेला येऊ शकतील का? मी होकार कळवला होता. त्या दुपारी एअर मार्शल ए.एन. इंजीनिअर यांच्यातर्फे विंग कमांडर एच.के.एल. कपूर यांनी विचारले की, ए.व्ही.एम. पिंटो यांनी ही लेह-भेट २३ तारखेस ठेवावी, असे सुचविले आहे. मी त्यांनाही होकार कळविला आणि या तारखेच्या बदलाबदलीमुळे पिंटो दिल्लीहून पूंच येथे लेफ्टनंट जनरल दौलतसिंग यांच्याबरोबर २२ तारखेस गेले होते.

माझ्या मनात विचार येऊन गेला की, संरक्षणमंत्र्यांची लेह-भेटीची तारीख बदलता येणार नाही, असे मी ठाम सांगितले असते, तर कदाचित या अपघातात पिंटो गवसले नसते. असेही वाटले की, लेहवरची हवा चांगली नाही, असे कळविण्यात पिंटोंचा उद्देश कसे तरी करून जनरल दौलतसिंगांबरोबर जाण्याचा असावा. माझ्या हेही ध्यानात आले की, दि. २० व २२ तारखेचे हवामान बिघडणार आहे, हे निश्चितपणे कसे सांगता आले? त्या काळी आजच्यासारखी हवामानाचा अंदाज घेणारी यंत्रणा नव्हती.

मला उगीचच अपराधी वाटले. माझ्या नकाराने पिंटोंचा मृत्यू नक्कीच टळला असता. जर पिंटो दौलतसिंगांबरोबर जाण्याऐवजी चव्हाणांबरोबर आले असते, तर ते देशाला अधिक काळ लाभले असते, असे माझ्या मनाला वाटले. हे जेव्हा मी यशवंतरावांना सांगितले, तेव्हा ते म्हणाले,

"आपण त्यांना कसे वाचवू शकणार होतो? जर त्यांचा मृत्यू त्या दिवशी अटळ होता, तर, कोण जाणे, ते आपल्याबरोबर असते, तर आपणांसही त्यांच्याबरोबर घेऊन गेले असते. अशा दैवी दुर्दैवी घटनांचे उत्तर मानवाला देता येत नाही."

पिंटोंच्या मृत्यूने यशवंतराव अतिशय व्यथित झाले. त्यांना रडूच कोसळले. ते म्हणाले,

"त्यांचा सदैव हसरा चेहरा माझ्या नजरेसमोर येतो आणि ते मृत्यू पावले, हे खरे वाटत नाही. गेल्याच आठवड्यात त्यांनी पतियाळा येथे रडार यंत्राचे काम दाखविले."

भावविवश यशवंतरावांनी आपल्या भावना आवरल्या आणि शेवटी एवढेच म्हणाले,

"पिंटो मृत्यू पावले, हे खरेच वाटत नाही. अशा धैर्यवानाला मृत्यू शिवलाच कसा!"

त्या दिवशी अडीच वाजता पी.व्ही.आर. राव माझ्या खोलीत आले. त्यांचा चेहरा अति गंभीर होता आणि दुःखाची छाया स्पष्ट दिसत होती. मागोमाग एअर मार्शल इंजीनिअर आले. माझ्याकडे पाहताना त्यांच्या डोळ्यांतून अश्रू वाहत होते. आम्ही एकमेकांच्या भावना ओळखल्या. शब्दांना तेथे जागा नव्हती. एकही शब्द न उद्‌गारता ते बाहेर गेले.

त्या दिवशीच्या एका हेलिकॉप्टर-अपघातात भारतीय सैन्याचे दोन जनरल, एक वायुदलाचा मार्शल आणि इतर तीन मुरब्बी अधिकारी ठार झाले होते. त्यांतील एकाच्या भविष्यात लष्कराचे सेनापतिपद होते. दुसरा वायुदलाचा सेनापती होणार होता. या एका अपघातात कोणाही शत्रूला देता येणार नव्हता, असा धक्का भारतीय सेनेला नियतीने दिला होता.

संरक्षणमंत्रालय आणि सेनाधिकारी या वीरांना शेवटचा निरोप देण्याच्या तयारीला लागले.

दुसऱ्या दिवशी सकाळी २३ नोव्हेंबर रोजी मी वृत्तपत्र उघडले आणि दुसरा एक धक्का बसला. वृत्तपत्रांच्या शीर्षकात काळ्या जाड ठशात प्रसिद्ध झाले होते 'जॉन केनेडी यांचा खून झाला.' आमच्या काल घडलेल्या दुःखद घटना जणू काळाच्या उदरात लुप्त झाल्या. त्याहीपेक्षा प्रचंड धक्का जगाच्या दूरच्या एका कोपऱ्यातून एका तरुण जागतिक मुत्सद्दी आणि नेत्याच्या अकाली निधनाने आम्हाला जाणवला.

सकाळी साडेआठ वाजता संरक्षणमंत्र्यांच्या १, रेसकोर्स रोड या निवासस्थानी सर्व वरिष्ठ अधिकारी जमले. पी.व्ही.आर. राव (सीओएएस), जनरल चौधरी, एच.सी. सरीन, एअर मार्शल इंजीनिअर (सीएएस) आणि सोमण (सीएनएस) येऊन पोहोचले. त्यांचे चेहरे भकास होते. चौधरी अतिगंभीर आणि काहीसे हरवलेले दिसले. ते अर्थातच जास्त तणावाखाली होते. एअर मार्शल इंजीनिअर थकून गेलेले आणि अजून धक्क्यातच वावरताहेत, असे वाटत होते.

सर्व अधिकारी आल्यावर चव्हाण दिवाणखान्यात आले आणि त्यांनी एकच वाक्य उच्चारले,

"कालचा शुक्रवार सर्वांत काळाकुट्ट शुक्रवार म्हणून आपल्या स्मरणात राहील."

कुणीच काही बोलत नव्हते. एक तऱ्हेची भयाण शांतता पसरली होती.

जनरल चौधरींनी शांततेचा भंग केला.

ते म्हणाले, “मी, दौलत सेवेत जेव्हा रुजू झाला, तेव्हापासून त्याला ओळखतो.” यापुढे ते काहीच बोलू शकले नाहीत आणि भावविवश होऊन खाली बसले.

सर्व जण अशा दु:खाच्या ओझ्याखाली दबले गेलेले पाहून चव्हाणांनी एकदम समोरच्या कर्तव्याला हात घातला. त्यांनी विचारले,

“सर्वांच्या क्रियाकर्माची आणि दफनाची व्यवस्था काय? त्यांचे मृतदेह कोठे आहेत? त्यांची अवस्था काय? श्रीमती दौलतसिंग मुंबईहून आल्या आहेत का? आपली ऑफिसेस बंद ठेवायची का? या अधिकाऱ्यांनंतर तात्पुरती व्यवस्था काय?”

या प्रश्नांनंतर बैठकीला कामकाजी स्वरूप आले आणि पुढील व्यवस्था ठरवण्यात आली. ही बैठक पुढे दीड तास चालू होती.

नंतर चव्हाण म्हणाले, “अमेरिकन अध्यक्ष केनेडींचा खून अक्षरश: हृदयविदारक आहे. अजून विश्वासच बसत नाही. नव्या जगाला जॉन एफ. केनेडी म्हणजे धैर्य आणि आशा यांचे प्रतीक होते. अब्राहम लिंकनच्या खुनानंतर शंभर वर्षांनी केनेडींचा खून अशाच दुष्ट प्रवृत्तींनी घडवून आणावा, यावर विश्वास बसत नाही. या शंभर वर्षांत मानवता आपल्या जागेपासून एक इंचही पुढे सरकली नाही, असेच म्हणावेसे वाटते. आशा करू या की, केनेडी यांच्या आयुष्याने जे साधले नाही, ते त्यांच्या मृत्यूने साधेल आणि मानव शहाणा होईल.” असे म्हणून त्यांनी बैठक संपवली.

■

२४

नेफा आघाडीवरील पराभवाची मीमांसा : राष्ट्रपतींचे अधिकार

नेफा चौकशी अहवाल (म्हणजे हेंडरसन ब्रुक्स अहवाल) चव्हाणांच्या पदरात पडलेला निखाराच होता. आपल्या कारकिर्दीतल्या पहिल्याच वर्षात त्यांना या प्रश्नाचा निचरा करावयाचा होता. या अहवालाच्या कार्यवाहीवर केवळ सरकारचेच नव्हे, तर खुद्द पंतप्रधानांचे भवितव्य अवलंबून होते. नेफा आघाडीवर सैन्याला जेव्हा पराभव पत्करावा लागला, तेव्हा पंतप्रधानांनी सभागृहात वचन दिले होते की, याची एक समिती नेमून चौकशी केली जाईल. प्रश्न होता, तो ही चौकशी कुणामार्फत करावी आणि कशाची? अधिकाराचे पद ग्रहण केल्याबरोबर चव्हाणांच्या लक्षात आले की, हा प्रश्न नाजूक आहे. जर पराभवाची चौकशी करावयाची असेल, तर त्याला कारणे कोणती, याचीही चौकशी होणे आवश्यक नव्हते का? अशा कारणांना जबाबदार असणाऱ्या व्यक्तीचीही चौकशी व्हायला नको का? अशा व्यक्तीवर सरकार कोणती कारवाई करू शकेल? आणि सर्वांत महत्त्वाचा प्रश्न म्हणजे, अशा चौकशीत मंत्रिमंडळातील पदाधिकारी दोषी ठरले, तर त्यांच्यावर कारवाई कोण करणार?

अशा तऱ्हेच्या चौकशीच्या विविध पैलूंवर खूप चर्चा झाली. चव्हाण एका निर्णयापर्यंत आले की, ही चौकशी कमिशन ऑफ एन्क्वायरी ॲक्टखाली न्यायालयीन चौकशीसारखी होऊ नये. चौकशीचे असे स्वरूप ठेवणे शहाणपणाचे ठरणार नाही. कारण त्या परिस्थितीत अशा चौकशीचा अहवाल संसदेला सादर करावा लागेल आणि संसदपटावर सरकारच्या अभिप्रायाबरोबर सादर करावा लागेल. ते केल्यावर संसदेने दिलेली गोळी कितीही कडू असो, गिळावीच लागेल. म्हणून चव्हाणांनी मार्ग काढला की, संरक्षणमंत्र्यांच्या आदेशाप्रमाणे लष्करी सेनानीने (चीफ ऑफ आर्मी स्टाफने) चौकशीचा हुकूम द्यावा आणि दोन अति गुणी अधिकाऱ्यांमार्फत ही चौकशी व्हावी.*

याप्रमाणे सेनापतींनी लेफ्टनंट जनरल हेंडरसन ब्रुक्स आणि ब्रिगेडियर भगत

(ज्यांना दुसऱ्या महायुद्धात व्हिक्टोरिया क्रॉस मिळाला होता.) यांनी ते काम करावे, असा हुकूम काढला. संरक्षणमंत्री चव्हाण, पंतप्रधान आणि इतर अनुभवी सहकारी यांच्या मनात एकच शंका समान होती की, हे चौकशी प्रकरण हाताबाहेर जाऊ नये आणि लष्कराने राजकीय नेतृत्वावर सैन्याच्या तयारीची अपूर्णता आणि राजकीय दृष्टिकोन यांचा ठपका ठेवू नये. असा एक आरोप होता की, अपुऱ्या तयारीनिशी सैन्याला रणांगणावर पाठवण्याचा निर्णय राजकीय नेतृत्वाने घेतला.

चव्हाणांनी याबाबतची मनोव्यथा पुढे अनेक वेळा माझ्याजवळ व्यक्त केली होती आणि म्हणून त्यांनी जनरल चौधरींना निश्चित सूचना दिली होती की, चौकशीची व्याप्ती त्यांना घालून दिलेल्या मर्यादेबाहेर जाता कामा नये.

ही चौकशी खात्याच्या अखत्यारीतील असल्यामुळे त्यांना दिलेल्या चौकशी मुद्यांबाबत आपणहून संसदेला माहिती देण्याची संरक्षणमंत्र्यांना गरज भासली नाही; परंतु १६ मार्च, १९६३ रोजी याबाबत संसदेची भावना काय आहे, याचा नमुना चव्हाणांना चाखावयास मिळाला. या दिवशी भारतीय सैन्याच्या माघारीबाबत संसदेत झालेल्या प्रश्नोत्तरात स्वत:च्या पक्षातील सभासदांशीच त्यांना दोन हात करावे लागले.

चौकशी समितीला दिलेल्या प्रश्नांबाबत आपण अधिक माहिती देऊ शकत नाही, याची कारणे देताना ते म्हणाले, "एक तर, ही माहिती माझ्याजवळ या क्षणाला नाही आणि दुसरे, ही माहिती देशाचे हित लक्षात घेऊन उघड करावी की नाही, याबाबत सरकारने अद्याप निर्णय घेतलेला नाही."

चव्हाणांनी हे उत्तर दिल्याबरोबर सभागृहाच्या सर्व बाजूंनी त्यांच्यावर प्रश्नांचा भडिमार सुरू झाला. त्यात स्वपक्षीय खासदारही समाविष्ट होते.

सर्वांचा मुद्दा एकच :

चौकशीसाठी दिलेले मुद्दे सभागृहापासून दडवून ठेवण्याचा संरक्षणमंत्र्यांना अधिकार आहे का?

सभागृहात खूपच गोंधळ माजला. शेवटी सभापती सरदार हुकूमसिंग यांनी चव्हाणांना सल्ला दिला की, 'याबाबत त्यांनी सहकाऱ्यांशी चर्चा करून निश्चित निर्णय घ्यावा की, ही माहिती देशाच्या हितासाठी सांगता येणार नाही. अन्यथा, हे

---

* चव्हाणांना संसदेत सांगावे लागणार होते की, ही चौकशी संरक्षणमंत्र्यांच्या परवानगीने लष्कर सेनापती जनरल चौधरी यांनी फर्मावलेली होती आणि त्यासाठी खालील मुद्यांवर मतप्रदर्शन मागवले :
१. लष्करी शिक्षण २. साधनसामग्री ३. नेतृत्वाची चौकट ४. जवानांची शारीरिक तंदुरुस्ती ५. सेनाधिकाऱ्यांची आपल्या हाताखालच्या लोकांना प्रभावित करण्याची क्षमता.

चौकशीसाठी दिलेले मुद्दे सभागृहापुढे उघड करावे लागतील.'

काही दिवसांनंतर चौकशीसाठी दिलेले मुद्दे चव्हाणांनी संसदेत सांगितले. त्यांनी ही चौकशी सेनापतींच्या आदेशानुसार होत असून, कोणाला दोषी ठरवून शिक्षा करावी हा हेतू मनात ठेवलेला नाही, हे आर्जवपूर्वक सांगितले. त्या चौकशीचे स्वरूप लष्कराच्या अंतर्गत संशोधनासारखे आहे आणि लष्कराच्या पुनर्बांधणीसाठी त्याचा उपयोग व्हावा, असे राहील असेही सांगितले.

या चौकशीचा अहवाल १२ मे, १९६३ रोजी जनरल चौधरी यांच्याकडे आला. त्यांनी पूर्ण चिकित्सा करून आपल्या टिप्पणीसह संरक्षणमंत्र्यांना २ जुलै रोजी सादर केला. जनरल स्वत: आले आणि त्यांनी ते बाड संरक्षणमंत्र्यांच्या टेबलावर ठेवले. चौधरींसमोरच चव्हाणांनी मला आत बोलावले आणि 'ती कागदपत्रे तुमच्याजवळ गुप्त राहू देत, या हेंडरसन ब्रुक्स अहवालाची छाननी कशी करावयाची, ते पुढे पाहू' असे सांगितले. मी ते कापडात गुंडाळलेले सर्व बाड माझ्या खोलीतील पोलादी अलमारीत ठेवले आणि त्यावर माझे सील केले.

१३ ऑगस्ट, १९६३ रोजी संसदेचे पावसाळी अधिवेशन सुरू होणार, हे सर्वांना माहीत होते. त्या वेळी या अहवालावर चर्चेची मागणी होणार, हेही स्पष्ट होते. या अहवालात काय असेल, याबद्दल प्रचंड कुतूहल होते. म्हणूनच त्यातील काहीही बाहेर फुटू नये, याला महत्त्व प्राप्त झाले. सरकारमधील कुणीतरी या अहवालाचे पृथक्करण करून, त्यावर निर्णय घेईपर्यंत हे प्रकरण अतिगुप्त राहणे गरजेचे होते.

आतापर्यंत यशवंतरावांनी आम्हा दोघांमध्ये कोणतीही गोष्ट गोपनीय अशी ठेवली नव्हती. चव्हाणांनी थोड्याशा समजुतीच्या स्वरात सांगितले की, हा अहवाल कमीतकमी लोकांनीच पाहावा. त्यांची संख्या पाचपेक्षा जास्त असू नये आणि मी (लेखक) त्यामध्ये असणार नाही, असा निर्णय त्यांनी घेतला आहे. हे उघड होते की, पंतप्रधान, संरक्षणमंत्री चव्हाण, मंत्रीमंडळ सचिव हेच संरक्षण खात्याचे मुख्य होते. त्यांनी तर हा अहवाल अभ्यासलाच पाहिजे. असेही ठरविण्यात आले की, श्री. खेरा यांनी त्यांचे दुय्यम सचिव सुशीतल बॅनर्जी यांची मदत घेऊन अहवाल अभ्यासावा. तिन्ही सचिवांना टी.ओ.एस. चौधरी यांचा अहवाल दाखविण्यात यावा. त्यात मुख्य अहवालाचा गोशवारा आणि त्याचा टिप्पणी समाविष्ट होती. अहवाल अभ्यासण्याची ही योजना चव्हाण आणि पंतप्रधानांनी सहमतीने ठरविलेली होती.

त्याचबरोबर चव्हाणांनी मला विशद करून सांगितले की, हा अहवाल माझ्याच

ताब्यात राहील आणि त्याच्या सर्व ने-आणीवर माझे नियंत्रण राहील. अनेक लट्ठ गठ्ठ्यांत हा अहवाल माझ्या कपाटात बंद राहिला पाहिजे आणि ते स्वत: सांगतील, तेव्हाच मी तो गठ्ठा त्यांच्या समोर उघडावयाचा आहे.

त्यानंतर काही दिवस आपल्या ताब्यात असलेल्या या अतिगोपनीय कागदपत्रांमुळे माझी झोपच उडाली. त्यात थोडी जरी चूक झाली, तर पहिला बळी मी जाणार होतो.

हा अहवाल पाच व्यक्तींपुरताच मर्यादित राहावा, असा निर्णय चव्हाणांनी घेतला खरा; पण त्यांत राष्ट्रपतींचा समावेश नव्हता. त्यामुळे राष्ट्रपतींच्या नाराजीचा त्यांना अनुभव आला आणि त्यांचे संविधानातले खास अधिकार म्हणजे काय, याचे शिक्षणही मिळाले.

एक दिवस जुलै, १९६३च्या शेवटी-शेवटी, चव्हाण नेहमीच्या पद्धतीप्रमाणे आपल्या पंधरवड्याच्या भेटीकरिता राष्ट्रपती भवनात गेले. परत येताच ते मला म्हणाले, ''सदर अहवालाची प्रत राष्ट्रपतींना पाठवली नाही, यामुळे ते खूपच रागावले आहेत.''

चव्हाणांनी असा खुलासा केला की, आपल्याजवळ फक्त एकच प्रत असून, त्याची दुसरी नक्कल नाही.

तेव्हा राष्ट्रपती म्हणाले, ''मूळ प्रतच त्यांच्याकडे पाठवावयास हवी होती.''

चव्हाणांनी पुन्हा खुलासा केला की, हा अहवाल म्हणजे एक नाजूक प्रकरण असून, कमीतकमी लोकांनाच तो पाहावयास मिळावा, अशी गरज होती. राष्ट्रपतींना जर ती प्रत पाठवली असती, तर स्वाभाविकच त्यांचे चिटणीस आणि इतर अधिकारी यांनाही ती पाहता आली असती.

यावर राष्ट्रपती म्हणाले की, अशा स्थितीत चव्हाणांनी स्वत: येऊन ती मूळ प्रत त्यांना द्यावयास हवी होती.

यावर चव्हाणांना उमगले की, प्रकरण गंभीर आहे.

राष्ट्रपतींनी असे सुचविले की, चव्हाणांच्या खाजगी सचिवांनी तो अहवाल राष्ट्रपतींकडे घेऊन जावा आणि त्यांना स्वत: दाखवावा. राष्ट्रपतींनी तो पाहिल्यानंतर चव्हाणांच्या खाजगी सचिवांनी तो परत न्यावा.

चव्हाण सकाळी राष्ट्रपती भवनात गेले होते. दुपारच्या जेवणाला घरी जाण्याअगोदर त्यांनी मला तो सीलबंद गोपनीय अहवाल घेऊन बोलावले. त्यांच्यादेखत मी सील फोडले आणि कोणते कोणते खंड मी राष्ट्रपतींकडे न्यावेत, हे त्यांनी मला सांगितले.

त्याचबरोबरची परिशिष्टे नेण्याचे कारण नाही, असे त्यांना वाटले.

मी माझे जेवण होताच राष्ट्रपतींची सोय विचारून जाण्याचे ठरविले होते. पावणेदोन वाजता चव्हाणांनी त्यांच्या निवासस्थानातून फोन केला आणि सांगितले

की, ''राष्ट्रपतींना अजून अहवाल मिळाला नाही, म्हणून ते अतिशय रागावलेले आहेत, ताबडतोब निघा आणि राष्ट्रपतींना भेटा.''

मी तडक राष्ट्रपती भवनात गेलो. त्यांच्या ए.डी.सी.ने मला सांगितले,

''राष्ट्रपती झोपी गेले आहेत, कागदपत्रे मला द्या. मी त्यांना देईन.''

मी सांगितले, ''ही कागदपत्रे मी स्वतः खुद्द राष्ट्रपतींनाच द्यावीत, असे त्यांच्यांत आणि [illegible] ठरले आहे.''

ए.डी.सी.ने पुन्हा जिद्दीने स्वतः तो गठ्ठा अध्यक्षांच्या शयनगृहात नेतो, असे सांगितले.

तितक्याच ठामपणे मी सांगितले की, ''मला मिळालेल्या सूचना स्पष्ट आहेत. मी स्वतः ते कागद राष्ट्रपतींना द्यावयाचे आणि त्यांच्याकडून मीच परत न्यावयाचे आहेत.''

बिचारा ए.डी.सी. तो लष्करातील एक अधिकारी होता. संरक्षणमंत्र्यांच्या खाजगी सेक्रेटरीच्या या ठामपणाने तो अवाक् झाला.

मला राष्ट्रपतींकडे दुसऱ्या मजल्यावर नेण्यात आले. ती खोली राष्ट्रपतींची वैयक्तिक बैठकीची होती, असे कळले; परंतु डॉ. राधाकृष्णन खुर्चीवर न बसता एका दिवाणावर लांब पाय करून पहुडले होते. सर्व अंगावर एक सफेद चादर ओढून त्यांचे पुस्तक-वाचन चालू होते. नंतर मला कळले की, ही त्यांची नेहमीची पद्धत. मी आत पाऊल टाकताच त्यांनी प्रेमाने मला 'या' म्हटले आणि त्यांच्या शेजारी खुर्चीवर बसण्यास सांगितले. मी त्यांना आणलेले सर्व खंड दाखवले आणि किती खंड आहेत, याची संख्या मोजली. त्यांनी दर्शविल्याप्रमाणे मी ते शेजारच्या टेबलावर ठेवले. मी त्यांना मला मिळालेल्या सूचना सांगितल्या. ते सर्व बाड मी स्वतःच त्यांच्याकडून पाहून झाल्यानंतर परत न्यावयाचे होते.

त्यांनी माझे आभार मानले आणि विचारले,

''तरुण माणसा, ही दुपारच्या जेवणाची वेळ आहे. तू काही खाल्ले आहेस का?''

मी सांगितले,

'कचेरीत परत गेल्यावर भोजन घेईन.'

त्यांनी ताबडतोब माझ्यासाठी काही खाद्यपदार्थ आणावयास सांगितले. मला थोडासा संकोच वाटला; परंतु भारताचे राष्ट्रपती दिवाणावर पहुडले होते आणि त्यांच्या शेजारी बसून मी त्याचा आस्वाद घेतला.

खोलीच्या बाहेर जाताना राष्ट्रपतींनी माझे नाव विचारले आणि सांगितले की,

'हे कागद परत केव्हा न्यायचे, ते आपण रक्सवर नंतर सांगू.'

मी कचेरीत परत आलो आणि त्या थोर माणसाजवळ बसून घेतलेल्या पदार्थांची चव तोंडात घोळत आहे, तेवढ्यात रक्स टेलिफोन वाजला. क्षणातच

दुसऱ्या बाजूने आवाज आला,

"मी राधाकृष्णन – राष्ट्रपती."

मला आश्चर्य वाटले की, एवढा मोठा अहवाल त्यांनी वाचून कसा संपवला.

परंतु फोनवर आवाज आला,

"तरुण माणसा, रिपोर्टची परिशिष्टे कोठे आहेत?"

'मंत्र्यांच्या मताने परिशिष्टे देऊन आपणांस त्रास द्यावा, असे वाटले नाही,' अशा स्वरूपाचे मी काहीतरी सांगत असतानाच तिकडून ठाम आवाज आला, राष्ट्रपती म्हणत होते,

"परिशिष्ट हा अहवालाचा भाग नाही का? ताबडतोब ते घेऊन मजकडे ये."

या वेळपर्यंत चव्हाण कचेरीत आले होते. राष्ट्रपतींची इच्छा मी त्यांच्या कानी घातली आणि सर्व परिशिष्टांसह पुन्हा राष्ट्रपती भवनात हजर झालो. डॉ. राधाकृष्णन पूर्वीसारखेच दिवाणावर पहुडले होते. मला आढळले, राष्ट्रपती पूर्वी जे पुस्तक वाचत होते, तेच त्यांच्या हातात होते. त्यांनी अहवालाला हातही लावला नव्हता, हे स्पष्ट होते. त्यांनी ते सर्व कागद ठेवण्यास सांगितले. मला वाटले, आता आणखी काही ऐकावे लागणार; परंतु सुखद आश्चर्य की, त्यांनी गोडसे हसून मला खुणावले की, तू बाहेर जाऊ शकतोस.

त्यांनी एकही शब्द उच्चारला नाही.

दुसऱ्याच दिवशी मला राष्ट्रपतींनी बोलावले. पूर्वीच्याच पद्धतीने माझे स्वागत झाले. फक्त या वेळी ते आपल्या अभ्यासिकेत बसले होते. मला चहा देण्यात आला आणि राष्ट्रपती थोडे सौम्य झाले आहेत, असे पाहून मी त्यांना विचारले,

"सर, आपण या प्रचंड अहवालाचे इतक्या थोड्या वेळात परिशीलन केले?"

राष्ट्रपती म्हणाले, "हा अहवाल मी वाचण्या न वाचण्याचा प्रश्न नाही. प्रश्न आहे, तो राष्ट्रपतीपदाच्या अधिकारांचा की, त्यांना सर्व अहवाल दिला गेला पाहिजे."

मी डॉ. राधाकृष्णन या भव्य व्यक्तिमत्त्वासमोर आदराने उभा होतो.

त्यांना नमस्कार करून मी निघालो.

भारताचे संविधान आणि राष्ट्रपतींचे अधिकार यावर एक महत्त्वाचा धडा डॉ. राधाकृष्णननी दिला होता.

माझी खातरी होती की, त्यांनी त्या अहवालाची चार-दोन पानेच चाळली असतील; पण त्यांच्या दृष्टीने खरा प्रश्न होता, तो राष्ट्रपतींच्या घटनात्मक अधिकाराचा आणि स्थानाचा.

■

२५

संसदेसाठी मसुदा : पंडितजींचे योगदान

कॅबिनेट सेक्रेटरी एस.एस. खेरा हे संरक्षण खात्याचेही मुख्य सचिव होते. त्यांच्याकडे या अहवालाचा अभ्यास करून संसदेला सादर करावयाच्या निवेदनाचा मसुदा तयार करण्याचे काम सोपवले होते. प्रत्यक्षात हे काम अपेक्षेप्रमाणे सुशीतल बॅनर्जी या डेप्युटी सेक्रेटरीने पूर्ण केले. थोड्याच दिवसांत खेरांकडून हा मसुदा थेट चव्हाणांच्या हाती आला. सुशीतल स्वत: आले. त्यांनी अहवालाची सर्व कागदपत्रे माझ्याजवळ दिली आणि मी ताबडतोब त्यांच्या समक्ष त्यावर सील करून कपाटात ठेवून दिली.

दुसऱ्या दिवशी चव्हाणांनी मला बोलावले आणि त्या मसुद्याकडे पाहत ते म्हणाले, ''हा मसुदा मला राजकीयदृष्ट्या ज्या पद्धतीने संसदेत सादर करावयाचा आहे, तसा झालेला नाही.''

त्यांनी मला निराळा मसुदा तयार करण्यास सांगितला.

मी सांगितले की, मी मुख्य अहवाल अभ्यासल्याशिवाय हा निवेदनाचा मसुदा कसा करू शकेन?

माझी अडचण त्यांच्या लक्षात आली.

ते म्हणाले, ''ठीक आहे, राष्ट्रपतींना सोडले, तर तू हा अहवाल पाहणारा पाचवा गृहस्थ ठरशील आणि मी आखलेल्या मर्यादेतच ती संख्या राहील.''

समजुतीच्या स्वरात ते म्हणाले, ''मी तुला हा अहवाल पूर्वी दाखवला नाही. कारण तो खरोखरीच अतिगोपनीय आहे. काही कारणाने त्याची अल्पशी वाच्यता झाली असती, तर तो दोष आपल्या कार्यालयावर येऊ नये, अशी माझी इच्छा होती.''

वास्तविक चव्हाणांनी असे सांगण्याचेही कारण नव्हते. कारण माझ्या स्वत:च्या स्वार्थी कारणासाठीसुद्धा मला तो अहवाल पाहण्याची इच्छा नव्हती. मला तेव्हा वाटत असे आणि अजूनही वाटते की, अशा अति गुप्ततेच्या गोष्टी न कळलेल्याच बऱ्या!

हे होईपर्यंत ऑगस्ट महिन्यातील काही दिवस लोटले. लवकरच संसदेत पावसाळी अधिवेशनात अहवाल सादर केला जाईल, अशी अपेक्षा होती. वेळ

फारच थोडा होता. मी तो अहवाल बाहेर नेऊ शकत नव्हतो आणि कचेरीत तर नेहमी अनेक चर्चा, बैठका आणि भेटीस येणाऱ्या लोकांची गर्दी असे. दिवसा काही काम करणे शक्य नव्हते. म्हणून रात्रीचे जेवण करून, परत ऑफिसात येत असे आणि पहाटेपर्यंत जागून अहवालाचा अभ्यास करत असे.

मी तीन रात्री कचेरीतच घालवल्या. रात्रीचे कामावरील सेवक-वर्ग आणि संरक्षक अधिकारी साहजिकच बुचकळ्यात पडले की, हे तीन दिवस मी कुठल्या कामासाठी येत आहे आणि रात्रीचा दिवस करीत आहे.

माझ्या अभ्यासानंतर मसुदा स्वत:च्या हाताने लिहिला आणि चव्हाणांबरोबर त्याची चर्चा केली. अनेक वेळा दुरुस्त्या, पुनर्लेखन झाल्यावर शेवटी मसुदा तयार झाला. त्या रात्री अत्यंत विश्वासू आणि गोपनीयतेची ग्वाही मिळवलेल्या टंकलेखकाकडून तो टाईप करून घेतला. पुढचा प्रश्न : या मसुद्याची वाटचाल कशी करावयाची? कॅबिनेटच्या इमर्जन्सी कमिटीपुढे तो जाऊ द्यायचा नाही, असा चव्हाणांचा निर्धार होता. त्यांना वाटले की, जर या मसुद्याचा भाग दाखवला, तर कुणीतरी हा अहवालही मागेल आणि मग त्यातील गुप्तता राहणे कठीण आहे. शिवाय हा हेंडरसन ब्रुक्स अहवाल लष्कराच्या सेनानींच्या हुकमावरून झालेला होता आणि ते संरक्षणमंत्र्यांनंतरचे दुय्यम अधिकारी होते. म्हणून कुणाच्याही मान्यता, पसंतीशिवाय त्याची विल्हेवाट लावण्याचा संरक्षणमंत्र्यांना अधिकार होता. इमर्जन्सी कमिटीपैकी कोणालाही तो दाखविण्याचे कारण नाही. फक्त पंतप्रधानांनाच दाखवायचा, हा त्यांचा आग्रह पूर्णत्वाने गोपनीयता टिकवण्यासाठी धरलेला होता.

ते पंतप्रधानांकडे गेले आणि मूळचा आणि हा नंतरचा मसुदा त्यांनी त्यांना सादर केला. त्याची प्रत ठेवण्यात आलेली नव्हती. परत आल्यानंतर त्यांनी राष्ट्रपतींप्रमाणेच मूळचा अहवाल पंतप्रधानांच्या हाती द्यावा, असे मला सांगितले.

त्या दिवशी दुपारी पंतप्रधान भोजनासाठी जाण्यापूर्वी त्यांचे खाजगी चिटणीस खन्ना यांचा मला फोन आला. मी त्यांच्या कचेरीत गेलो. माझ्याबरोबर मूळ अहवाल कापडात गुंडाळलेला होता. गेल्याबरोबर मला आत सोडण्यात आले. आत जाताच पंतप्रधानांनी मला हातानेच खुणावले की, ते पुडके शेजारच्या लोखंडी पेटीत ठेवा. अहवाल पेटीबंद झाल्याबरोबर पंतप्रधानांनी आपल्या खिशातून एक चावी काढली.

माझ्या देखतच पेटीला कुलूप लावले आणि मजकडे बघत विचारले, 'तुम्ही अहवाल वाचला आहे का?'

मी म्हणालो, 'येस सर.'

ते ऐकून परत माझ्याकडे निरखून बघितले आणि म्हणाले, "ही पेटी परत केव्हा न्यायची, ते मी सांगेन, तेव्हा येऊन घेऊन जा."

काही दिवसांनंतर मला तो निरोप मिळाला. मी गेलो.

अहवालाचे पुडके परत देताना ते काहीही बोलले नाहीत, पण स्मित केले. जणू काय, आपल्या दोघांनाही या अहवालातील गुपित माहीत आहे, असे त्यांनी आपल्या चेहऱ्यावरच्या आविर्भावाने सूचित केले.

थोड्या दिवसांनी आम्ही केलेल्या अहवालाचा मसुदा एका बंद लिफाफ्यात [illegible] आला. त्यावर त्यांचे हिरवे सील होते. अतिगोपनीय कागदपत्र पाठवताना त्या सीलचा वापर करतात.

मी तो लिफाफा चव्हाणांच्या समोरच उघडला. पंतप्रधानांनी एका छोट्या कागदावर लिहिले होते, 'यात मी काही सुधारणा कराव्यात, असे नाही. 'नो कॉमेन्टस!' '

मी त्या अहवालाचा मसुदा चव्हाणांच्या बरोबरच पाहिला. आश्चर्याची गोष्ट म्हणजे, यात एखादा शब्द किंवा स्वल्पविरामसुद्धा बदलला नव्हता. हे फार नवलाचे होते. कारण सामान्यपणे पंतप्रधानांकडे गेलेल्या कागदांवर त्यांच्या सुधारणा यावयाच्याच. काही वेळा तर ते संपूर्ण मसुदा स्वत: तयार करून संबंधित अधिकाऱ्याकडे पाठवीत आणि त्याने सही करून प्रसिद्ध करण्याचे काम राहिलेले असे.

मी चव्हाणांना विचारले, 'पंतप्रधानांनी काहीही सुधारणा केल्या नाहीत, याचा अर्थ त्यांना या प्रकरणात पूर्णपणे अलिप्त राहायचे आहे का?'

कदाचित चव्हाणांनी ज्या प्रकारे हेंडरसन ब्रुक्स अहवालाची सांगता केली, ती त्यांना आवडली नसेल का? म्हणून मी चव्हाणांना आग्रह केला की, आपण स्वत: तो मसुदा घेऊन पंडितजींकडे जावे आणि खातरी करून घ्यावी की, त्यांना हे निवेदन मान्य आहे आणि त्यात काही सुधारणा करायच्या नाहीत. विशेषत: निवेदनातील शेवटचा भाग जरा अलंकारिक भाषेत होता. याकडे पंतप्रधानांचे लक्ष वेधावे, असे सुचविले.

चव्हाण पंडितजींकडे गेले आणि अर्ध्या तासातच परत आले. आमच्या मसुद्यावर पंडितजी पूर्ण समाधानी होते. मात्र शेवटच्या परिच्छेदाकडे लक्ष वेधले, तेव्हा त्यांनी स्वत:च आपल्या हस्ताक्षरात नवा शेवट लिहून दिला. माझ्या मूळ मसुद्यामध्ये खालीलप्रमाणे लिहिले होते :

'हे जरा अलंकारिक वाटेल, पण हे नमूद केले पाहिजे की, ब्रिटिशांना डंकर्क सहन करावे लागले, अमेरिकनांना पर्ल हार्बर टाळता आले नाही आणि आपल्याला से-ला आणि बोमदिला पराभव पदरी घ्यावा लागला. हे सर्व परिणाम हुकूमशाही [illegible] शत्रूने [illegible] आणि विश्वासघात यांच्या जोरावर घडवून आणले होते. त्यांचे हे उघडेनागडे आक्रमण म्हणजे शेजारच्या शांतताप्रिय मित्रावर आघात होता.'

पंडितजींनी या परिच्छेदाभोवती वर्तुळ करून स्वत: लिहिले, 'से-ला आणि

बोमदिला येथे जे घडले, तो आपला धक्कादायक पराभव होता; पण आपण लक्षात घेतले पाहिजे की, इतर शक्तिवान राष्ट्रांनासुद्धा लढाईच्या पहिल्या प्रहरात असे पराभव सहन करावे लागले होते. आक्रमकांना सहजच काही फायदा मिळतो आणि विशेषत: जेव्हा हे आक्रमण अकस्मात आणि पूर्ण तयारीने केलेले असते, तेव्हा हे साहजिकच घडते. आता आम्ही प्रतिकाराला सिद्ध झालो आहोत.'

पंडितजींनी या लिखाणातील नको होते ते शब्द बदलले आणि एक चूक दुरुस्त केली. यामध्ये त्यांची विषयावरील पकड स्पष्ट झाली आणि मसुदा कितीतरी प्रकारे सुधारला गेला.

हाच अहवाल चव्हाणांनी संसदेत सादर केला.

■

२६

नेफा अहवाल : चर्चा आणि चव्हाणांची फत्ते

२ सप्टेंबर, १९६३ रोजी संरक्षणमंत्र्यांनी लोकसभेत आपले नेफा चौकशीबाबतचे निवेदन सादर केले. ते वाचून दाखविले नाही. मला जरा निराशा वाटली. मला वाटले, निवेदन वाचून दाखविले असते, तर काही प्रश्नोत्तरे झाली असती आणि अभिप्राय व्यक्त झाले असते. त्यावरून नंतरच्या चर्चेला कसे वळण लागेल, याची कल्पना आली असती; परंतु चव्हाणांनी निवेदन वाचण्यास सुरुवात केल्याबरोबर सन्माननीय सभासद आपल्या जागेवरून उठले आणि आम्हास यावर चर्चा हवी, असे त्यांनी सांगितले. सभापतींनी हे निवेदन नऊ पानी आहे, असे पाहून, ते न वाचताच संसदेत सादर करा आणि त्यावर नंतर चर्चा होईल, असा निर्णय दिला. या हेंडरसन ब्रुक्स अहवालाबाबत सर्वत्र कुतूहल होते. त्यातील पृष्ठसंख्या किती आहे, याचीही चौकशी होई; परंतु चव्हाणांनी गोपनीयतेच्या कारणासाठी हा अहवाल किंवा आणखी काही माहिती सभागृहात देण्यास ठाम नकार दिला.

ह. वि. कामत म्हणाले, ''निदान हा मूळ अहवाल किती पृष्ठांचा आहे, हे तरी सांगाल? त्यातील मजकूर नका सांगू.''

चव्हाण आपल्या जागीच बसून राहिले आणि त्यांनी नुसते हास्य करून तेही शक्य नाही, असे दर्शविले.

कामतांनी पुन्हा प्रश्न केला, ''चव्हाणांचे सध्याचे निवेदन मूळ अहवालाच्या एक तृतीयांश का एक चतुर्थांश आहे, ते तरी सांगाल?''

चव्हाण उठले आणि म्हणाले, ''मूळ अहवालाच्या आकाराच्या मानाने फारच लहान आहे.''

कामत हताश झाल्याचे हातवारे करून म्हणाले, ''फार... फार... फार लहान!''

लोकसभेत हे निवेदन सादर केल्यावर चव्हाण राज्यसभेत गेले. तेथे त्यांनी निवेदन संपूर्ण वाचून दाखवले. त्यावर कसलाही प्रश्न विचारायचा नाही आणि आता चर्चा करायची नाही, असे त्या सभागृहाच्या अध्यक्षांनी सांगितले.

१९ सप्टेंबर रोजी संरक्षणमंत्र्यांच्या या निवेदनावर लोकसभेत चर्चा झाली. नेफा

चौकशी अहवालाबरोबरच 'आपल्या संरक्षणाची क्षमता' हा विषय श्री. प्रकाश व्ही. शास्त्री आणि इतरांनी उपस्थित केला होता. या दोन्हींवर चर्चा सुरू झाली. त्याच दिवशी राज्यसभेतही या दोन्ही विषयांवर चर्चा सुरू झाली. २० सप्टेंबर रोजी या चर्चेला चव्हाणांनी उत्तर दिले. त्यांचे भाषण मोठ्या आत्मविश्वासाचे आणि स्वच्छ होते. त्यात खुल्या मनाने केलेले हे निवेदन होते आणि त्याबाबत सभासदांशी विचारांचे आदानप्रदान करण्याची त्यांची तयारी होती. मात्र आपली मूळ भूमिका त्यांनी तिळमात्र सोडली नव्हती. या भाषणाचा मोठा प्रभाव पडला.

चर्चेनंतर एक सभासद उठून म्हणाले, "आज संरक्षणमंत्री आमच्या सभागृहाचे खरेखुरे नेते बनले आहेत. त्यांनी सभागृहाला विश्वासात घेऊन जे सांगितले, त्यामुळे आम्ही त्यांच्या भाषणाबद्दल कृतज्ञ आहोत."

श्री. ए.डी. मणी यांनी या चर्चेचा प्रारंभ केला होता.

त्यांनी म्हटले, "संरक्षणमंत्र्यांचे मी आभार मानतो. त्यांचे भाषण अत्यंत समतोल होते."

दुसऱ्या दिवशी वृत्तपत्रांमध्ये चव्हाणांच्या सरळ, प्रामाणिकपणे केलेल्या निवेदनाचे मोठे स्वागत झाले.

संध्याकाळी आम्ही भेटलो, तेव्हा चव्हाण मोठे खुशीत होते. त्यांना प्रत्यय आला होता की, आपण ज्या पद्धतीने या प्रश्नावर निवेदन केले, त्यामुळे सरकारला पुष्कळच श्रेय मिळाले आणि त्यांना स्वत:लाही त्यात वाटा मिळाला.

दुसरे दिवशी लोकसभेत राज्यसभेप्रमाणे असेच स्वागत होईल, याबद्दल त्यांना विश्वास वाटला.

२१ सप्टेंबर रोजी सकाळी चव्हाणांना श्री. दासप्पा यांच्या शपथविधीकरिता राष्ट्रपती भवनात जावयाचे होते. दासप्पा रेल्वेमंत्री आणि बळिराम भगत हे नियोजन मंत्री म्हणून शपथ घेणार होते.

तो समारंभ संपल्याबरोबर राष्ट्रपती डॉ. राधाकृष्णन चव्हाणांच्या जवळ आले आणि पंतप्रधानांच्या समक्ष म्हणाले, "चव्हाण, मी अंत:करणपूर्वक तुमचे अभिनंदन करतो. राज्यसभेतील तुमचे भाषण खरोखर उत्तम होते."

नंतर चव्हाणांच्या खांद्यावर हात टाकून ते इतर मंत्र्यांकडे गेले आणि विचारू लागले की, चव्हाणांचे ते उत्कृष्ट भाषण त्यांनी ऐकले का?

खुद्द राष्ट्रपतींकडून झालेली प्रशंसा पंतप्रधानांना किती आवडली असेल, कोण जाणे, हा विचार यशवंतरावांच्या मनात चमकून गेला.

पंतप्रधानांनी चव्हाणांना एका बाजूस घेऊन विचारले, "या चर्चेत मी बोलावे का?"

चव्हाण उत्तरले, "तुम्ही विचारताय, तर सांगतो. आपण न बोललेले बरे.

चर्चेच्या ओघात तुम्हावर व्यक्तिश: काही टीका होईल, त्याला तुम्ही कशाला तोंड द्यावे? आम्ही येथे उत्तर द्यायला समर्थ आहोत.''

पंतप्रधानांनी हा सल्ला मानला.

या वेळेपर्यंत त्यांना संसदेच्या भावना कळून चुकल्या होत्या. त्यांना माहीत होते की, नेफा आघाडीवरील पराभवाबाबत विरोधकांइतकेच काँग्रेस पक्षातील सभासदही टीकाकार बनलेले आहेत. त्याचा नमुना १७ मार्च रोजी संकल्पित चौकशी समितीला कोणते मुद्दे द्यायचे, यावरच काँग्रेस पक्षाच्या बैठकीत झालेल्या वादळाचा अनुभव आला होता. काही गोष्टींत सभासदांच्या दबावामुळे त्यांनी माघार घेतली होती आणि आता त्या भावना शांत करण्याचा प्रयत्न होता. ८ एप्रिल रोजी संरक्षण खात्याच्या मागण्यांवर चर्चा होत असताना लोकांना आणि संसदेला या चौकशीबाबत विश्वासात घेण्याचा चव्हाणांनी प्रयत्न केला. त्यांनी असे मुद्दाम नमूद केले होते की, प्रामुख्याने ही चौकशी घडल्या गोष्टीपासून बोध घेण्यासाठी आणि पुढे असे होऊ नये, यासाठी केली जात आहे. कुणा एकाला दोषी ठरवण्याचा हा प्रयत्न नाही.

त्यांनी सभागृहाला प्रश्न विचारला होता की, ''आपल्याला राष्ट्रीय सुरक्षाव्यवस्था बळकट करायची असेल, तर कुणा व्यक्तीवर दोष लादण्यात काय अर्थ?''

हे त्यांचे प्रयत्न होते, तरीही त्यांना जाणीव झाली होती की, सर्वांचा रोख माजी संरक्षणमंत्री कृष्ण मेनन यांच्याकडे आहे आणि अप्रत्यक्ष रीतीने पंतप्रधानही त्यातून सुटणार नाहीत. आपल्या राजकीय कार्यपद्धतीत युद्धाच्या सर्वंकष जबाबदारीतून कुठलेही नेतृत्व दूर जाऊ शकत नाही.

खरे म्हणजे, नेफा चौकशी प्रकरण सभागृहात येण्यापूर्वीच चव्हाणांना ही मुख्य काळजी होती. सारे सभागृह राष्ट्रीय सुरक्षा व्यवस्थेबाबत खडबडून जागे झाले होते. सर्वांना जाणीव होती की, लष्कराचा अवमान झाला आहे आणि त्याचे कारण राजकीय शक्तीने अपुऱ्या साहित्यानिशी त्यांना आघाडीवर लोटले होते. विरोधकांना अर्थातच या चौकशीतून उच्चतम स्तरावरील कोणा व्यक्तीचा दोष आहे, ते शोधून काढून, कृष्ण मेनन यांच्यावर आणि पंतप्रधानांवर ठपका ठेवायचा होता. पक्षातील काही जुनी नेते मंडळी आणि लष्करातील परिपक्व अधिकारी याच मताचे होते. संरक्षणमंत्री असताना कृष्ण मेनन यांनी आपल्या उर्मट वागणुकीने अनेकांचा रोष ओढवून घेतला होता आणि म्हणूनच आमच्या निवेदनातील सत्ताविसाव्या परिच्छेदाच्या शब्दरचनेवर आम्ही खूप विचार केला होता. युद्धाला राजकीय नेतृत्व कसे दिले गेले, यासंबंधीचा तो सत्ताविसावा परिच्छेद होता* आणि सर्व निवेदनात तोच महत्त्वाचा होता.

यामध्ये राजकीय नेतृत्वाला आलेल्या अपयशाची गर्भित कबुली होती, तरीही

प्रत्येकाच्या मनात त्या व्यक्ती कोण, असा जो प्रश्न उभा होता, त्या उत्तराला बगल दिली होती.

चव्हाणांनी पंतप्रधानांना सांगितले की, या प्रकरणात टीका होणारच होती; पण आपणच त्याला वाचा फोडली, तर सर्व वातावरण प्रक्षुब्ध होईल आणि पंचाईत होईल. आणि म्हणूनच पंतप्रधानांनी चर्चेत भाग न घेण्याचे कबूल केले व याबाबत कृष्ण मेननशी बोलण्याचे कबूल केले; याबद्दल चव्हाण खूश होते.

राष्ट्रपती भवनातून परत आल्याबरोबर चव्हाणांनी मला तेथे झालेल्या चर्चेची कल्पना दिली आणि म्हणाले, "आता मला वाटते की, या चर्चेचा ओघ मी ताब्यात ठेवू शकेन. खरोखर मी पंतप्रधानांची आता अधिक चांगली साथ देऊ शकतो, कारण त्यांनी स्वत: रिंगणात न उतरण्याचे ठरवले आहे."

चव्हाणांना जाणीव झाली की, त्यांच्या राजकीय आयुष्यातील हा सर्वांत महत्त्वाचा दिवस आहे. ते लोकसभेला आपल्याबरोबर, आपल्या मताबरोबर नेऊ शकले नाहीत, तर त्यांची स्थिती कृष्ण मेननसारखी होईल. आजच नाही, तरी पुढे केव्हातरी खातरीने तशी वेळ येईल. घडल्या गोष्टींनी त्यांना जाणीव झाली होती की, देशाच्या संरक्षणाबाबत संसद कोणालाही क्षमा करणार नाही. कृष्ण मेननच्या झालेल्या चुकांवर पांघरूण घालण्याचा प्रयत्न फोल ठरेल, हे संरक्षणमंत्रालयाच्या मागण्यांवर चर्चा होत असताना, त्यांना कळून चुकले होते. लोकसभेत बोलताना ते मुद्दामच म्हणाले होते, "समजा, काही चुका झाल्या असल्या, तरी त्या विसरून आपण सर्वांनी भविष्याला तोंड देण्यासाठी एकत्र यायला नको का? कालचा झगडा आज चालेल, पण त्याचा परिणाम उद्यावर, भविष्यावर होऊ नये."

चव्हाण पुढे म्हणाले, "मला वाटते, झाल्या चुकांपासून आपण बोध घेतला पाहिजे. इतिहास सांगतो की, झाल्या चुकांपासून धडा जे नेते घेत नाहीत, ते सत्तेवरून फेकले जातात. आपल्याला तसे करावयाचे नाही. हे कुणा 'अ' वा 'ब' या व्यक्तिसंबंधांत बोलत नाही, तर राष्ट्रहितासाठी म्हणतो."

---

* २ सप्टेंबर रोजी लोकसभेपुढे केलेल्या निवेदनातील नेफा चौकशीचा सत्ताविसावा परिच्छेद – युद्धाला दिल्या गेलेल्या वरिष्ठ पातळीवरील नेतृत्वाचा मुद्दा मला विशद करावयाचा आहे. कोठल्याही सैन्याला – ते पूर्णत्वाने सक्षम आणि पुरेसे मोठे असले, तरी त्याला सरकारकडून योग्य धोरण, मार्गदर्शन आणि नेतृत्व दिले जावे लागते. या मार्गदर्शनाचा घनिष्ठ संबंध लष्कराची शक्ती आणि त्यांना दिलेली साधनसामग्री यांच्याशी दररोज असतो. सैन्यात संख्यावाढ आणि त्यांच्या साधनसामग्रीत पूर्णत: यांचा संबंध केवळ पैशाशीच नसतो, तर त्याला काही कालावधीची गरज असते.

खासदार हेम बरुआ मध्येच उठून म्हणाले, ''तुमच्या पूर्वीच्या मंत्र्यांची आठवण झालेली दिसते.''

''होय, एक दिवस मीही माजी मंत्री होईन, याची मला जाणीव आहे, चव्हाणांनी ताडकन उत्तर दिले.

जागी गाडीत बसल्याबरोबर त्यांनी मला सांगितले, ''पंतप्रधानांनी जनरल कौलबाबत थोडे बरे बोला, असे मला सांगितले. तो अतिशय भग्नहृदय झाला आहे... आणि भीती वाटते की, तो (कौल) आत्महत्या करेल.''

मी चव्हाणांना विचारले, ''तुम्हाला काय करावेसे वाटते?''

त्यांनी उलट माझ्याकडेच प्रश्नचिन्हात्मक नजर टाकली. मी माझे मत सांगितले की, 'त्यांनी जनरल कौल यांचे नावसुद्धा उच्चारू नये.'

मी म्हटले, ''माझी खातरी आहे की, असे करण्याने निदान निम्मे सभागृह खवळून उठेल.''

चव्हाण उत्तरले, ''तू काय म्हणतोस, हे मी समजू शकतो; परंतु जनरल कौल यांनाही न्याय दिला पाहिजे. त्यांचे नाव आज अनेक ठिकाणच्या माघारीशी जोडले गेले असले, तरीही चौथ्या कोअरचा कमांडर या नात्याने वालांग आघाडीवर आपल्या सैन्याने जी मर्दुमकी गाजवली, त्याचे श्रेय त्याला दिलेच पाहिजे. ते दिले नाही, तर तो अन्याय होईल.''

गाडीतून उतरून चव्हाण सभागृहाच्या दारातून आत शिरताना मी म्हटले, ''माझ्या शुभेच्छा!''

लोकसभेत प्रत्येक जागी खासदार येऊन बसले होते. जनतेसाठी आणि वृत्तपत्रांसाठी ठेवलेल्या जागा भरून गेल्या होत्या आणि त्यांच्या नजरा मंत्रिगणांच्या जागेकडे खिळल्या होत्या. देशोदेशीचे राजनैतिक प्रतिनिधी मोठ्या संख्येने हजर होते. अधिकारी कक्षात लष्करातील मोठमोठे अधिकारी मुफ्ती पोशाखात हजर होते. मी अधिकाऱ्यांच्या राखीव कक्षात अगोदरच माझी जागा निश्चित करून घेतली होती. ती अशी होती की, तेथून माझी मंत्र्यांशी दृष्टिभेट व्हावी आणि त्यांना काही लागले, सवरले, तर मला सूचना मिळावी. माजी संरक्षणमंत्री कृष्ण मेनन असेच पहिल्या रांगेत बसले होते. १९ सप्टेंबरच्या त्या विशिष्ट दिवशी या चर्चेची सुरुवात श्री. प्रकाश व्ही. शास्त्री यांनी आपल्या ओघवत्या खास हिंदीमध्ये केली होती. २१ सप्टेंबर हा अधिवेशनाचा शेवटचा दिवस होता. अनेकांना या विषयावर बोलायचे होते. त्यामध्ये श्री. नाथ पै यांचे भाषण मला अविस्मरणीय वाटले. श्री. फ्रँक अँन्थनी विरोधकांतर्फे बोलले आणि के.सी. पंत यांनी काँग्रेसतर्फे चर्चेत भाग घेतला. आजही ती भाषणे वाचण्यासारखी आहेत.

श्री. नाथ पै यांनी आपल्या भाषणाच्या पहिल्या शब्दापासून साऱ्या चर्चेलाच एका उंच नैतिक पातळीवर नेऊन ठेवले.

ते म्हणाले, ''या अहवालातून जे व्यक्त होत आहे, ते इतके धक्कादायक आणि थरारक आहे की, आपल्या सैन्याच्या कमजोरीबाबतची आणि अपुऱ्या तयारीची नुसती कल्पना करण्यास भीती वाटते. थोडक्यात म्हणजे, संरक्षणमंत्र्यांच्या या निवेदनात सरकारचा पूर्ण गलथानपणा व्यक्त होतो आणि त्यामागे निव्वळ हटवादीपणा आणि बेजबाबदारीचा दोष त्यांच्यावर येतो की, ज्यांच्यावर देशाच्या संरक्षणाची जबाबदारी सोपवलेली होती, आपल्या एक वेळच्या शौर्यासाठी प्रसिद्ध असलेल्या लष्कराला सर्वार्थाने अवमान सहन करावा लागला आणि तोही आपल्या स्वत:च्या भूमीत.''

सभागृहाला विजेचा झटका बसल्यासारखे झाले. प्रत्येकाची नजर नाथ पै यांच्याकडे रोखली गेली. एकेक शब्द ते झेलून घेत होते, ऐकत होते.

नाथ पै पुढे म्हणाले, ''देशाची प्रतिष्ठा आणि अभिमान आज जखमी झाला आहे. स्वतंत्र राष्ट्र म्हणून घेण्याचा आपला अधिकार आम्ही गमावला आहे. चव्हाणांच्या निवेदनात कबुली आहे की, ही चौकशी म्हणजे एक क्लेशकारक प्रकरण आहे; परंतु या वाहत्या जखमेला कोण जबाबदार आहे, हे ते दडवीत आहेत. अशा व्यक्तीच्या गुन्ह्यावर पांघरूण घालणे ही जणू राष्ट्रीय रक्षणाची एक गरजेची गोष्ट आहे, असे दाखवले जात आहे. भारतीय जनतेला अंधारात ठेवण्याची ही भूमिका म्हणजे अजब तर्कशास्त्र आहे.''

भाषणाच्या प्रत्येक शब्दात उपरोध भरला होता. प्रत्येकाला दिसत होते की, नाथ पैंच्या मनात राजकीय नेतृत्वाला गुन्हेगार ठरवायचे होते. मी समोर कृष्ण मेननकडे पाहत होतो. ते सारखे अस्वस्थ होत होते आणि काहीतरी पुटपुटत आपल्या लांब केसांतून बोटे फिरवत होते. क्षणाक्षणाला ते अधिकाऱ्यांच्या कक्षाकडे अशा नजरेने पाहत होते की, तिथे बसलेल्या लष्करी अधिकाऱ्यांना अस्वस्थता वाटावी. नाथ पैंनी आपला घणाघात पुढे सुरू केला.

''चव्हाणांच्या निवेदनात देशाच्या संरक्षण-तयारीतील ही अपूर्णता स्पष्ट व्यक्त होत आहे. निवेदन म्हणजे 'लष्करी शिक्षणाला आवश्यक एवढी हत्यारेसुद्धा जवळ नव्हती' मग रणांगणावर काय असेल? वाहतुकीची साधने नव्हती, वाहनांना योग्य रस्ते नव्हते, कसलेही साहित्य नव्हते, कसलीही शोधक यंत्रणा नव्हती, कसलेही नेतृत्व नव्हते आणि सेनापतित्व नव्हते.''

''आधुनिक काळातील युद्धाला आवश्यक असणाऱ्या या सर्व गोष्टींचा तेथे अभाव होता. देशाच्या संरक्षण यंत्रणेला कशाचाही पुरवठा नव्हता. होता, तो सदैव कार्यरत संरक्षणमंत्री आणि प्रचंड खर्चाचे त्यांचे संरक्षणमंत्रालय.''

समोर बसलेले कृष्ण मेनन क्षणाक्षणाला अधिक अस्वस्थ होत होते.

नाथ पै कोणाला उसंत देण्यास तयार नव्हते. त्यांचा घणाघाती हल्ला सुरूच होता. राजकीय नेतृत्वाला ते बिलकूल संधी देत नव्हते आणि ज्याची त्याची जबाबदारी त्याच्या त्याच्या माथ्यावर निश्चित करण्याचा प्रयत्न करत होते. शब्दांचे वाग्बाण एकामागून एक सुटत होते.

''या सर्व प्रकरणातून भयानक सत्य सरकारला कळलेच नाही. समजले नाही, उमजले नाही. त्याचा विस्तार आणि खोली त्यांच्या लक्षात आली नाही. चीनच्या विस्तारवादाची मजल कोठवर जाईल, हे त्यांच्या लक्षात आले नाही. याला कारण अगदी सोपे होते. त्यांनी स्वत: पुकारलेल्या घोषणांचे ते बळी ठरले. आपणच निर्माण केलेल्या भावभावनांचे ते बंदीवान झाले होते. नामर्दपणाने त्यांना पक्षाघात झाला होता. भोळेपणाने ते बधिर झाले होते आणि सर्वत्र गलथानपणा दिसत होता. हे आपल्या राजकीय नेतृत्वाचे संपूर्ण अपयश होते आणि त्यातून लष्करी अपयशाचा पाया रचला गेला होता.''

जेव्हा करमसिंग आणि त्याच्या बरोबरच्या जवानांची हत्या झाली, तेव्हा सामान्य माणसाला वाटले, ते मी आपल्याला सांगतो. त्याला लाज वाटली. राग आला, आपल्या समोर काय आव्हान आहे, त्याची जाणीव झाली. महाराष्ट्रातील एका तरुण कवीने दोन वाक्यांत म्हटले :

'अभिमान धरू, बलिदान करू,
ध्वज उंच-उंच चढवू,
उत्तुंग आमची उत्तरसीमा,
इंच-इंच लढवू'

ही झाली सामान्य माणसाच्या हृदयातील जाणीव; पण भारत सरकारला चिन्यांचे आव्हान कळलेच नाही.

नाथ पै बोलत असताना संपूर्ण सभागृह गोठल्यासारखे स्तब्ध झाले होते. त्यांचा वाग्विलास आणि तार्किक जोश सर्वांना मुग्ध करून राहिला होता. गॅलरीत बसलेल्या आम्हा अधिकाऱ्यांना असे वाटत होते की, जणू संरक्षणमंत्रालयाला आडवे पाडून ते सपासप त्याच्या शरीरावर वार करत होते. प्रत्येक शब्द आणि वार जखमा वाढवतच होत्या. नाथ पैंचा हल्ला काही कमी होईना.

ते म्हणाले, ''जेव्हा 'नेमका-चू'चा पाडाव झाला, तेव्हा साऱ्या देशाने जो अपमान, अवहेलना सहन केली, प्रत्येक भारतीयाला जे क्लेश, दु:ख झाले, त्याची आमच्या नेत्यांना तितक्या उत्कटतेने जाणीव झाली होती की नाही, हे मला माहीत नाही. प्रत्येक भारतीयाला वाटत होते की, 'नेमका-चू' येथे घडलेली ही शोकांतिका जणू आपल्या हृदयात खोलवर खुपसलेला खंजीर आहे.''

एका तरुण कवयित्रीने या कत्तलीचे वर्णन केले आहे :

“आम्ही संरक्षणाविना मरत होतो,
असहाय आम्ही तुमचे सैनिक होतो,
भारताचे श्रम आणि जोश याचे प्रतीक होतो।।
पण आम्ही मरत होतो गुरांसारखे,
जणू सापळ्यात बंद झालेल्या प्राण्यांसारखे,
आमची कत्तल होत होती।।
पण शौर्याने प्रतिकार केल्याचे सुख लाभत नव्हते,
फक्त एक पेटती मशाल,
आणि तिला तेल संतापाचे आणि निश्चयाचे।।
ते जिवंत राहिले; आणि जे गेले,
त्यांच्या शौर्याची ही होळी होती,
ज्याची भरपाई करणे अशक्य आहे,
त्याची भरपाई स्वातंत्र्यात आणि निष्ठेत करत होते।।
हा आमचा वारसा आहे,
आणि आमच्या थडग्यावर खोदलेला लेख आहे।
‘नेमका-चू’ येथे हे घडले आहे,
गरज होती का त्याची?
*घडणारच होते का हे सारे?”**

आपले भाषण संपवताना नाथ पै यांनी नव्या संरक्षणमंत्र्यांना गंभीर इशारा दिला.

ते म्हणाले, “आमच्या सन्माननीय संरक्षणमंत्र्यांनी या घटनेचे विस्मरण होऊ देऊ नये. कसल्याही तऱ्हेच्या विषारी प्रचाराला त्यांनी बळी पडू नये. भिऊ नये किंवा दुर्लक्षही करू नये. आज त्यांच्यासमोर एक शिक्षा भोगलेला भारत आहे, त्याचबरोबर तो जागा झालेला भारत आहे! हा भारत कोठल्याही त्यागाच्या सीमेपर्यंत जायला तयार आहे. मात्र तो त्याग आपल्या देशावर लादलेला कलंक पुसण्यासाठी मागितला गेला पाहिजे. स्वत:ची गादी सांभाळण्यासाठी किंवा कुणाच्या सिद्ध झालेल्या अकार्यक्षमतेवर पांघरूण घालण्यासाठी वापरला जाऊ नये.

---

* इंग्रजी कवितेचे भाषांतर – नरुभाऊ लिमयांच्या सौजन्याने

हे इतिहासाचे आव्हान आहे आणि ते ज्यांचा आपल्या भवितव्यावर विश्वास आहे, त्या धैर्यशाली लोकांकरिता आहे. माझा भारत, मागाल ते सर्व देईल. पैसा, शस्त्रे आणि जीवनाला प्राणप्रिय असलेले आपले पुत्र आणि कन्या तुम्हाला देईल.''

नाथ पैंनंतर फ्रँक ॲन्थनी बोलले. त्यांचे भाषण कठोर होते, भेदक होते आणि उपहास त्यांच्या भाषणात ओतपोत भरला होता

ते म्हणाले, ''संरक्षणमंत्र्यांच्या निवेदनात ज्या काही कमतरता दाखवून दिल्या आहेत, त्यांची मला फारशी काळजी वाटत नाही. आपल्याला हा कमकुवतपणा ज्यांचा अध:पात झाला आहे, अशा काही अधिकाऱ्यांत आणि काही लोकांतच सापडेल, कारण ते वातानुकूलित कचेरीत बसून कागदावरच्या लढाया लढत होते. या मंडळींना आपल्या भारतीय जवानांमध्ये खास पदवी दिली आहे. त्यांना ते 'आग्रा ब्रिगेडियर्स' म्हणत असत आणि ही भरती उत्तर प्रदेशातून होत असे.''

ऑफिसर्सच्या गॅलरीत झालेली चलबिचल स्पष्ट दिसत होती. विशेषत: मुफ्ती वेषातील लष्करी अधिकाऱ्यांमध्ये.

श्री. ॲन्थनी यांनी आपला हल्ला थेट कोअर कमांडर, लेफ्टनंट जनरल कौल आणि कृष्ण मेनन यांच्यावर सुरू केला.

''मला एकच उद्दिष्ट हवे, हे सभागृह किंवा देश यांनी एका कुविख्यात कोअर कमांडरचे हे अपयश म्हणजे आपल्या साऱ्या जनरलचे अपयश समजू नये. त्यांचे हे अपयश त्यांच्यापुरतेच, तिथल्या तिथेच आणि अपेक्षित असेच अपयश होते; पण एका अर्थाने त्या कोअर कमांडरच्या अपयशाबद्दलच बोलत नाही, कारण खरे गुन्हेगार माजी संरक्षणमंत्री होते.

श्री. कृष्ण मेनन यांनी भारतीय लष्कराच्या वरिष्ठ अधिकाऱ्यांचा सर्वनाश घडवून आणला. स्वाभिमान असलेल्या उत्कृष्ट लढाऊ जनरल्सना एकामागून एक घरी बसवण्याचा प्रयत्न केला. कारण का, तर मंत्र्यांच्या राजकीय हुकूमशाहीला विरोध करण्याचे धैर्य त्यांच्यात होते. त्यांनी सहेतुकपणे आपल्याभोवती स्तुतिपाठकांचे, होयबांचे वर्तुळ तयार केले होते आणि ते राजकारणी अधिकारी त्यांच्या आज्ञेप्रमाणे चालण्यास तयार होते.

त्यांचा सर्वांत मोठा गुन्हा म्हणजे, त्यांनी आघाडीवर केलेली कमांडरची नेमणूक. मला दु:ख होते की, मला पुन्हा पुन्हा सांगावे लागत आहे, कारण अनेक वेळा अर्धसत्य किंवा असत्य या सभागृहात सांगितले गेले आहे. पुन्हा-पुन्हा म्हटले गेले की, या जनरलचे आघाडीवरील कार्य उत्कृष्ट होते. पुन्हा मला दु:खाने नमूद करावे लागते, कारण हे असत्य मला उघडे केले पाहिजे.

साऱ्या लष्करात त्याला पदवी होती खच्चर कोअर कमांडर.''

फ्रँक ॲन्थनी यांचे भाषण चालू असताना संपूर्ण सभागृहात टाचणी पडली, तर आवाज ऐकू यावा, इतकी शांतता होती. त्यांच्या चावऱ्या उपहासानेसुद्धा हास्याची खसखस पिकली नाही. त्यांचे ते शब्द प्रत्येकाच्या हृदयापर्यंत पोहोचत होते.

कृष्ण मेनन अतिशय अस्वस्थ आणि क्षुब्ध झाले होते. आपल्यावर होणारे हे हल्ले आणि वैयक्तिक आरोप त्यांना हताशपणे सहन करावे लागत होते.

काँग्रेस पक्षाचे कृष्ण चंद्र पंत यांनी या चर्चेत भर घातली. त्यांचे भाषण जबरदस्त होते. ओघ शांत आणि सखोल होता. त्यांनी एक मुद्दा गंभीरतेने मांडला की, ही चौकशी समच्छेदक ठरू नये, घडल्या गोष्टींची चिकित्सा ठरावी. वाहत्या प्रवाहातील ही एक घटना आहे.

पंतांनी आपल्या भाषणात इंग्लंडचे पंतप्रधान विन्स्टन चर्चिल यांनी १९४०च्या डंकर्क अरिष्टानंतरचे काही शहाणपणाचे शब्द ऐकवले. त्याची आठवण करून दिली. चर्चिल म्हणाले होते, ''काही जण या कठोर घटनांची जबाबदारी कोणावर, हे शोधण्याचा प्रयत्न करीत आहेत. हे खुळेपणाचे आणि नाशकारक ठरेल. आपण जर काय घडले यावरून आज भांडण सुरू केले, तर आपल्या हातून उद्याचे भविष्य निसटेल.''

हे एक घनगंभीर भाषण होते. दोन्ही सभागृहांत चव्हाणांनी उत्तर देताना एखाद्या व्यक्तीला सावज बनवून टिपण्यापासून आपण दूर राहिले पाहिजे, हे विशद करून सांगितले.

राज्यसभेत ते म्हणाले, ''एकदा आपण अ, ब, क वा अन्य कोणावर जबाबदारी निश्चित करण्याचा प्रयत्न केला, तर त्या चौकशीचे स्वरूप बदलून जाते आणि अशा चौकशीचा हेतू विफल होतो. आपल्या देशापुढे महत्त्वाचा प्रश्न आहे, तो आपल्या हातून कोणत्या चुका घडल्या, कोणत्या उणिवा राहिल्या आणि काय करावयाचे, हे शोधायचे आहे. कारण आपण वादळाच्या शेपटाला नसून वादळाच्या माथ्यावर आहोत.''

याच मुद्यावर राज्यसभेत बोलताना ते पुढे म्हणाले, ''या चौकशीचा हेतू कोणाला तरी एकाला, त्याच्यावरची जबाबदारी निश्चित करण्याचा नाही. मला वाटते, घडल्या घटना फार ताज्या आहेत आणि म्हणून एखाद्या व्यक्तीला जबाबदार धरणे कठीण आहे. इतिहासकार काही काळानंतर घडल्या घटनांचा पंचनामा करण्यासाठी बसतात आणि दोष निश्चित करतात.''

चव्हाणांच्या कल्पनेप्रमाणे या आघाडीवरील पराभवाची तीन कारणे होती. एक, आक्रमक चिन्यांना मिळालेला स्वाभाविक फायदा. त्यांच्याजवळ रणांगणावर

लोटण्याइतके प्रचंड प्रमाणात मनुष्यबळ हजर होते, कारण गेली तीस वर्षे त्यांनी सैन्यउभारणी हे एकच काम केले आहे. त्यांच्या क्रांतीची कल्पनाच मुळी लष्कराच्या तयारीवर आधारलेली.

दुसरे भौगोलिक कारण. चिन्यांनी ज्या प्रदेशातून भारतावर चाल केली होती, तो त्यांना अनुकूल होता आणि तिसरे विशेषत: लष्करी हुकूमशाही. अशा आक्रमकाला मिळणारा फायदा लोकशाही राष्ट्राला मिळत नाही.

चव्हाणांनी त्या संदर्भातील आपले विचार आणि [illegible] [illegible] मांडल्या. लष्करासमोर असणाऱ्या अनेक समस्यांचा त्यांनी ऊहापोह केला. प्रामुख्याने त्यांनी लष्करी नेतृत्वावर आणि त्या यंत्रणेमधील अधिकारी आणि जवान यांच्या संबंधांवर विशेष भर दिला.

नेतृत्वाच्या गुणवत्तेबद्दल बोलताना ते म्हणाले, ''काय, कुणास हवे, नेतृत्वामध्ये? त्या गुणाची खरी कसोटी, आणीबाणीच्या वेळी नेता जवानांची निष्ठा किती मिळवतो, ही आहे. जेव्हा कठीण प्रसंग नसतो, तेव्हा निष्ठावान असणे सोपे; परंतु कठीण काळात त्या निष्ठेची कसोटी लागते आणि त्याच नेत्याला नेतृत्व करता येते. ही निष्ठा दुमार्गी असते. नेत्याने आपल्या अनुयायांकडून निष्ठेची अपेक्षा केली, तर त्या अनुयायांनाही नेत्याबद्दल विश्वास वाटला पाहिजे. शत्रूचा गोळ्यांचा वर्षाव होत असतो, तेव्हा ती गोळी जवानाला लागते की, नेत्याला, याचा अंदाज करता येत नाही. गोळ्यांच्या वर्षावात सारेच सारखे आणि हे नेतृत्व आमच्याबरोबर खांद्याला खांदा लावून आहे, असा विश्वास सैन्यामध्ये लढाऊ वृत्ती जागृत करीत असते.''

सैन्याचे जवान आणि अधिकारी यांवर विचार व्यक्त होताना अनेक संदर्भ दिले गेले, ते चिनी प्रचार-यंत्रणेबाबत. चिनी रेडिओ सारखा सांगत होता की, भारतीय जवान आणि अधिकाऱ्यांत भेदाभेद आहेत. अशीही वार्ता आली आहे की, त्यांच्या हाती सापडलेल्या युद्धकैद्यांवर हाच प्रचार बिंबविण्याचा प्रयत्न झाला आहे. चव्हाणांनी जनरल चौधरींसकट अनेक वरिष्ठ अधिकाऱ्यांबरोबर याबाबत चर्चा केली आणि सभागृहाला या अधिकारी-जवान संदर्भाबाबत कोणते उपाय योजले आहेत, ते सांगितले आणि हे उपाय आपल्या लोकशाही परंपरेला धरूनच ठरवले होते.

या चर्चेत पूर्वी अपेक्षिल्याप्रमाणे सर्वांत जास्त कडवट टीका विरोधी पक्षाकडून झाली ती, 'राजकीय वरिष्ठांनी युद्धाला दिलेली दिशा' याबाबत होती. त्या दिवशी सकाळीच श्री. नाथ पै आणि फ्रँक अँन्थनी यांनी अत्यंत प्रभावीपणे हा मुद्दा मांडला होता. चव्हाणांना माहीत होते, हा सारा रोख पंतप्रधानांकडे होता आणि म्हणून चव्हाणांनी अगोदरच ठरवले होते की, या हल्ल्याला आपण

समोर जाऊन तोंड द्यायचे. निर्मळ, निश्चित उत्तरे द्यायची.

ते म्हणाले, "काही लोक विचारतात, शत्रूला सीमेबाहेर हाकलून, फेकून द्या, असे पंतप्रधान का म्हणाले?"*

"मी विचारतो, पंतप्रधानांनी त्यांचे स्वागत करा आणि हारतुरे द्या, असे म्हणायला हवे होते का? वास्तविक हेच खरे राजकीय मार्गदर्शन होते. आक्रमकांना परतवून लावा, हेच सांगणे बरोबर होते. दुसरे काय असू शकते? आता हे कसे करावयाचे, केव्हा करावयाचे, हा विषय लष्करी कक्षेतला होता आणि मी सर्वार्थाने जबाबदारी घेऊन सांगू इच्छितो की, या प्रकरणात कसलाही राजकीय हस्तक्षेप नव्हता. समजा, उद्याला पुन्हा शत्रूच्या सेना आक्रमण करू लागल्या, तर संरक्षणमंत्र्याने काय करावे, अशी आपली अपेक्षा आहे? त्यांनी सेनेला राजकीय दिशा दिलीच पाहिजे. मुलकी सत्ताधिकाऱ्यांनी लष्कराला मार्ग दाखवलाच पाहिजे. कारण लष्कर हे त्या सत्तेचे हत्यार आहे आणि म्हणून मी म्हणतो की, पंतप्रधानांनी सांगितले, ते बरोबर आहे की, शत्रूला पिटाळून लावा; परंतु हे करण्याला कोणती आगाऊ तयारी केली पाहिजे, कोणत्या क्षणाला ते करणे शक्य होईल, हे ठरवणे लष्करी अधिकारी आणि नेतृत्व यांच्या कक्षेत येते. याबाबत आमची सर्वांची खातरी आहे. माझ्या मनात कसलीही शंका नाही."

राज्यसभेत ते म्हणाले होते, "खातरीने हे सरकारचे कर्तव्य होते की, त्यांनी लष्कराला आदेश द्यावयाचा. जर सरकारने ते केले नसते, तर आपल्या कर्तव्यात चूक केली असती. हेच सरकारचे काम आहे. यासाठीच सरकार निर्माण झाले आहे आणि लष्कर हे त्याचे साधन आहे."

चव्हाणांना जेव्हा दिसले की, आपल्या तर्कशुद्धतेकडे सभागृह कलू लागले आहे, आपल्या खुल्या मनाचा परिणाम होत आहे, तेव्हा चव्हाणांना लेफ्टनंट जनरल बी.एम. कौलबाबत थोडे गौरवात्मक बोलण्याचे धाडस आले. पूर्व आघाडीवर घडलेल्या घटनांवर कडक टीका झाली होती. अनेक सभासदांनी याबाबत कौलांनाच जबाबदार धरले होते.

त्यांच्यावर अन्याय होऊ नये, म्हणून चव्हाण म्हणाले, "अनेक सभासदांनी एका विशिष्ट सेनानीला या पराभवाबद्दल जबाबदार धरण्याचा प्रयत्न केला आहे. तोच सेनानी वालांग विभागातील काही चकमकीत यशस्वी ठरला आहे, हे

---

* ऑक्टोबरला पंतप्रधान मद्रासहून कोलंबोला जात असताना पत्रकारांच्या प्रश्नाला उत्तर देताना म्हणाले होते की, 'चिनी घुसखोरांना आपल्या सीमेवर हाकलून देण्याचे आदेश देण्यात आले आहेत.' या एका वाक्यावरून पुढे मोठे वादळ निर्माण झाले.

विसरता कामा नये. कुणा एकाला माघारीबद्दल जबाबदार धरता कामा नये. मी कुणाही व्यक्तीचे वकीलपत्र घेतले नाही. मला वकिलीच करावयाची आहे, ती भारताच्या संरक्षणाची.''

या चर्चेत पंतप्रधान किंवा कृष्ण मेनन यांनी भाग घेतला नाही, याची नोंद सर्वांनी घेतली होती. पुढे असे समजले की, कृष्ण मेनन यांनी संसदीय कार्यमंत्री सत्यनारायण सिन्हा यांच्याकडे बोलण्याची परवानगी मागितली होती. पण त्यांना ठाम नकार मिळाला होता.

संसदेतील चर्चा संपल्यानंतर यशवंतरावांनी आपल्या मंत्रालयाला आणि लष्करी संचालनालयाला सांगून टाकले की, नेफा आघाडीवरील घडलेल्या बऱ्या-वाईट गोष्टींबद्दल कसलीही कार्यवाही करावयाची नाही. संसदेत त्यांनी स्पष्ट केले होते की, कोठल्याही अधिकाऱ्याविरुद्ध चौकशी समितीपुढे दिलेल्या साक्षीबद्दल कारवाई केली जाणार नाही. कारण या चौकशीचे स्वरूप लष्करी मूल्यमापन करण्यासाठी आहे.

अशा रीतीने नेफा पराभवाला कोण जबाबदार, या सावध शिकारी प्रश्नाचा कायमचा शेवट झाला. पराभवाचे भूत कायमचे गाडले गेले.

■

२७

विदेश यात्रा : अमेरिका

अ) आगमन

१९६४च्या सुरुवातीला यशवंतरावजींनी आपल्या खात्यावरची पकड बळकट केली होती, असे दिसत होते. एखाद्या रणांगणावर अनेक ठिकाणी सुरूंग पेरले गेले असले, तरी त्यांतून ते कौशल्याने आणि धीराने वाटचाल करीत आहेत. संसदेतील हेंडरसन ब्रुक्स अहवालावरची त्यांची कामगिरी मोलाची ठरली.

या वर्षाच्या सुरुवातीला पंतप्रधान भुवनेश्वर येथे अखिल भारतीय काँग्रेस कमिटीच्या सभेत असताना त्यांना सौम्यसा संधिवाताचा झटका आला. त्यांच्यावरील कामाचा बोजा कमीतकमी राहावा, म्हणून लालबहादूर शास्त्री यांना बिनखात्याचे मंत्री म्हणून मंत्रिमंडळात घेण्यात आले आणि पंतप्रधानांना मदत करण्याचे काम त्यांच्यावर सोपवण्यात आले. लालबहादूरजी आणि चव्हाण यांचे संबंध आदराचे आणि मित्रत्वाचे प्रस्थापित झाले. प्रत्येकाला जाणीव होती की, लालबहादूरजी पंतप्रधानांचा फार मोठा बोजा स्वत:वर घेऊन पार पाडत होते. इंदिराजी जवळ असत; परंतु पंतप्रधानांच्या आजारी शय्येजवळ फक्त लालबहादूरच काम घेऊन जाऊ शकत.

मार्च आणि एप्रिल महिन्यात चव्हाण संसदेच्या अंदाजपत्रकीय अधिवेशनात गुंतले होते. आपल्या संरक्षण खात्याबाबतच्या मागण्या त्यांनी समर्थपणे आणि आत्मविश्वासाने मांडल्या आणि त्या मंजूर झाल्या. त्यांनी सादर केलेल्या अहवालात पूर्वीपेक्षा आमूलाग्र बदल केला होता. सभासदांना अधिक माहिती दिली होती. संरक्षण सामग्रीची छायाचित्रेही त्यामध्ये होती. आजवर ती कधीच दिली गेली नव्हती. हा खुलेपणा सभासदांना पसंत पडला. त्यांचे बरेच कौतुक झाले.

एप्रिलच्या मध्याला असे ठरविण्यात आले की, चव्हाणांनी अमेरिकेला भेट द्यावी आणि आपल्या पंचवार्षिक संरक्षण योजनेसंबंधी रॉबर्ट मॅकन्मारांशी चर्चा करावी. यासाठी अमेरिकेच्या लष्करी मंडळाची आणि भारतीय संरक्षणमंत्रालयाची

बऱ्याच चर्चा होऊन प्राथमिक तयारी पूर्ण करावी लागली. भारतातील अमेरिकेचे वकील चेस्टर बोल्स वॉशिंग्टनला भेट देऊन परत आले आणि अमेरिकेच्या सहकार्याबद्दल ते खूप आशावादी होते.

परत आल्यावर त्यांनी लिहिले, 'भारत आणि अमेरिका या दोन्ही देशांना संरक्षणमंत्री चव्हाणांची भेट यशस्वी व्हावी, असे वाटते. भारताच्या आर्थिक विकासाच्या मार्गात आपले दोन्ही देश अनेक वर्षे प्रयत्न करीत आहेत. या संयुक्त प्रयत्नांमुळे उभय देशांत एक प्रकारचा विश्वास आणि भागीदारीची भावना निर्माण झाली आहे. अनेक तऱ्हांनी ही मैत्री आंतरराष्ट्रीय संबंधात लक्षणीय मानली पाहिजे.'

चेस्टर बोल्सच्या या भावनांनी चव्हाणांना अमेरिकेत कशा तऱ्हेची चर्चा करावी, याचे मार्गदर्शन मिळाले होते.

चव्हाण आपल्या आयुष्यात प्रथमच परदेशात जात होते. माझी ही दुसरी फेरी होती. मी एप्रिल, १९६१मध्ये बैरुत, दमास्कस, कैरो या शहरांना मिडल-ईस्ट एअर लाइन्सच्या सौजन्याने गेलो. मला बाहेरच्या जगाची तोंडओळख व्हावी, याबद्दल यशवंतरावांना एवढे औत्सुक्य होते की, त्यांनी एका मित्राकडून माझ्यासाठी मिडल ईस्ट एअर लाइन्सचे आमंत्रण मुद्दाम मिळवले होते.

१७ मे रोजी आम्ही सोळा तासांच्या विमानातील प्रवासानंतर दुपारी चार वाजता लंडनला पोहोचलो. प्रवासात कैरो, पॅरिस या ठिकाणी विमान उतरले. तेथे स्थानिक सरकारांनी चव्हाणांचे शाही स्वागत केले. एअर इंडियाचे व्यवस्थापक आणि तेथील विमानतळचालक आम्हास सर्वत्र फिरून माहिती देत. मी पूर्वी कैरोला गेलो, तेव्हा तेथील नवीन विमानतळाचे काम चालू होते. ते आता पूर्ण झाल्याचे पाहावयास मिळाले. फ्रँकफर्ट दिमाखदार होते आणि पॅरिसच्या ओर्ले विमानतळाच्या सौंदर्याने चव्हाण भारावून गेले. जगातला एक अद्ययावत विमानतळ म्हणून त्याची ख्याती होती.

लंडनच्या हिथ्रो विमानतळावर भारताचे हायकमिशनर डॉ. जीवराज मेहता आणि त्यांचे सहकारी केवलसिंग यांनी चव्हाणांचे स्वागत केले. हायकमिशनरच्या कचेरीतील झाडून सर्व अधिकारी विमानतळावर उपस्थित होते. नमूद करण्यासारखे होते की, ब्रिटिश सरकारचा मात्र कॉमनवेल्थ संबंधांतील विभागातर्फे एक मध्यम दर्जाचा राजशिष्टाचार अधिकारी भारताच्या संरक्षणमंत्र्यांच्या स्वागताला हजर झाला होता. हा लक्षणीय फरक होता. आम्ही मात्र जेव्हा दिल्लीला असे मंत्री येतात, तेव्हा आमचे मंत्री, लष्करातील सेनानी आणि अधिकारी मोठ्या संख्येने हजर ठेवतो. याबाबत फरक जाणवला, तसा थोडासा बोचलाही.

चव्हाणांच्या राहण्याची व्यवस्था हायकमिशनरच्या केन्सिंग्टन पॅलेस गार्डन्स, या निवासस्थानी केली होती. जीवराम मेहता अतिशय प्रेमळपणाने वागले. पूर्वीच्या मुंबईच्या विशाल द्वैभाषिकामध्ये ते कित्येक वर्षे अर्थमंत्री होते. त्या वेळेपासून माझी त्यांची चांगली ओळख. त्यांनी मलाही त्यांच्याकडे यशवंतरावांबरोबर राहण्यास बोलावले; पण मिस्किलपणे म्हणाले, ''कदाचित तुम्हा तरुणांना आपल्या बॉसपेक्षा दूर राहणे आवडेल.''

ते लक्षात घेऊन त्यांनी अगोदरच माझी व्यवस्था हायकमिशनरच्या बंगल्यापासून पाचच मिनिटांच्या अंतरावर असलेल्या हॉटेल कोबर्गमध्ये केली होती. डॉ. जीवराजजींच्या बोलण्यातला अर्थ मी समजलो आणि मी तेथे राहण्यास गेलो. मला आठवते, त्या वेळी खोलीचे भाडे होते रोजी दीड पौंड. मला परवडेल असे होते.

त्या दिवशी तिसऱ्या प्रहरी जीवराजभाईंनी आम्हाला क्यू गार्डन्स आणि हॅम्पटन फोर्ट गार्डन्समध्ये तीन-चार तास फिरवून आणले. त्या दोन्ही बागा उत्कृष्टपणे निगराणी केलेल्या मोठ्या सुंदर होत्या. ट्युलिप फुले पूर्ण बहरलेली होती आणि सर्व काही ताजे आणि हिरवेगार दिसत होते. तो रविवार असल्याने शेकडो लोकांची ये-जा सुरू होती. आईवडलांबरोबरची मुले, वृद्ध आणि त्यांच्याबरोबरच्या स्त्रिया जणू रांग लावत होत्या. काही प्रेमी युगुले जगाची पर्वा न करता झाडाझुडपांच्या सावलीत ते तिथे एकटेच आहेत, अशा भावनेने एकमेकांत मग्न होती. हे पाहून त्यांच्या पाश्चिमात्य संस्कृतीचा थोडासा परिचय झाला.

आम्ही उशिरा परतलो, तेव्हा रात्री आठ वाजता तेथे चक्क दिवसासारखा उजेड असतो, याचा अनुभव मिळाला. त्यात झोपणे शक्य नव्हते. कुणीतरी उल्लेख केला की, प्रिन्सेस मार्गरिट या केन्सिंग्टन गार्डनसमोरच त्यांच्या राजवाड्यात राहतात. मी सहज कुतूहलाने त्या बाजूला चक्कर मारली. वाटले युवराज्ञी दिसतील; पण तसे काही घडले नाही.

त्यानंतर भुयारी रेल्वे पाहण्यासाठी नॉटिंगहिल स्टेशनवर गेलो. ते भुयारी रेल्वेचे जाणे-येणे मोठे रोमांचकारी होते. मात्र गाडीत चढण्याचे धैर्य झाले नाही. वाटले, मी स्वत:ला हरवून जाईन!

काही तास मी हॉटेलभोवतीच्या रस्त्यावर भटकत राहिलो. चवदार आइस्क्रीम खात राहिलो. त्याची चव अनोखी होती. भटकंतीनंतर रात्री अकरा वाजता झोपलो. विमानात आणि हिंडण्यात मी अगोदरचे सव्वीस तास जागाच होतो. त्यामुळे झोप चांगली लागली.

दुसऱ्या दिवशी सकाळी अकरा वाजता आम्ही बीओएसी विमानाने लंडन सोडले आणि साडे-आठ तासांच्या प्रवासानंतर न्यूयॉर्कला उतरलो. या आंतरराष्ट्रीय

विमानतळाचे नाव नुकतेच 'जॉन एफ. केनेडी' असे करण्यात आले होते. विमानाच्या दाराजवळ एक लांबलचक नळी हळूहळू सरकत आली आणि तिने सांधा जुळवला. त्या एअरो-ब्रिजद्वारे आम्ही बाहेर निघालो. ते नावीन्य होते आणि त्या वेळी युरोपातही कोठे बघावयास मिळाले नव्हते. एकंदर अमेरिका युरोपपेक्षा किती प्रगतिशील आहे, त्याची जाणीव झाली.

राजनैतिक [illegible] योग्य अधिकाऱ्यांनी आम्हास उतरवून घेतले आणि दहा मिनिटांतच अमेरिकन वायुदलाच्या लहानशा आणि सुंदर विमानात [illegible] प्रवेश केला. तेथे फक्त पाच जागा. एक मोठे टेबल आणि आराम घेण्यासाठी सुंदर कोच होते. वॉशिंग्टनच्या अॅन्ड्र्यूज विमानतळावर आम्हाला ठीक तीन वाजता उतरावयाचे होते. तेथे लवकर पोहोचू नये, म्हणून विमानचालकाने न्यूयॉर्क शहरावर एक फेरी मारली आणि आम्हास एम्पायर स्टेट बिल्डिंग, युनोची इमारत आणि इतर काही लक्षात राहणाऱ्या खुणा दाखवल्या. चव्हाणांच्या विनंतीवरून त्याने (स्टॅच्यू ऑफ लिबर्टी) पुतळ्याभोवती एक चक्कर मारली. तो भव्य पुतळा पाहताना आणि त्या स्त्रीच्या हातातील ती ज्योत पाहताना यशवंतराव भावविभोर झाले.

ते म्हणाले, "मी माझ्या या भेटीकडे उत्सुकतेने पाहत आहे. या देशाने जगातल्या अनेक अनाथांना आणि स्वातंत्र्यासाठी झगडणाऱ्या कित्येक लोकांना आसरा दिला आहे. मी आशा करतो की, आमच्यासारख्या गरीब देशाला स्वतंत्र आणि अलिप्त राहण्याला या देशाची उदार मदत मिळेल."

अॅन्ड्र्यूज एअरफोर्स विमानतळावर चव्हाणांचे शाही स्वागत झाले. भारताचे राजदूत बी.के. नेहरू चव्हाणांच्या स्वागतासाठी हजर होते. औपचारिक राजशिष्टाचार संपल्यानंतर ते यशवंतरावांना आणि मला त्यांच्या २७००, मॅकॉम स्ट्रीटवरील निवासस्थानाकडे घेऊन गेले.

तो दूतावास सुंदर होता. भोवताली आल्हाददायक फुलांचा बगीचा होता आणि आतले फर्निचर आणि मांडणी सौंदर्यदृष्टीने केली होती.

तिथे गेल्यानंतर कळले की, श्रीमती नेहरू व्हिएन्नाला गेल्या आहेत आणि बी.के. नेहरू एकटेच आहेत.

ती संध्याकाळ त्यांच्या सहवासात घालवली.

त्या रात्री मी माझ्या रोजनिशीत नोंद केली :

'बी.के. म्हणजे प्रभावी व्यक्तिमत्त्व. भेदक नजर आणि वरचढ स्वभाव असावा (नेहरू खानदानाचे म्हणून का?)'

ब) वॉशिंग्टन डी.सी.

अमेरिकेची सफर खरोखरच चांगल्या तऱ्हेने योजली होती. अमेरिकेचे अधिकारी

आणि भारतीय वकिलात यांनी आखलेला कार्यक्रम तीन दिवसांचा होता आणि त्यानंतर इतर शहरांना भेटी होत्या. दौऱ्याचा शेवट न्यूयॉर्क येथील जागतिक प्रदर्शनाला भेट आणि त्यानंतर एअर इंडिया विमानाने आम्ही दिल्लीस परतणार होतो.

आम्हास कल्पना नव्हती की, आम्ही परत भारतात येईपर्यंत भारतीय राजकारणाचे एक पर्व संपुष्टात येणार होते. रात्री अंथरुणावर पडल्या पडल्या माझ्या मनात चव्हाणांनी घेतलेले स्वातंत्र्यदेवतेचे दर्शन आणि उत्स्फूर्तपणे उद्गारलेले शब्द घोळत होते.

दुसरे दिवशी सकाळी मी जरा लवकर उठलो आणि वकिलातीच्या परिसरात हिंडण्याचे ठरविले. हवा स्वच्छ होती. उत्तम तऱ्हेने राखलेली बाग बहरलेली होती. मी एक लाल फोर्ड मुस्टँग गाडी फाटकातून आत येताना पाहिली. ड्रायव्हरने सफाईदाररीत्या गाडी दूतावासाच्या मागाहून वळसा घेऊन समोर आणून उभी केली. त्याने हास्यवदनानी मला 'हाय' म्हणून अभिवादन केले. तो भारतीय वकिलाचा सरकारी ड्रायव्हर होता. कामावर येणारा ड्रायव्हर सरकारी गाडीने येतो, याचे वाटलेले नवल ओसरले.

एवढ्यात एक श्यामवर्णीय स्त्री पुढे आली आणि म्हणाली, "हनी, एखादा कप चहा घेता का?" ती बंगल्याची नोकराणी होती.

या दोघांच्या 'हाय' आणि 'हनी' या दोन शब्दांनीच अमेरिकन संस्कृतीची पहिलीवहिली ओळख झाली.

सकाळचा सरकारी कार्यक्रम पेन्टॅगॉनमध्ये तीन सेनानींनी दिलेल्या मानवंदनेने झाला. इमारतीच्या नदीकडील दरवाज्यावर रॉबर्ट एस. मॅकन्मारा यांनी चव्हाणांचे स्वागत केले. ते अमेरिकेचे संरक्षणमंत्री होते. त्यांनी भारताच्या संरक्षणमंत्र्यांना सैन्याकडून घ्यावयाच्या मानवंदनेच्या जागी नेले आणि आपण त्यांच्या डाव्या बाजूस उभे राहिले. भारतीय शिष्टमंडळाचे लोक चव्हाणांच्या मागे ठरवून दिलेल्या जागी उभे होते. जणू तीही एक कवायत होती. सेनाप्रमुखाने सॅल्यूट ठोकला. बॅन्डवर दोन राष्ट्रगीते वाजविल्यानंतर कवायतीचे सूर ऐकू येऊ लागले. या आवाजाबरोबरच दूर अंतरावरून मानवंदनेच्या तोफांचे आवाज लष्करी बॅन्डच्या संगीतात मिसळत होते. प्रत्येक तीन सेकंदांनी एक तोफ उडत होती.

मानवंदनेनंतर चव्हाणांनी कवायतीची पाहणी केली.

ते परत आपल्या जागी आले आणि भारताचे राष्ट्रगीत आणि त्यामागोमाग अमेरिकेचे राष्ट्रगीत बॅन्डवर परत वाजवले गेले आणि हा सन्मानाचा देखणा समारंभ संपला.

मॅकन्मारांनी चव्हाणांना आपल्या कचेरीत प्राथमिक चर्चेसाठी नेले.

अधिकारी-वर्ग पातळीवरील शिष्टमंडळ अगोदरच एक आठवडाभर अमेरिकेच्या अधिकाऱ्यांबरोबर चर्चा करत होते. त्याचे नेतृत्व भारताचे संरक्षण सचिव पी.व्ही.आर. राव करीत होते आणि त्यांच्या शिष्टमंडळात सेनानी लेफ्टनंट जनरल मोतीसागर, वायुदलाचे एअर व्हाइस मार्शल अर्जुनसिंग, नौदलाचे रिअर ॲडमिरल एस.एन. नंदा आणि [illegible] जनरल सहानी आणि इतर काही अधिकाऱ्यांचा समावेश होता. त्यांत ब्रिगेडियर एस.एन. अतिया, एस. सुंदरराजन आणि एस.गुहन (टीटीकेंचे खाजगी सचिव) हेही होते.

आदल्या दिवशी रात्री पी.व्ही.आर. राव आणि इतर अधिकाऱ्यांनी त्यांच्या झालेल्या चर्चेचा गोशवारा चव्हाणांना सांगितला आणि मंत्री पातळीवरील चर्चेने कुठला टप्पा गाठला आहे आणि त्यात काय करण्यासारखे आहे, याची कल्पनाही दिली होती.

मॅकन्मारांच्या ऑफिसमध्ये चव्हाणांबरोबर बी.के. नेहरू आणि पी.व्ही.आर. राव उपस्थित होते. पूर्वीच अनुमती दिल्याने मीही त्यांच्याबरोबर गेलो होतो. ते एक सुंदर प्रशस्त कार्यालय, बाहेरच्या हिरव्यागार प्रांगणाची साक्ष देणारे होते. त्या भव्य कचेरीभर शुभ्र गालिचा पसरलेला होता आणि एक तऱ्हेने सर्व काही उत्तमांत उत्तम असा भास निर्माण केला होता. मि. रॉबर्ट मॅकन्मारांबद्दल आम्ही पुष्कळ काही ऐकले आणि वाचले होते. अध्यक्ष केनेडींच्या मंत्रिमंडळातील एक चमकता तारा आणि हुशार मंत्री अशी त्यांची कीर्ती होती. त्यांनी फोर्ड मोटार कंपनीतील केलेली क्रांती सर्वश्रुत होती आणि त्यांच्याभोवती एक तरतरीत व्यक्तिमत्त्व म्हणून वलय निर्माण झाले होते. त्यांची भेदक नजर आणि बुद्धी चेहऱ्यावर जशी दिसत होती, तसाच त्यांच्या एकंदर वागणुकीतला खंबीरपणाही दिसत होता. त्यांच्या दोन-तीन वाक्यांतच कळून चुकले की, या माणसाची साऱ्या पेन्टॅगॉनवर पकड आहे आणि थातूरमातूर बोलण्याची त्यांना सवय नाही.

ती केवळ छोटी सदिच्छा भेट होती. साहजिकच संभाषणात चव्हाणांचे लांबच्या प्रवासातले अनुभव, पुढे होणाऱ्या महत्त्वाच्या वाटाघाटींचा ओझरता उल्लेख आणि त्या भव्य आणि भारदस्त लष्करी पेन्टॅगॉन इमारतीत काही अधिकारी कर्नल म्हणून येतात आणि जनरल होईपर्यंत हरवून जातात, असे अनेक किस्से सांगितले. सहज हास्यविनोदाच्या चर्चेत बहुतेक वेळा मॅकन्माराच बोलत होते. अधूनमधून बी.के. नेहरूही प्रतिसाद देत होते.

तीन-चार वेळेला मॅकन्मारांनी पी.व्ही.आर.कडे पाहून सांगितले की, या डा. राव यांनी पेन्टॅगॉन अधिकाऱ्यांवर मोठी छाप टाकली आहे. त्यांच्याजवळ हवी ती माहिती एखाद्या कॉम्प्युटरसारखी उपलब्ध आहे. पी.व्ही.आर. राव यांना मॅकन्मारा 'डॉ. राव'

म्हणून का संबोधित, हे आम्हाला लवकरच कळले. त्यांच्या विद्वत्तेने ते भारावून गेले होते. त्यानंतरच्या गप्पागोष्टी करताना, आम्ही तरुण अधिकाऱ्यांनी गमतीने बातमी पसरवली की, पी.व्ही.आर. रावना पेन्टॅगॉनने डॉक्टरेटची पदवी प्रदान केली आहे!

मॅकन्मारांच्या भेटीनंतर यशवंतरावांनी संरक्षण खात्याच्या अंतर्गत सुरक्षा व्यवस्थेच्या दुय्यम सेक्रेटरीची सदिच्छा भेट घेतली. त्यानंतर आर्लिंग्टन येथील वीरभूमीला जाऊन अभिवादन करण्याचा कार्यक्रम होता आणि त्या अगोदर अमेरिकेचे सेनाप्रमुख मॅक्सवेल टेलर यांना सदिच्छा भेट देण्याचे ठरले होते. परंतु राजशिष्टाचाराप्रमाणे भारताच्या संरक्षणमंत्र्यांनी अमेरिकेचे मुख्य सेनापती यांच्याकडे जाणे इष्ट नाही, म्हणून बी.के. नेहरूंनी ती अगोदर ठरवलेली भेट रद्द केली. त्यामुळे आर्लिंग्टन नॅशनल सिमेट्रीकडे पोहोचण्यापूर्वी काही मिनिटे आम्हास सवड मिळाली.

बी.के. नेहरूंनी सुचविले की, या वेळात व्हर्जिनिया आणि आर्लिंग्टनच्या आसपासच्या परिसरात आपण चक्कर मारुया. बी.के. चव्हाण आणि मी त्यांच्या लिमोसीनमध्ये मागच्या जागी बसलो. कर्नल जॉर्ज हन्ना (ज्याला अमेरिकन शासनाने भारताच्या संरक्षणमंत्र्यांच्या तैनातीला नेमले होते.) ड्रायव्हरच्या शेजारच्या जागेवर बसला. त्या सकाळी पेन्टॅगॉनमधील बहुरंगी स्वागत आणि मॅकन्मारांची सौहार्दपूर्ण वागणूक यांचा यशवंतरावांवर चांगलाच परिणाम झाला होता. गाडीत बसल्यावर त्यांनी पुढे होणाऱ्या चर्चेचा उल्लेख केला आणि ते काही बोलणार, इतक्यात बी.के. नेहरूंनी त्यांना खूण करून थांबवले. पुढच्या जागी बसलेल्या विमानदलातील अधिकाऱ्याकडे बोट दाखवून ते हिंदुस्थानीत म्हणाले, 'हम अपनी राष्ट्रभाषा में बात करेंगे।' त्यानंतरचे संभाषण बी.के.नेहरूंचे अस्सल हिंदुस्थानी हिंदी आणि चव्हाणांचे बम्बईया हिंदी यांनी रंगले. सहजच माझे लक्ष समोर बसलेल्या अधिकाऱ्याकडे गेले. त्याने अगोदरच मला सूचित केले होते की, अमेरिकन पद्धतीप्रमाणे मला जॉर्ज नावानेच हाक मारा आणि मी तुम्हाला 'राम' म्हणून संबोधिन. त्याकडे बघताच मला असे जाणवले की, या गृहस्थाने कान उघडे ठेवले आहेत आणि संभाषणातील हिंदी शब्द तो अचूक उचलून मनात साठवत आहे. कदाचित मला झालेला भास असावा, माझा विचार बरोबर नसावा, अशी शंकाही मनास चाटून गेली.

'आर्लिंग्टन नॅशनल सिमेट्री'तला अनुभव फार भावनात्मक होता. आम्ही पोहोचल्याबरोबर मेजर जनरल फिलिप्स सी. रिले यांनी मंत्र्यांचे स्वागत केले. ते वॉशिंग्टन विभागाचे कमांडिंग जनरल होते.

शिष्टाचारानुसार 'इंडियन कलर गार्ड'ची सलामी दिली. त्यानंतर अमेरिकेने लढलेल्या अनेक युद्धांची माहिती आणि स्मृतिरूपाने संग्रहित केलेल्या वस्तू-चित्रांचे प्रदर्शन दाखवण्यात आले. आम्हाला मार्गदर्शन करणारे अधिकारी मेजर जनरल व्हिंट यांनी यशवंतरावांना लष्करी थाटात पायऱ्या उतरून, जेथे काळे वर्तुळ

खोदलेले होते, त्या जागी उभे केले. तेथे पुन्हा मानवंदना झाली. बिगुलांचे आवाज आणि नगारे वाजवले गेले. भारताचे राष्ट्रगीतही वाजवले गेले. काही सेकंदांनंतर आणि आणखी थोड्या पायऱ्या चढून गेल्यावर अमेरिकेचे राष्ट्रगीत वाजवण्यात आले. चव्हाण आणि त्यांच्याबरोबरील मंडळींनी मंदगतीने पुढे होऊन त्या स्मृतिचिन्हांवर फुले वाहिली. पुष्पचक्र ठेवण्यात आले आणि लिखित सूचनेप्रमाणे सन्माननीय पाहुण्यांनी त्यांना हस्तस्पर्श केला. अनामिक सैनिकांच्या या स्मारकाजवळचा समारंभ संपल्यावर आम्ही दिवंगत प्रेसिडेन्ट केनेडींच्या समाधीजवळ गेलो. तेथे एक ज्योत तेवत होती. समाधीवर एक साधी शिळा ठेवली होती. त्या हुतात्म्यासमोर यशवंतराव स्तब्ध उभे राहिले. त्यांच्या डोळ्यांतून अश्रूच वाहू लागले.

आम्ही वकिलातीकडे परतलो आणि तेथून चव्हाण बी.के. नेहरूंसमवेत सिनेटर स्टुअर्ट सेमिंग्टन यांनी योजलेल्या भोजनासाठी अमेरिकेच्या संसद भवनात गेले. सेमिंग्टन हे आग्नेय आशिया विभागीय उपसमितीचे अध्यक्ष होते. या मेजवानीच्यावेळी सिनेटर जे. डब्ल्यू. फुलब्राइट, परदेश संबंधविषयक समितीचे अध्यक्ष सिनेटर हर्बर्ट एच. हंफ्रे, जनरल स्पार्कमन आणि सिनेटर्स हेन्री जॅकसन, स्ट्रोम थ्रुमांड आणि भारतातील माजी अमेरिकन वकील जॉर्ज शेरमन कूपर अशा खास आणि वजनदार व्यक्ती आमंत्रित होत्या. सिनेटच्या सभासदांना भारताच्या नवीन संरक्षणमंत्र्यांची ओळख व्हावी आणि चीनविषयी त्यांचे विचार ऐकावेत, हा उद्देश होता. भारताला अमेरिकेचे कोणते, कसे आणि किती मोठे सहाय्य मिळावयाचे, ते या मंडळींना यशवंतराव चव्हाणांचे प्रतिपादन किती पटेल, यावर मुख्यत: अवलंबून होते.

त्याच संध्याकाळी भारताचे वकील बी.के. नेहरूंनी संरक्षणमंत्र्यांच्या सन्मानार्थ मेजवानी दिली. त्या आधी दोन प्रहरी चव्हाणांची भारतीय मंडळातील सहकाऱ्यांशी थोडीशी चर्चा झाली आणि मधल्या वेळात सर्व मंडळी माउंट व्हेरनॉन येथील वॉशिंग्टनच्या स्मारकाला भेट देऊन आली. असा मावळला पहिला दिवस.

दुसऱ्या दिवशी बुधवार, दि. २० मे रोजी पेन्टॅगॉनबरोबर चर्चा सुरू झाली. एक तास त्यांची मॅकन्मारांबरोबर चर्चा झाली आणि नंतर इतर अधिकारी पातळीवरील चर्चा सुरू व्हाव्यात, असा कार्यक्रम होता.

त्या सकाळी चव्हाण खुशीत होते. 'वॉशिंग्टन पोस्ट' या पत्रात त्यांच्याविषयी अनुकूल नोंद घेण्यात आली होती. चव्हाण पूर्ण इतमामाने पेन्टॅगॉनमध्ये लष्करी मानवंदना घेत आहेत, असे छायाचित्रही पहिल्या पानावर छापले होते. बातमीला शीर्षक होते :

'मि. चव्हाण अमेरिकेची लष्करी मदत मिळवू पाहत आहेत.'

खाली वार्तालापात म्हटले होते.

'भारताचा वरच्या रांगेतील मुत्सद्दी, संरक्षणमंत्री वाय.बी. चव्हाण यांनी आपल्या सात दिवसांच्या भेटीला सुरुवात केली आहे. त्यांचा हेतू अमेरिका आणि भारत या देशांत दीर्घ मुदतीचा लष्करी-मदत करार व्हावा, असा आहे.'

'जेव्हा कम्युनिस्ट चीनने भारताच्या सीमेवर आक्रमण केले होते, त्या १९६२ साली अमेरिका आणि ब्रिटिश कॉमनवेल्थ या दोघांनीही तातडीची लष्करी मदत देण्यास अथवा साठ दशलक्ष डॉलर्स किमतीची सामग्री देण्यास करार केला होता.' त्यांनी पुष्टी जोडली. 'त्या वेळचे संरक्षणमंत्री व्ही.के. कृष्ण मेनन यांच्या अधिकारातील लष्करी यंत्रणा पूर्णत्वाने गोंधळलेली होती आणि चव्हाणांना त्या पडझडीतून मार्ग काढावयाचा आहे.'

वॉशिंग्टन पोस्टने 'भारताचे संरक्षण' या शीर्षकाखाली एक संपादकीय लिहिले. त्यात म्हटले –

'भारताचे संरक्षणमंत्री वाय.बी. चव्हाण एका मोठ्या महत्त्वाच्या कामगिरीवर आले आहेत. भारत-अमेरिका संबंधांवर त्याचा परिणाम होणार आहे; आणि त्याचा परिणाम भारताची लष्करी यंत्रणा मजबूत करण्याकडे होणार आहे.

'अशा तऱ्हेच्या वाटाघाटी या नेहमीच कठीण असतात. संरक्षणमंत्री प्रश्नाच्या एकाच अंगाकडे पाहतो, तर अमेरिकन सरकार सर्वांगीण संबंधांचा विचार करणार – ज्याचा संरक्षण हा केवळ एक भाग आहे. लष्करी धागा हा उभय देशांच्या विविध संबंधांच्या धाग्यात गुंतलेला आहे.'

आपल्या अग्रलेखात 'वॉशिंग्टन पोस्ट'ने अमेरिकेला काळजी वाटणाऱ्या गोष्टींचीही नोंद घेतली होती. सर्वांत खरीखुरी काळजी म्हणजे, सोव्हिएट रशिया. 'वॉशिंग्टन पोस्ट'ने म्हटले –

'अमेरिकेला एका गोष्टीची नोंद घ्यावी लागेल की, भारतासारख्या देशाला सोव्हिएट युनियन आणि अमेरिका – दोघांकडून लष्करी साहित्य पुरवले जाते. इतर ठिकाणी तशी परिस्थिती नसते. हा एक विशेष प्रश्न आहे. अमेरिकेला या उपखंडातल्या स्वातंत्र्यात अधिक रस आहे. एक कम्युनिस्ट देश दुसऱ्या कम्युनिस्ट राष्ट्राशी संघर्ष चालू असताना मदत करतो. यात त्या राष्ट्राच्या स्वातंत्र्याला धोका किती, हा प्रश्न आहे. भारत सोव्हिएट रशियाच्या अंकित होण्याचा संभव आहे का? आणि उद्या चीन-रशिया यांच्यामधील तणाव संपला, तर भारत कम्युनिस्ट प्रभावाला बळी पडेल का? हा खरा प्रश्न.'

या लिखाणाने चव्हाणांना अमेरिकन वर्तुळातील विचारांचे पुरेसे दर्शन झाले आणि विशेषतः परराष्ट्रखात्याबरोबर पुढच्या चर्चेला कसे वळण मिळेल, याची कल्पना आली.

त्या सकाळची मॅकन्मारांबरोबरची चर्चा पुन्हा एकदा संरक्षण सेक्रेटरीच्या भाषणाने व्यापली. त्यांनी चीनपासून धोका किती, हा विचार मांडून किती मर्यादेपर्यंत अमेरिका भारताला मदत करू शकेल, याचीही कल्पना दिली. थोडे-फार आश्चर्य वाटले की, नेमकी हीच गोष्ट 'वॉशिंग्टन पोस्ट'मधील संपादकीयात नमूद केली होती. मॅकन्मारांनी भारताच्या लष्करी तयारीवर जोराचा हल्ला चढवला. विशेषत: हत्यारांच्या दुय्यम दर्जाबद्दल ते बोलले. हे खरेही होते. कारण भारतीय जवान १९६२ सालातसुद्धा एकोणिसाव्या शतकातील ३०३ एनफिल्ड रायफल्स वापरत होते आणि त्यांच्यासमोरील चिनी सैन्याजवळ सेमी ॲटोमेटिक रायफल्स होत्या.

मॅकन्मारांनी आपल्या खास शैलीत ही गोष्ट थेट आघात केल्यासारखी मांडली. मला जाणवले की, त्यांच्या स्पष्टोक्तीने दुसऱ्या बाजूला बी.के. नेहरूंसमवेत बसलेले चव्हाण अस्वस्थ होत होते; पण मॅकन्मारा थांबायला तयार नव्हते. ते जेव्हा भारतीय विमान दलाबाबत बोलू लागले, तेव्हा तर त्यांनी अधिकच कठोर टीकास्त्र सोडले.

ते म्हणाले, "मि. मिनिस्टर, तुमची विमाने म्युझियममध्ये ठेवण्यासारखी आहेत. किती प्रकारची विमाने तुमच्या दलात आहेत, हे पाहा! कित्येक संग्रहालयात ठेवण्याजोगी आहेत. अजून तुम्ही हंटर्स, स्पिटफायर्स, व्हॅम्पायर्स, कॉमरेटर्स अशी दुसऱ्या महायुद्धातील नावे घोकत आहात. या सर्व विमानांचा एक अजबखाना भरवता येईल.!"*

अमेरिकेचे संरक्षणमंत्री आमच्या देशाच्या विमानाबद्दल असे बोलू लागले, तेव्हा साहजिकच संरक्षणमंत्री आणि मीही अस्वस्थ झालो. आम्हाला आमच्या विमानदलाबद्दल अभिमान होता. मी यशवंतरावजींकडे पाहिले. आपली अस्वस्थता लपविण्यासाठी ते आपली करमणूक होत असल्यासारखे गालांत हसत होते. त्यांना विचार सुचला असेल की, भारतासारख्या गरीब राष्ट्रांच्या समस्या श्रीमंत अमेरिकेला काय माहीत? आमच्या देशात लाखो लोक अजून बैलगाडीतून प्रवास करतात आणि त्या बैलगाड्यांचा शोध कदाचित पाच हजार वर्षांपूर्वी लागला असेल. जसजशी मॅकन्मारांची सरबत्ती वाढत गेली, तसतशी चव्हाणांच्या चेहऱ्यावरची अढी वाढत होती. मला वाटले की, ते त्याच चढ्या स्वरात मॅकन्मारांना काही सुनावणार की काय? एवढ्यात आमचे वकील बी.के. नेहरूंनी आपल्या नेहमीच्या राजनैतिक कौशल्याने तांत्रिकदृष्ट्या अद्ययावत समजल्या जाणाऱ्या अमेरिकेच्या लढाऊ विमानाबाबतची अविकसित

* विस्मयाची गोष्ट ही की, १९६५ साली पाकिस्तानच्या अधिक सुधारलेल्या अद्ययावत विमानांच्या हल्ल्याला तोंड देण्यासाठी हीच विमाने भारताने वापरली. संरक्षणमंत्र्यांच्या हुकमाने काही मिनिटांत आकाशात हीच विमाने झेपावली आणि त्यांनी अद्ययावत अमेरिकन विमानांना पिटाळून लावले. त्या युद्धात भारतीय वायुदलाने दोन दिवसांत अमेरिकेने पुरवलेली २१ पाकिस्तानी विमाने नष्ट केली.

देशात काय अवस्था होते, हे एक कोटी करून सांगितले. ते ऐकून मॅकन्मारा मनापासून हसले. तणाव नाहीसा झाला आणि मित्रत्वाची हवा पुन्हा प्रस्थापित झाली.

चव्हाणांनी नंतर आपल्या खिशातून भारतास काय पाहिजे, याची एक यादी बाहेर काढली. त्यामध्ये एफ-१०४ यांचा समावेश होता. ते सर्वांत अत्याधुनिक लढाऊ विमान समजले जाई. चर्चेला भरीव वळण लागले. चीनकडून भारताला खरोखरीच एवढा मोठा धोका आहे का, आणि भारताला अशा अत्याधुनिक विमानांची गरज आहे का, असा विषय निघाला. मॅकन्मारांनी अनेक तऱ्हेच्या विमानांचे तपशीलवार वर्णन केले. स्वत:चे अनुभव सांगितले आणि चव्हाणांना पटवून देण्याचा प्रयत्न केला की, भारताची गरज एफ-६ या स्काय-रे या सुपरसॉनिक विमानाने भागू शकेल. त्यांनी असेही ध्वनित केले की, एफ-१०४ ही विमाने देण्यास अमेरिकन काँग्रेसची मान्यता मिळणे कठीण जाईल; परंतु एफ-६ विमाने देण्यास काँग्रेसची अनुमती सहज मिळेल. कारण ज्या डग्लस फॅक्टरीत ती विमाने तयार होतात, त्या भागातून बरेच वजनदार सिनेटर्स आले आहेत. तेव्हा आपणांस मदत सहज कशी मिळेल, याचाही विचार करावा. चव्हाणांनी हे ऐकून घेतले, पण आपली मागणी सोडण्यास नकार दिला. त्या दिवसाची बैठक संपली आणि या आणि इतर गोष्टींच्या मागणीवर चर्चा पुढे चालू ठेवण्याचे ठरले.

त्या रात्रीची मेजवानी मॅकन्मारांच्या घरी मोजक्या मंडळींसमवेत ठेवली होती. त्यामुळे आम्हास सुट्टी मिळाली होती. त्या रात्री आमच्या शिष्टमंडळातील तरुण मित्रांनी वॉशिंग्टनचे ते रात्रीचे जीवन (नाइट लाइफ) अनुभवायचे ठरवल्यामुळे मी त्यांच्यात सामील झालो. परत येऊन अंथरुणावर पडेपर्यंत पहाट झाली होती.

थोडीशी निद्रा घेतल्यानंतर आम्ही मंडळी चव्हाणांना भेटलो. नॅशनल प्रेस क्लबने त्यांना दुपारी भोजनासाठी आणि वार्तालापासाठी आमंत्रित केले होते. त्यासाठी भाषण तयार करावयाचे होते. बी.के. नेहरू यांनी संरक्षणमंत्र्यांना कोणते प्रश्न विचारले जातील, याची कल्पना दिली. नॅशनल प्रेस क्लबच्या भोजनप्रसंगी होणारे मोठ्या पाहुण्यांचे भाषण हे वॉशिंग्टनच्या भेटीतले अतिमहत्त्वाचे असे मानले जाते. सर्व वृत्तपत्रांचे प्रतिनिधी आणि दूरदर्शनचे लोक तेथे उपस्थित असतात. नेहरूंनी चव्हाणांना सावध केले की, त्या मंडळींना पाहुणा मोठा आणि वजनदार म्हणून कसलाही आदर नसतो. खरे म्हणजे, त्यांना चिडवण्यातच वार्ताहरांना गंमत वाटते. तेव्हा चव्हाणांनी त्याच खिलाडूपणाने हे सहन करावे आणि आपला पारा चढू देऊ नये.

यशवंतरावांना यात फारसे अवघड काही नव्हते. कारण सहसा त्यांना राग येत नसे आणि आपल्या स्मितहास्याने प्रतिस्पर्ध्यांनी केलेला हल्ला कसा परतवावा,

याचा त्यांना पूर्वानुभव होता. त्यामुळे प्रेस क्लबमधील वार्तालाप स्नेहदायक वातावरणात पार पडला आणि बी.के. नेहरूंनी सुस्कारा सोडला.

या भेटीनंतर दुसऱ्या दिवशी यशवंतरावांनी आणि मी वॉशिंग्टन डी.सी.च्या हेलिकॉप्टरने सिंहावलोकन केले. त्याची व्यवस्था मॅकन्मारांनी स्वत: कशी केली, ही एक [illegible] आठवण आहे. आदल्या दिवशी चर्चा झाल्यावर माझ्याकडे पाहून ते म्हणाले, ''तरुण माणसा, वॉशिंग्टन किती सुंदर शहर आहे, हे तू पाहिलेस का?''

मी उत्तर दिले, ''नाही. ना मला, ना माझ्या मंत्र्यांना ते पाहण्यासाठी सवड मिळाली. सगळा वेळ आपण आखलेल्या कार्यक्रमातच गेला.''

मॅकन्मारांनी लगेच टेलिफोनवर, ''उद्या सकाळी भारताच्या संरक्षणमंत्र्यांना आणि त्यांच्या खाजगी सचिवांना एक तास हेलिकॉप्टरने वॉशिंग्टन शहर दाखवा,'' असा आदेश दिला.

दुसरे दिवशी संरक्षणमंत्री आणि मी वॉशिंग्टन आणि आसपासच्या परिसरावर भ्रमंती करून आलो. पेन्टॅगॉनच्या हिरवळीवर आमचे हेलिकॉप्टर उतरले. मॅकन्मारांच्या ऑफिसजवळच ती जागा होती. ऑफिसात शिरल्याबरोबर मॅकन्मारांनी मला विचारले, ''आमच्या वॉशिंग्टनमध्ये सर्वांत लक्षणीय गोष्ट कोणती वाटली?''

मी म्हटले, ''पेन्टॅगॉनभोवतालच्या गाड्या उभ्या करण्याची जागा (पार्किंग लॉट).''

त्यांनी आश्चर्याने माझ्याकडे पाहिले. मी म्हणालो, ''मि. डिफेन्स मिनिस्टर, पेन्टॅगॉन शेजारी हजारो गाड्या एका जागेत उभ्या राहिल्या आहेत, हे आगळे दृश्य माझ्या स्वप्नातही आले नसते.''

मॅकन्मारा हसून म्हणाले, ''ही जागा वीस हजार गाड्यांपुरतीच आहे आणि पेन्टॅगॉनमध्ये तीस हजार लोक काम करतात. तेव्हा निदान दहा हजार सेवकांना कुणातरी दुसऱ्याच्या गाडीतून यावे लागते किंवा त्यांच्या पत्नीला गाडीने आणून येथे सोडून परत जावे लागते. संध्याकाळी रस्त्यात गाड्यांच्या रांगा लागतात आणि रहदारी कशी होते, हे पाहिलेस, तर विश्वास बसणार नाही.''

वॉशिंग्टन डी.सी. हे जगातल्या सुंदर शहरात सहज गणले जाईल, असे शहर आहे. कितीक सुंदर आणि भारदस्त वास्तू तिथे आहेत. पण मला मात्र आजही त्या वीस हजार गाड्या एका तळात, आकाशातून कशा दिसतात, हेच दृश्य आठवते. (गेल्या वर्षी राजीव गांधी प्रतिष्ठानात मॅकन्मारांची भेट झाली, तेव्हा मी त्या प्रसंगाची आठवण करून देताच ते पोटभर हसले.)

आमच्या भेटीच्या शेवटच्या दिवशी खूपच घाईगर्दी होती. मॅकन्मारांबरोबरची शेवटची चर्चा झाल्यानंतर यशवंतरावांनी त्या दुपारी अंडर सेक्रेटरी स्टेट ॲव्हरेल हॅरिमन आणि परराष्ट्रमंत्री डीन रस्क यांच्या भेटी घेतल्या. त्याच संध्याकाळी अमेरिकेतील आपले वकील नेहरू यांनी वकिलातीमध्ये एक स्वागत-समारंभाचे आयोजन केले होते. त्यासाठी खूप मोठा समुदाय जमला होता. वॉशिंग्टनमधली नाव घेण्यासारखी प्रत्येक व्यक्ती तेथे उपस्थित होती. बी.के. नेहरू हे केनेडी आणि जॉन्सन प्रशासनाशी जवळचे आहेत, ते सर्वश्रुत होतेच. त्यांची आमंत्रणे सहसा कोणी नाकारीत नसत, हेही आम्हास कळून चुकले.

अशा रीतीने खाणे आणि पिणे दोन्ही भरपूर झाल्यानंतर छोटी चर्चा-बैठक झाली. वॉशिंग्टनमध्ये आजपर्यंत झालेली चर्चा अपुरी होती. भारताने मागितलेल्या एफ-१०४ जातीची विमाने देण्यास अमेरिका राजी नव्हती. शेवटचा उपाय, म्हणून चव्हाणांनी दिल्लीला २९ तारखेस परतण्यापूर्वी अध्यक्ष लिंडल जॉन्सन यांच्याबरोबर भेट झाली, तर हवी आहे, असे बी.के. नेहरूंना सुचविले. चव्हाण दुसरे दिवशी मोजक्या मंडळींबरोबर अमेरिकेतील काही संरक्षण-संबंधित संस्था आणि पर्यटन-स्थळांची पाहणी करण्यासाठी निघणार होते. अध्यक्षांची भेट होणार असेल, तरच ते वॉशिंग्टनला परत येणार होते.

क) अमेरिकेत पर्यटन

२२ मे, १९६४ रोजी आम्ही अमेरिकेच्या सफरीवर निघालो. पहिला थांबा पॅट्रिक एअरफोर्स बेस फ्लॉरिडा येथे होता. त्याला प्रचलित नाव केप केनेडी असे आहे. ॲन्ड्र्यूज एअर फोर्स विमानतळावरून निघताना चव्हाणांना पूर्ण लष्करी इतमामाने निरोप देण्यात आला. त्यांच्याबरोबर आता डिफेन्स सेक्रेटरी पी.व्ही.आर. राव, ए.व्ही.एम. अर्जुनसिंग आणि माझा समावेश होता. वॉशिंग्टनच्या वकिलातीतील अवतारकृष्ण धर आमच्याबरोबर होते आणि कर्नल जॉर्ज हन्ना होतेच. वॉशिंग्टन सोडण्यापूर्वी मी संरक्षणमंत्र्यांच्या सफरीचा भत्ता घेण्यासाठी वकिलातीत गेलो होतो. तिथे पोहोचताच बी.के. नेहरूंनी मला त्यांच्या ऑफिसात बोलावले. आमच्या प्रवासात चव्हाणांना कोण कोण भेटणार आणि कोणती ठिकाणे पाहणार होते, याची कल्पना मला दिली आणि सहज म्हणून सांगितले की, अमेरिकेत जागोजागी 'टिप' देण्याची प्रथा आहे. हे मला माहीत आहे, हे दर्शविण्यासाठी मी मान हलवली.

त्यांनी विचारले, "टिप कशी देतात, माहीत आहे?"

मी त्यांच्याकडे प्रश्नार्थक मुद्रेने पाहिले.

नेहरू म्हणाले, "'टिप' म्हणजे आपल्याला योग्य सेवा मिळावी, म्हणून दिलेली देणगी-बक्षिसी. अशी टिप दिल्यावर तुम्हाला चांगली सेवा मिळेल, याची खातरी मिळते." बी.के. नेहरूंनी मजकडे पाहिले, "अशी टिप देताना कंजुषी करू नकोस. आपण ती भारताच्या संरक्षणमंत्र्यांतर्फे देत आहोत, हे लक्षात ठेव," असे ठासून सांगितले.

मी शांतपणे सर्व ऐकत होतो, थोडासा शंकित झालो. नेहरूंना माझी मन:स्थिती समजली असावी. त्यांनी मला विचारले, "प्रधान, पुरेसे पैसे जवळ आहेत ना?"

मी उत्तरलो, "सर, तुम्ही विचारता, म्हणून सांगतो. माझ्या मिनिस्टरतर्फे टिप देण्याइतकी रक्कम मजजवळ आहे; परंतु स्वत:जवळ काहीही नाही."

त्यांनी विचारले, "का नाही?"

मी सांगितले, "कारण, तुम्ही मला तुमचे पाहुणे म्हणून वॉशिंग्टनला आपल्या निवासस्थानी राहण्यास भाग पाडले, म्हणून."

मला त्यांच्या चेहऱ्यावर कुतूहल दिसले.

मी खुलासा केला की, "मी भारतातून निघालो, तेव्हा सांगण्यात आले होते की, माझा भत्ता मी दूतावासामधून घेऊ शकेन; परंतु येथे आल्यावर आढळले की, आपण मोठ्या उदारतेने मला आपले पाहुणे बनवलेत आणि म्हणून मला माझा नेहमीचा भत्ता घेता येत नाही. नियमाप्रमाणे मला दैनिक भत्त्याच्या फक्त एक चतुर्थांश रक्कम घेता येईल." मी पुष्टी जोडली की, "सर, मी तुमच्या सल्ल्याप्रमाणे टिप देत गेलो, तर मला वाटते, माझा आठवड्याचा भत्तासुद्धा एका दिवसाच्या बक्षिसीसाठी पुरणार नाही."

बी.के. नेहरूंनी टेलिफोन उचलला आणि दोन-तीन मिनिटांतच अवतारकृष्ण धर आत आले. ते वकिलातीचे प्रमुख होते. बी.के.नी त्यांच्याकडे पाहून सांगितले,

"कृष्ण, प्रधान माझे पाहुणे नाहीत. पुन्हा सांगतो, ते माझे पाहुणे नव्हते."

धर जरा बुचकळ्यात पडले. आपल्या तोंडात सिगारेट पेटती असतानाच मिस्कीलपणे पाहून बी.के. म्हणाले,

"तुम्ही चव्हाणांच्या प्रयाणाबरोबर प्रधानांच्या भत्त्याचे कागदपत्र तयार करत असाल. तेव्हा, त्यांना मिळणारा भत्ता नेहमीच्या नियमाप्रमाणे संपूर्ण मिळावा, म्हणून मी नमूद करीत आहे की, प्रधान माझे पाहुणे नव्हते."

धरच्या चेहऱ्यावर, आपण समजलो, असे हास्य उमटले. माझ्या पाकिटात पन्नास डॉलर्स जास्त पडले.

केप केनेडीला जाताना चव्हाण मोठ्या खुशीत होते. वॉशिंग्टनमधील त्यांचा मुक्काम सुखकर होता; तसेच, त्यांची मॅकन्मारांशी चांगली घनिष्ठ ओळख झाली

होती. निघता निघता बी.के. नेहरूंनी सांगितले होते की, वकिलातीच्या विनंतीप्रमाणे अध्यक्ष लिंडन जॉन्सन यांनी चव्हाणांना २८ तारखेस व्हाइट-हाउसमध्ये भेटण्यास बोलाविले आहे. या भेटीमुळे चव्हाणांच्या कार्यक्रमात थोडा बदल करावा लागणार होता. वास्तविक त्या दिवशी चव्हाण 'विदेशसंबंधी कौन्सिल' (फॉरेन रिलेशन्स कौन्सिल) समोर न्यूयॉर्कला बोलणार होते. त्यानंतर थोडी प्रश्नोत्तरे होणार होती. चव्हाणांना त्याबाबत उत्सुकता होती.

पॅट्रिक एअर-फोर्स तळावर चव्हाणांचे स्वागत पूर्ण लष्करी इतमामाने झाले. दुपारच्या भोजनानंतर आम्ही केप केनेडीकडे निघालो. फ्लॉरिडाच्या सागरतीरावरून जाणारा मैलोन्‌मैल रस्ता निर्मनुष्य होता. आम्हाला केप केनेडी तळ दाखवण्यात आला आणि तेथून चंद्रावर माणूस पाठवण्याच्या प्रकल्पाची माहिती देण्यात आली. दुपारी चव्हाण विश्रांती घेत असताना मी त्यांची लॉस एंजल्स आणि नंतर न्यूयॉर्कमध्ये द्यावयाची भाषणे तयार करण्यात घालवली. भारताचा औद्योगिक मागासलेपणा आणि अमेरिकेची चंद्रावर माणूस पाठविण्याची तयारी ही त्या दोन देशांतील वैचारिक दरीची द्योतक होती, असा विचार यशवंतरावांनी मांडण्यास मला सांगितले होते.

तारीख २३ मे शनिवारी आम्ही लॉस एंजल्सला दुपारी पोहोचलो. विमानतळावर नॉर्थ-थ्रॉप आणि डग्लस एअरक्राफ्ट एअर कॉर्पोरेशनचे प्रतिनिधी चव्हाणांना भेटले. दोघेही आपली लढाऊ विमाने भारताची गरज पुरवण्यास कशी उपयुक्त आहेत, ते पटवून देण्याची पराकाष्ठा करणार होते. आमची राहण्याची व्यवस्था तेथील विल्टशायर या जगप्रसिद्ध हॉटेलात केली होती. ते हॉटेल विल्टशायर-बुलेव्हार्ड या प्रसिद्ध रस्त्यावर आहे. आम्हाला परत-परत सांगण्यात आले, हे हॉटेल खास शाही पाहुण्यांकरिता आहे आणि खरोखर तेथील प्रत्येक कोनाकोपरा शाही इतमामात नटला होता.

बी.के. नेहरूंनी आम्हाला द्यावयास लागणाऱ्या टिप (बक्षिसी) बाबतची सूचना माझ्या ध्यानात होती. गाडीतून उतरताच एक छोकरा (बेलबॉय) पुढे झाला आणि मी नको-नको म्हणत असतानाही त्याने माझी ब्रीफकेस हॉटेलच्या लॉबीतील स्वागत टेबलासमोर नेऊन ठेवली. मी पुस्तकात माझ्या मिनिस्टरकरिता आणि माझ्याकरिता सह्या केल्या आणि पाहिले, तो पोऱ्या माझी बॅग काउंटरजवळ ठेवून उभा होता. त्याने हात पुढे करताच मी त्याच्या हातावर अर्ध्या डॉलरचे नाणे ठेवले. त्याने अशी मुद्रा केली की, मला आणखी एक नाणे त्याच्या हातावर ठेवावे लागले. गेला एक डॉलर!

काउंटरजवळून मी वळतो आणि लिफ्टकडे जाण्यास निघतो, एवढ्यात आणखी एका छोकऱ्याने माझी ब्रीफकेस उचलली. तो माझ्याबरोबर आमची खोली ज्या मजल्यावर होती, तेथपर्यंत आला. तिथे येताच त्याने ती बॅग तिसऱ्या मुलाजवळ दिली. परत त्याच्या हातावर आणखी एक डॉलरची नोट ठेवावी लागली. माझी खोली उघडून देऊन त्याची किल्ली माझ्या हातात येईपर्यंत माझे तीन डॉलर गेले होते।।

तिसऱ्या प्रहरी आम्हाला बेव्हर्ले हिल्स या अतिरम्य भागात नेण्यात आले. हॉलीवूडच्या बहुसंख्य सिनेनट आणि नटसम्राज्ञी त्या भागात राहत. रॉबर्ट टेलर, एलिझाबेथ टेलर, क्लार्क गेबल अशा अनेक नटनट्यांचे बंगले आम्हाला दाखवण्यात आले. प्रत्येक बंगल्यासमोर सुंदर बाग, नाना तऱ्हेची फुले फुललेली, उत्तम तऱ्हेची हिरवळ आणि प्रत्येक बंगल्याला, तसेच झाडाला कुंपण हे पाहताना आल्हाददायक वाटत होते; परंतु बहुतेक बंगले रिकामेच होते आणि सर्व भाग मानवी वस्तीशिवाय होता. बहुतेक भागात माणसाचे अस्तित्व नव्हते. आम्हाला सांगण्यात आले की, हा आठवड्याचा शेवट (वीकएन्ड) असल्याने सर्व नटनटी कुठल्या तरी रम्य समुद्रकिनारी किंवा लॉस एंजल्समध्ये असलेल्या खास विश्रांतीस्थानाकडे गेले असतील. हॉलीवूडमध्ये पादचारी कुणी नाहीच, त्यामुळे रस्ते मात्र ओसाड दिसत होते. आम्हाला बेव्हर्ले हिल्स क्लबमध्ये चहासाठी नेण्यात आले. लॉस एंजल्समधला तो सर्वांत प्रसिद्ध आणि खास क्लब होता.

रात्री नॉर्थ-थ्रॉप उपाध्यक्षांनी त्यांच्या खास आरामगृहात आम्हाला मेजवानी दिली. मला दिसून आले की, हे आरामगृह श्रीमंत गिऱ्हाइकांच्या तैनातीसाठी सुसज्ज होते. सुंदर आणि मोहक स्त्रिया आमच्या देखरेखीसाठी होत्या आणि कपाटे मद्याच्या बाटल्यांनी भरलेली होती; पण त्यांच्या दुर्दैवाने आमचे संरक्षणमंत्री – तसाच मीही – त्याबाबत अनभिज्ञ होतो.

दुसरा दिवस रविवार, दि. २४ मे. आम्ही डिस्नेलँडला गेलो आणि तेथे जेवण घेतले. दुपारी आम्हाला मरीन लँडमध्ये नेण्यात आले. तेथे डॉल्फिन्सचा सुप्रसिद्ध खेळ पाहावयास मिळाला. सकाळची भेट आणि भोजन याची व्यवस्था डग्लस एअर स्पेस उद्योगाने केली होती, तर दुपारी यजमानपद लॉकहीड कंपनीकडे होते. हे उघड होते की, हा हवाई विमानांचा उद्योग संरक्षणमंत्र्यांवर आपला प्रभाव पाडण्याचा प्रयत्न करीत होता. मंत्र्यांना हवे ते देण्यासाठी नव्हे, तर जी लढाऊ विमाने त्यांनी पूर्वीच नाकारली होती, ती कशी उपयुक्त आणि श्रेष्ठ आहेत, हे पटविण्याची पराकाष्ठा सुरू होती!

रात्री लॉकहीडच्या उपाध्यक्षांनी दिलेल्या भोजनप्रसंगीही हा प्रयत्न चालू राहिला.

त्याआधी दुपारी आम्हाला पॅसिफिक महासागराच्या किनाऱ्याने मैलोन्‌मैल धावती रपेट करून आणली. ते दृश्य रोमांचकारी होते. आमच्या गाड्या धावताना खोल पॅसिफिक सागराच्या लाटा आणि सुप्रसिद्ध गोल्डन गेट ब्रिजचे सूर्य मावळतानाचे जे मनोहारी दृश्य दिसले, ते आजही डोळ्यांसमोर येते.

२५ मे रोजी आम्ही बहुतेक वेळ विमानांच्या कारखान्यांना भेटी देण्यात घालवला. सकाळी नॉर्थ थ्रॉप आणि डग्लस एअरक्राफ्ट कॉर्पोरेशन पाहिले. हे उघड दिसत होते की, डग्लस कंपनीचे एफ-१६ विमान भारतीय संरक्षणमंत्र्यांच्या गळी उतरवले, तर सरकारकडून त्यांना अनुकूल होकार मिळेल आणि म्हणून त्यांची प्रयत्नांची पराकाष्ठा चालू होती. दुपारी आमची भेट लॉकहीड कंपनीला ठरली होती. चव्हाणांना या भेटीबद्दल उत्सुकता होती. कारण भारताला एफ-१०४ जातीची विमाने घेण्यात रस होता. ती लॉकहीड कारखान्यात निर्माण केली जात. लॉकहीड कंपनीने आपल्या लष्करी विमानाच्या उड्डाणाचे उत्कृष्ट प्रदर्शन घडवून आणले. त्यामुळे संरक्षणमंत्री अधिक प्रभावित झाले आणि त्यांनी या एफ-१०४ जातीच्या विमानांचा आग्रह प्रेसिडेंट जॉन्सन यांच्या भेटीत धरावा, असे ठरविले.

संध्याकाळी इंडो-अमेरिकन सोसायटीने भोजनाची व्यवस्था केली होती. तिथे अनेक भारतीय भेटले. काही महाराष्ट्रीय मंडळीही भेटली आणि मौज वाटली की, त्यांत पुष्कळसे 'अमेरिकन-इंग्लिश' बोलत होते. त्यांचे अनेक वर्षे अमेरिकेत वास्तव्य होते आणि तेथील विमान कंपन्यांमध्ये ते काम करीत होते. हा सारा प्रसंग खाजगी, कौटुंबिक होता आणि चव्हाणांची अनेक भारतीय कुटुंबांशी तेथे ओळख झाली. ते सुखावले आणि आनंदी वातावरणात त्यांनी त्यांची विचारपूस केली. त्यांमध्ये मुंबईचे लोक होते; तसेच काही जण सातारा-सांगलीहून आलेले होते. सारा मेळावा आपल्या संरक्षणमंत्र्यांकडून चिनी आक्रमण, भारताची युद्धाला तोंड देण्याची तयारी याविषयी अधिकृतपणे काय ऐकावयास मिळते, याची उत्सुकतेने वाटत पाहत होता.

यशवंतरावांनी आपल्या सौजन्याने आणि भाषाशैलीने सर्वांची हृदये जिंकली.

ड) नोरॅड : एक अद्‌भुत अनुभव

दुसऱ्या दिवशी २६ मे रोजी डग्लस कंपनीने दिलेल्या खास विमानाने आम्ही कोलेराडो स्प्रिंग्ज (Colarado Springs) या ठिकाणी गेलो. पेटरसन-फील्ड विमानतळावर पोहोचल्याबरोबर अमेरिकन लष्करी आणि वायुदलातील अधिकाऱ्यांनी चव्हाणांचे स्वागत केले. आमची राहण्याची व्यवस्था ब्रोडमूर हॉटेलमध्ये करण्यात आली होती.

त्या सकाळी एअर-फोर्स ॲकॅडमी दाखवण्यात आली. तिचे कमांडर आमच्याबरोबर होते. जवळजवळ एक हजार अमेरिकन तरुण मुले वायुदलाचे प्रशिक्षण घेत होते. ती भेट म्हणजे एक संस्मरणीय अनुभव होता. आम्ही त्या हजार मुलांना दुपारचे जेवण घेताना पाहिले. तेथील भोजनगृह म्हणजे अत्याधुनिक वास्तुशास्त्रीय कौशल्याचा एक नमुना होता. आम्हाला सांगण्यात आले की, हे विद्यार्थी एकाच वेळी आपले जेवण घेतात आणि केवळ तीस मिनिटांत जेवण संपवावे लागते. त्या दृष्टीने सर्व व्यवस्था करावी लागते. ते पाहून आणि ज्या तऱ्हेने अमेरिकन तरतरीत विद्यार्थी टापटिपीने वागत होते, हे पाहून यशवंतरावांना आनंद वाटला; तसेच या एअरफोर्स ॲकॅडमीचा चव्हाणांच्या मनावर मोठाच प्रभाव पडलेला दिसला. भारतातील अनेक शिक्षण-केंद्रांना त्यांनी भेटी दिल्या होत्या. दोन्हींमधला फरक जाणवणारा होता.

जेवण झाल्याबरोबर दुपारी आम्हाला नोरॅड म्हणजे नॉर्थ अमेरिकन एअर-डिफेन्स कमांड (NORAD) या ठिकाणी नेण्यात आले. तेथे जनरल जॉन ए.गेरहार्ट या चार ताऱ्यांनी गौरविलेल्या वायुदलाच्या कमांडंट-चीफने चव्हाणांचे स्वागत केले. सर्वप्रथम त्यांनी आम्हाला आपल्या ऑफिसात नेले. उत्कृष्ट फर्निचरने युक्त अशा त्या ऑफिसमध्ये अनेक जलरंगांतील चित्रे लटकत होती. एका चित्रात राईट बंधूंनी चालवलेले पहिले विमान उड्डाण घेताना दिसत होते; पण प्रत्येकाचे लक्ष मात्र एका चित्राकडे वेधले होते. ते चित्र एका नग्न स्त्रीचे होते. जनरल गेरहार्टने त्याकडे बोट दाखवून सांगितले, हे 'सुपरसॉनिक' आपल्या युगातील सर्वश्रेष्ठ आहे आणि आजवर त्याच्यावर कुणी मात केलेली नाही. सर्व हसले आणि जनरल साहेबांच्या या उल्लेखानंतर सर्वांच्या नजरा पुन्हा त्या चित्राकडे वेधल्या गेल्या.

तेव्हा जनरल अधिक खुलासा करत म्हणाले, ''हे चित्र माझ्या हाताखालच्या लष्करी हेर खात्यातील एका कर्नलने काढले होते. तो दुसऱ्या जागतिक युद्धात माझ्याबरोबर फ्रान्समध्ये लढत होता. त्याची एक सुंदर फ्रेंच प्रेयसी होती आणि त्याने तिचे हे चित्र काढले होते. पुढे या कर्नलचे लग्न झाले आणि त्याच्या बायकोने ही कलाकृती आपल्या घरात ठेवण्यास साफ नकार दिला. त्या कर्नलने आपल्या माजी सेनाप्रमुखाला ते नजर केले. आज तो सेनानी आपल्यापुढे उभा आहे आणि ते चित्र आता या ऑफिसात भिंतीवर लटकत आहे.''

नंतर रात्रीच्या भोजनप्रसंगी जनरल गेरहार्टने या चित्राची एक नक्कल करवून घेऊन संरक्षणमंत्र्यांना भेट देण्याचे कबूल केले! या अनोख्या भेटीनंतर आम्ही कामकाजाकडे वळलो. सगळा अनुभव अनोखा आणि मनोरंजक होता. जनरलने खुलासा केला की, नोरॅड म्हणजे अमेरिकेच्या संपूर्ण संरक्षण-यंत्राचे हृदय आहे. त्या

दृष्टीने अमेरिकन आणि कॅनेडियन वायुदलाच्या सर्व ठिकाणांवर त्यांचे नियंत्रण आहे. आठवड्याचे सात दिवस दररोज चोवीस तास डोळ्यांत तेल घालून अमेरिका आणि कॅनडाचे संरक्षण करण्याची जबाबदारी नोरॅडवर होती. आकाशात फिरणाऱ्या अथवा प्रक्षेपित केलेल्या कोठल्याही अस्त्रावर आणि कुणाच्याही विमानावर त्याचे लक्ष असावे लागते. एखादे प्रक्षेपणास्त्र दिसले, तर त्याचा उद्देश शोधून काढून त्यावर उपाययोजना करण्याची जबाबदारीही नोरॅडच्या प्रमुखावर कशी असते, त्याचे सविस्तर वर्णन जे. गेरहार्टने केले. जे काही करावयाचे, ते केवळ पंधरा मिनिटांच्या अवधीत करावे लागते. सर्व काही नाट्यमय होते.

"शांतता की युद्ध, याचा निर्णय घेण्यास मला पंधरा मिनिटांवर अवधी मिळेल किंवा नाही, हे कोणास माहीत!" या शब्दांत आपल्या शिरावर केवढी प्रचंड जबाबदारी आहे, याची जाणीव करून दिली. त्याच स्वरात ते सांगू लागले, "जर नोरॅडला एखादे आय.सी.बी.एम. (ICBM), कॅनडा किंवा अमेरिकेच्या रोखाने येत आहे, असे वाटले, तर सर्वप्रथम राष्ट्राध्यक्षांना सावध करावे लागते आणि त्यांच्या परवानगीने किंवा परवानगीशिवायही आमच्या संरक्षण-यंत्रणेला कार्यान्वित करण्याची जबाबदारी माझ्या शिरावर आहे."

थोडक्या शब्दांत, 'साऱ्या जगाचे भवितव्य नोरॅड ठाणे-प्रमुखांच्या हातात सामावलेले असते.'

हे सांगताना जनरल अतिशय गंभीर झाले आणि काळजीच्या स्वरात सांगितले की, नोरॅड कमांडरच्या एखाद्या क्षुल्लक चुकीमुळे किंवा मानसिक विकृतीमुळे मानवी जीवनाचा एक भाग पृथ्वीवरून निर्मनुष्य करण्याचे सामर्थ्य आहे. हे बोलताना जनरल गेरहार्टचा चेहरा अभिमानाने फुलला होता. मानवाचे भवितव्य आपल्या हातांत आहे, याचा दर्प त्यांच्या बोलण्यात डोकावत होता.

त्या ओळखीनंतर मी त्या जनरलकडे अधिक दक्षतेने पाहू लागलो. पाच फूट दहा इंच उंचीचा हा ताठ माणूस त्याची भेदक नजर, भव्य कपाळ आणि मानसिक चपलता, इतरांपेक्षा प्रकर्षाने निराळी दिसत होती. आपल्या खांद्यांवरील या प्रचंड संहारक ठरणाऱ्या जबाबदारीचे वर्णन तो अत्यंत सहजतेने, एखादी कथा सांगावी, तसा सांगत होता.

यशवंतराव हे सर्व कुतूहलाने ऐकत होते.

या नोरॅड यंत्रणेचे जे काम पाहिले, ते आश्चर्यजनक होते. एका प्रचंड भिंतीवर फुटबॉलच्या मैदानाच्या आकाराच्या नकाशावर स्क्रीन फिरत होता. कोठल्याही क्षणी उत्तर अमेरिकेच्या दिशेने आकाशात प्रवेश करणारा एखादा पदार्थ त्या पडद्यावर विद्युत्-उपकरणांनी दिसू लागे. आपल्याच नौदलाची आणि विमानदलाची विमाने किंवा पाणबुड्या कोठे-कोठे संचार करीत आहेत, ते या

पडद्यावर दिसत होते. आम्हाला सांगण्यात आले की, एखादी वस्तू तीन हजार मैलांवरून आपल्याकडे येऊ लागली, तर ती या पडद्यावर दिसू शकते. ती वस्तू काही मैलांच्या परिघात आली की, तिचा शोध आणि बोध होत असे. हे करण्याला फक्त त्या टेबलावरील टेलिफोन उचलायचा आणि सर्वत्र पसरलेल्या अमेरिकन सेनादलाच्या रडार स्टेशनला विचारावयाचे. जनरल सांगत होते की, हा टेलिफोन उचलल्याबरोबर हजारो मैल दूर असलेल्या नऊशे रडार ठाण्यांशी संपर्क साधला जातो. या ठाण्याचा कमांडंट आपला टेलिफोन उचलून अमेरिकेच्या अध्यक्षांशी, सेनापतीशी, संरक्षण सेक्रेटरीशी, कॅनडाच्या संरक्षणमंत्र्यांशी आणि त्याच्या वरिष्ठ प्रमुखांशी एकाच वेळी संपर्क साधू शकतो. हा अनुभव चित्तथरारक होता.

रात्री जनरल गेरहार्ट आणि त्यांच्या पत्नी यांनी चव्हाणांच्या सन्मानार्थ भोजन दिले. रिअर ॲडमिरल एस.एम. नंदा आम्हाला केप केनडी येथे येऊन मिळाले होते. चव्हाणांच्या कोलेराडो स्प्रिंग्ज या ठिकाणच्या भेटीत संरक्षण सेक्रेटरी पी.व्ही.आर. राव, वायुदलाचे दुय्यम प्रमुख ए.व्ही.एम. अर्जुनसिंग, एस.एम. नंदा आणि मी अशी मंडळी होतो. कर्नल जॉर्ज हॅन्ना हा अमेरिकन वायुदलाचा अधिकारी बरोबर होताच.

त्या रात्रीचे भोजन सुरेख आणि मोकळ्या वातावरणात होते. आमच्या सफरीचा मोठा भाग आटोपला होता. दुसऱ्या दिवशी चव्हाणांना उत्तर कॅरोलिनामधील पोर्ट ब्रॅग आणि हवाई दलाच्या खास केंद्राला भेट देऊन वॉशिंग्टनला रवाना व्हावयाचे होते. तारीख २८ रोजी त्यांची अध्यक्ष जॉन्सन यांच्याबरोबर भेट ठरली होती.

रात्री दहा वाजता आमचे जेवण संपले. दिवसभर चव्हाण खुशीत होते. कर्नल हन्ना आणि मी चव्हाणांना त्यांच्या खास खोलीपर्यंत नेऊन परत आलो. जनरल गेरहार्ट आणि त्यांच्या पत्नी यांनी चव्हाणांच्या भेटीबद्दल आनंद व्यक्त करून 'ते एक मोहक व्यक्तिमत्त्व आहे' असा अभिप्राय दिला. कोणावरही कसला ताण नव्हता आणि आम्ही सर्वांनी एक तास मौजेत घालवला.

त्याआधी तिसऱ्या प्रहरी पी.व्ही.आर. राव आणि ए.व्ही.एम. अर्जुनसिंग अमेरिकन नौदलाच्या विमानाने न्यूयॉर्कला रवाना झाले होते. माझ्या सोबतीला रिअर ॲडमिरल नंदा एवढेच मागे होते. त्यांच्याबरोबरचा सहवास नेहमीच आल्हाददायक असावयाचा. आमच्या या सफरीमध्ये नौदलाच्या दृष्टीने फारसे महत्त्वाचे काम नसल्यामुळे नंदा आपली वैयक्तिक मैत्री वाढवीत होते. ते किती सहजतेने अनोळखी मंडळींत समरस होत आणि विशेषतः, महिला वर्गाला

त्यांचे आकर्षण वाटे, ते पाहणे मजेशीर होते.

या वेळपर्यंत कर्नल हन्ना आणि माझी चांगली गट्टी जमली होती आणि एकमेकांस जॉर्ज आणि राम अशा एकेरी नावाने हाक मारू लागलो होतो. ॲडमिरल नंदा थोड्याच तासांनंतर न्यूयॉर्कला जाण्यासाठी डेनव्हर विमानतळावर जाणार होते. जॉर्जने सूचना केली की, आपण ॲकॅडमीच्या बिअर हॉलला जाऊ या.

तेथील दृश्य असेच मनोहारी होते. एवढा उशीर झाला होता, तरी तरुण कॅडेटसनी हॉल भरून गेला होता. प्रत्येकाच्या हातात बिअरचा ग्लास होता. कारण कॅडेटसना इतर पेये घेण्यास मनाई होती. या तरुणांचे गायन आणि नाच रंगात आला होता. नंदा त्यांना जाऊन मिळाले आणि खलाशांच्या जीवनातील मनोरंजक गोष्टी सांगून सगळ्यांचे त्यांनी मनोरंजन केले.

आम्ही तेथून निघण्याला मध्यरात्र उलटून गेली होती. जॉर्जने थोडी अधिकच घेतली होती आणि तो त्या तारेतच आमच्या दिमतीला असलेल्या तरुणीच्या बाजूने सरकू लागला होता. तिने मोठ्या हुशारीने आणि विनोदाने त्याला दूर सारून आपली सुटका करून घेतली. जॉर्ज असा रंगात आलेला पाहून, मला वाटले, आता हॉटेलात परत जाणेच शहाणपणाचे ठरेल. आम्ही नंदांचा निरोप घेतला आणि जॉर्जला घेऊन आमच्या खोलीकडे जाण्यास निघालो, परंतु जॉर्जचा हॉटेलमध्ये परतण्याचा मानस दिसला नाही. उलट, त्याने शेजारीच असलेल्या दुसऱ्या इंग्लिश क्लबकडे खेचून नेले. तेथेही गाणाऱ्या आणि नाचणाऱ्या मंडळींची गर्दी होती.

आता मात्र मोठ्या मुश्कीलीने मी जॉर्जला निघण्याबद्दल सुचविले आणि दीड वाजता आम्ही आमच्या हॉटेलात परतलो. माझी खोली चव्हाणांच्या खोलीशेजारीच होती आणि दोन्हींमध्ये दार होते. मी झोपलो आणि गाढ निद्रेच्या आहारी गेलो. ती भली पहाट होती.

मी अजून रात्रीच्या अवस्थेतच होतो आणि शेजारच्या खोलीतून चव्हाण दरवाज्यावर टकटक करत आहेत, हे कळण्याला मला थोडा अवधी लागला.

■

२८

पंडितजींचे निधन : दिल्लीला प्रयाण

ब्रॉडमूर हॉटेलात चव्हाणांच्या निवासी खोल्यांचे क्रमांक ३३१६ व ३३१७ असे होते आणि माझ्या खोलीचा क्रमांक ३३१५ होता. कर्नल जॉर्जची खोली दोन खोल्यांनंतरची होती.

मी मधला दरवाजा उघडला आणि पाहतो, तर चव्हाण शून्य नजरेने पाहत उभे आहेत. ते फार अस्वस्थ होते. क्षणभर मला वाटले की, ते आजारी आहेत की काय?

त्यांनी मला जागे केले आणि आपल्या खोलीत येण्यास सांगितले. रात्रीच्या आमच्या, नंदा आणि जॉर्ज यांच्या बरोबरच्या प्रकारानंतर माझा चेहरा बघण्यासारखाच झालेला असणार.

मी चटकन तोंडावर गार पाण्याचे हबके मारून पूर्ण जागा झालो आणि चव्हाणांच्या बिछान्याजवळ जाऊन बसलो. चव्हाणांचे नेत्र अश्रूंनी भरले होते. आवाजात कंप होता.

ते म्हणाले, "टॉल्बटचा (फिलीप टॉल्बट अमेरिकेच्या परदेश मंत्रालयात असिस्टंट सेक्रेटरी होते.) आताच फोन आला आणि त्यांनी सांगितले की, आपले पंतप्रधान नेहरू कैलासवासी झाले आहेत."

मी विचारले, "केवढा दु:खद घाला! केव्हा घडले हे?"

चव्हाण म्हणाले, "टॉल्बटना मंत्रीमंडळ सचिव खेरा यांचा फोन आला की, पंतप्रधान अत्यवस्थ आहेत आणि चव्हाणांनी ताबडतोब परतावे. टॉल्बट हे मला सांगण्यासाठी प्रयत्न करीत होते, तेवढ्यात त्यांना पुढची दु:खद वार्ता कळली की, पंडितजी कैलासवासी झाले आहेत."

आम्ही एकमेकांसमोर बसलो होतो. दोघांच्याही डोळ्यांतून अश्रुधारा वाहत होत्या. चव्हाणांनी भावना आवरून एकच उद्गार काढला, "भारताच्या जीवनातील हा काळाकुट्ट दिवस आहे."

मोठ्या प्रयत्नांनी आपल्या दु:खाला बांध घालून, डोळ्यांतील अश्रू परतवून

चव्हाणांनी विचारले, "आपण काय करावे, असे तुला वाटते?"

मी म्हटले, "आपण ताबडतोब न्यूयॉर्क गाठावे आणि दिल्लीला जाणारे पहिले विमान पकडावे."

चव्हाणांनी विचारले, "आपल्या इथल्या कामाचे, विशेषतः प्रेसिडेंटबरोबरच्या भेटीचे काय?"

मी त्यांना सांगितले, "नेहरूंच्या निधनानंतर तुम्ही संरक्षणमंत्री म्हणून राहिला नाहीत. त्यांच्या निधनाने मंत्रीमंडळ विसर्जित झाले आहे आणि आपणांस ताबडतोब भारतात परतले पाहिजे."

स्थानिक वेळेप्रमाणे पहाटेचे अडीच वाजले होते. न्यू यॉर्क स्टॅन्डर्ड टाइम आणि भारतीय स्टॅन्डर्ड टाइम यांत अकरा तासांचे अंतर होते. त्याहीपेक्षा आम्ही होतो, ते ठिकाण मध्य-अमेरिकेत होते आणि न्यू यॉर्कला पोहोचायलासुद्धा काही तास लागणार होते.

चव्हाण अजून मानसिक धक्क्यातून बाहेर आले नव्हते.

ते म्हणाले, "जे काही करण्यासारखे असेल, ते करा; परंतु मला पंडितजींना आदरांजली वाहण्यासाठी आणि त्यांच्या अन्त्ययात्रेला पोहोचलेच पाहिजे."

मी तेथून उठलो, तो अशोक धर यांच्या खोलीत गेलो. त्यांना ही बातमी सांगितली. त्यांना हा वैयक्तिकदृष्ट्या मोठा धक्का होता. त्यांच्या पत्नी रिटा या विजयालक्ष्मी पंडित यांच्या कन्या होत्या. ते सुन्नपणे अंथरुणावर बसले. या बातमीवर त्यांचा विश्वासच बसला नाही. मी त्यांना ताबडतोब दिल्लीला परतण्याचा निर्णय सांगितला आणि सुचविले की, पी.व्ही.आर. राव न्यूयॉर्कमध्ये आहेत. त्यांच्याशी संपर्क साधा. काही मिनिटांतच पी.व्ही.आर. राव टेलिफोनवर आले. त्यांना ही दुःखद बातमी कळलेली नव्हती. मी त्यांना चव्हाणांची इच्छा सांगितली आणि त्वरित एअर-इंडियाच्या न्यूयॉर्कमधील अधिकाऱ्यांशी संपर्क साधून एका एअर-इंडियाच्या लंडन-दिल्ली विमानात आम्हा सर्वांसाठी जागेची व्यवस्था करा, असे सांगितले. आम्ही न्यूयॉर्कला केव्हा पोहोचू शकू, हे आमची येथून निघण्याची व्यवस्था झाल्याबरोबर कळवतो, हेही सांगितले.

तेथून मी जॉर्जच्या खोलीकडे वळलो. मला खूप वेळ दारावरची घंटा वाजवत राहावे लागले. बऱ्याच वेळाने आतून रागाने जॉर्ज ओरडला, 'कोण आहे?' मी माझे नाव सांगितले आणि त्याने दार उघडले.

हा अमेरिकेच्या वायुदलातील लेफ्टनंट कर्नल जॉर्ज एल. हन्ना आपल्या नैसर्गिक अवस्थेत माझ्यासमोर उभा होता. त्या रात्री रिचवलेल्या मद्याची धुंदी अजून उतरली नव्हती. आपल्याला झोपेतून उठवल्याबद्दल तो नाराज होता.

मी त्याच्याकडे न पाहताच म्हणालो, "जॉर्ज, आमचे पंतप्रधान पंडित नेहरू

यांचे निधन झाले आहे.''

विजेचा धक्का बसावा, तसा जॉर्ज ओरडला, ''क्या? किसने बताया यह?''

आता मला धक्का बसला, कारण जॉर्जने मला शुद्ध हिंदीत हा प्रश्न विचारला होता. अर्थात उगाच बोलण्यात वेळ न घालवता मी त्याला ही वार्ता कशी मिळाली, ते सांगितले. जॉर्ज बाथरूमकडे पळाला. गार पाण्याचे चार हबके मारून तो बाहेर आला. भिजल्या अंगाभोवती बिछान्यावरील पांढरा पलंगपोस गुंडाळून त्याने पुन्हा विचारले, ''हे खरे आहे?''

मला त्याला पुन्हा सांगावे लागले की, फिलीप टॉल्बट यांनी खुद्द चव्हाणांना फोनवरून ही बातमी सांगितली आणि नवी दिल्लीहून त्याची खातरजमा करून घेतली आहे.

जॉर्जच्या चेहऱ्यावर अतीव दु:ख दिसू लागले. एखाद्या मुलासारखा तो रडू लागला.

मी त्याला शांत करत म्हटले, वेळ थोडा आहे. संरक्षणमंत्र्यांना न्यूयॉर्कला पोहोचवण्यासाठी तातडीने काहीतरी केले पाहिजे. आम्ही तेथून दिल्लीला पोहोचण्यासाठी व्यवस्था करण्याच्या प्रयत्नात आहोत, ही तातडीची जाणीव होताच अमेरिकन वायुदलातील कर्नल आणि आमचा संपर्क अधिकारी एकदम जागा झाला. त्याने एकामागून एक टेलिफोन केले आणि पाच मिनिटांत मला सांगितले की, पहाटे साडे-चार वाजता पीटरसन विमानतळावरून आपणांस न्यूयॉर्कला घेऊन जाण्यासाठी विमान तयार राहील. हे सर्व लष्करी तत्परतेने घडले होते – तारीख २७ मे, १९६४.

मी चव्हाणांच्या खोलीत गेलो. त्यांचे सामान आवरले. काही मिनिटांत आम्ही पीटरसन विमानतळाकडे जाण्यास हजर झालो. दारात आमच्यासाठी जॉर्जने गाडी तयार ठेवली होती. तोपर्यंत नेहरूंच्या मृत्यूची बातमी सर्वत्र पसरली होती. हॉटेलचे मॅनेजर, सेवकवर्ग अशा भल्या पहाटे खाली उभे होते. जवळजवळ प्रत्येकाच्या चेहऱ्यावर दु:ख आणि डोळ्यांतून अश्रू वाहत होते. त्यांनी आपला शोक चव्हाणांजवळ व्यक्त केला.

आम्ही गाडीत बसत असताना आमचे सामान एका सेवकाने आणले आणि गाडीत ठेवले. त्याला मी दोन डॉलर्स देण्यासाठी हात पुढे केला. अश्रुपूर्ण नयनांनी त्याने ते नाकारले आणि म्हणाला, ''सर, आपले थोर पंतप्रधान गेले, ही दु:खद घटना आहे. तुमच्या दु:खात आम्ही सहभागी आहोत.''

त्याच्या आवाजात आणि चेहऱ्यावर प्रत्येक अमेरिकन नागरिकाचे दु:ख प्रतिबिंबित होत होते.

२९

स्वदेशी परत

कोलेराडो-स्प्रिंग्ज येथील पीटरसन विमानतळावरून आम्ही ज्या विमानाने निघालो, त्यात फक्त दहा लोकांना बसण्यापुरतीच जागा होती; पण लवकरच कळले की, या छोटेखानी विमानात सर्व तऱ्हेच्या सुविधा उपलब्ध होत्या. टेलिफोन आणि टेलिप्रिंटरसह विमान सुसज्ज होते. विमानातून मी पहिले काम केले, ते म्हणजे श्रीमती इंदिरा गांधी आणि राष्ट्रपतींना संदेश पाठवला.

श्रीमती गांधींना पाठवलेल्या संदेशात चव्हाण म्हणाले, 'पंडितजींच्या निधनाच्या वार्तेने धक्का बसला. राष्ट्राच्या जीवनातला हा सर्वांत दुःखद दिवस आहे. आपल्या दुःखात सारा देश सहभागी आहे.'

राष्ट्रपती राधाकृष्णन यांना पाठवलेल्या संदेशात चव्हाण म्हणतात, 'पंडितजींच्या निधनाने हादरून गेलो. सारा देश आपल्या लाडक्या नेत्याच्या जाण्याने झालेल्या दुःखात बुडून जाईल. मी देवाला प्रार्थना करतो की, हा धक्का सहन करण्याचे धैर्य सर्वांना लाभो!'

मी अमेरिकन प्रेसिडेन्ट लिंडन जॉन्सन यांना चव्हाणांतर्फे पाठविण्याच्या संदेशाचा मसुदा त्यांना दाखविला आणि विमानातूनच आम्ही कोणत्या परिस्थितीत दिल्लीला परत निघालो आहोत, ते कळवले. अध्यक्षांबरोबरची भेट या आकस्मिक कारणाने हुकली याबद्दल खेद व्यक्त केला.

आमचे विमान न्यूयॉर्कला जात असताना आम्हाला वॉशिंग्टनहून निरोप मिळाला की, न्यूयॉर्कला संरक्षणमंत्र्यांसाठी एक ७०० बोईंग तयार ठेवण्यात आले आहे. त्या विमानात 'सेक्रेटरी ऑफ स्टेट' डीन रस्क आणि आमचे वकील बी.के. नेहरू हेही चव्हाणांबरोबर दिल्लीस येतील. हे विमान वॉशिंग्टन विमानतळावरून निघणार होते, म्हणून आम्ही न्यूयॉर्कऐवजी वॉशिंग्टनकडे आमचे विमान वळवले.

ॲन्ड्र्यूज एअर-फोर्स तळावर आम्ही सकाळी स्थानिक वेळेनुसार पावणे-अकराला विमानातून उतरलो आणि आमचे विमान धावपट्टीवर पळत असताना मॅकन्मारा हेलिकॉप्टरमधून तळावर उतरताना दिसले.

मि.टॉल्बट यांनी चव्हाणांना उतरून घेतले आणि व्ही.आय.पी. कक्षात नेले. तेथे भारतातील अमेरिकन वकील चेस्टर बाऊल्स; तसेच मिस्टर आणि मिसेस जे.के. गालब्रेथ दाम्पत्यही होते. भारतीय वकिलातीतील सर्व अधिकारी आणि अमेरिकन सरकारचे अनेक अधिकारी तेथे उपस्थित होते. ते संरक्षणमंत्र्यांचे सांत्वन करण्यास आणि आपले दुःख प्रकट करण्यास आले होते. मॅकन्मारांनी भावपूर्ण शब्दांत [illegible] व्यक्त केला. बोलण्याच्या मनःस्थितीत कोणीच नव्हते आणि चव्हाण तर पूर्णपणे दिङमूढ झाले होते.

बरोबर सव्वा-अकरा वाजता आम्ही बोईंग विमानात बसलो. विमानाची दारे बंद होणार, एवढ्यात टॉल्बट पुढे झाले आणि त्यांनी चव्हाणांना चार-दोन मिनिटे थांबू शकाल का, असे विचारले. ॲडमिरल नंदा आणि गुहन न्यूयॉर्कहून वॉशिंग्टनला निघाले होते आणि त्यांचे विमान नुकतेच उतरले होते. त्यांना याच विमानातून दिल्लीस घेऊन जाता येईल, असे ते म्हणाले. काही मिनिटांनी ते दोघे धडपडत आमच्या विमानात दाखल झाले. आम्ही अकरा पंचेचाळीसला वॉशिंग्टन सोडले. विमानाने झेप घेतल्याबरोबर डीन रस्क साधा बुशशर्ट घालून प्रत्येकाजवळ आले आणि त्यांनी नव्यांची ओळख करून घेतली. त्यांच्या सौजन्याचे आणि माणुसकीचे दर्शन घडले.

नंतर ते चव्हाणांसाठी असलेल्या खास दालनात गेले. मी त्यांच्याबरोबर गेलो.

डीन रस्क म्हणाले, "मि. मिनिस्टर, हे विमान तुमच्या दिमतीला आहे. तुम्हाला, तुमच्यापैकी कुणी सोबतीसाठी हवे असेल, तर आम्ही मागील बाजूस जाऊ."

डीन रस्कना सांगावयाचे होते की, अमेरिकेच्या मान्यवर प्रतिनिधींच्या उपस्थितीने संरक्षणमंत्र्यांना अडचण होऊ नये. प्रसंग अतिदुःखाचा आणि गंभीर होता. मला वाटले, किती विचारपूर्वक रस्क बोलत होते.

थोड्याच वेळात आम्ही अमेरिकेचा किनारा सोडला आणि अटलांटिक महासागरावरून जाऊ लागलो. हा घरचा प्रवास खूप लांबचा आहे, याची जाणीव होती.

आकाशात पस्तीस हजार फुटांवर चालणारे विमान स्पेनच्या दिशेने निघाले. त्यात सर्व तऱ्हेची खाण्यापिण्याची सोय होती आणि आम्हास हवे-नको पाहण्यासाठी अमेरिकन हवाई दलाचे तत्पर सेवक हजर होते. डीन रस्क अगदी साधेपणाने विमानात प्रत्येकाशी बोलत-भेटत. सारे वातावरण थोडेसे तणावरहित करण्याचा तो एक प्रयत्न होता. घडल्या घटनेचा धक्का आणि दुःख सर्वांनाच जाणवत होते. मि. रस्क यांच्या उदाहरणाने आम्ही आपले दुःख जणू एकमेकांत वाटून घेत होतो. हा एका राष्ट्राच्या जीवनातील दुःखद क्षण होता आणि त्या क्षणी कोण मोठा, कोण

छोटा, हा विचार कोणाच्याही मनात नव्हता. मला आठवते – त्या लांबच्या प्रवासात मी, डीन रस्क, चेस्टर बोल्स आणि बी.के. नेहरू यांच्याशी दिलखुलास बोलत होतो. बी.के. नेहरूंबरोबरचा माझा संवाद जरा अधिक मोकळा होता. कारण मी त्यांचा पाहुणा म्हणून वॉशिंग्टनला राहिलो होतो. प्रत्येकाच्या मनात मात्र एकच प्रश्न राहत होता,

'नेहरूंनंतर कोण आणि नेहरूंच्या नंतर काय?'

पहिल्या प्रश्नाबद्दल फारशी चर्चा नव्हती, ते स्वाभाविक होते. मात्र दुसऱ्या प्रश्नाबद्दल राजनैतिक भाषेत संभाषण चालले होते.

दुसऱ्या प्रश्नाबद्दल बी.के. नेहरू म्हणाले, "भारतातील सर्वांत मोठा प्रश्न म्हणजे लोकसंख्यावाढीचा आहे."

या त्यांच्या मतामागे त्यांचा आर्थिक क्षेत्रातला अधिकार, राजकीय दृष्टी व्यक्त होत होती. त्यांच्या मते आर्थिक विकास कितीही वेगाने झाला आणि सामाजिक अन्याय दूर करण्याच्या गोष्टी बोललो, तरी लोकसंख्येला आळा बसल्याशिवाय देशाचे दारिद्र्य दूर होणार नाही. गेल्या काही दशकांत लोकसंख्यावाढीचे प्रमाण भयानक आहे. त्यांना दिवंगत पंतप्रधानांवर टीका करायची नव्हती; परंतु बी.कें.ना प्रकर्षाने वाटत होते की, आमच्या राजकीय नेत्यांनी नियोजन करताना या प्रश्नाकडे पुरेशा गांभीर्याने पाहिले नाही. पंडितजी हे एकच नेते असे होते की, त्यांनी या प्रश्नाची दक्षता घेतली असती. लोकसंख्यावाढीला आळा घातल्याशिवाय दारिद्र्य नष्ट होणार नाही, ही त्यांची ठाम धारणा होती.

हे बी.के. नेहरू १९६४ साली बोलत होते. आता प्रत्येक जबाबदार नागरिकाला या प्रश्नाची जाणीव झाली आहे; परंतु अजूनही निर्धारपूर्वक उपाययोजनेस कोणाचीही तयारी नाही, हे सत्य आहे!

आठ तासांच्या हवाई प्रवासानंतर आमचे विमान स्पेनच्या बारजस येथे अमेरिकन वायुतळावर उतरले. स्थानिक वेळेप्रमाणे मध्यरात्र उलटून गेली होती आणि येथे फक्त तेल घेण्यासाठीच विमान उतरले होते. प्रत्येकाला जाणीव होती की, काडीमात्र वेळ न गमावता आपण गेलो नाही, तर पंडितजींच्या अन्त्ययात्रेला आपण उपस्थित राहू शकणार नाही. दुपारी चार वाजता अंतयात्रा निघणार, असे ठरले होते, आता २८ मे हा दिवस उजाडला होता. विमानतळावर थांबताच चारी बाजूंनी देखभाल करणारी वाहने विमानाजवळ आली आणि त्यांनी विमान ठाकठीक केले. आम्ही विमानातून खाली उतरल्याबरोबर स्पेनमधील भारतीय वकिलातीचे फर्स्ट सेक्रेटरी अरविंद देव आमच्या भेटीस आले. त्यांनी दिल्लीहून आलेली वार्ता आम्हास सांगितली. त्यातील बहुतेक भाग आम्हाला समजला होता. कारण आमच्या विमानातील टेलिप्रिंटरवर दिल्लीच्या वार्ता येत होत्या.

बारजस विमानतळावरून फक्त तीस मिनिटांत तेल भरून विमान पुढे निघाले. अमेरिकन तंत्रज्ञांची ही अत्यंत कार्यक्षम आणि उत्कृष्ट यंत्रणा पाहून आमच्यावर मोठा प्रभाव पडला. आमच्या विमानाचा पुढचा थांबा तेहरान होता. आम्ही मध्यान्हीच्या सुमाराला तेहरानला उतरलो. तेथेही अमेरिकन वायुदलाचा तळ सुसज्ज होता. चव्हाणांना सारखे वाटत होते की, आपण अन्त्ययात्रेला वेळेवर पोहोचू शकू की नाही!' कारण आमच्या विमानाचा मार्ग प्रथम दक्षिणेकडे मुंबईच्या बाजूने, नंतर उत्तरेकडे वळण घेणारा होता. डीन रस्क यांना त्यांनी आपली शंका आणि भीती सांगितली. तेहरान विमानतळावरूनही तीस मिनिटांत आम्ही पुन्हा उड्डाण केले. इराणच्या आकाशातून जात असता डीन रस्क चव्हाणांच्या जवळ आले आणि त्यांनी सांगितले की, पाकिस्तानचे अध्यक्ष आयुबखान यांनी हे विमान पाकिस्तानवरून जाण्यास स्वत: परवानगी दिली असून, संरक्षणमंत्री दिल्लीत आता योग्य वेळी पंतप्रधानांच्या अंतिम विधीला हजर राहू शकतील. हा निर्णय त्यांनी स्वत: काही क्षणांत मिळवलेला आणि हृदयस्पर्शी होता.

चव्हाणांनी डीन रस्क यांचे आभार मानले; तसेच अध्यक्ष आयुबखान यांना आपले आभार कळवण्यास सांगितले.

आमचे विमान आता पामीरचे पठार, काराकोरमच्या रांगा आणि हिमालय यांवरून जात होते. या सर्व प्रयत्नांमुळे आम्ही जेव्हा दिल्ली विमानतळावर उतरलो, तेव्हा अपेक्षेपेक्षा खूपच अगोदर विमान दिल्लीस पोहोचले होते. विमानातूनच आम्हाला दिसले की, राजनैतिक पद्धतीप्रमाणे परराष्ट्र खाते, संरक्षणमंत्रालय आणि चव्हाणांच्या ऑफिसातील सेवक विमानतळावर उपस्थित होते.

विमानातून खाली उतरलो, तेवढ्यात डीन रस्क चव्हाणांकडे वळून म्हणाले, ''मि. मिनिस्टर, तुमच्या विमानातून मला आणि माझ्या सहकाऱ्यांना आपण येऊ दिलेत, त्याबद्दल आम्ही आपले आभारी आहोत.''

ते ऐकूण चव्हाणांना काही बोलताच येईना. ते दिल्लीला इतक्या थोड्या वेळात पोहोचू शकले, कारण अमेरिकन राष्ट्राध्यक्षाने त्यांच्या दिमतीला स्वत:चे एक खास विमान दिले होते. त्यांच्या सौजन्याने ते दिल्लीला पोहोचले होते आणि आता अमेरिकेचा सेक्रेटरी ऑफ स्टेट चव्हाणांचेच आभार मानत होता की, 'तुम्ही आम्हाला तुमच्याबरोबर येऊ दिलेत.'

ही भाषा राजकीय होती, तशीच एका थोर सभ्य गृहस्थाची होती!!

■

३०

युगान्त

आम्ही दिल्लीला पोहोचल्याबरोबर अन्तयात्रेच्या व्यवस्थेची आम्हाला कल्पना देण्यात आली. त्या शोकयात्रेत मधेच सामील होण्याचा प्रश्नच नव्हता. दहा लाखांपेक्षा जास्त लोक मिरवणुकीत सामील झाले होते आणि त्या गर्दीतून पंडितजींचे शव ठेवलेल्या तोफगाडीजवळ पोहोचण्याची शक्यता नव्हती. आजूबाजूचे सर्व रस्ते वाहतुकीला बंद केले होते आणि म्हणून असे ठरवण्यात आले की, चव्हाण आणि त्यांच्याबरोबरची मंडळी यांना हेलिकॉप्टरने थेट अंतिम विधीच्या जागी नेऊन उतरावे. सुमारे साडे-चार वाजता आम्ही राजघाटाजवळ उतरलो. संरक्षण दलाचे अधिकारी आपल्या खांद्यांवरून पंतप्रधानांचे शव तेथे आणणार, त्या वेळी चव्हाण तेथे हजर होते. मी चव्हाणांच्या शेजारी होतो. दहनभूमीच्या भोवती खास उभारलेल्या कठड्याच्या आत आम्ही पोहोचलो आणि पंडितजींना शेवटचे अभिवादन करून बाजूला उतरलो. मंत्री आणि महत्त्वाच्या व्यक्ती उभ्या होत्या, तेथे पोहोचलो. पंडितजींचा देह एका प्लॅटफॉर्मवर ठेवला होता. दुसऱ्या बाजूला या प्रसंगासाठी आलेले पाहुणे, राजनैतिक प्रतिनिधी आणि व्ही.आय.पी./ महत्त्वाच्या व्यक्ती यांच्यासाठी खुर्च्या मांडलेल्या होत्या. बसताना माझ्या लक्षात आले की, माझ्या शेजारीच श्री. कृष्ण मेनन उभे आहेत. त्यांच्या चेहऱ्यावरील दुःख आणि मानसिक ताण उघड होता. तेवढ्यात काहीतरी असे घडले की, ते खरे की खोटे हे कळले नाही. त्या विषयी आपण अधिक चौकशी करू नये, असे चव्हाणांनी ठरविले :

चितेला अग्नी देण्याचा क्षण नजीक आला. शेवटचा मुजरा करणारे तोफांचे आवाज ऐकू येत होते, तेवढ्यात एक लष्करी पोशाखातील अधिकारी चव्हाणांच्या जवळ आला आणि मराठीत म्हणाला,

"उठाव (coup) होण्याची शक्यता आहे. सावध राहा."

मीही ते शब्द स्पष्ट ऐकले; परंतु त्या अधिकाऱ्याला मी हटकण्यापूर्वीच तो गर्दीत निघून गेला. तेवढ्यात कृष्ण मेननना घेरी आली, माझे लक्ष तिकडे

गेले. शवाला शेवटचा अग्नी देताच ते घेरी येऊन खालीच कोसळले होते. जवळच्या कुणीतरी पाणी आणून त्यांच्या चेहऱ्यावर शिंपडले. वारा घातला. ते जागृत झाले आणि शून्य नजरेने पाहू लागले. जणू मानसिक धक्क्यातच ते उभे होते.

[illegible] छत्तीस तास चव्हाणांचा सारा वेळ पुढील व्यवस्था करण्यातच गेला. कारण या कामाची जबाबदारी संरक्षणमंत्रालयावर होती. अनेक परदेशी व्यक्ती आणि पाहुणे चव्हाणांचे भेटीस येत होते. मी त्याच गडबडीत होतो. मलासुद्धा झोपेने घेरले होते. कारण जवळजवळ साठ तास आम्ही जागेच होतो.

तीन दिवसांनंतर आम्ही आमच्या ऑफिसात भेटलो, तेव्हा मी चव्हाणांना विचारले, "तुमच्या कानात त्या अधिकाऱ्याने काय सांगितले?"

ते किंचित हसले आणि म्हणाले, "ते कुणीतरी एक लष्करी तुकडी दिल्लीला अन्त्यविधीच्या वेळी आणण्यासंबंधी बोलले आणि ती तर्कवितर्काची अफवा ठरली."

ते पुढे म्हणाले, "संरक्षणमंत्रालयातील कोणालाही माहीत नव्हते की, अशा तऱ्हेची पलटण आणण्याचा अधिकार कोणाला दिला आहे." ते पुढे म्हणाले, "राम, तुला माहीत आहे, आपले लष्कर सेनापती जनरल चौधरी आज-काल आपल्या ऑफिसात हजेरी लावत नाहीत. मला सांगण्यात आले की, ते रक्तदाब वाढल्यामुळे घरी झोपून आहेत."

दुसऱ्या दिवशी चव्हाण आपल्या रेसकोर्स रोडवरील निवासस्थानी दुपारच्या जेवणाला जाताना कोणास आगाऊ सूचना न देता जनरल चौधरींच्या २, किंग्ज जॉर्ज ॲव्हेन्यूमधील बंगल्याकडे गेले. जनरल चौधरी अंथरुणातच होते. चव्हाणांच्या लक्षात आले की, अशा रीतीने संरक्षणमंत्री अचानक भेटीस आले, हे त्यांना मानवले नाही. त्यानंतर दिल्लीत अनेक वार्ता, अफवा पसरतच राहिल्या. चव्हाणांनी त्याकडे दुर्लक्ष करण्याचे ठरविले.

ते मला म्हणाले, "चौधरींच्या मनात काही असते, तर त्यांना ठाऊक आहे की, त्याचे मलाही ज्ञान असते. आता ही चर्चा येथेच थांबवावी हे बरे."[१,२]

---

१ मायकेल ब्रेचर यांनी 'भारतातील सत्तांतर' या आपल्या पुस्तकात [illegible] पानांवर पुढील उल्लेख केला आहे :
नेहरूंच्या निधनाच्या दिवशी जनरल चौधरी यांनी सहा हजार सैनिकांना दिल्लीत आणले होते आणि ते २८ तारखेस अग्निसंस्काराच्या वेळी हजर होते. दोन आठवड्यानंतर

संरक्षणमंत्री चव्हाण यांनी चौधरींना बोलावून त्याचा खुलासा मागितला. यापेक्षा जास्त काही घडले नाही; परंतु भारताची राजधानी दिल्ली अशा अनेक वार्ता, अफवा आणि राजकीय गुपिते पसरविण्याबद्दल मशहूर आहे. नंतर खुलासा करण्यात आला की, तीन ब्रिगेड आणण्यात आल्या होत्या, त्या पोलिसांच्या मदतीला दुतर्फा रांग लावण्यासाठी आणि व्यवस्थेला मदत करण्यासाठी होत्या. तरीही काही वरच्या दर्जाच्या सरकारी अधिकाऱ्यांपर्यंत काळजी व्यक्त होत होती की, या गोंधळात लष्करी उठाव होईल काय? अर्थात याची वाच्यता जाहीरपणे कोणी केली नाही आणि वृत्तपत्रांतही ही वार्ता प्रसिद्ध झाली नाही.

२ जनरल चौधरी यांनी आपल्या आत्मचरित्रात बी.के. नारायण (विकास पब्लिकेशन) यांना यासंबंधी सांगितले. (पान क्र.१८५) –

चौधरी म्हणतात, "मी कोईमतूरहून या अन्त्ययात्रेची व्यवस्था पाहण्यासाठी विमानाने आलो. मेजर जनरल भगवती सिंग हे त्या भागाचे कमांडर होते. त्यांच्या व्यवस्थेबाबत मी समाधानी नव्हतो. कारण मला वाटले, रस्त्याच्या दोन्ही बाजूंना साखळी करण्याइतके जवान हाताशी नव्हते.

"मी अध्यक्ष राधाकृष्णन यांना भेटलो आणि सांगितले की, आणखी काही जवान व्यवस्थेसाठी पाठवावेत, असे मला वाटते, प्रसंगी उपयोगी पडतील. अध्यक्ष म्हणाले, 'तुला योग्य वाटेल, ते कर.' मी ही गोष्ट कॅबिनेट सेक्रेटरींशी बोललो आणि मीरतहून सैन्याच्या तुकड्या मागवल्या आणि अफवा पसरली की, मी लष्करी उठाव करण्याच्या विचारात आहे. मला फक्त पंडितजींचा अन्त्यविधी अत्यंत स्मरणीय व्हावा, असे वाटत होते. मायकेल ब्रेचर यांनी आपल्या पुस्तकात ही बाब नोंदली. आता मागे वळून पाहताना मला वाटते की, मी हंगामी पंतप्रधान गुलझारीलाल नंदा यांची परवानगी घेतली नाही, ही चूक झाली; परंतु सेनेचे सर्वोच्च सेनानी राष्ट्रपती यांची परवानगी घेतली, म्हणजे पुरे, असे वाटले. पूर्वी महात्माजींच्या अन्त्ययात्रेच्या वेळी जे घडले, त्याची पुनरावृत्ती होऊ नये, असे मला वाटत होते!"

■

३१

सोव्हिएट रशियाला भेट

(अ) मॉस्कोत

१९६४च्या मे महिन्यात यशवंतरावजी अमेरिकेहून परत आल्यापासून रशियाला भेट देण्यासंबंधी चर्चा चालू होती. इंग्लंडला भेट देणे गरजेचे होते; परंतु तेथे जाण्यापूर्वी चव्हाणांनी सोव्हिएट रशियाला जावे आणि त्यांच्याकडून काय मदत मिळते, ते पाहावे, असे ठरले.

त्याप्रमाणे २८ ऑगस्ट, १९६४ रोजी एअर इंडियाच्या नेहमीच्या प्रवासी विमानातून ते मॉस्कोला गेले. त्यांच्याबरोबर श्रीमती वेणूताई चव्हाण, मी, श्रीपाद डोंगरे आणि दोन वैयक्तिक सेवक होतो. अधिकाऱ्यांच्या मंडळामध्ये हरीश सरीन (नेता), जनरल जे.एन. चौधरी, रिअर ॲडमिरल एस.एम. नंदा आणि इतर अगोदरच मॉस्कोमधे अधिकारी पातळीवरची बोलणी करण्यास पोहोचले होते.

मॉस्कोच्या विमानतळावर चव्हाण उतरले, तेव्हा स्वच्छ सूर्यप्रकाश होता. त्या तिसऱ्या प्रहरी सर्वत्र हिरवेगार ताजे आणि सुखदायक असे वातावरण होते. मंद वायू अधिक आल्हाददायक होता. चव्हाण आणि त्यांच्या पत्नी यांच्या स्वागतास मार्शल रुडीन वाय. मेलिनोव्हस्की हे सोव्हिएट युनियनचे संरक्षणमंत्री आणि त्यांच्या पत्नी जातीने उपस्थित होत्या.

चव्हाणांना पूर्ण लष्करी इतमामाने वंदना देण्यात आली. त्या वेळी प्रथमच आम्ही रशियात आणि इतर पूर्व युरोपातील देशांत दिली जाणारी विशिष्ट मानवंदना (गूज स्टेप) पाहिली. भारताचे तेथील वकील त्रिलोकनाथ कौल – ते टिकी कौल म्हणून ओळखले जातात – आणि वकिलातीतील इतर अधिकारी विमानतळावर हजर होते. सोव्हिएट लष्करातील जवळजवळ सर्व महत्त्वाचे सेनानी विमानतळावर हजर होते. एकाच वेळी अनेक जनरल्स आणि मार्शल्स एकत्र आलेले दृश्य फार क्वचित दिसते. या सर्व अधिकाऱ्यांच्या छातीवर दुसऱ्या महायुद्धातील शौर्यपदके लटकत होती, मात्र शारीरिक दृष्टीने त्यांची उतारवये लक्षात येत होती.

मार्शल मेलिनोव्हस्की स्वतः चव्हाणांच्या दुप्पट आकाराचे आणि धिप्पाड; पण

तशाही परिस्थितीत ते पूर्ण तंदुरुस्त आणि हालचालींत चपळता दाखवीत होते. विमानतळावरील स्वागतानंतर आम्हाला मस्कोव्हा नदीच्या उजव्या किनाऱ्यावर असलेल्या 'लेनिन हिल्स'कडे नेण्यात आले. हा शहराचा महत्त्वाचा भाग आहे. प्रसिद्ध मॉस्को विद्यापीठ या टेकडीवर प्रस्थापित आहे. त्याची तीस-पस्तीस मजली इमारत सभोवारच्या परिसरावर जणू प्रभाव पाडत होती. विद्यापीठाच्या आवाराच्या पलीकडे आमच्या गाड्या हिरव्यागार जंगलात शिरल्या. हा भाग मॉस्कोमधील सगळ्यांत 'पॉश' असा समजला जात असे. या बंगल्यात (त्याला डाचा म्हणत) रशियाचे नेते आठवड्याचे सुटीचे दिवस घालवतात, असे सांगण्यात आले. त्या सर्वच वातावरणातला ताजेपणा, भोवतालची हिरवी गर्द झाडी आणि ठिकठिकाणी पूर्ण उमललेली अनेक तऱ्हेची फुले हे दृश्य एवढे आकर्षक होते की, आम्ही एका बंद फाटकासमोर केव्हा आलो, हे लक्षातच आले नाही. आमच्या गाड्या तेथे पोहोचल्याबरोबर ती फाटके उघडली गेली. जणू अदृश्य हातच ती उघडतात आणि लावतात.

चव्हाणांसाठी नियोजित केलेल्या डाचाच्या परिसरात आम्ही शिरलो. बंगला लहान; पण सर्व बाजूंनी सुंदर झाडा-फुलांच्या बागांनी वेढलेला होता. एक मोठा दिवाणखाना, भोजनगृह, एक शयनगृह आणि अभ्यासिका तळमजल्यावर होती. पहिल्या मजल्यावर तीन-चार शयनगृहे होती. तेथील सर्वच फर्निचर उत्कृष्ट होते. जुन्या जमान्यातील ते फर्निचर आणि भिंतीवर लटकणारी उत्कृष्ट चित्रे. जमीन गालिच्यांनी आच्छादलेली होती. पांघरूणासाठी कॉकेशियन रग्ज होते. खोलीत शिरल्याबरोबर प्रत्येकाची नजर खिळली, ती टेबलावरील ताज्या ताज्या फळांवर आणि भोवती उमललेल्या फुलांवर. त्यांत सफरचंद, आलूबुखार, ओले बदाम वगैरेंचा समावेश होता. ती अशा रीतीने मांडली होती की, जणू ती आम्हाला बोलावत आहेत; पण त्यापेक्षाही आकर्षक वाटली, ती त्या बंगल्याची व्यवस्थापिका – एक सुंदर तरुण युवती आमच्या स्वागताला हजर होती. हे उघड दिसत होते की, आपल्या सौंदर्याने आम्हास जिंकण्यासाठी तिची निवड जाणीवपूर्वक झालेली होती आणि तिला तिच्या कामासाठी खास प्रशिक्षणही देण्यात आले होते.

आम्ही दिवाणखान्यात आल्याबरोबर, ॲम्बॅसॅडर कौल यांनी चव्हाणांना आणि मला खुणावले, 'जरा बाहेर या, बगीच्यात हिंडू या.' आम्हाला जरा नवल वाटले. त्यांनी आम्हाला बंगल्यापासून दूर बागेच्या मध्यावर नेले. सभोवतालची झाडे आणि ताटवेही मागे राहिले आणि कौल यांनी चव्हाणांना सूचना दिली की, बंगल्यामध्ये आपण जे बोलू किंवा चर्चा करू, त्याबाबत सावध राहा. आपणांला ही काळजी घ्यावी लागणार, कारण भिंतीला कान असतात आणि अशा खोल्यांमध्ये श्रवणयंत्रे

बसवलेली असतात. अशा स्थितीत आपल्याला धोरणविषयक जे बोलावयाचे असेल, ते बागेत हिंडता-फिरतानाच बोलून घ्यावयाचे असते.

हा सल्ला योग्य होता आणि आम्ही तो मानला.

ब) फेरफटका आणि काही आठवणी

[illegible] २८ ऑगस्ट, शनिवार, चव्हाणांची मार्शल मेलिनोव्हस्कीबरोबर अल्पकाळ भेट झाली आणि दोघांनी अधिकारी पातळीवर झालेल्या चर्चेच्या प्रगतीचा आढावा घेतला. ही केवळ सद्‌भावना भेट होती. व्यावहारिक चर्चा सोमवार, ३१ ऑगस्ट रोजी व्हावयाची होती.

सोव्हिएट संरक्षणमंत्र्यांच्या भेटीस जाण्यापूर्वी आम्ही सर्व जण लाल चौकातील लेनिनच्या समाधीला भेट देऊन आलो. आमच्याबरोबर दिल्लीतील रशियन अधिकारी आणि ब्रिगेडियर ओ.पी. मल्होत्रा* उपस्थित होते. मल्होत्रा मॉस्कोमधील आपले लष्करी संपर्क अधिकारी होते.

तो शनिवार सुटीचा दिवस असल्यामुळे लाल चौकात (रेड स्क्वेअर) लांबच लांब रांगा लागल्या होत्या. निदान दोन कि.मी. लांबीची ती रांग असावी. चव्हाण आणि त्यांच्याबरोबरचे सहकारी यांच्यासाठी खास व्यवस्था लष्करी अधिकाऱ्यांनी केली होती. ही लेनिनची समाधी क्रेमलिनच्या भिंतीनजीक आहे. तांबड्या ग्रॅनाइट दगडांनी बांधलेल्या त्या चौथऱ्याच्या दोन्ही बाजूंना दोन पहारेकरी स्तब्ध पुतळ्यासारखे उभे होते. चव्हाणांनी लष्करी पद्धतीप्रमाणे समाधीस पुष्पचक्र वाहिले. आम्ही सर्व त्यांच्या मागे उभे होतो. लाल चौकात जमलेला खूप मोठा रशियन समुदाय हा समारंभ उत्सुकतेने पाहत होता. आम्ही आत जाऊन लेनिनच्या शवाचे दर्शन घेतले.

त्या दिवशी सूर्यप्रकाश झगझगीत होता आणि सुटीच्या दिवशी चौकात जमलेला मोठा समुदाय हे दृश्य मनोहारी होते.

या साऱ्या परिसरावर क्रेमलिनमधील मनोरा आणि त्यावर पंचकोनी तारा आणि एक मोठे घड्याळ उठून दिसत होते. चौकातून आम्ही निघत असताना काही प्रेक्षकांनी चव्हाणांच्या गाडीवरील तिरंगी झेंडा ओळखला आणि रांगेमधील जागा सोडून ते भारताच्या संरक्षणमंत्र्यांचे अभिनंदन करून, हात उंचावून त्यांना अभिवादन करण्यासाठी पुढे सरसावले.

आमच्या गटातील इतर सभासद शहरातल्या हॉटेलमध्ये राहत होते आणि ते

---

* मल्होत्रा नंतर 'चीफ ऑफ आर्मी स्टाफ' झाले आणि त्यानंतर भारताचे इंडोनेशियातील वकील झाले.

पुढे होणाऱ्या चर्चेतील विषयांच्या नोट्स आणि मसुदे तयार करत होते. मी मात्र मोकळा असल्याने, मॉस्कोचा फेरफटका करायचे ठरवले.* आमच्या वकिलातीच्या ड्रायव्हरने मला एका मोठ्या रस्त्यावर आणून सोडले आणि पुन्हा आपल्या वकिलातीकडे कसे यायचे, तो मार्ग सांगितला. मला हे शहर किती मोठे आहे याची कल्पना नव्हती. मॉस्कोला भेट देण्यापूर्वी मी वॉशिंग्टन, लॉस एंजल्स आणि लंडन ही शहरे पाहिली होती; परंतु एवढे मोठे लंबेचौडे परिसर मी पाहिले नव्हते. शिवाय रस्त्यावरून चालणारे पादचारी अगदीच तुरळक. माझ्या भेटीच्या काळात खाजगी मोटारगाड्या नव्हत्या आणि एकूणच रहदारी कमी होती, त्यामुळे रस्ते अधिकच भकास आणि म्हणूनच अधिक रुंद वाटले. त्या रस्त्याच्या मधोमध एक पट्टा दोन्ही बाजूंना पांढऱ्या रेघांनी आखलेला होता. या पट्ट्यावरून फक्त अतिशय महत्त्वाच्या रशियन व्यक्तींच्या झिल आणि झिम (Zeal & Zeam) मोटारगाड्या वेगाने धावायच्या, असा संकेत होता. जरासे फिरल्यावर मला आढळले की, मी प्रसिद्ध गॉर्की स्ट्रीटवर आलो आहे, हा मॉस्कोमधील सर्वांत सुंदर क्रेमलिनकडे जाणारा रस्ता आहे. क्रेमलिनजवळ त्याचा शेवट होतो. मी दोन्ही बाजूंच्या छोट्या गल्ल्यांत भटकलो. शनिवार, सुटी असल्यामुळे खरेदीसाठी बाहेर पडलेल्या लोकांची गर्दी होती. दुकानांच्या समोर मोठाल्या रांगा होत्या, दुकानांची कपाटे मात्र बहुतेक मोकळी होती.

पाश्चिमात्य देशांत मी जे पाहिले, त्यापेक्षा हे दृश्य अगदीच निराळे होते. बहुतेक सर्व लोकांच्या, विशेषत:, पुरुषांच्या अंगांवरचे कपडे आणि पायांतले बूट जुने आणि फाटके दिसले. मला सूचना देण्यात आली होती की, कदाचित एखादा माणूस तुम्हाला थांबवेल आणि काही नवा कपडा किंवा बूट विकावयाचा आहे का, विचारेल. पण मला तसे कुणी थांबवले नाही. काही तास असा भटकल्यानंतर मी भारतीय वकिलातीच्या दाराशी पोहोचलो. या सर्व भ्रमंतीत माझ्या एक गोष्ट प्रकर्षाने लक्षात आली की, ज्या दुकानांत विविध तऱ्हेचे मद्य मिळत होते, ती विशेष गजबजलेली होती. खूप मोठ्या रांगा होत्या आणि मिळालेल्या बाटल्या घेऊन चटकन परतणारी गिऱ्हाईके पाहून या गोष्टीचा पुरवठा भरपूर आहे, असे माझ्या लक्षात आले. आणखी एक गोष्ट लक्षात आली, ती म्हणजे रशियन स्त्रिया घाईगर्दीत, तरतरीतपणे वावरत होत्या. बहुतेक महिला बुटक्या, लठ्ठ आणि सुदृढ प्रकृतीच्या दिसल्या. दुसऱ्या महायुद्धाच्या काळात त्यांनी सोव्हिएट लष्कराला लागणाऱ्या साहित्याच्या कारखान्यांमध्ये कष्टाचे काम केले होते; परंतु कुणाच्याही

---

* पुढील वर्णन त्या वेळच्या मॉस्को आणि तेथील नागरिकांविषयी आठवण म्हणून देत आहे. आज त्यात बरेच बदल झाले आहेत.

चेहऱ्यावर स्मितहास्य दिसले नाही. बहुतेक सर्व स्त्रियांच्या कपड्यांचा रंग एक तर काळा किंवा निळा होता.

मला दोन वाढती मुले असल्यामुळे मी एखादे खेळण्याचे दुकान आहे का, पाहत होतो. तसे एक सापडले. त्या दुकानातील वातावरण मात्र एकदम निराळे होते. लहान-मोठी मुले सगळ्या दुकानभर हिंडत, गलका करत त्या खेळण्यांशी खेळत होती. मला असेही आढळले की, या दुकानातील खेळण्यांच्या आणि गायनाच्या ध्वनिमुद्रिका यांच्या किमती कुठल्याही शहरापेक्षा कमी होत्या. एक सुंदर सुतारकामाचा संच काही थोड्या रुबल्समध्ये मला मिळाला आणि बऱ्याच पाश्चिमात्य संगीताच्या ध्वनिमुद्रिका मी खरेदी केल्या.

तेथून मी भारतीय वकिलातीकडे आलो, तेव्हा सोव्हिएट पोलीस आणि संरक्षण दलाचे लोक फाटकाजवळ उभे होते. कुठलाही रशियन नागरिक योग्य परवान्याशिवाय आत जात नाही, हे पाहण्याचे त्यांचे काम होते. अर्थात त्याबरोबरच भारतीय वकिलातीत काय चालते आणि कोण कोणाच्या भेटीस येतो, यावरही त्यांचे लक्ष असणारच. वकिलातीच्या फाटकाजवळ जाताना मलाही थांबवून चौकशी करतात काय, अशी शंका येऊन गेली, परंतु मी पूर्णत्वाने भारतीय आहे, असे दिसताच कसल्याही त्रासाशिवाय मी आत जाऊ शकलो.

वकिलातीची बिल्डिंग खूप मोठी, जुन्या सुंदर बांधणीचा नमुना होता. तिच्या कंपाउंडमध्ये अनेक छोट्या बंगलीवजा इमारती होत्या. मुख्य इमारतीत भारतीय वकिलांचे ऑफिस होते आणि तेथेच त्यांच्या निवासाची जागा होती. शेजारच्या इमारतीत दुय्यम वकील रेखी जयपाल हा भारतीय परराष्ट्र खात्यातील वरिष्ठ अधिकारी होता. वकिलातीतील इतर काही अधिकारी त्याच कंपाउंडमध्ये राहत होते.

वकिलातीच्या मागच्या बाजूच्या बगीच्यात एका टोकाला एक लहानशी इमारत उभी होती. तिला नाव दिले होते 'नेपोलियनचा डाचा.' नेपोलियनने काही काळ मॉस्कोचा कब्जा घेतला, तेव्हा तो तेथे राहिला होता, असे सांगण्यात आले.

या सर्व परिवारात प्रभावी व्यक्तिमत्त्व होते, ते भारताचे वकील टी.एन. कौल यांचे. त्यांनी अतिशय हुशार, धूर्त, मुत्सद्दी अशी छाप सर्वत्र पाडली होती आणि सोव्हिएट राजकीय वर्तुळात आणि इतरत्रही त्यांना मान होता. कौल तसे बुटकेच. त्यांच्या तोंडात सदैव पाईप आणि चेहऱ्यावर स्मित; पण नजर मात्र सर्वत्र भिरभिरणारी आणि त्यामुळे ते व्यक्तिमत्त्व प्रभावी आणि चाणाक्ष वाटे. त्यांचे दुय्यम, रेखी जयपाल म्हणजे नेमके वकील महाशयांच्या विरुद्ध प्रकृतीचे. ते अतिशय शांत, मृदुभाषिक आणि गोड स्वभावाचे होते. ते हळू बोलत आणि ऐकणाऱ्याला कान देऊन ऐकावे लागे. मात्र त्यांच्याजवळ परिस्थितीचे भरपूर ज्ञान आणि ते काय बोलतात, याची दक्षता घेतात, असे

दिसे. त्यांच्याशी बोलताना मोकळेपणा आणि विश्वास वाटे.

पुढल्या काळात त्यांनी भारतीय परराष्ट्र खात्यात उदंड यश मिळवले. ते आणि त्यांची पत्नी अतिशय आतिथ्याने वागले. मला आणखी एक परराष्ट्र खात्यातील अधिकारी भेटला, तो म्हणजे नरेंद्र जैन. तो वकिलातीत फर्स्ट सेक्रेटरी होता. या एका भेटीतूनच आम्ही पुढे आयुष्याचे मित्र झालो.

दुसरा दिवस रविवार सुटीचा. कसलेच कार्यक्रम आखलेले नव्हते. म्हणून चव्हाणांनी टॉलस्टॉयच्या यास्नेया-पॉलियेना इस्टेटीस भेट देण्याची इच्छा व्यक्त केली आणि त्यांच्या विनंतीला रशियन अधिकाऱ्यांनी आनंदाने मान्यता देऊन, तशी व्यवस्था केली. रस्त्याने जाताना एका चौकात चेकॉव्हचा पुतळा आणि नाव दिलेले होते. त्या पुतळ्याच्या भिंतीवर कोरलेली अक्षरे चव्हाणांना प्रभावित करणारी होती. त्यावर लिहिले होते :

'प्रत्येक माणसाने आपण उत्कृष्ट काम केले पाहिजे, अशी भावना ठेवली, तर जग सुधारून जाईल.'

चव्हाणांना टॉलस्टॉयच्या ठिकाणाचे महत्त्व एखाद्या यात्रास्थळासारखे वाटले. त्यांना ते स्थळ इतके भावले की, परत आल्यावर त्यांनी त्यावर एक सुंदर लेख लिहिला होता.

त्यांनी लिहिले : 'टॉलस्टॉयच्या समाधीवर काहीही लिहिलेले नाही. ते अनामिक आहे. बाह्यत: शांत आहे; परंतु अंतर्यामी प्रत्येक भेट देणाऱ्याच्या हृदयाशी बोलत असते.'

दुपारी मॅक्झिम गोर्कीपार्क या सांस्कृतिक केंद्राला आम्ही भेट दिली. रविवार असल्याने सर्व परिसर गजबजून गेला होता. तरुण आणि वृद्ध सारख्याच संख्येने होते. सर्वत्र फुलोरा फुललेला होता आणि रशियन जोडपी मुक्तपणे हिंडत होती. आदल्या दिवशी रात्री मी याच रस्त्यावरून हिंडत असताना सर्वत्र एक गंभीर शांतता होती. त्याउलट, आज सुटीच्या दिवशी हास्य आणि आनंदाला बहर आला होता. मला असे वाटले की, मोठी मंडळी दुसऱ्या महायुद्धाच्या छायेतून बाहेर पडली नव्हती. त्यांना खुलवण्यात लहान मुले आणि तरुणांची हजेरी उपयुक्त ठरली. या पार्कमध्ये एक प्रचंड जायण्ट व्हील फिरत होते. चव्हाणांनी आणि मी त्याचाही अनुभव घेतला. वेणूताईंना मात्र या चक्रावर बसून फिरणाऱ्या लोकांना पाहून गरगरल्यासारखे वाटले आणि त्या आमच्याबरोबर बसल्या नाहीत.

आपल्याला मेट्रो (भुयारी रेल्वे) पाहावयाची आहे का, असे आम्हाला विचारण्यात आले आणि आम्ही हो म्हटल्यावर एका नजीकच्या स्थानकावर नेण्यात आले. या

भूमिगत स्थानकाचे प्रवेशद्वार इतके स्वच्छ होते की, आम्हाला वाटले, आम्ही एखाद्या हॉस्पिटलमध्ये शिरत आहोत आणि हा रेल्वे फलाट नसावाच. आम्ही एका सरकत्या जिन्यावरून भूगर्भात खोलवर गेलो, तेव्हा वाटले, हे रेल्वे स्टेशन आहे की, एखादे म्युझियम आहे? सर्वत्र सुंदर पुतळे उभारलेले होते. आम्हाला सांगण्यात आले की, मेट्रो रेल्वेचे प्रत्येक स्टेशन म्हणजे सोव्हिएट नागरिकाचा मानबिंदू असून, साम्यवादी क्रांतीचे जणू ते स्मारक ठरावे, अशी त्याची रचना आहे. आम्ही त्या गाडीतून जेथे जेथे गेलो, त्या प्रत्येक स्टेशनवर विविध तऱ्हेची कलाकुसर आणि समाजवादी क्रांतीची आठवण करून देणारी स्मृतिचिन्हे उभारली होती. आम्ही फारच प्रभावित झालो. लंडनमधील भूमिगत रेल्वे आणि वॉशिंग्टनमधील ट्यूब रेल्वे यांची रशियन मेट्रोशी तुलनाच होऊ शकत नाही, इतका फरक जाणवला.

आम्हाला आणखी एक शोध लागला. त्या काळात तिकिटाचा दर फक्त एक कोपॅक (१०० कोपॅकचा रुबल) एवढा होता आणि प्रवाशांनी प्रवेशद्वारावर ठेवलेल्या मशीनमध्ये एक नाणे टाकून नंतरच फिरत्या जिन्यावर पाऊल टाकायचे. त्यांच्या हातात तिकीट मिळत नसे. तपासनीसही कोणी उपस्थित नसे. मी आमच्या दुभाष्याला विचारले,

"एखादा बिनतिकिटाचा प्रवासी येणार नाही का?"

त्याने सांगितले,

"आमच्या समाजरचनेत अशा रीतीने नाणे न टाकता एखादा शिरेल, ही कल्पनाच अशक्य."

मी चिकाटी धरून विचारले,

"असे घडलेच, तर काय?"

तो हसला आणि म्हणाला,

"असा एखादा पाजी निघाला, तर आजूबाजूच्या कोणाच्या तरी लक्षात येते आणि त्याचे नाव, तो ज्या गटाच्या विभागातला असेल किंवा तो जेथे काम करत असेल, तेथे सांगितले जाते. आपल्या देशाला फसवणे हा फार मोठा काळिमा आहे, अशी भावना दृढ असल्याने तसे करण्यास कोणी धजत नाही."

त्या साम्यवादी आणि समाजवादी समाजाबाबतचे आणखी एक प्रात्यक्षिक मला लवकरच पाहावयास मिळाले. आमच्या संरक्षणमंत्र्यांच्या दिमतीला एक चार तारांकित वृद्ध जनरल दिलेला होता. त्याचे वय सुमारे ऐंशी असावे. त्या संध्याकाळी आमची पंगती झाल्यानंतर त्याने [illegible] परवानगी घेतली आणि मी त्याला वकिलातीच्या दारापर्यंत पोहोचवण्यास गेलो. मी त्याला विचारले,

"तुमची गाडी कोठे आहे?"

त्याने सांगितले,

"मला गाडी नाही."

मग ते घरी कसे जाणार, मला प्रश्न पडला.

तो म्हणाला,

"फार सोपे आहे. जवळच्या मेट्रो स्टेशनवर जाईन आणि घरी पोहोचेन." त्याने पुढे सांगितले. "या देशात माणूस सेनेतला जनरल का असेना, कामावर असताना त्याला सर्व तऱ्हेची साधने मिळतात; परंतु काम संपल्यावर त्याला इतर नागरिकांप्रमाणे यावे-जावे लागते आणि म्हणून इतर सरकारी नोकरांप्रमाणे तो मेट्रोने घरी जाईल."

माझ्या डोळ्यांसमोर भारतीय अधिकारी आला. अगदी छोट्या छोट्या पदावरही घरापर्यंत जाण्या-येण्याला गाडी असणे म्हणजे एक पदाचे मानचिन्ह समजले जाते.

आमचे हे सुटीचे दिवस विश्रांतीचे आणि शहर पाहण्याचे होते. आमच्या व्यवस्थापकांनी सर्व व्यवस्था उत्तम ठेवली होती. टिकी कौलने सांगितल्याप्रमाणे तिथे काही यंत्रे भिंतीत बसवली आहेत का, हे अजमावण्याची माझी इच्छा होती. मी वेणूताईंच्या सहकार्याने एक कट रचला.

आमच्या कटाप्रमाणे त्या रात्री वेणूताई सहज यशवंतरावांना म्हणाल्या,

"इथे आंबे असतील का?"

दुसरे दिवशी आमच्या टेबलावर आम्रफळे हजर.

आम्हाला नवल वाटले, इतक्या झटपट कार्यवाही हे लोक कसे करू शकतात? आणि आमचा कट सफल झाल्याचा आनंदही झाला; पण दुसरे दिवशी या शंकेचे निरसन झाले. कारण ही आम्रफळे एअर-इंडियाने भारतातून सोव्हिएट यजमानांना भेट देण्यासाठी आणली होती आणि त्याच संध्याकाळी ती फळे आमच्या डाचाच्या सुंदरीकडे सुपूर्त केली होती.

हे समजल्यावर, वेणूताईंची आणि माझी बरीच निराशा झाली. यशवंतरावांना जेव्हा आम्ही कट सांगितला, तेव्हा ते खदखदून हसले!!

क) सोव्हिएट नेत्यांशी बोलणी

३१ ऑगस्ट रोजी चव्हाणांची सोव्हिएट संरक्षणमंत्री मार्शल मेलिनोव्हस्कीं-बरोबरची बोलणी सुरू झाली. त्याची पूर्वतयारी अगोदरच मॉस्कोमध्ये अधिकारी पातळीवर झाली होती. खरे म्हणजे, या भेटीची तयारी तपशीलवार अगोदरच झाली होती. कोणते निर्णय घ्यावयाचे आणि राजकीय पातळीवर कशा तऱ्हेच्या धोरणाचा अवलंब करायचा, याची चर्चा संरक्षणमंत्री आणि पंतप्रधान लालबहादूर शास्त्री यांच्यामध्ये पूर्वीच झाली होती.

भारताचे संरक्षणमंत्री सोव्हिएट युनियनला या विशिष्ट वेळी भेट देत आहेत,

या घटनेला फार मोठे महत्त्व होते. चव्हाणांनी आपली अमेरिकेची सफर पूर्ण केली होती आणि त्यांची इंग्लंडला भेट ठरली होती. एक गोष्ट सर्वज्ञात होती की, भारताला अमेरिकेकडून अपेक्षित मदत आणि साह्य मिळाले नव्हते. भारताच्या वायुदलासंदर्भात दिल्लीला सोव्हिएट रशियावर अवलंबून राहावे लागणार होते. त्यांनीही मिग जातीची विमाने पुरवण्याची आणि त्यांचे उत्पादन भारतात करण्याला तत्परता. [illegible] भागीदारी दिली होती. भारताच्या संरक्षण-नीतीमध्ये एक नवीन पर्व सुरू होत होते.

संरक्षणमंत्री मेलिनोव्हस्की डिसेंबर, १९६३मध्ये दिल्लीस आले असता त्यांची आणि चव्हाणांची भेट झाली होती. चव्हाणांप्रमाणे मेलिनोव्हस्की हे युक्रेनमधील शेतकरी परंपरेचे होते. ही परंपरा सैनिकाची होती आणि या सेनानीने मार्शल झुकोव्हच्या नेतृत्वाखाली जर्मन सैनिकांचा लेनिनग्राडवरचा हल्ला थोपवला होता. मेलिनोव्हस्की १९५६मध्ये डेप्युटी संरक्षणमंत्री झाले होते आणि ते रशियाच्या सर्वोच्च अधिकारी समिती (फेडरल कमिटी) चे पूर्ण सभासद होते. एक वर्षातच मार्शल झुकोव्हच्या जागी त्यांची नेमणूक संरक्षणमंत्री म्हणून झाली होती. मेलिनोव्हस्की क्रुश्चेव्हच्या जवळचे मानले जात. त्यामुळे चव्हाण जाणून होते की, त्यांच्या या लष्करी अधिकाऱ्याबरोबर होणाऱ्या चर्चेत मिळणाऱ्या यशाला मोठे महत्त्व होते. सारी चर्चा मोठ्या मैत्रीपूर्ण वातावरणात पार पडली. चर्चेनंतर चव्हाण समाधानी होते की, भारताला हव्या असणाऱ्या बहुतेक मागण्या मान्य होत होत्या आणि त्यामध्ये मिग-२१ ही लढाऊ विमाने आणि त्यांच्या उत्पादनासाठी लागणाऱ्या कारखान्याची मशिनरी मिळणार होती. इतर अनेक उपकरणे देण्याचे रशियाने मान्य केले आणि तेही कसल्याही अटी न घालता.

या भेटीनंतर चव्हाणांची परराष्ट्रीय आणि आर्थिक खात्याच्या कमिटीचे चेअरमन मि. एस. स्काचकॉफ याची भेट झाली. उभयतांत ठरलेले साहित्य कसे द्यावयाचे, याच्या अटी ठरवण्याचे काम त्याच्याकडे होते. स्काचकॉफ विनम्र, तितकाच घट्ट होता. मालाच्या किमती कशा ठरवावयाच्या आणि व्याज काय आकारावयाचे, यावर तो ठाम होता. पुन्हा पुन्हा चव्हाणांना पटवून देत होता की, भारताला देऊ केलेली साधनसामग्रीची किंमत त्यांच्या पूर्व युरोपियन भागीदारांना लावलेल्या किमतीपेक्षा कमी आहे. या प्रश्नावर चव्हाणांची निराशा होत होती. चर्चा संपत नव्हती. तेव्हा चव्हाणांनी ठरवले की, खुद्द सोव्हिएट नेता क्रुश्चेव्ह यांच्या भेटीचा प्रयत्न करावयाचा आणि अधिक सवलती मिळवण्याचा प्रयत्न करावयाचा. त्यांनी आपला मनोदय दिल्लीला लालबहादूर शास्त्रींना कळवला. चव्हाणांना सांगण्यात आले की, क्रुश्चेव्हची भेट त्यांच्या रशियन भेटीच्या शेवटीच होऊ शकेल. कारण क्रुश्चेव्ह मॉस्कोत नव्हते.

ते त्यांच्या ब्लॅक-सी विश्रामधामी ऑगस्ट महिन्याच्या सुटीवर गेले होते.

सोव्हिएट अधिकाऱ्यांनी भारताच्या लष्करी गरजा पुरवण्याचे कबूल केले, याचा भारतीय लष्कर आणि आरमारी वरिष्ठ अधिकाऱ्यांवर मोठा परिणाम झाला. तोपर्यंत रशियन मदत फक्त वायुदलापुरतीच मर्यादित होती आणि कृष्ण मेनन यांनी ती मिळवण्यासाठी खूप काम केले होते. आणि आपल्यावर राजकीय हल्ला ओढवून घेतला होता. चव्हाणांनी मॉस्कोला भेट दिली, तोपर्यंत भारतीय नौदलाचे अधिकारी इंग्लंडच्या बाहेर आपल्या गरजांसाठी कुणाकडे पाहण्यास तयार नव्हते; पण आता रशियन सहकार्याचा ते विचार करू लागले. तोपर्यंत भारतीय आरमाराच्या वरिष्ठांपासून कनिष्ठांपर्यंत सर्वांचे घनिष्ठ संबंध ब्रिटिश आरमाराबरोबर होते आणि त्याव्यतिरिक्त कोठून साहित्य मिळविण्याची कल्पना त्यांना मानवत नव्हती. सुदैवाने चव्हाणांच्या बरोबरच्या मंडळात रिअर ॲडमिरल एस.एम. नंदा हे समाविष्ट होते. ते अमेरिकेतील चर्चेतही हजर होते. त्यामुळे पाश्चात्त्य देश आणि भारत यांचे परस्परसंबंध जाणत असल्याने सोव्हिएट रशियाकडे ते खुल्या मनाने पाहू शकत होते; परंतु भारतीय लष्कराच्या नेत्यांमध्ये मात्र तसा बदल दिसत नव्हता. लष्कर सेनानी जनरल चौधरी आपल्या लष्करी सल्लागारांसह या सफरीवर आले होते ते फक्त त्यांच्या गाठीभेटी व्हाव्यात, सोव्हिएट युनियनमधील उत्पादन करणाऱ्या कारखान्यांना भेटी द्याव्यात, एवढ्याच उद्देशाने; परंतु प्रत्यक्ष भेटीत रशियन छोटे रणगाडे आणि तोफा यांच्या करामतीने ते प्रभावित झाले होते; परंतु या रणगाड्यांच्या बाह्य दर्शनाने त्यांचे समाधान झाले नव्हते आणि रशियन कारखान्यांना भेट देताना पाश्चात्त्य देशांपेक्षा रशियन साहित्य कित्येक पटींनी फडतूस दिसते, असे नापसंतीचे उद्‍गार त्यांनी काढले होते आणि ते त्यांचे उद्‍गार मार्शल मेलिनोव्हस्कीपर्यंत पोहोचले होते.

मार्शल मेलिनोव्हस्कीने भारतीय संरक्षणमंत्र्यांकरिता दिलेल्या मेजवानीच्या वेळी चौधरींच्या उद्‍गारांचा उल्लेख केला आणि सुचवले की, भारतीय अधिकाऱ्यांनी त्या तोफा बाहेरून कशा पॉलिश्ड दिसतात, यापेक्षा आतून काम कसे देतात, ते पाहावे. मेलिनोव्हस्कीने खुलासेवार सांगितले की, त्यांच्या लष्करी साहित्याच्या बाह्यांगाच्या चकाकीवर फारसे लक्ष न दिल्याने काही हजार कामांचे तास आणि खर्च वाचवला आहे. ते पुढे म्हणाले, आपण जेव्हा शत्रूवर गोळाफेक करतो, त्या वेळी तो गोळा नळीतून किती सहज सुटतो, याला अधिक महत्त्व आहे, त्या तोफेच्या बाहेर दिसणाऱ्या चकचकीत पॉलिशला नव्हे.

चव्हाणांनी हा सल्ला चौधरींना पोहोचवला आणि जनरल चौधरींनीही खिलाडूपणे आपल्या उद्‍गारांची जबाबदारी पत्करली आणि योग्य दिलगिरी व्यक्त केली. परिणामी चौधरींनी चव्हाणांना सल्ला दिला की, रशियन रणगाड्याच्या दोन रेजिमेंट्स आपण घ्याव्यात. आपल्याकडील ब्रिटिश स्टुअर्ड टँक जुने झाले आहेत. अशा

तऱ्हेने एक नवा संबंध प्रस्थापित झाला.

३१ ऑगस्ट रोजी मार्शल मेलिनोव्हस्कींनी भारताच्या संरक्षणमंत्र्यांसाठी स्वागत समारंभ आयोजित केला. सोव्हिएट संरक्षक दलाचे सर्वच्या सर्व वरिष्ठ अधिकारी त्या वेळी उपस्थित होते. भारताचे शिष्टमंडळ आणि मॉस्कोमधील भारतीय मोठ्या संख्येने समारंभास उपस्थित होते. सर्व टेबलांवर व्होडका, शॅम्पेन वगैरे पेये ठेवली होती. मार्शल मेलिनोव्हस्कींनी लांबलचक भाषण करून भारत रशिया मैत्रीचा भरपूर गौरव केला आणि चव्हाणांचे स्वागत केले. चव्हाणांच्या उत्तराचे भाषण अगोदरच तयार करून रशियन दुभाष्याकडे दिले होते. त्याने रशियन संरक्षणमंत्र्यांचे भाषण आम्हास इंग्रजीत ऐकवले आणि चव्हाणांचे भाषण रशियन भाषेत वाचून दाखवले.

दोन दिवसांनंतर चव्हाणांनी मेलिनोव्हस्कींना आपल्यातर्फे स्वागत-समारोहास बोलावले. त्या वेळी कसे भाषण करावे, याची चर्चा श्री. कौल यांच्याबरोबर करत असताना नरेंद्र जैन, फर्स्ट सेक्रेटरी माझ्याकडे आले आणि सांगू लागले की, सोव्हिएट दुभाष्याने त्या दिवशीचे चव्हाणांचे भाषण योग्य रीतीने भाषांतरित केलेले नव्हते. त्या दुभाष्याने काही वाक्ये तर गाळलीच होती; परंतु चव्हाणांनी व्यक्त केलेल्या भावनाही त्याच्या भाषांतरात प्रगट झाल्या नव्हत्या. मी त्याला विचारले, 'आपण काय करावे?' त्याने सुचवले, आपल्या भारतीय दुभाष्याने चव्हाणांचे भाषण रशियन भाषेत सांगावे. नरेंद्र जैन ते काम अंगावर घेण्यास तयार होते. मात्र चव्हाणांनी मान्यता दिली, तरच. कारण त्यापूर्वी आपल्या वकिलाबरोबर ते बोलले असावेत आणि त्यांना उत्साहवर्धक प्रतिसाद मिळाला नसावा. कदाचित श्री. कौल रशियन पुढाऱ्यांमध्ये काही गैरसमज होऊ नयेत, याची काळजी घेत असावेत.

तिसऱ्या प्रहरी आम्ही स्वागत-समारोहास जाताना मी चव्हाणांना नरेंद्र जैन यांचे बोलणे सांगितले. चव्हाणांना ते एकदम पसंत पडले. आमचा भारतीय दुभाष्या हे काम करू शकतो, याचा अभिमान वाटला आणि त्यांनी मला रशियन दुभाष्याबरोबर बोलून ठरवावे, असे सांगितले. या संबंधात कुठल्याही वरिष्ठ पातळीवरचा हस्तक्षेप टाळण्यासाठी मी चव्हाणांचे भाषण सुरू होण्यापूर्वी काही मिनिटेच रशियन दुभाष्याला सांगितले की, आमच्या वकिलातीतील सेक्रेटरी चव्हाणांच्या भाषणाचे भाषांतर करतील. रशियन दुभाष्याला ते आवडले नाही. तो चमत्कारिक आणि धमकीवजा नजरेने माझ्याकडे पाहू लागला; पण आता तो काहीच करू शकत नव्हता. कारण चव्हाण आणि मेलिनोव्हस्की यांनी आपापल्या जागा घेतल्या होत्या. मी स्वत:, नरेंद्र जैन आणि सोव्हिएट इंटरप्रीटर यांच्या मागेच नजीक उभा होतो आणि त्या क्षणाला

आमच्यात काही बोलणे झाले असते, तर त्या दोघांपर्यंत ते पोहोचले असते.

चव्हाणांनी स्वागताचा पेला उंचावून भाषणाला सुरुवात करताच मी नरेंद्र जैनला पुढे सरकवले. त्याच्याजवळ चव्हाणांचे भाषण अगोदरच तयार होते आणि त्याने दुभाष्याचे काम उत्कृष्टरीत्या पार पाडले. भाषणाच्या शेवटी सर्व बाजूंनी टाळ्यांचा गजर होत होता आणि नरेंद्र जैनने केलेल्या भाषांतराबाबत त्याचे अभिनंदन होत होते. त्यातच खुद्द मार्शल मेलिनोव्हस्की यांनीही नरेंद्रचे अभिनंदन केले.

मला स्वत:ला हा लहानसा प्रसंग राष्ट्रीय अभिमानाचा वाटला. तरुण नरेंद्र जैन याला तर नवे धैर्य प्राप्त झाले. आम्ही दोघे उत्तम स्नेही बनलो. नरेंद्रला पुढे अनेक मोठी पदे मिळत गेली आणि काही वर्षांपूर्वी भारताचे नेपाळमधील वकील असताना ते सेवेतून निवृत्त झाले; पण जन्मभर ते सौम्य आणि विनयशील गृहस्थ राहिले आणि आमची मैत्री आजही ताजी आहे.

■

३२

रशियाची सफर

लेनिनग्राड ते व्होल्गाग्राड

चार दिवसांच्या मॉस्कोमधील चर्चेनंतर चव्हाणांसह आम्हाला देशदर्शनासाठी नेण्यात आले. लेनिनग्राड, व्होल्गाग्राड ही आणि काळ्या समुद्रावरील याल्टा अशा ठिकाणी आम्ही गेलो. काही ठिकाणच्या भेटी केवळ दर्शनासाठी होत्या; पण लेनिनग्राड हे शहर सोव्हिएट आरमाराच्या मुख्य ॲडमिरलचे मुख्य ठिकाण होते.

आमच्या गटामध्ये खुद्द चव्हाण, श्रीमती वेणूताई, एच.सी.सरीन, रिअर ॲडमिरल नंदा आणि मी असे होतो. रेड-ॲरो (Red-Arrow) या गाडीने मॉस्को ते लेनिनग्राड हे सहाशे पन्नास कि.मी.चे अंतर कापले. रशियन लोकांना या रेड-ॲरो गाडीबद्दल रास्त अभिमान आहे. सर्व डबे उत्कृष्ट बिछायतीने सजलेले आणि शयनस्थानेसुद्धा सुखद होती. रात्री दहा वाजता आम्ही मॉस्को सोडले. लेनिनग्राडला लष्करी गव्हर्नर उपस्थित होता. तोही लष्करातील चार तारांकित जनरल होता. प्लॅटफॉर्मवरच लष्करी सलामी देण्यात आली आणि सुंदर लष्करी कवायत आम्ही पाहिली.

आम्हाला इंटर टुरिस्ट हॉटेलमध्ये नेण्यात आले. हे हॉटेल सेंट इसॅक कॅथेड्रल चौकात आहे. झारशाहीच्या काळात तेथे जर्मन वकिलात होती. मी चटकन कपडे बदलले आणि भ्रमंतीला निघालो. चौकात कॅथेड्रलची इमारत एवढी भव्य होती की, त्याची तुलना रोममधील सेन्ट पीटर आणि लंडनमधील सेन्ट पॉल कॅथेड्रलशी करता आली असती. कॅथेड्रलमध्ये थोडी हालचाल आहे, हे पाहून आत शिरलो, तर आत वृद्ध स्त्री-पुरुष गुडघे टेकून प्रार्थना करत होते. माझी समजूत होती की, कम्युनिस्ट राज्यात धार्मिक प्रार्थनेची प्रथा बंद होऊन तेथे वस्तुसंग्रहालये झाली असतील; परंतु चर्चमध्ये प्रार्थना करण्यास मज्जाव नव्हता. आतील गाभारा आणि भिंती शेकडो चित्रांनी आणि पुतळ्यांनी सजवलेल्या होत्या आणि चर्चच्या बाहेरच्या बाजूला मार्बल चकाकत होता. मला सांगण्यात आले की, धार्मिक विधींना

परवानगी नसली, तरी रविवारच्या दिवशी ज्यांची इच्छा असेल, त्यांना कॅथेड्रलमध्ये जाण्यास आणि प्रार्थना करण्यास परवानगी होती.

आमची सकाळची न्याहरी संस्मरणीय ठरली. त्या वेळी मला रशियन मंडळी सकाळच्या वेळीसुद्धा किती प्रमाणात पिऊ शकतात, याची कल्पना आली. आमचा यजमान, लेनिनग्राडचा गव्हर्नर हा दुसऱ्या महायुद्धातला एक नावाजलेला सेनानी होता. बर्लिनवर झालेल्या शेवटच्या हल्ल्यात जनरल झुकोव्हचा प्रमुख हात होता, म्हणून बर्लिन पडल्यावर त्याला तेथे मिलिटरी गव्हर्नर नेमण्यात आले होते. त्याच्या भरदार मिशा, काळ्याभोर जाड भुवया आणि एकंदर चेहरा सांगत होता की, हा अत्यंत कठोर, भलतेसलते चालू न देणारा कमांडर असला पाहिजे; पण परिचयानंतर आढळले की, तो हसता-खेळता नागरिकही होता.

चव्हाणांच्या कार्यक्रमातील पहिली भेट ही पिस्कर-यावोस्कोये येथील हुतात्म्यांच्या स्मारकाला होती. दुसऱ्या महायुद्धात लेनिनग्राडच्या नऊशे दिवसांच्या वेढ्यात सहा लक्ष लोक मारले गेले होते आणि तेथे चार लक्ष सत्तर हजारांची थडगी बांधलेली होती. या स्मशानभूमीची भेट हा एक भावनात्मक अनुभव होता. हे सर्वांचे समाईक चिरंतन विश्रांतीस्थळ होते आणि वर्षानुक्रमाने त्यांची थडगी उभारली होती. कशावरही नावाची पाटी नव्हती. सर्वत्र तांबड्या गुलाबांची झाडे लावलेली होती आणि आमच्या भेटीच्या वेळी ती सर्व उमललेली होती. तेथील स्मारकाला पुष्पचक्र वाहण्याचा कार्यक्रम झाला. उंच अशा मनोऱ्यावर एक मातेचा पुतळा ओक आणि यूरल पानांची माळ घेऊन उभा होता. त्या खाली लिहिले होते, 'कोणाचाही आणि कशाचाही विसर पडलेला नाही.'

या पुष्पचक्र-अर्पणाच्या वेळी भावस्पर्शी कार्यक्रम लष्करी काटेकोरपणाने साजरा झाला. कोणाच्याही तोंडून शब्द उच्चारला गेला नाही. वाटले, हे स्मारक लढाईच्या यातनांचा आक्रोश करीत आहे आणि त्याचबरोबर सोव्हिएट जनतेची शांतीची इच्छा प्रकट करीत आहे.

तेथे शेकडो सोव्हिएट नागरिक, वृद्ध आणि तरुण, आपल्या लाडक्या दिवंगतांना प्रणाम करण्यासाठी जमले होते. आज भारताचे संरक्षणमंत्री तेथे आहेत, असे कळताच तो समुदाय समोर आला आणि त्याने ठेका धरला : शांती! शांती! शांती!!!

आमच्या डोळ्यांतून अश्रू वाहू लागले.

आम्ही उमजलो की, शांती याचा खरा अर्थ भारतात आम्हाला कधी कळला नाही. कारण, लढाईतील खरे बलिदान आमच्या वाट्यास आलेच नव्हते.

तेथून निघण्यापूर्वी आम्हाला एक छोटेसे संग्रहालय दाखवण्यात आले. त्यात

लेनिनग्राडच्या नऊशे दिवसांच्या लढ्याचा चित्रमय इतिहास रेखाटलेला होता. आम्हाला तेथे तान्या नावाच्या छोट्या मुलीची डायरी दाखवण्यात आली. तिने आपल्या घरचा एक एक माणूस भुकेने मृत्युमुखी पडला आणि शेवटी तान्याही भूकबळी ठरली, ते नोंदले होते. सर्वच काही हृदयस्पर्शी होते –

त्यानंतर आम्ही 'हर्मिटेज' या चित्रसंग्रहालयास भेट दिली. रशियन झारच्या हिवाळी राजवाड्यात कॅथेरीन दि ग्रेट या राणीने ते संग्रहालय उभे केले. बाहेरून पाहताना ती इमारत अनेकचौकी राजवाडा भासला. प्रत्यक्षात हर्मिटेज ही पाच इमारतींची मिळून एक वास्तू झाली आहे. या हिवाळी राजवाड्यासमोर एक प्रचंड चौक होता. १९१७ साली बोल्शेव्हिक ऑक्टोबर क्रांतीची पहिली घटना या चौकात घडली होती. हर्मिटेज या संग्रहालयाची सुरुवात दुसरी झरिना कॅथेरिना हिने १७६४मध्ये केली. मोठमोठी चित्रे आणि कलाकुसरीच्या वस्तू तेथे आणल्या. त्यामध्ये विविध भाग केलेले आहेत. मध्ययुगीन रोमन, मेसेपोटेमियन आणि पौर्वात्य वस्तूंचा संग्रह आहे. ग्रीक आणि इजिप्शियन यांच्या आधुनिक वस्तू तेथेच आहेत. तेथील क्यूरेटरने कोणते भाग आम्ही आधी पाहायचे, हे आम्हास विचारले. कारण काही तासच आमच्या कार्यक्रमात या भेटीसाठी ठेवले होते. त्याने चव्हाणांना सांगितले की, प्रत्येक विभाग पाहावयाचा, तर कित्येक दिवस लागतील. मला डच आणि फ्लेमिश संग्रहाबद्दल थोडी कल्पना होती, म्हणून मी तो विभाग पाहण्याबद्दल सुचवले. आम्ही तेथे रॅफेल, रुबेन, व्हॅन डाईक, रॅम्ब्रा यांची चित्रे पाहिली आणि रोदँचे शिल्प पाहिले.

आमची भेट एवढी अल्पकाळची होती की, आम्ही तो संग्रह पाहिला, असे म्हणूच शकलो नव्हतो. एखाद्या खिडकीतून प्रचंड विस्तार डोकावून पाहावा, एवढेच आम्हास पाहावयास मिळाले. हर्मिटेजचा हा प्रचंड खजिना आम्हास वेळेअभावी पाहता आला नाही, हे दुर्दैवच म्हणायचे. मला असेही वाटून गेले की, आमच्यापैकी सर्वांनाच या वस्तू पाहण्यात रस नसावा, कारण बाहेर स्वच्छ ऊन पडले होते आणि देखावा सुंदर दिसत होता. ते सुंदर शहर पाहण्याची इच्छा स्वाभाविक होती. दुपारचे जेवण तीन तास चालले. आणि मग भरल्यापोटी बाहेर जाण्याची इच्छा उरली नव्हती. लेनिनग्राडच्या त्या लष्करी गव्हर्नरने पुन्हा एकदा आपल्या खाण्यापिण्याची प्रचीती आम्हास आणून दिली. आमच्यापैकी फक्त रिअर ॲडमिरल नंदा त्यांच्या बरोबरीने ग्लास उचलत होते आणि रिता करीत होते. सोव्हिएट सेनानींना नंदाजींचे कौतुक वाटले.

दुसऱ्या दिवशी भल्या पहाटे आम्ही 'पीटर द ग्रेट'च्या उन्हाळी राजवाड्याकडे गेलो. तेथील सर्वांत आनंददायक भाग म्हणजे भव्य बागबगीचे. असे सांगतात की, पीटर दि ग्रेट आपल्या पाहुण्यांच्या तेथे खोड्या काढीत असे.

चव्हाणांना मात्र पुढच्या आरमारी ठाण्याला भेट देण्याची आतुरता वाटत होती. रशियन अधिकाऱ्यांनी त्यांच्या एका पाणबुडीवर आम्हास नेण्याचे कबूल केले होते. लष्करी बोटीवर स्त्रियांना न नेण्याची प्रथा होती. आमच्या मिलिटरी गव्हर्नरने वेणूताईंना शहरात परत नेण्याची कामगिरी पत्करली. जाता जाता मिस्कीलपणे ते म्हणाले,

''आम्ही आपल्या स्त्रियांची उत्तम देखभाल करू, आपण त्यांची काळजी करू नका. तुम्ही पुरुषमंडळी निश्चिंतपणे आरमारी मजा लुटा.''

आम्ही त्या पाणबुडीत शिरता-शिरताच त्या भागाच्या काफिल्याचा 'कमांडर इन चीफ' चव्हाणांना म्हणाला,

''बहुधा ही पहिलीच वेळ असेल की, जेव्हा एका परदेशी पाहुण्यास रशियन पाणबुडी दाखवण्यात आली.''

साहजिकच प्रत्येकाला प्रथम आत शिरण्याची इच्छा झाली. मी वयाने सर्वांत तरुण, म्हणून मला पाणबुडीत उतरण्याचा पहिला मान मिळाला!

आम्हाला पाणबुडीच्या उदरातील राहण्या-खाण्याची व्यवस्था; तसेच इंजिनकक्ष, टॉरपेडो आणि इतर लढाऊ अस्त्रे दाखविल्यावर पाणबुडीच्या कॅप्टनने संरक्षणमंत्र्यांना गल्फ-ऑफ-फिनलंडमध्ये बुडी मारून प्रात्यक्षिके दाखविण्याची परवानगी मागितली. लवकरच आम्ही आखाताच्या खोल भागात धाव घेत होतो आणि केव्हा पाण्याखाली गेलो, हे कळलेही नाही. निरनिराळ्या परिस्थितीत आणि सामन्याला तोंड देण्यासाठी काय करावे लागते, याची प्रात्यक्षिके झाली. दोन तास कसे गेले, हे कळलेच नाही.

परत सागरतटावर आल्यानंतर रशियन पद्धतीनुसार पिण्याचा आणि जेवणाचा जंगी कार्यक्रम होताच. रशियन आणि भारतीय नौसेना अधिकाऱ्यांत कोण जास्त व्होडका पचवू शकतो, याची शर्यत लागली. आमच्यातर्फे रिअर ॲडमिरल नंदा नेहमीप्रमाणे आव्हान स्वीकारण्यास तयार होतेच. त्यांनी भारताची बाजू चांगली सांभाळली!

तीन तास जेवणाच्या टेबलावर घालविल्यावर आता गेलेच पाहिजे, असा विचार करीत होतो, तेवढ्यात यशवंतरावांच्या हातात एक सीलबंद लिफाफा देण्यात आला. मी त्यात काय गूढ आहे, याचा अंदाज माझ्या मनात बांधत होतो. क्रुश्चेव्हना भेटण्यासाठी त्यांना ताबडतोब मॉस्कोला परत बोलावले की काय, हे मनात चमकून गेले.

यशवंतरावांच्या चेहऱ्यावर स्मितहास्य उमटले आणि त्यांनी तो संदेश माझ्या हातात दिला. बघतो, तर काय, त्या भल्या मोठ्या कागदावर एकच वाक्य :

''मिस्टर मिनिस्टर, आपल्या स्त्रियांविषयी आपण निश्चिंत असावे. मी त्यांची चांगली देखभाल करीत आहे. माझ्या सहवासात सर्व आनंदात आहेत.''

तो निरोप होता लेनिनग्राडच्या लष्करी गव्हर्नरकडून. स्त्रियांच्या बाबतीत त्याची विशेष 'ख्याती' होती. त्याच्या बर्लिन येथील वास्तव्याशी निगडित असलेल्या

बऱ्याच कथा नौसेनेच्या ॲडमिरलनी आम्हाला जेवण घेताना सांगितल्या होत्या. कदाचित गव्हर्नरला त्याची कल्पना असावी आणि म्हणूनच भारताच्या संरक्षणमंत्र्यांना त्या संदेशात त्यांना आश्वासन द्यावयाचे होते क्री, आपल्या भारतीय स्त्रियांचा मान राखण्याची जबाबदारी मी कर्तव्यनिष्ठेने पार पाडीत आहे. आपण निश्चिंत असावे!

वोल्गाग्राड : शांतिचितेचे भस्म

वोल्गाग्राडची यात्रा एक चिरस्मरणीय अशी ठरली.

आम्ही ३ सप्टेंबरला सकाळी वोल्गाग्राडला पोहोचलो. वोल्गा नदीच्या काठी वसलेले हे शहर पूर्वी स्टॅलिनग्राड या नावाने दुसऱ्या महायुद्धात जगप्रसिद्ध झाले होते. वोल्गा नदी म्हणजे रशियाची गंगा. ३५०० किलोमीटर लांब आणि सदैव तुडुंब पाण्याने भरलेले पात्र. या नदीच्या काठी दुसऱ्या महायुद्धातील एक घनघोर युद्ध कित्येक महिने चालू होते. त्या युद्धात नाझी फौजेची हार-हिटलरच्या पराभवाची नांदी ठरली.

आम्हाला शहरात फेरफटका मारण्यासाठी नेण्यात आले. प्रत्येक गल्लीबोळ आणि प्रत्येक घर त्या युद्धाची आठवण करून देत होता. कारण सर्व घरे नवीन होती. जवळ जवळ पूर्ण शहर नेस्तनाबूत झाले होते. अभूतपूर्व रणधुमाळीत लाखो जीव मृत्यू पावले होते. कित्येक वर्षे तेथील माती लाल रक्ताने माखली होती, असे सांगतात.

– आणि या सर्वांची सदैव आठवण देण्यासाठी – एक स्मारक नदीच्या काठावर वसलेल्या एका 'ममई-हिल्स' या नावाने ओळखणाऱ्या लहानशा डोंगरावर उभारले जात होते. आम्ही तेथे पोहोचताच तेथील आर्किटेक्ट-कलावंतांनी आमचे स्वागत केले. वर चढता चढता दोन्ही बाजूंना दगडांमध्ये हा कलावंत गेली वीस वर्षे युद्धाची चित्रे घडवीत होता. युद्धातील कित्येक प्रसंग दगडावर जिवंत करण्याचा तो प्रयत्न होता. प्रत्येक चेहरा त्या युद्धात धारातीर्थी पडलेल्या सैनिकाचा होता आणि या दोन्ही बाजूंना उभारलेल्या प्रचंड दगडांत कोरलेल्या कलाकृतींतून आम्ही हळूहळू वर जाऊन पाहतो, तर काय : एक प्रचंड दगडी कलाकृती एका मातेची. आपल्या दोन्ही हातांत तिने घेतला होता एक निर्जीव देह, आपल्या पुत्राचा आणि तिच्या तोंडातून येत होती एकच हाक : शांती... शांती... शांती!

त्या भेटीची आठवण चव्हाणांच्या मनावर चिरंतन कोरली गेली. संरक्षणमंत्री म्हणून आपण युद्धासाठी तयारी करतो; पण त्याची शेवटी परिणती काय? शेकडो, हजारो तरुण धारातीर्थी पडतात.

त्यांनी पुढे नोव्हेंबर, १९६४ च्या 'सह्याद्री'च्या दिवाळी अंकासाठी : 'शांतिचितेचे भस्म' या शीर्षकाचा लेख लिहिला. त्यांनी लिहिले :

'रशियात 'वोल्गा'च्या तीरावर पाय ठेवताच अंगातून अशीच एक शिरशिरी...

चमकून गेली. तेथील ती माती, ती माता आणि तो पुत्र – त्यांचे मी दर्शन घेतले आणि माझ्या भावना उचंबळल्या. मला त्यातून जगन्मातेचे दर्शन घडले. तिथे येणारा प्रत्येक जण म्हणतो, 'ही माझी माता आहे' आणि प्रत्येक व्यक्ती म्हणते, 'हा माझा पुत्र आहे, सखा आहे.' वोल्गाच्या तीरावरील वोल्गाग्राड हे एक जागतिक तीर्थ आहे. रशियातील यच्चयावत मानवता येथे साकार झाली आहे...

'स्मारक पाहिले आणि स्मारकाविषयीची माझी कल्पनाच साफ बदलून गेली. योद्ध्यांचे हे स्मारक - स्मारक कसलं - ती एक निरंतरची लढाईच साकार झाली आहे. वोल्गाच्या पात्रापासून 'ममई-हिल्स' चढू लागले की, क्रमाक्रमाने आपला रणधुमाळीत-धुमश्चक्रीत शिरकाव होतो. चिलखत घातलेले, संगिनी रोखलेले, रणगाडे पळविणारे, तोफा डागणारे, बॉम्ब फेकणारे, सरपटत जाऊन गोळ्या चालविणारे एक ना दोन, हजारो हात तेथे सज्ज दिसतात. हजारो कलेवरे तिथे जमीनदोस्त होऊन पडली आहेत. मूर्तिमंत भीती आणि भयानकता यांचेच ते चित्रण आहे; पण एका महान कलावंताच्या कलावैभवाचे ते एक कोरीव लेणे बनले आहे.'

त्या कलावंताविषयी चव्हाण पुढे लिहितात :

'E. Vuchetich (बुखटेक) हे त्या कलावंताचे नाव. पन्नाशीच्या उमरीतील हा कलंदर कलावंत वर्षानुवर्षे हे समरप्रसंग उभे करण्यात गढून गेला आहे. केवळ कुंचला चालविणारा हा कलाकार नाही. तो एक कुशल सैनिक आहे. दुसऱ्या महायुद्धात या भूमीवर त्याने पराक्रमाची शर्थ केली आहे. बेभानपणे शत्रूवर तो तुटून पडला आहे. तेथील रक्तामासांचा चिखल त्याने तुडवला आहे. स्वत: गंभीर जखमी झाला आहे; पण सुदैवाने वाचलाही आहे. कुशल हातांनी तो लढाई खेळला, पोलादी कुशल हाताने त्याने शत्रूला यमसदनी पाठवले; पण कलावंत हाताची 'करणी' करून तोच आज समरप्रसंगाचा इतिहास चितारीत आहे...'

ते सर्व पाहिल्यानंतर मन इतके भारावले की, आम्ही कोणी बोलण्याच्या परिस्थितीत नव्हतो. प्रत्येक जण खाली मान करून विचार करीत खाली उतरत होता. इतक्यात बुखटेकने चव्हाणांचा निरोप घेतला. तो म्हणाला,

''संरक्षणमंत्री, युद्ध म्हणजे काय, हे कोणी, केव्हाही विसरता कामा नये. यापुढे नव्हेच नव्हे.''

असे म्हणून त्याने एक मूठभर माती उचलली आणि आपल्या हातरुमालात बांधून ती यशवंतरावांच्या हातात ठेवली. त्यांनी ती १, रेसकोर्स येथील त्यांच्या बंगल्यातील दिवाणखान्यात एका भांड्यात त्या भीषण कुरुक्षेत्राची चिरंतन आठवण म्हणून ठेवली.

■

३३

चव्हाण-क्रुश्चेव्ह भेट

९ सप्टेंबर, १९६४ रोजी चव्हाणांची क्रुश्चेव्हबरोबर पहिली गाठ पडली. क्रेमलिनमधल्या कम्युनिस्ट पक्षाच्या सरचिटणिसाच्या कचेरीत ही भेट झाली. सुमारे १०० मिनिटे त्यांची चर्चा चालली. सोव्हिएटच्या बाजूने मार्शल मेलिनोव्हस्की हजर होते आणि चव्हाणांच्या मदतीला भारतीय वकील त्रिलोकनाथ कौल आणि एच.सी.सरीन उपस्थित होते.

प्राथमिक औपचारिक बोलणे सुरू करताना पंतप्रधान लालबहादूर शास्त्री यांच्यातर्फे क्रुश्चेव्हना शुभेच्छा दिल्या. चव्हाणांनी संभाषणात त्यांच्या लेनिनग्राड, वोल्गाग्राड आणि येल्टा या स्थानांच्या भेटीचा उल्लेख केला. भारताच्या संरक्षण-व्यवस्थेच्या बळकटीची गरज आणि प्रयत्नांची माहिती देऊन सोव्हिएट सरकारने दिलेल्या विधायक प्रतिसादाबद्दल आभार मानले. क्रुश्चेव्हसमोर त्यांनी फक्त अनिर्णीत राहिलेल्या दोन प्रश्नांचाच उल्लेख केला. एक कर्जाच्या व्याजाचा दर आणि दुसरा मुदतीचा काळ – पाच का पंधरा वर्षे.

क्रुश्चेव्हनी भरभरून आभार मानले आणि दोन राष्ट्रांच्या आर्थिक सहकार्याबद्दल उत्साहाने उल्लेख केला. भारतात भिलाई येथील भारत-सोव्हिएट सहकार्याने उभ्या राहिलेल्या पोलादाच्या कारखान्याचा यशस्वी सहकार्य म्हणून उल्लेख करून त्याचा विस्तार केला जावा, असे सांगितले. मार्शल मेलिनोव्हस्कींनी शस्त्र आणि साहित्य पुरवठ्याबाबत जे आश्वासन दिले होते, त्याचा क्रुश्चेव्हनी पुनरुच्चार केला आणि पुस्तीही जोडली की, त्यांच्या (क्रुश्चेव्ह) माहितीप्रमाणे रशियन तज्ज्ञांनी जे देऊ केले आहे, त्या आणि चव्हाणांच्या मागणींत काही अंतर आहे, हे नमूद केले. मुख्यत: परतफेडीची मुदत हा प्रश्न होता. क्रुश्चेव्हनी ठरवले होते की, आपण यात मध्यस्थाची भूमिका घ्यायची आणि दोघांनाही निम्मे निम्मे पुढे आणून भेटवावयाचे. त्यांनी निर्णय दिला, दहा वर्षे! आणि व्याज चार टक्क्याऐवजी दोन टक्के.

अशा रीतीने मुख्य अनिर्णीत मुद्दे निकालात निघाल्यावर क्रुश्चेव्ह सर्वसाधारण आंतरराष्ट्रीय परिस्थिती आणि मुख्यत: आग्नेय आशियातील प्रश्न यांकडे वळले.

त्यांनी आपली अतीव इच्छा व्यक्त केली की, पं. जवाहरलाल नेहरू यांनी जोडलेली मैत्री आपणांस अधिक दृढ करावयाची आहे. भारत-चीन संबंध बिघडण्यास माओ जबाबदार असून, 'माओ अव्यावहारिक माणूस आहे' अशी पुष्टी क्रुश्चेव्हने जोडली. ते पुढे म्हणाले,

''माओने चीनच्या आर्थिक विकासासाठी मोठी झेप घेतली. त्याला वाटले की, क्रांती घडवण्यास तो सर्वश्रेष्ठ आहे; आणि झाले काय, उडी तर मारली; पण आपल्या ढुंगणावर आपटला!'' असे म्हणून क्रुश्चेव्ह गदगदा हसले.

एकंदर मित्रत्वाच्या भावनेत आणि आपल्याला हवा असणारा निर्णय मिळाल्यामुळे या मुलाखतीवर चव्हाण खूश होते. वकिलातीत परत आल्यानंतर थोड्याच मिनिटांत त्यांनी लालबहादूर शास्त्री यांना यशस्वी मुलाखतीचा संदेश पाठवला आणि आपल्या कार्यवाहीवर खूश होऊन परत जाण्याची योजना आखली; परंतु सोव्हिएट नोकरशाही चौकटीची शक्ती त्यांनी विचारात घेतली नव्हती.

क्रुश्चेव्हच्या निर्णयानुसार आता या दोन देशांतल्या कराराचा मसुदा तयार करावयाचा होता. त्यावर चव्हाण आणि मार्शल मेलिनोव्हस्की यांच्या सह्या होणार होत्या. यशवंतरावांनी मार्शल मेलिनोव्हस्कीची भेट घेतली आणि त्यांना क्रुश्चेव्हच्या भेटीविषयी माहिती दिली. तो निर्णय ऐकताच त्यांना आश्चर्य वाटले आणि ते एवढेच म्हणाले,

''मी कॉम्रेड क्रुश्चेव्हना विचारतो.''

चव्हाणांना कळेना की, ते असे का म्हणाले; पण काही तासांतच स्पष्ट झाले की, क्रुश्चेव्हचा निर्णय अनपेक्षित होता. सरीन आणि भारतीय वकील कौल सोव्हिएट सरकारच्या आर्थिक विभागाचे चेअरमन एस. स्काचकॉफ यांचे दुय्यम अधिकारी आर्किपॉफ याची भेट घेण्यास गेले. क्रुश्चेव्हनी सोव्हिएट कमिटीने सुचवलेल्या आर्थिक मुदतीत वाढ केली, असे त्यास सांगितले, तेव्हा आर्किपॉफचा विश्वास बसेना. सरीनना आर्किपॉफच्या नजरेत असे दिसले की, हा बदल अशक्य होता आणि चेअरमन क्रुश्चेव्हच्याही अधिकाराबाहेरचा होता. ॲम्बॅसॅडर कौल यांनी सकाळची चर्चा जवळजवळ शब्दशः लिहून घेतली होती. आपल्या वहीतून क्रुश्चेव्हचा प्रत्येक शब्द त्यांनी वाचून दाखवला. अशा लिखित प्रयोगानंतर आर्किपॉफ एवढेच म्हणाले,

''आपण चेअरमनबरोबर तपासून घेऊ.''

नंतर आम्हास समजले की, क्रुश्चेव्हच्या निर्णयाबद्दल पॉलिट ब्युरोत दुमत होते, तरी पण त्यांचा शब्द पाळावा लागणार, हे स्पष्ट होते.

लवकरच क्रुश्चेव्हच्या नेतृत्वाविषयी मोठे वादळ निर्माण होणार होते, याची कल्पना कोणास नव्हती. क्रेमलिनच्या आत काय आणि कसे होते, याविषयी एक

शब्दही बाहेर येत नसे. तसे आजही आहे.

चव्हाण आणि क्रुश्चेव्ह यांची भेट ९ सप्टेंबर, १९६४ला झाली. आम्ही दिल्लीस परतल्यानंतर चार आठवड्यांतच वृत्त आले की, क्रुश्चेव्ह यांची उचलबांगडी झाली आहे. याबाबत बोलत असताना चव्हाणांना आठवले की, अशा काही खटपटीचा क्रुश्चेव्हनी जाता-जाता उल्लेख केला होता.

आपला हा निर्णय देताना क्रुश्चेव्ह विशद करून सांगत होते की, शासनाला हितकर असे फरक मला करावयाचे आहेत. चव्हाणांकडे पाहून क्रुश्चेव्ह म्हणाले,

"आपण आमचे प्रिय (dear) मित्र म्हणून येथे आला आहात. आपल्या बाजूला मुदतीचे तराजू झुकवणे मला किती महाग (dear) पडणार आहे, याची आपणांस कल्पना नाही; पण आपल्यासारखे अतिमहान (dearest) मंत्री येथेही आहेत आणि त्यांना प्रसन्न ठेवावे लागेल, कितीही महाग पडले, तरी!"

आपण केलेल्या कोटीवर क्रुश्चेव्ह पोटभर हसले. नंतर चव्हाणांना वाटले की, आपली खुर्ची जाणार, हे क्रुश्चेव्हना अगोदरच ठाऊक होते काय?

■

३४

शाही मेजवानी आणि माझी क्रुश्चेव्ह भेट

चव्हाणांची रशिया-भेट संपुष्टात येत होती. त्याच सुमारास ११ सप्टेंबरला भारताचे राष्ट्रपती मॉस्कोत येणार होते. त्यांच्याबरोबर परराष्ट्र मंत्रालयातील मंत्री श्रीमती लक्ष्मी मेनन, राष्ट्रपतींचे सचिव दत्त, परराष्ट्र विभागातील डॉ. सर्वपल्ली गोपाल येणार होते.

राष्ट्रपतींच्या त्या भेटीस अनन्यसाधारण महत्त्व होते. रशियाची राजवटही त्यांच्या आगमनाची उत्साहाने तयारी करीत होती. प्रेसिडेन्ट अनास्टास मिकोयान त्यांना त्या रात्री शाही मेजवानी देणार होते. भारतीय राजदूत पूर्वतयारीत गुंतले होते. त्रिलोकनाथ कौल आणि त्यांचे वरिष्ठ अधिकारी प्रत्येक लहानसहान गोष्टींकडे लक्ष देत होते आणि राष्ट्रपतींच्या भेटीत भारत-रशिया संबंध कसे दृढ करता येतील, याविषयी योजना आखत होते. यशवंतरावांबरोबर आलेल्या शिष्टमंडळाचे काम संपले होते. क्रुश्चेव्हने चव्हाणांना पाहिजे असलेले निर्णय दिले असल्यामुळे यशवंतरावही खुशीत होते.

आमच्या शिष्टमंडळाला शाही मेजवानीसाठी आमंत्रित केले जाईल, अशी साहजिकच सर्वांची अपेक्षा होती. मानाच्या पानांकडे सर्वांचे लक्ष लागून होते; परंतु मध्यान्ह उलटून गेली, तरी कोणालाही आमंत्रण मिळाले नव्हते. वरिष्ठ अधिकाऱ्यांमध्ये अस्वस्थता दिसत होती. भारताच्या राजदूतांनी आपल्या शिष्टाचार अधिकाऱ्यांना क्रेमलिनशी संपर्क करण्यास पाठविले होते.

मीही थोडासा अस्वस्थ होतो. माझ्यासाठी नव्हे, तर माझ्या मंत्र्यांसाठी. आमंत्रण आणि शिष्टाचाराविषयी यशवंतराव जरा संवेदनशील असत आणि त्या विशिष्ट परिस्थितीत भारताच्या संरक्षणमंत्र्यांनी शिष्टाचारावर भर देण्यात वावगे असे काहीच नव्हते; पण त्यामुळे राजदूतावासातील अधिकाऱ्यांची परिस्थिती अवघड झाली होती. आमच्या शिष्टमंडळाची समजूत घालण्यासाठी दूतावासातील अधिकारी भोजनाच्या दोन-तीन तास अगोदरच आमंत्रण येणे ही मॉस्कोतील पद्धतच झाली आहे, असे सांगत होते. सर्व राजदूतांना हे माहीत आहे आणि मानपानाच्या दृष्टीने कोणी आक्षेप घेत नाही.

कधी कधी तर त्यांना आमंत्रण हाती मिळताच क्रेमलिनला धाव घ्यावी लागते. रशियन शिष्टाचार अधिकारी याविषयी कधी बोलत नाहीत आणि या पद्धतीबद्दल कोणी राजदूतही बोलत नाहीत. रशियन नेत्यांची कार्यपद्धती जरा जगावेगळीच होती. कधी कधी राजदूतांना मध्यरात्री उठून क्रेमलिनला जावे लागत असे.

दुपारी राष्ट्रपतींच्या स्वागत-समारंभासाठी आम्ही निघणार, इतक्यात आमंत्रणे आली आणि आश्चर्याची गोष्ट म्हणजे, शिष्टमंडळातील सर्वांना आणि राजदूतावासातील झाडून सर्व ज्येष्ठ आणि कनिष्ठ अधिकाऱ्यांना आमंत्रण आले होते. दूतावासातील सर्व वैयक्तिक सहायकांना आणि टंकलेखनिकांनाही बोलावले आहे, यावर आमचा विश्वास बसेना. कारण भारतात राष्ट्रपती भवनात शाही मेजवानीसाठी सचिवांच्या पातळीखालील सह-सचिवांनाही बोलावणे अतर्क्य गोष्ट होती. रशियामध्ये खरोखर समाजवादी समतावाद आहे, हे आमंत्रणावरून पटले!

दुपारी भारतीय दूतावासातील सर्व कर्मचारी आणि शिष्टमंडळ विमानतळावर राष्ट्रपतींच्या स्वागतास केले. क्रुश्चेव्हसह सर्व रशियन नेते, लष्कर प्रमुख, उच्च अधिकारी, तसेच नागरिक हजर होते. निळे आकाश, स्वच्छ सूर्यप्रकाश आणि मंद हवेमुळे एकंदर वातावरण उत्साहवर्धक होते.

यशवंतराव विमानतळावर पोहोचताच ज्या कक्षात क्रुश्चेव्ह आपल्या पत्नीसह बसले होते, तिथे त्यांना नेण्यात आले. दोनच दिवसांपूर्वी त्यांची भेट झाली होती. आपल्या नेहमीच्या पद्धतीप्रमाणे क्रुश्चेव्हनी चव्हाणांना कडकडून मिठी मारली आणि आपल्या शेजारी बसविले.

अपेक्षेप्रमाणे स्वागत-सोहळा भव्य प्रमाणावर साजरा झाला. राष्ट्रपतींचे विमान धावपट्टीवर उतरताच सर्व नेते मंडळी आपापल्या जागेवर उभी राहिली. राधाकृष्णन विमानाच्या दरवाज्यात दिसताच सर्वांनी टाळ्या वाजवून त्यांचे स्वागत केले. एका तरुणासारखे झपाझप पावले टाकीत ते शिडी उतरले आणि आमच्या भारतीयांच्या छात्या अभिमानाने फुलल्या. ज्या तऱ्हेने रशियन अध्यक्ष आणि इतर नेत्यांना ते भेटले, त्यावरून त्यांची तेथील बऱ्याच नेत्यांशी व्यक्तिगत ओळख होती, हे दिसत होते. काही त्यांचे फार जुने मित्र होते. डॉ. राधाकृष्णन भारताच्या स्वातंत्र्यानंतर मॉस्कोत पहिले भारतीय राजदूत होते. स्टॅलिनशी त्यांनी चांगले संबंध प्रस्थापित केले होते आणि तो जणू काय आपला एक विद्यार्थी आहे, या भावनेने ते त्याला वागवीत. स्टॅलिनही त्यांना तसाच मान देई.

दोन्ही राष्ट्रगीते झाल्यावर आणि लष्कराची मानवंदना घेतल्यानंतर एक एक नेते मंडळी आपापल्या मोटारीतून निघाली. लवकरच आपण शाही मेजवानीसाठी भेटू,

असे म्हणत क्रुश्चेव्हने चव्हाणांचा निरोप घेतला. तो शाही मेजवानी माझ्या आयुष्यातील अविस्मरणीय प्रसंग ठरला.

संध्याकाळी साडेसहा वाजता आम्ही क्रेमलिनमधील एका भव्य इमारतीसमोर उतरलो. ती वास्तू मस्कोव्हा नदीच्या काठावर वसली होती आणि त्याच्या उंच मध्यभागी होती सोनेरी वर्खाने लिहिलेली अक्षरे 'सी.पी.एस.यु. (CPSU) सोव्हिएट कम्युनिस्ट पार्टीचे मुख्य कार्यालय. बाहेरून तरी ती इमारत आजूबाजूच्या दुसऱ्या इमारतींसारखीच दिसत होती आणि रंगरंगोटी करण्याची गरज भासत होती; पण आत पाऊल टाकताच तो रशियन झारचा राजवाडा होता, हे जाणवले. सर्वत्र अति उत्तम गालिचे अंथरलेले होते आणि मोठमोठ्या झुंबरांनी सर्व झगझगीत प्रकाशात चमकत होते. वर जाण्यासाठी दोन बाजूंना दोन वर्तुळाकार जिने होते आणि दोन्ही जिन्यांच्या मध्यभागी स्वागतकक्षाच्या दरवाज्यात पाहुण्यांच्या स्वागतासाठी रशियन नेते आणि खुद्द क्रुश्चेव्ह हजर होते. ओळीने आम्ही वर पोहोचताच सर्वप्रथम प्रत्येकाशी हस्तांदोलन करून क्रुश्चेव्हनी स्वागत केले.'

थोड्याच वेळात अध्यक्ष मिकोयान भारताच्या राष्ट्रपतींना घेऊन वरील एका दरवाज्याने दाखल झाले. त्यांचे स्वागत करून रशियन नेते भारतीय पाहुण्यांबरोबर मिसळू लागले. भारतीय शिष्टाचाराला मान देऊन मद्यपेये वर्ज्य करण्यात आली होती. एकंदर वातावरण उल्हासदायक आणि मित्रत्वाचे होते आणि क्रुश्चेव्ह खुशीत दिसत होते. साहजिकच सर्वांचे लक्ष त्यांच्याकडे होते आणि त्यांना भेटण्यासाठी सर्व उत्सुक होते.

जनरल मुचू चौधरी त्यांच्याजवळ जाताच, क्रुश्चेव्हने त्यांच्याकडे वरपासून खालपर्यंत पाहून मिस्कील हास्य केले आणि म्हणाले,

''जनरल, आपण किती सडपातळ आहात. आमच्या जनरल आणि मार्शलना पाहा. किती जाडे आणि वजनदार आहेत. काही तर आपल्या मुष्टीने टँकला नेस्तनाबूत करू शकतील.''

आजूबाजूचे आम्ही सर्व हसलो; परंतु क्रुश्चेव्हने आपला चेहरा गंभीर ठेवला आणि गालांतल्या गालांत स्मितहास्य ठेवीत त्यांनी विचारले,

''जनरल, भारतीय सेनेत प्रत्येक माणशी एका दिवसाचे मांसाचे काय रेशन आहे?''

जनरल चौधरींनी किती, हे सांगितले. ते ऐकून आपल्याला धक्का बसल्याचा आविर्भाव करून क्रुश्चेव्ह म्हणाले,

''जनरल, माझे जवान आणि अधिकारी आपण एक आठवड्यात खाता, त्याच्या चौपट मांस एका दिवसात खातात. बघा, त्यांचा घेर बघा.'' असे बोलून

क्रुश्चेव्ह आपल्या विनोदावर आपणच खदाखदा हसले आणि दुसऱ्या समूहास भेटण्यास गेले.

बिचारे निरुत्तर जनरल चौधरी बघतच राहिले.

मी हे सर्व पाहत होतो, तेव्हाच स्वागतकक्षाच्या एका बाजूस बरीच काही फुसफुस चालली आहे, असे दिसले, म्हणून मी तिथे गेलो. तिथे नेहमीच्या राजशिष्टाचाराप्रमाणे कोण कोठे बसणार, त्याचा तक्ता ठेवला होता. त्याप्रमाणे शिष्टमंडळातील भारतीय वरिष्ठ अधिकारी आणि राजदूतावासातील मध्यम आणि कनिष्ठ अधिकाऱ्यांच्या बसण्याच्या व्यवस्थेत गफलत झाली आहे, हे स्पष्ट होते. हरीश सरीन, जे चव्हाणांच्या शिष्टमंडळात ज्येष्ठ होते, त्यांना टेबलाच्या एका टोकावर बसवले होते, तर दूतावासातील काही प्रथम आणि दुय्यम सेक्रेटरींना वरची जागा दिली होती; तसेच काही सहायक आणि उपसचिवांना दुसऱ्या टोकाला बसवले होते. कारण उघड होते. रशियाच्या शिष्टाचार विभागाला भारतीय अधिकाऱ्यांमध्ये अतिरिक्त सचिव, सहायक आणि उपसचिव आणि तसेच सचिव यांमध्ये कोण वरिष्ठ आणि कोण कनिष्ठ, हे कळले नव्हते. भारतीय दूत त्रिलोकनाथ कौल सर्वांची समजूत काढीत होते. तो शाही मेजवानी भारताच्या राष्ट्रपतींच्या सन्मानार्थ असल्यामुळे आता आपण काही करू शकत नाही, हे त्यांनी ठामपणे स्पष्ट केले आणि कोणीही मानापानाविषयी बोलू नये, हे ठासून सांगितले.

याचा योग्य तो परिणाम झाला. माझ्या वैयक्तिक दृष्टीने जरा संकोचजनकही. मला जागा दिली होती क्रुश्चेव्हपासून चार-पाच जागा सोडून. डॉ. राधाकृष्णनना सोव्हिएट संघाच्या अध्यक्ष मिकोयान यांच्या समोर स्थानापन्न केले होते. त्यांच्या उजव्या बाजूस क्रुश्चेव्ह आणि मिकोयानच्या उजव्या हाताला चव्हाण. म्हणजे मी यशवंतरावांसमोर डावीकडे पाच-सहा खुर्च्या सोडून. त्याउलट, सरीनना टेबलाच्या एका टोकाला तीस-पस्तीस खुर्च्या सोडून. तीच अवस्था दुसऱ्या वरिष्ठ अधिकाऱ्यांची. सुरुवातीला मला थोडे अवघडल्यासारखे वाटले; पण आपणांस अनपेक्षितपणे मानाचे पान मिळाले आहे, तर त्याचा आनंद का लुटू नये, म्हणून निर्धार करून मी बसलो. माझ्या डाव्या हातास सोव्हिएट पोलिट ब्यूरोचे एक सभासद होते. त्यांचे नाव मला कळलेच नाही; पण उजव्या बाजूस बसले होते नामवंत आणि ज्येष्ठ कॉम्रेड मिखेल सुसलाव्ह. आमच्या पाठीमागे एक दुभाषी बसला होता. त्यांच्या बोलण्यावरून मला वाटले की, सुसलाव्हना इंग्रजी कळत असावे. कारण माझ्या प्रश्नांची उत्तरे ते दुभाष्याच्या अनुवादाची वाट न पाहता देत होते. साहजिकच माझा एक कान क्रुश्चेव्ह काय बोलत आहे, याकडेच होता. त्यांचे डॉ. राधाकृष्णन आणि चव्हाणांशी बोलणे चालूच होते; तसेच मधे मधे ते मिकोयानशी हास्यविनोद करीत होते.

आमच्या समोर हिरव्या आणि लाल रंगाच्या रेशमी कापडावर त्या संध्याकाळचा

'मेनू' छापला होता. हिरव्यावर हिंदीत आणि लालवर रशियन भाषेत. आजही ते माझ्या साठवणीत आहेत आणि त्या प्रसंगाची आठवण ताजी करतात; पण सर्वांत काही अविस्मरणीय असेल, तर त्या राजवाड्यातील सौंदर्य. मोठमोठी क्रिस्टलची झुंबरे छतावरून टांगली होती आणि झगझगीत प्रकाश टाकीत होती. छतावर त्या वेळच्या युरोपमधील नामवंत चित्रकारांनी आपल्या चित्रकलेचे निरंतर प्रदर्शनच मांडले होते. बहुतेक सर्व हॉलंडचे चित्रकार. आमच्या समोर सोन्याने मढवलेल्या बश्या होत्या आणि त्याखाली सोन्याच्या ताटल्या आणि सोन्याचे चमचे. असे वाटले की, आपण झारच्या काळात तर पदार्पण केले नाही ना! खाद्य आणि पेये उत्कृष्ट होती. दोन्ही प्रमुख पाहुणे आणि यजमानांची भाषणे झाली. राधाकृष्णननी आपल्या भाषणशैली आणि विद्वत्तेने सगळ्यांची मने जिंकली. साहजिकच आम्हा भारतीयांना त्यांचा अभिमान वाटला.

मेजवानी संपताच आम्हाला दुसऱ्या मोठ्या दिवाणखान्यात नेण्यात आले. तेथे सर्वत्र लहान, सोन्याने मढवलेली टेबले आणि खुर्च्या होत्या. चारी बाजूंना चित्रे होतीच आणि सर्व जण संतृप्त परिस्थितीत होतो. लवकरच दोन राष्ट्राध्यक्ष सर्वांचा निरोप घेऊन निघाले. ते जाताच वातावरण संपूर्ण बदलले. मद्याच्या बाटल्या बाहेर आल्या आणि कॉफीपानही सुरू झाले. क्रुश्चेव्ह सर्वांशी अगत्याने नेहमीच्या हावभावाने बोलत होते. थोड्याच वेळात ते निरोप घेण्यासाठी सर्वत्र आपल्या फरफटत्या चालीत डोलत-डोलत दिवाणखान्यात हिंडू लागले. प्रत्येक टेबलाजवळ जाऊन ते प्रत्येकाशी हस्तांदोलन करीत आणि दोन शब्द बोलत. साहजिकच सर्वांचे लक्ष त्यांच्याकडे होतेच.

मी एका बाजूस दोन-तीन रशियन व्यक्तींबरोबर बसलो होतो. त्यांना इंग्रजी कळत नसावे आणि कोणी दुभाषीही आसपास नव्हता. मी ती अपूर्व संध्याकाळ शाही भोजन आणि झारच्या राजवाड्यातील सौंदर्य आणि कलेत, माझ्याच विचारात गुंगलो होतो. इतक्यात क्रुश्चेव्ह आमच्या टेबलाकडे वळलेले दिसले. आम्ही उभे राहून त्यांना अभिवादन केले. त्यांनी माझ्याशी हस्तांदोलन केले आणि ते पुढे जाणार, इतक्यात त्यांच्या दुभाष्याने त्यांच्या कानात काहीतरी सांगितले. ते परत माझ्याकडे वळले आणि म्हणाले,

"तरुणा, तुझ्या मंत्र्यांनी आमच्या मनावर चांगलाच ठसा उमटवला आहे. माझी खातरी आहे की, पुढील काळात त्यांना महत्त्वाच्या जबाबदाऱ्या सांभाळाव्या लागतील."

ते पुढे म्हणाले. "आमचा देश मंत्र्यांबरोबर पाहिलास, त्याविषयी तुला काय वाटते?"

मी जरा भांबावून गेलो होतो. त्यांचे माझ्याजवळ येणे आणि संभाषण करणे माझ्या स्वप्नातही नव्हते. काही विचार करण्याच्या परिस्थितीत मी नव्हतो. माझ्या मनात त्या क्षणी जो विचार होता, तो बाहेर पडला. मी म्हटले,

"मिस्टर जनरल सेक्रेटरी, आजच्या शाही मेजवानीच्या प्रसंगी मी जे काही

पाहिले आणि अनुभवले, त्यामुळे माझ्या मनात आपल्या साम्यवादी

समाजयंत्रणेविषयी संभ्रम निर्माण झाला आहे.'' आजूबाजूला हात फिरवीत मी म्हटले, ''हे सर्व सोव्हिएट पद्धतीत कसे बसते? माझी कल्पना अगदी वेगळी होती.''

दुभाष्यांनी माझे बोलणे त्यांना सांगताच, क्रुश्चेव्ह जरा गंभीर मुद्रेने म्हणाले,

''तरुणा, हे विसरता कामा नये की, आमची राजवट पूर्वीच्या झारच्या राजवटीची उत्तराधिकारी आहे. तेव्हा हे सर्व एक व्यक्ती आणि त्यांच्या कुटुंबाच्या उपभोगासाठी होते. आज हे रशियाच्या जनतेचे आहे आणि तसे म्हटले, तर कोणीही आपल्या जुन्या इतिहासापासून पळून जाऊ शकत नाही आणि कोणालाही आपल्या पूर्वजांची लाज वाटता कामा नये.''

असे म्हणून क्रुश्चेव्ह शेजारील टेबलाकडे वळले. जाता जाता त्यांनी माझ्याकडे हास्यवदनाने पाहिले आणि हस्तांदोलन केले. तो चेहरा, तो आविर्भाव आणि ते शब्द आजही मला आठवतात.

त्या रात्री ते शब्द माझ्या डोक्यात घोळत होते. आपल्या झार आणि त्याच्या कुटुंबाची वाताहत करून जी राज्य आणि समाजयंत्रणा रशियाने प्रस्थापित केली होती, त्याचे आपण उत्तराधिकारी आहोत, हे बोलताना क्रुश्चेव्हच्या चेहऱ्यावर जो अभिमान होता, त्याउलट, आपल्या भारतात अलीकडचा इतिहास पुसण्यासाठी जे प्रयत्न केले जात आहेत, त्याचा विचार माझ्या मनात आला. मुंबईत अनेक सुंदर आणि कलाकुसरींचे ब्रिटिश राज्यकर्त्यांचे पुतळे तोडून-फोडून आज राणीच्या बागेत उन्हातान्हात टाकलेले आहेत. तीच अवस्था आहे कित्येक ब्रिटिशकालीन वास्तूंची. ब्रिटनचे राज्य परकीय होते आणि साम्राज्यशाही; पण तो आमच्या इतिहासाचा भाग नाही का? ते जे काही भारतात सोडून गेले, त्याविषयी इतकी लाज का वाटावी? रशियात झार इतिहास जमा होता, पण त्यांनी ठेवलेल्या वास्तू आणि कलाकृतींविषयी कोणाला लाज वाटत नव्हती.

क्रुश्चेव्ह जे बोलले, त्यात जसे सत्य होते, तसेच त्या विचारात त्यांचे मत प्रतिबिंबित होते. शेतकरी आणि भूमीशी संलग्न क्रुश्चेव्ह जाणून होते की,

'आजचे नेते, एक दिवस कालचे नेते होतील.'

आम्ही रशियातून परत आल्यावर अवघ्या चार आठवड्यांत इतिहासातील कचराटोपलीत क्रुश्चेव्हचे नावही जमा होणार होते! कदाचित स्वत:ला लवकरच कोणत्या परिस्थितीला तोंड द्यावे लागेल, हे त्यांना माहीत होते का?

■

३५

विलायत-भेट

रशियाच्या भेटीत भारताच्या नौदलास पाहिजे होते, ते साह्य देण्याचे आश्वासन खुद्द क्रुश्चेव्हने दिले होते. युद्धनौका (frigates), पाणबुड्या (Sub-marines) आणि बरीच सामग्री यामध्ये समाविष्ट होती. हे करारमदार राजकीय पातळीवर झाले होते. तपशीलवार करार अधिकाऱ्यांच्या पातळीवर होण्यापूर्वी चव्हाणांनी ब्रिटनला भेट द्यावी, असे ठरले. पंतप्रधान लालबहादूर शास्त्रींच्या मते पुढे तक्रार करण्यास जागा राहू नये. ब्रिटन आणि भारत यांचे नौदलविषयक संबंध पूर्वापार होते. ब्रिटनमध्येही त्या क्षेत्रात एक विशेष आस्था बाळगणारा गट होता. त्याचे प्रमुख लॉर्ड लुई माउंटबॅटन. ते डोळ्यांत तेल घालून त्या क्षेत्रातील प्रत्येक घडामोडी पाहत होते.

त्याच सुमारास ब्रिटनमध्ये राजकीय सत्तांतर झाले होते. कित्येक वर्षांनंतर मजूर पक्ष सत्तेवर आला होता. हेरॉल्ड विल्सन भारताच्या गरजांविषयी सहानुभूतीने पाहतील, अशी अपेक्षा होती.

चव्हाण या विचाराशी सहमत नव्हते. गेल्या दीड-पावणेदोन वर्षांत त्यांना संरक्षण क्षेत्रातील राजनीतीविषयी बरे शिक्षण मिळाले होते. ब्रिटनने आपण स्वत: काही न करता, अमेरिका जे करेल, त्यात सहभागी होण्याचे ठरविले होते. त्या देशाची संरक्षण आणि आर्थिक नीती अमेरिकेशी बांधली गेली होती. दोघांचे लक्ष रशिया काय करणार, याकडे होतेच. कारण रशिया आणि चीनमध्ये फूट पडली होती. ती फूट कशी वाढविता येईल, याविषयी अमेरिका आणि ब्रिटन प्रयत्नशील होते. त्याशिवाय पाकिस्तानात काय प्रतिक्रिया होईल, हेही त्यांच्या दृष्टीने महत्त्वाचे होते. हे सर्व पाहता नौसेनेसाठी ब्रिटन काही मदत देईल, याविषयी चव्हाण साशंक होते आणि त्यात गैर असे काही नव्हते. चीनविषयी म्हणावयाचे, तर समुद्राकडून भारताला काहीच धोका नव्हता; परंतु पंतप्रधानांच्या आग्रहास्तव आणि माउंटबॅटननी आणलेल्या दबावामुळे ते विलायतेच्या यात्रेवर जाण्यास कबूल झाले.

१३ नोव्हेंबर, १९६३ला आम्ही एअर इंडियाच्या विमानाने प्रस्थान केले.

बहारीन, कैरो, रोम आणि पॅरिसला विमान उतरले. सर्व ठिकाणी राजशिष्टाचाराप्रमाणे स्वागत करण्यात आले. त्याचा एक परिणाम म्हणजे, पाहिजे तशी झोप मिळाली नाही. दमूनभागून हिथ्रोला (Heathrow) उतरलो. भारताचे उच्चायुक्त डॉ. जीवराज मेहता आणि त्यांच्या दुय्यम आयुक्तांनी (श्री. केवल सिंग) अगत्यपूर्वक स्वागत केले. ब्रिटनतर्फे त्यांचा एक राजशिष्टाचार अधिकारी हजर. आम्हाला जरा गैर वाटले, कारण हा दौरा ब्रिटनच्या आमंत्रणावरून होता. एकंदर जे रशियात झाले, त्याच्या जवळजवळ उलट! आणि भारतात तर विचारुच नका. परदेशी पाहुणा येणार, तर केवढी मोठी जंगी फौज त्याच्या स्वागतास पालमला हजर. ब्रिटनचे एके काळी भारतावर अधिपत्य होते, त्याचे हे सर्व द्योतक नाही का, असे मनास चाटून गेले.

ते थंडीचे दिवस. सर्वत्र दमट आणि धुक्याने आच्छादित वातावरण. मागच्या वेळेप्रमाणे यशवंतराव उच्चायुक्तांच्या मकानात उतरले. मीही पूर्वीप्रमाणे कोबर्ग हॉटेलात. आता परदेशगमन म्हणजे काही नवीन नव्हते. बरीच भ्रमंती केली होती. मी त्या रात्री पिकॅडली – सर्कसला (Picadally Circus) गेलो. झगमग प्रकाशात एकटाच भटकलो आणि एक नाटक बघून ट्यूबने सुखरूप पहाटे परत आलो. नाटक होते, ॲगाथा ख्रिस्तीचे 'माउस ट्रॅप (Mause Trap). ते नाटक लंडनमधल्या सर्वांत जुन्या थिएटरात कित्येक वर्षे चालू होते आणि त्यानंतरही पंधरा-वीस वर्षे चालू राहिले.

दुसऱ्या दिवशी मी जेव्हा यशवंतरावांना नाटकाविषयी सांगितले, तेव्हा प्रेमळ; पण रंजीस चेहरा करून ते म्हणाले,

'मला का नाही सांगितलेस? मीही आलो असतो.'

ते खरेखुरे नाटकप्रेमी होते. पुढे अनेक वर्षे कित्येक वेळा ते जेव्हा जेव्हा लंडनला येत, तेव्हा उच्चायुक्तांच्या अधिकाऱ्यांना दोनच सूचना : चांगली नाटके दाखविण्याची व्यवस्था आणि जगप्रसिद्ध पुस्तकाचे दुकान फोयलेला (Foyle) भेट. तासन्तास ते त्या दुकानात पुस्तके खरेदी करण्यात घालवीत.

पुढील दोन दिवस ब्रिटनच्या मंत्र्यांच्या भेटीगाठी घेण्यात गेले. बोलणी मुख्यत: त्या वेळचे राष्ट्रकुलमंत्री आर्थर बॉटमले (Arthur Bottomaley, Commonwealth Relations Minister) आणि ब्रिटनचे संरक्षणमंत्री डेनिस हिले (Dennis Healey) या दोघांशी होत होती. डेनिस हिले आणि चव्हाण यांत काही शारीरिक आणि मानसिक साम्य होते. ते दोघे गरिबीतून वर आले होते. त्यांची मैत्री चांगलीच जमली; पण वाटाघाटीत प्रगती अशी होत नव्हती.

नेहमीप्रमाणे रोज मध्यान्ह आणि रात्रीची प्रीतिभोजने होत होतीच. तीच भाषणे, गोड गोड भाषा - वरकरणी मैत्रीची; पण मदत शून्य. शेवटी असे ठरले की, चव्हाणांनी हेरॉल्ड विल्सनची भेट घ्यावी, म्हणजे पुढे तक्रारीला वाव राहू नये.

उपउच्चायुक्त केवल सिंगांनी (ते पंजाब केडरचे पूर्वी आय.सी.एस. होते) आणि भारताच्या सेना, वायू आणि नौसेनेच्या अधिकाऱ्यांनी सर्व तयारी उत्तम ठेवली होती. संरक्षणमंत्र्यांच्या कामासाठी कागदाचे गठ्ठे तयार होते; पण लंडनला पोहोचेपर्यंत चव्हाण स्वतः संरक्षण मामल्यात निष्णात झाले होते. अभ्यासू वृत्ती, विषयाची झटकन पकड आणि बोलण्याची लकब त्यांनी आत्मसात केली होती. त्यामुळे त्यांना भरपूर मोकळा वेळ मिळाला आणि अनेक स्थानिक कार्यक्रमांत ते भाग घेऊ शकले.

ब्रिटनच्या समोर निराळे प्रश्न निर्माण झाले होते. नवीन पक्ष सत्तेवर आला होता आणि त्याबरोबर आंतरराष्ट्रीय क्षेत्रात काय नीती असावी, याविषयी विचारविनिमय चालू होता, तसेच, युद्धसामग्री आणि अविकसित मित्र देशांना काय आणि कशी मदत करावी, याचे धोरण ठरले नव्हते. आंतरराष्ट्रीय संबंधाविषयी स्पष्टता नव्हती. मुख्यतः रशिया आणि चीन या देशांत फाटाफूट झाली असली, तरी रशिया भारताला कशी मदत करील, याविषयी ब्रिटनला खातरी नव्हती. रशिया जर मदत करणार असेल, तर आपण का उगाच मदत करावी, अशी शंका भेटीगाठींत व्यक्त करण्यात आली होती आणि शेवटी आर्थिक दृष्टीने आणि राजकीय नीतीने ब्रिटन मदत करण्याच्या परिस्थितीत नव्हता.

भारताला खातरी होती की, रशिया आपल्याला युद्धनौका आणि पाणबुड्यांसाठी मदत करणारच आणि भारतात त्यांच्या बांधणीसाठीही योग्य ती मदत देणार. त्या पार्श्वभूमीवर चव्हाणांनी ब्रिटनमधल्या त्या वेळच्या सर्वोत्कृष्ट युद्धनौका, ज्याला डॅगर-क्लास किंवा डी-क्लास म्हणत, त्या मागितल्या होत्या; तसेच पाणबुड्याही.

चव्हाण १३ नोव्हेंबरला हेरॉल्ड विल्सनना भेटण्यास, १०, डाउनिंग स्ट्रीट येथे गेले. त्यांचेबरोबर जीवराज मेहता, त्यांचे दोन सहकारी, हरीश सरीन आणि मी गेलो. आम्ही पंतप्रधानांच्या घरासमोर केव्हा पोहोचलो, ते कळलेही नाही. दोन्ही बाजूंना भव्य इमारती होत्या. डाउनिंग स्ट्रीट म्हणजे एक लहान बोळासारखा रस्ता आणि ज्या इमारतीसमोर आम्ही उतरलो, तिथे एक बॉबी! विश्वासच बसेना की, त्या लहानशा घरातून ब्रिटनच्या कित्येक पंतप्रधानांनी एवढे मोठे साम्राज्य अडीचशे वर्षांहून अधिक काळ चालविले. तेच त्यांचे निवासस्थान आणि तीच त्यांची काम करण्याची कचेरी, तिथेच मंत्रिमंडळाच्या बैठका आणि मोठमोठ्या व्यक्तींची ये-जा,

सुरक्षा जवळजवळ नव्हतीच. दरवाज्यावर फक्त नंबर १० हा पितळी चकचकीत आकडा एका बॉबी घराची ओळख पटवून देत होता.

आत शिरताच एका लहान स्वागतकक्षात आमचे स्वागत करण्यात आले. आमच्या अंगावरील जाडेभरडे कोट काढून झाल्यावर आम्हास पंतप्रधानांच्या कचेरीत नेण्यात आले. कचेरी म्हणजे काय, तर मंत्रिमंडळाच्या बैठकीचा कक्ष. लांबलचक टेबल आणि त्याभोवती लाल रंगाच्या कातडीने मढवलेल्या खुर्च्या! सर्व काही साधे. काही तैलचित्रे भिंतीवर आणि टेबलाच्या एका बाजूस लांबलचक खिडक्या-ज्यांतून ब्रिटनच्या प्रसिद्ध अश्वदलातील घोडे आणि रक्षक दिसत होते. त्यापलीकडे सेंट जेम्स पार्क. थंडी असल्यामुळे विशेष वर्दळ नव्हती. घराचा भाग म्हणून एक लहान बगीचा होता. माणसे मात्र कोठेही दिसत नव्हती.

काही मिनिटांतच चव्हाण आणि डॉ. जीवराज मेहतांना शेजारच्या लहान कक्षात नेण्यात आले. तिथे त्यांची विल्सन महाशयांशी भेट झाली. काहीही निष्पन्न झाले नाही. अपेक्षा नसल्यामुळे निराशाही झाली नाही.

पाणबुड्या देण्यास पंतप्रधानांनी सरळ सरळ भाषेत नकार दिला. युद्धनौकांसंबंधी डी-क्लास न देता एल-क्लास (Leander class) देण्याची तयारी दाखविली. जहाजबांधणीसाठी मदत देण्याचे आश्वासन दिले; तसेच, ब्रिटनमधील ॲव्हरो (AVRO) कंपनीत चाचणी होत असलेल्या विमानाच्या इंजिनचा जरूर विचार करावा, असे सुचविण्यात आले.

अर्ध्या तासाच्या भेटीनंतर विल्सन त्यांच्याबरोबर बाहेर आले. आमच्या सर्वांच्या औपचारिक ओळखी झाल्यावर बाहेरच्या स्वागतकक्षात येऊन आम्हाला निरोप दिला. चव्हाणांच्या चेहऱ्यावरून एकंदर निराशा स्पष्ट होत होती. मला तरी त्यांच्याकडे बघताच कळले की, पाणबुड्या आणि युद्धनौकांविषयी प्रगती झाली नसावी. चव्हाणांचा चेहरा आरशासारखा होता. मनात काही लपवून ठेवणे अवघड.

त्याच दिवशी संध्याकाळी भारताच्या संरक्षणमंत्र्याचा परतफेडीचा प्रीतिभोजन समारंभ होता. सर्व व्यवस्था काटेकोरपणे केवल सिंगांनी जातीने 'सव्हॉय' (Savoy) या जगप्रसिद्ध जुन्या हॉटेलात केली होती. ते हॉटेल पूर्वीच्या काळात राजे-रजवाड्यांसाठी प्रसिद्ध होते. त्याच्या समोरच काही अंतरावर जुनी नाट्यगृहे होती. त्या हॉटेलचे एक वैशिष्ट्य म्हणजे, अशा शाही मेजवानीसाठी सर्व व्यवस्था गुलाबी-तांबूस रंगामध्ये होत असे. टेबलावर त्याच रंगाचे आच्छादन आणि त्याच रंगाचे रुमाल; तसेच खान्याच्या शेवटी त्याच रंगाची स्ट्रॉबेरीज आणि चवदार दुधाचे पांढरे शुभ्र क्रीम!

आपली बोलणी संपली होतीच. त्या जेवणातून आणखीन काही निष्पन्न

होण्याची शक्यता नव्हती; पण त्याची योजना केली होती, लॉर्ड लुई माउंटबॅटनच्या सांगण्यावरून. ते नेहमीच आशावादी. अजूनही प्रयत्न केल्यास युद्धनौकांबाबतीत सुधारणा होईल, असे त्यांना वाटत होते. त्या दृष्टीने जेवणासाठी आमंत्रितांची यादी तयार करण्यात आली होती. बरेच मंत्रिगण, तसेच लष्करी अधिकारी आणि भारताचे मित्र म्हणून ज्ञात असलेले संसदेचे सभासद होतेच. चव्हाणांच्या सांगण्यावरून वयोवृद्ध क्लेमंट ॲटलींना मुद्दाम आमंत्रण दिले होते. चव्हाणांना त्यांना भेटण्याची उत्कंठा होती. ज्या पंतप्रधानांनी निधड्या मनाने भारताला स्वातंत्र्य देण्याचा निर्णय घेतला आणि ज्यांनी ब्रिटनमध्ये समाजवादी समाजरचना अस्तित्वात येण्यासाठी पहिली पावले उचलली, त्यांना भेटण्याची तीच एक संधी होती आणि ॲटली त्या जेवणाचे केंद्रबिंदू ठरले. यशवंतरावांना परकीय पाहुण्यांबरोबर इतक्या मोकळ्या मनाने बोलताना आणि हसताना मी कधीच पाहिले नव्हते. त्या संध्याकाळी घेतलेला एक फोटो मी अजूनही जपून ठेवला आहे!

अडीच-तीन तास कसे गेले, ते कळलेही नाही. मी सर्वांत कनिष्ठ म्हणून टेबलाच्या एका बाजूस बसलो होतो आणि सर्व व्यवस्थितपणे पार पडत आहे, यावर निगा राखण्याची जबाबदारी सांभाळीत होतो. एकंदर सर्व काही आनंदी आणि उल्हासपूर्ण वातावरणात पार पडले.

त्या संध्याकाळची एकच अविस्मरणीय आठवण – ती म्हणजे क्लेमेन्ट ॲटलीच्या हास्याची आणि चव्हाणांच्या प्रतिसादाची!

पुढील चार दिवस पर्यटन आणि सार्वजनिक कार्यक्रमांत गेले.

१४ तारखेस सकाळी भारतीय उच्चायुक्ताच्या ऑफिस (इंडिया हाउस)मध्ये जवाहरलाल नेहरूंचा जन्मदिवस समारंभ आयोजित केला होता. त्यांच्या मृत्युनंतरचा तो पहिला जन्मदिवस. सर्व भारतीय कर्मचारीवृंद आणि लंडनमधील कित्येक प्रतिष्ठित भारतीय हजर होते. मुख्य अतिथी म्हणून यशवंतरावांनी यथोचित भाषण केले. बरेच लोक खास त्यांना बघण्यास आणि भेटण्यास आले होते.

त्याच दिवशी महाराष्ट्र मंडळातर्फे दुपारचे जेवण आणि चव्हाणांचा सत्कार आयोजित होता. त्यासाठी भारताचे खास मान्यवर मित्र हजर होते. भाषणाचा कार्यक्रम नेहमीप्रमाणे जेवणानंतर होताच. एक लक्षात राहण्यासारखे म्हणजे, जवळजवळ सर्व कार्यक्रमात डॉ. जीवराज मेहता खुर्चीवर बसल्या बसल्या घोरत होते. तशी झोप घेण्यात ते प्रख्यात होते!

त्याच दिवशी संध्याकाळी द.वि. ताम्हनकर यांच्या आमंत्रणावरून चव्हाण ६०, टॉल्बट ॲव्हेन्यू (Talbot Avenue)- ज्या कोठडीत लोकमान्य लंडनला राहिले होते, त्या ठिकाणी गेले. हे स्मारक करण्यात ब्रिटन पार्लमेंटचे सभासद

आणि भारतप्रेमी फेन्नर ब्रॉकवे (Fenner Brockway) यांनी पुढाकार घेतला होता. 'केसरी'चे कित्येक वर्षे वार्ताहर आणि ज्येष्ठ पत्रकार ताम्हनकरांनी पैसे गोळा करण्यापासून सर्व काम केले होते. ट्रस्टी आणि इतर मित्रमंडळींबरोबर ती संध्याकाळ फारच आनंदात गेली.

दुसरे दिवशी आम्ही न्यू कॅसल (New Castle)ला गेलो. दिवसभर पाऊस आणि थंड वारा. त्यामुळे बाहेर न हिंडता आम्ही तेथील बोटी बांधण्याच्या गोदीतील ऑफिसात चर्चा करण्यात घालविला. भारतात युद्धनौका बांधण्यासाठी काय काय सोयी निर्माण कराव्या लागतील, याचे प्रशिक्षणच मिळाले.

भारतात परत आल्याबरोबर यशवंतरावांनी त्या कामात जातीने लक्ष दिले आणि काही वर्षांत मुंबईच्या माझगाव गोदीत युद्धनौका बांधण्याची व्यवस्था करण्यात आली.

त्यानंतर ब्रिस्टल (Bristol) येथील फोकर एव्हिएशन कंपनीला (Fokker Aviation Co.) भेट दिली. त्याचा भारताशी विमाननिर्मितीसाठी संबंध होताच. आणखी काही धंदा मिळण्याच्या अपेक्षेने त्यांनी बरेच काही प्रयत्न चालविले होते. अर्थातच त्यांनी संरक्षणमंत्री आणि त्यांच्या शिष्टमंडळाची चांगलीच खातिर केली.

ब्रिस्टल येथील एक अविस्मरणीय प्रसंग म्हणजे राजा राममोहन रॉय यांच्या समाधीला श्रद्धांजली. गोविंदराव तळवलकर यशवंतरावांना तिथे नेण्यास मुद्दाम आले होते. माझी आणि त्यांची पहिली भेट तिथेच झाली. आजही भेट झाली, तर त्यांच्या विद्वत्तेचा आणि वाचनाचा जेव्हा आस्वाद घेतो, तेव्हा त्या भेटीची आठवण होते. आज 'महाराष्ट्र टाइम्स'चे संपादक म्हणून ते सर्वपरिचित आहेत; पण त्यांची खरी भूमिका राजकीय क्षेत्रात संशोधकाची आणि समीक्षकाची. मृदू पण स्पष्ट भाषेत मते मांडणारे म्हणून यशवंतरावांचे त्यांचे संबंध जिव्हाळ्याचे. आता इतक्या वर्षांनी आमचेही संबंध तसेच.

त्यानंतर यशवंतरावांनी खास विनंती केली होती, म्हणून केवल सिंगांनी ऑक्सफोर्ड युनिव्हर्सिटीला भेट योजली होती. तिथे पोहोचताच ते चव्हाणांना घेऊन बेलियल (Balliol) या सर्वांत जुन्या कॉलेजला घेऊन गेले. तिथे बेलियलच्या वयोवृद्ध मास्टरनी त्यांचे स्वागत केले आणि आपल्या गृहकक्षात दुपारच्या जेवणास नेले. त्यानंतर यशवंतरावांनी दोन तास मनसोक्त आनंदात घालविले. ते शिक्षणप्रेमी तर होतेच; पण त्यांनी एका मुलाखतीत म्हटल्याप्रमाणे जर राजकीय क्षेत्रात पडले नसते, तर त्यांची खरीखुरी इच्छा शिक्षक होण्याची होती. त्या दिवशी दुपारी परत त्याचे प्रात्यक्षिक पाहावयास मिळाले.

आम्हास कॉलेज आणि वसतिगृह पाहण्यासाठी नेण्यात आले. कॉलेजचा भव्य सहाशे-सातशे वर्षांचा जुना हॉल-ज्यात रोज संध्याकाळी सर्व शिक्षक आणि विद्यार्थी जेवत, तो दाखविण्यात आला. सर्व स्वच्छ आणि टिप टॉप. इतक्या शतकांचा इतिहास आणि तिथे येणाऱ्या विद्यार्थ्यांच्या मनात नकळत त्या शिक्षण-संस्थेची मूल्ये आणि परंपरा आत्मसात होत असत. कितीतरी वेळ यशवंतराव त्या सभागृहात आपल्या मनातल्या मनात तेथील अप्रत्यक्षपणे कोमल मनाची जडणघडण करण्याची पद्धती; आणि आपल्या परंपरा आणि पूर्वजांविषयी आदर आणि अभिमान कसा चेतवला जातो, याचे निरीक्षण करीत होते. त्यांनी शिक्षण आणि शिक्षण-संस्था यांविषयी प्रेम आणि जिज्ञासा शेवटपर्यंत ठेवली.

तसेच शेक्सपियरचे निवासस्थान स्टॅफर्ड-ऑन-एव्हन (Stafford-on-Avon) एक तीर्थस्थान. ब्रिटिश सरकारने यशवंतरावांसाठी तिसऱ्या रिचर्ड (Richard-III) नाटकाच्या तिकिटांची खास व्यवस्था केली होती.

आम्ही मंडळींनी ती संध्याकाळ इंग्लंड पब (pub) काय चीज आहे, याचा आस्वाद घेण्यात आणि आनंद लुटण्यात घालविली.

यशवंतराव चव्हाणांची ब्रिटन-यात्रा ज्याप्रमाणे सुरू झाली, तशीच संपली. निरोप देण्यासाठी एक राजशिष्टाचार अधिकारी हजर होता. डॉ. जीवराज मेहता आणि केवल सिंग हजर होतेच. मेहतांच्या चेहऱ्यावर नैराश्य दिसत होते. उच्चायुक्त म्हणून त्या भेटीतून संरक्षणमंत्र्यांच्या पदरात काही विशेष पडले नाही, याची त्यांना खंत होती. यशवंतरावांना त्याची जाणीव होती; परंतु रशियाने काय देऊ केले आहे, हे माहीत असल्यामुळे त्यांनी रंजीस होण्याचे कारण नव्हते. उलट, आता भारत रशियाशी नवीन योजना अमलात आणण्यासाठी मोकळा झाला आहे, या भावनेने ते भारतात परतत होते.

त्या भेटीच्या अखेरीस नेहमीप्रमाणे दोन पक्षांतर्फे प्रेस-पत्रक तयार करण्यात आले. ब्रिटनच्या मुत्सद्यांनी आपल्या भाषाशैलीत ती बोलणी यशस्वी झाली आहेत, असे सुचविले. ब्रिटन पिढ्यान्‌पिढ्या भारतास शस्त्र पुरवीत आहे आणि वेळ पडल्यास पुढेही असे पुरवील, म्हटले होते आणि त्यापुढेही भारत आणि ब्रिटनचे या क्षेत्रातील संबंध असे अबाधित राहतील, असे सुचविले होते!

इतिहासाने घेतलेल्या वळणानुसार भारताच्या संरक्षण नीतीने वाटचाल केली. भारत-रशिया मैत्रीला एक पक्का पाया लाभला आणि पुढील जवळजवळ पंचवीस वर्षे सोव्हिएट संघ आंतरराष्ट्रीय पटावर भारताचा एकमेव विश्वासू मित्र देश म्हणून राहिला!

माझ्यासाठी विलायतची भेट एक खास शिक्षण-यात्रा ठरली. त्याअगोदर मी वॉशिंग्टन आणि मॉस्कोला चव्हाणांबरोबर गेलो होतोच. भारताच्या रक्षानीतीचा सखोल अभ्यास करण्याची संधी मिळाली होती; तसेच संरक्षणविषयक कितीतरी गोष्टींची माहिती झाली होती. कित्येक मोठमोठ्या अधिकाऱ्यांशी ओळख होती. पुढे काहींशी गाढ मैत्रीत रूपांतरही झाले.

भारताच्या संरक्षणविषयक पंचवार्षिक योजनेत सहभागी होऊन जे शिक्षण दहा-पंधरा वर्षांत मिळणार नाही, ते शिक्षण मला अवघ्या दोन-अडीच वर्षांत मिळाले होते. त्याचबरोबर आंतरराष्ट्रीय संबंध म्हणजे काय, याचाही अनुभव प्राप्त झाला होता. जगभर हिंडल्यामुळे डोळे आणि मन सर्व कामांकडे नव्या दृष्टीने पाहत होते.

मोठमोठ्या राजकीय पुढाऱ्यांना जवळून पाहण्याचे सौभाग्य मिळाले होते. पंडित जवाहरलाल नेहरू, लालबहादूर शास्त्री, मोरारजी देसाई, इंदिरा गांधी; तसेच परदेशी नेते, क्रुश्चेव्ह, क्लेमन्ट ॲटली, मॅकन्मारा अशा असंख्य मंडळींना जिवंतपणी पाहण्याचा योग आला होता.

हे सर्व ठीक. पण आपले पुढील आयुष्यात काय ध्येय असावे आणि ते साध्य करण्यासाठी काय करावे लागेल, याचा विचार मनास भेडसावीत होता. ज्या तऱ्हेने जीवनाचा प्रवाह वाटचाल करीत होता, त्यानुसार आपण राजकारणात पदार्पण करण्यासाठी शिदोरी बांधीत आहोत का, असाही प्रश्न मनात येई.

भारताकडे उड्डाण करताना एक विचार मनात येत होता. आता आपण स्वत:विषयी काही ठाम निर्णय घेण्याचा क्षण आला आहे. दुसऱ्यांवर न अवलंबिता आपण आपल्या आयुष्याच्या दोऱ्या आपल्या हाती घेण्याची तीव्र भावना निर्माण झाली.

■

३६

बंधन-मुक्तता

विलायतेतून परत आलो, तो १९६४ साल संपुष्टात येत होते. मी चव्हाणांच्या बरोबर ४ फेब्रुवारी, १९६०पासून होतो. महाराष्ट्रनिर्मितीच्या वेळचे राजकारण जवळून पाहण्यास मिळाले. महाराष्ट्राच्या जन्माच्या वेळच्या संवेदना अनुभवल्या, तसाच महाराष्ट्राच्या जन्माचा सोहळा मुंबईतील राजभवनात पाहण्याचे सौभाग्यही लाभले होते.

राज्याची निर्मिती होताच नवीन महाराष्ट्राची जडणघडण कशी करावी, याविषयी विचारांची देवाणघेवाण करण्याची संधी मिळाली. यशवंतरावांनी आपले विचार कसे परिपक्व केले, त्याचाही अनुभव मिळाला. ते विचार आज 'सह्याद्रीच्या वाऱ्यांत' उपलब्ध आहेत. भाषणाच्या पुस्तकाच्या नावाचा विचार बऱ्याच जणांनी केला; पण माझ्या मनात यशवंतरावांकडे पाहिले की, सह्याद्री पर्वतच दिसत असे. ओबडधोबड, काळसर, कणखर पण अत्यंत संवेदनशील असे त्यांचे व्यक्तिमत्त्व, सह्याद्रीनेच घडवले होते. त्यांच्या विचारांना 'सह्याद्रीचे वारे' हे नावच सार्थ ठरले.

गेल्या पावणेपाच वर्षांच्या काळात आम्ही कितीतरी अनुभवले होते. त्यांची मानसिक आणि राजकीय प्रक्रियेतील जडणघडण कशी कशी झाली, हे पाहण्यास मिळाले. ज्या दिवशी मी कामावर रुजू झालो, त्याच दुपारी त्यांनी मला आपल्या मंत्रालयातील दालनात बोलावून स्वतःच्या कार्यपद्धतीविषयी माहिती दिली.

"माझा स्वभाव माझ्या सहकाऱ्यांवर संपूर्ण विश्वास ठेवून काम करण्याचा आहे. मी तुझ्यापासून काही लपवून ठेवणार नाही आणि तूही माझ्यापासून काही लपवून ठेवता कामा नये," असे बोलून माझा संपूर्ण विश्वास त्यांनी एका मिनिटातच संपादन केला.

"आणि हो, प्रधान, निष्ठा दुतर्फी रस्त्यासारखी असते. तू मला निष्ठा दे आणि मी तुला सदैव निष्ठा देईन."

गेल्या चार वर्षांत, एखादा प्रसंग सोडल्यास, यशवंतरावांना कधी नाराजी किंवा गैरमर्जी दाखविण्याची वेळ आली नाही. कारण स्पष्ट होते. जेव्हा मला वाटे की, आपल्या हातून काही गफलत किंवा चूक झाली आहे, तेव्हा मीच जाऊन त्यांना सांगत असे. स्मितहास्य करीत आणि 'मी समजू शकतो,' असे काहीतरी म्हणून माझे मनोधैर्य वाढवीत असत. पुन्हा जोमाने कार्य करण्यास मी सिद्ध होत जातो.

त्यांनीही माझ्यापासून सहसा काही लपवून ठेवले नाही. कोणत्याही व्यक्तीशी चर्चा होताच त्याची संक्षिप्त माहिती ते मला देत असत आणि मीही टिप्पणी ठेवीत असे. जर कामाच्या गडबडीत सांगितले नसेल, तर रेल्वे किंवा विमानाच्या प्रवासात मला शेजारी बसवून आठवण करून सांगत असत. त्यामुळे परस्परविश्वास तर निर्माण झालाच; पण पुढे पुढे असे वाटू लागले की, आपल्या डोक्यावरचा भार ते माझ्या डोक्यावर अलगदपणे ठेवत आहेत. 'मी तुला सांगितले, म्हणजे मी विसरलो, तरी हरकत नाही,' असे ते म्हणत. अर्थात हळूहळू माझ्या डोक्यावरचे ओझे वाढू लागले. ते जेवढे माझ्यावर अवलंबून राहू लागले, तशी माझी जबाबदारी कितीतरी पटींनी वाढत आहे, याची जाणीवही झाली. हे ओझे किती काळ आपण उचलत राहायचे, याचा मी विचार करू लागलो.

गेल्या चार वर्षांत माझे स्वत:चे वैयक्तिक असे जीवन राहिले नव्हते. रात्रंदिवस मी यशवंतरावांच्या सहवासात घालवीत होतो. माझी तरुण पत्नी आमच्या दोन मुलांबरोबर संध्याकाळी वाट पाहून थकत असे. मीसुद्धा अपराधी वृत्तीने घरात शिरत होतो. माझी पत्नी मित्रांना सांगावयाची की,

"यांचे लग्न चव्हाणांशी झाले आहे, असे मला नेहमी वाटते."

ते खरे होण्यासारखी परिस्थिती झाली होती.

मी स्वत:विषयी विचार करू लागलो, तेव्हा जाणीव झाली की, ज्या कारणास्तव आय.ए.एस.ची परीक्षा देऊन सेवेत भरती झालो, त्या आदर्शापासून आपण दूर चाललो आहोत. स्वातंत्र्य-लढ्याच्या वेळी फर्गसन कॉलेजात असताना कित्येक स्वातंत्र्यसैनिकांशी भेटीगाठी झाल्या होत्या. स्वातंत्र्यानंतर देशाची सेवा करण्याची एक संधी म्हणून, भारतीय प्रशासकीय सेवेत सहभागी झालो होतो. आता त्याचे काय, हा प्रश्न समोर उभा राहिला होता. कारण यशवंतरावांच्या सहवासात राजकीय क्षेत्रात न समजता पदार्पण केले होते. जेवढा त्यांच्या जवळ आलो, तेवढा त्या क्षेत्रात अधिक ओढत गेलो. एका दृष्टीने मोठमोठे नेते मंडळी भेटून 'साहेबांना' सांगा, म्हणून गळ घालीत, तेव्हा गर्व होणे स्वाभाविकच होते; परंतु जेव्हा लष्कर प्रमुख आणि कित्येक सचिव पातळीवरील व्यक्ती माझ्या घरी येऊ लागल्या, तेव्हा वाटले की, काहीतरी चुकत आहे. आपण स्वत: कोणी म्हणून व्हावयाचे की नाही?

आज ही मंडळी यशवंतराव मोठे म्हणून तुला गळ घालीत आहेत, पण उद्या काय, हे मनात येऊ लागले आणि एक दिवस निश्चय केला की, आपली आपण, ज्या सेवेत दाखल झालो, त्या सेवेत परत जाऊन एक पायरी चढण्यास सुरुवात केली पाहिजे.

दुसरे दिवशी मी चव्हाणांना सांगितले,

"आपणांस आठवत असेल की, ज्या दिवशी आपला खाजगी सचिव म्हणून काम करण्याचे कबूल केले, त्या दिवशी मीच आपणांस सांगितले होते की, मी तीन वर्षे आपल्या बरोबर राहीन. आता पाच वर्षे होत आली आहेत."

चव्हाण चटकन म्हणाले,

"राम, तू का सोडण्याचा विचार करीत आहेस? या कामात तू सुखी नाहीस का?"

"नाही, मी फार सुखी आहे," मी म्हटले. मग मी त्यांना माझे विचार सांगितले. स्वत:च्या हिमतीवर मला काम करता आले पाहिजे. "पुढे वेळ आली, तर मी परत आपल्याबरोबर काम करीन," असे आश्वासनही दिले.

त्यांनी मान्य केले. दोनच शब्द, 'ठीक आहे' मला माझी सुटका झाल्याचा आनंद लाभला. भावनात्मक साखळदण्डांनी मी स्वत:ला बांधून घेतले होते. ती बंधने आता सुटणार आणि काही गैरसमज न होता सुटणार, हा विचार दिलासा देणारा होता. त्यांनी एक अट घातली. माझ्याऐवजी कोणीतरी शोधण्याची जबाबदारी त्यांनी माझ्यावरच टाकली.

यशवंतरावांना महाराष्ट्रातील अधिकारी लागेल, हे स्पष्ट होते. शरद केळकर तरुण आणि तरतरीत आय.ए.एस. अधिकारी. खेळाडू वृत्तीचा. रणजी क्रिकेट सामन्यात खेळलेला. शांत चित्ताचा आणि थोडासा अबोल. कधी अघळपघळ बोलताना मी तरी त्याला पाहिले नव्हते. तोही कबूल झाला आणि लवकरच माझ्या ऑफिसात माझ्याबरोबर काम करण्यास रुजू झाला.

नवीन वर्ष सुरू होताच मला यशवंतरावांनी विचारले,

"तुझे काय?"

मी विचार केला नव्हता.

मी म्हटले,

"पिंपुटकरांना जाऊन भेटतो."

त्या वेळी पिंपुटकर गृह मंत्रालयात होते. आय.ए.एस. अधिकाऱ्यांविषयीचे काम ते पाहत. त्यांचा दबदबा मोठा. वरिष्ठ अधिकारीही त्यांच्याशी बोलावयास घाबरत. कामात चोख आणि बोलण्यास फटकळ असा स्वभाव; पण का, कोण जाणे, मला ते नेहमी सौजन्याने वागवीत.

मी त्यांना माझा निश्चय सांगितला, तेव्हा त्यांना आनंद झाला.

"सनदी अधिकाऱ्यांनी काही तत्त्वांप्रमाणे काम केले पाहिजे आणि तू हा निश्चय करून ती तत्त्वे पाळली आहेस," हे म्हणून त्यांनी माझे अभिनंदन केले आणि पुढील कामाविषयी मदत करण्याचे आश्वासन दिले.

दोनच दिवसांनी वाणिज्य मंत्रालयाच्या सचिवांचा फोन आला. डी.एस. जोशी, मुंबई राज्याचे आय.सी.एस. एक शिस्तप्रिय आणि प्रेमळ अधिकारी म्हणून त्यांची ख्याती. बोलण्यात कधी लपवाछपवी नाही. जे बोलायचे आहे ते स्पष्ट आणि थोडक्या शब्दांत बोलण्याची रीत. पुढे मला समजले की, या गुणांमुळेच आंतरराष्ट्रीय वाटाघाटींतील दुसऱ्या देशाचे नेते त्यांच्या शब्दाला किंमत द्यावयाचे. जोशी एक पारदर्शक व्यक्तिमत्त्व आणि त्यामुळे सर्वांच्या आदरास पात्र. त्यांनी मला त्यांच्या कार्यालयात उपसचिव म्हणून घेण्याचे कबूल केले.

माझ्या जाण्याची कुणकुण तोपर्यंत संरक्षणमंत्रालयात पोहोचली होती.

सरीन माझ्या पाठीमागे लागले की, 'तू माझ्याबरोबर काम कर.'

पी.व्ही.आर. राव म्हणाले,

"तुला इतका दांडगा अनुभव लाभला आहे, तू संरक्षण-नियोजनासाठी रक्षा मंत्रालयातच राहिले पाहिजे."

एके दिवशी यशवंतरावांनी मला या सर्व वरिष्ठ अधिकाऱ्यांनी घातलेल्या गळीविषयी सांगितले.

"तू का नाही त्यांचे ऐकत? मलासुद्धा तुझा उपयोग होईल."

"तीच माझी अडचण आहे." त्यांच्यापासून अलग होण्यासाठी माझी काय कारणे होती, त्यांची मी त्यांना आठवण करून दिली. मी माझ्या निश्चयाशी दृढ आहे, हे त्यांना समजल्यावर त्यांनी वरिष्ठ अधिकाऱ्यांची समजूत घालण्याचे कबूल केले.

लवकरच २५ जानेवारी, १९६५ उजाडला. त्या सकाळी मी शरद केळकरांना माझ्या ताब्यातील सर्व कागदपत्रे दाखविली आणि त्यांचे हस्तांतर केले. आमच्या ऑफिसने दुसरे काही औपचारिक कागद सह्यांसाठी तयार ठेवले होतेच. त्यांवर सह्या केल्या. एका मोठ्या जबाबदारीतून सुटका झाली, त्याचा आनंद उपभोगला; पण खरोखरच सुटका झाली का, याविषयी साशंक होतो.

सुटका पाहिजे होती भावनात्मक बंधनांची. कामातून नव्हे. मनाचा निर्धार केला आणि त्या बंधनातून मुक्त होण्यासाठी यशवंतरावांच्या खोलीत गेलो. नेहमीप्रमाणे टेबल स्वच्छ होते. एकही फाइल त्यांच्या टेबलावर नव्हती. आदल्या दिवशी १, रेसकोर्स रोडला जाऊन सर्व कागदांचा फडशा पाडला होता. एका लहानशा

पॅडवर काहीतरी लिहीत होते.

पशमिन्याचा तांबूस लांब कोट, डोक्यावर डौलदार पांढरी शुभ्र टोपी, चेहऱ्यावर तरतरीत हास्य. त्या क्षणाची आठवण आजही ताजी आहे.

मी त्यांच्या टेबलाच्या उजव्या बाजूस उभा राहिलो. मी ठरविले होते की, झटपट दोन शब्द बोलेन आणि निरोप घेईन; पण तोंडातून शब्द उमटेना. डोळ्यांतून पाणी वाहू लागले. मी स्वत:ला स्थितप्रज्ञ समजत असे; पण ते खरे नव्हते, याची जाणीव झाली. बंधने जोडण्याची प्रक्रिया संथ असते. बंधने तोडताना एकदम तोडलेली बरी, हे सर्व मनास पटत होते; पण काय आणि कसे बोलावे, ते समजत नव्हते.

यशवंतराव आपल्या खुर्चीवरून उठले आणि त्यांनी आपला हात माझ्या गळ्याभोवती प्रेमाने ठेवला. पाठ थोपटली आणि म्हणाले,

"राम, शांत हो."

मीही स्वत:ला सांभाळण्याचा प्रयत्न म्हणून बाहेर गेलो. त्यांच्या खोलीबाहेर बाथरुम होती. तिथे जाऊन तोंड धुतले. थंड पाणी चेहऱ्यावर शिंपडून मन शांत केले. आता निरोप घ्यावयाचा, या निश्चयाने खोलीत परत गेलो.

– आणि पाहतो, तो काय ... तर यशवंतरावांच्या डोळ्यांतून अश्रूंच्या धारा वाहत होत्या. ते हुंदके देत होते आणि हातरुमालाने आपले ओठ लपवीत होते. त्यांना दिलासा देण्यासाठी मी त्यांच्या खांद्यावर हात ठेवला आणि म्हटले,

"यशवंतरावजी, मी आपणांस कायमचा सोडून जात नाही. मी दिल्लीतच आहे. आपण म्हणाल, तेव्हा मी आपल्या सेवेला हजिर होईन."

त्यांनी स्वत:ला सांभाळले. मी पाठ फिरवून निघणार, इतक्यात म्हणाले,

"राम, थांब. तुला मला आठवण म्हणून काहीतरी द्यावयाचे आहे."

त्यांनी टेबलाचा खण उघडला. माझ्या हातात एक फाइल दिली आणि म्हणाले,

"हे ऐतिहासिक कागद आहेत. तू यांच्यासाठी जे परिश्रम घेतले ते कधी विसरू शकणार नाही. यामुळे पंडितजी आणि सरकार वाचले."

मी उघडून पाहिले. नेफा रिपोर्टविषयी जे निवेदन यशवंतरावांनी संसदेत सादर केले होते, त्याचा तो मसुदा. शेवटच्या पानावर पंडितजींनी जी लहानशी टिप्पणी केली होती, तीही एका पिनने लावली होती.

यापेक्षा कोणते मोठे बक्षीस मला देता आले असते! त्या दोन वाक्यांत केवढा मोठा इतिहास आणि केवढे मोठे उदार मन.

मी झटकन हस्तांदोलन केले आणि ऑफिसात गेलो. श्रीपाद डोंगरे, राम खांडेकर, बी.पी. जोशी, जे मुंबईहून माझ्याबरोबर आले होते, त्यांचा निरोप घेतला आणि रक्षा

मंत्रालयाच्या बाहेर पडलो.

तो साउथ ब्लॉकमधील ४४ नंबरचा भव्य दरवाजा.* त्यातून बाहेर पडत असताना कितीतरी विचार मनात घोळत होते; पण भावना होती परत स्वतंत्र व्यक्ती होण्याची. मनाने आणि तनाने मी माझ्या कुटुंबापासून दूर गेलो होतो. आता मी त्यांचा झालो, हा एकच विचार मनात होता.

'आपण म्हणाल, तेव्हा हाजिर, हे म्हटले खरे; पण किती लवकर, याची कल्पना नव्हती.'

■

---

* बरोबर एकवीस वर्षानंतर नॉर्थ ब्लॉकच्या नबर ४च्या दरवाज्यातून [illegible] मी ३० जून, १९८६ रोजी निवृत्त होऊन बाहेर पडलो. दोन्ही दरवाजे आमने-सामने. योगायोग, नाही तर काय?

३७

माझी पुढील वाटचाल

२७ जानेवारी, १९६५ रोजी वाणिज्य मंत्रालयात दाखल झाल्यापासून परदेशाच्या यात्रा सुरू झाल्या. निरनिराळ्या वाटाघाटींसाठी जाण्याचा योग आला. पुढील सात महिने जीनिव्हाच्या वाऱ्या करण्यात घालविले.

ऑगस्ट १९६५मध्ये जीनिव्हात असताना पाक युद्धाच्या दिशेने वाटचाल करीत आहे, असे कळले. सप्टेंबरच्या सुरुवातीला भारत-पाक युद्ध जुंपले. मी ब्रुसेलला (Brussel) असताना तात्काळ दिल्लीला परत या, म्हणून निरोप आला. येताच डी.एस. जोशींना भेटलो आणि एवढ्या तातडीने परत का बोलावले, म्हणून विचारले. ते एवढेच म्हणाले,

"जा, यशवंतरावजींना जाऊन भेट."

'कशासाठी?'

माझ्या प्रश्नाचे उत्तर तेच देतील, असे जोशींनी सांगितले.

लगेच यशवंतरावांकडे गेलो.

"या आणीबाणीच्या वेळी तू माझ्याजवळ असावा, असे वाटले, म्हणून तुला घाईने बोलाविले."

माझ्या चेहऱ्यावरील प्रतिक्रिया बघून म्हणाले, "आपण युद्धकाळात बरोबर काम करू."

मी नाही म्हणणे शक्य नव्हते. काम करण्यासाठी काहीच अडचण नव्हती. ते माझे कर्तव्य होते.

मी म्हटले, "आता कुठे नवीन क्षेत्रात काम करण्यास सुरुवात केली आहे. हे युद्ध लवकरच संपेल. आपण मान्य कराल, तर मी वाणिज्य मंत्रालयाच्या हुद्द्यावर राहीन आणि अनौपचारिकपणे आपल्याबरोबर काम करीन."

तसे काम करण्यास डी.एस. जोशी आणि पी.व्ही.आर. राव यांनी मान्यता दिली.

पुढील चार आठवडे मी यशवंतरावांबरोबर काम केले.

युद्धविराम झाल्यावर बरीच लहान-सहान कामे करून मी परत वाणिज्य मंत्रालयात दाखल झालो.

भावनात्मक बंधने सैल केल्यामुळे या वेळेस निरोप घेताना काही विशेष अवघड वाटले नाही. उलट यशवंतरावांना मदत करण्याचे समाधान मिळाले. त्यांनासुद्धा, मी हाक मारीन, तेव्हा राम प्रधान हजर राहील, हे कळून चुकले होते.

शेवटपर्यंत आमचे संबंध बंधुत्वाचे आणि मित्रत्वाचे राहिले. सदैव तेच प्रेम आणि संपूर्ण विश्वास.

■

३८

युद्धाचे वारे

१९६४ साल संपायच्या सुमाराला लष्करी ताकद वापरून काश्मीर बळकावण्यासाठी भारताशी युद्ध करायच्या डावपेचांचा आराखडा पाकिस्तानने विचारपूर्वक तयार केला.त्यासाठी क्रमाक्रमाने चार टप्पे निश्चित केले होते :

- पाकिस्तानला सोयीच्या एखाद्या क्षेत्रात चाचपणी करायच्या हेतूने चकमकी घडवून आणणे.
- काश्मीरमध्ये गुपचूप पण फार मोठ्या संख्येने पाकिस्तानी सैन्याचे छुपे आक्रमण गनिमी पद्धतीने लढाईसाठी करायचे आणि जागतिक स्तरावर स्थानिक जनतेने केलेला उठाव अशी त्याची भलावण करणारा प्रचार करायचा.
- छांब विभागात मोठा हल्ला चढवून पाक सैन्याने अखनूरजवळचा पूल ताब्यात घ्यायचा आणि काश्मीरला रसद पोहोचवायचा भारताचा मार्ग तोडून टाकावयाचा.
- मोठ्या सेनेसह चिलखती दले घेऊन विद्युतगतीने चढाई करून अमृतसर आणि त्याभोवतीचा जास्तीतजास्त प्रदेश जिंकून व्यापायचा. या प्रदेशांचा उपयोग काश्मीर खोरे मिळवण्यासाठी, प्रदेशांची अदलाबदल करून तडजोड करायच्या वेळी करायचा.

चीनबरोबरच्या १९६२च्या लष्करी संघर्षात भारताचा मानहानीकारक पराभव झाला होता. त्यामुळे पाकिस्तानच्या लष्करी डावपेच आखणाऱ्या नियोजकांची खातरी पटली होती की, भारत आता अभेद्य राहिलेला नाही.

पाक योजनेतील पहिला टप्पा, 'ऑपरेशन डेझर्ट हॉक'(वाळवंटातील मुसंडी) या सांकेतिक नावाने कच्छच्या रणापाशी आक्रमण करून पाकिस्तानने तो सुरू केला. हे रण म्हणजे ३५०० चौरस मैलांचा उजाड प्रदेश आहे. हा सर्व भाग भारतीय हद्दीतील आहे, असे फाळणीच्या अगोदर तयार झालेल्या *गॅझेटीअर* आणि करारमदारांच्या आधारे भारत सरकार मानत आले. भारताच्या म्हणण्याप्रमाणे गुजरात

आणि राजस्थान यांच्याबरोबरची पाकिस्तानची सरहद्द निश्चित झाली होती, पण उत्तर गुजरात क्षेत्रात प्रत्यक्ष जमिनीवर सरहद्दीची आखणी झालेली नव्हती.

२० जानेवारी, १९६५ रोजी भारताच्या गस्त पोलीस पथकाला आढळले की, सीमापारच्या पाक हद्दीतील डिंग आणि सुराई या खेड्यांना जोडण्यासाठी सुमारे २५ किमी लांबीचा रस्ता भारतीय हद्दीतून काढला गेला आहे. सीमापारच्या पाक प्रदेशातील वालुकामय टेकाडांचा त्रास टाळायला पाकिस्तानची पोलीस पथके हा भारतीय हद्दीतील रस्ता वापरीत होते. त्यालाही काही काळ लोटून गेला असावा.

९ एप्रिल, १९६५ रोजी भारतीय हद्दीतील विगोकोट या छोट्या गावानजिक पाकिस्तानी सैनिकांच्या एका ब्रिगेडने हल्ला चढविला. त्यांच्या मदतीला तोफखाना, भारी उखळी तोफा आणि मध्यम पल्ल्याच्या मशीनगन्स होत्या. भारतीय हद्दीत १० किमीपर्यंत ते सैनिक घुसले तेव्हा तेथील भारतीय सैनिकांनी, सैन्याच्या हालचाली आणि रसद-पुरवठ्याच्या अडचणींमुळे, तसेच पावसाळा लवकरच प्रारंभ होण्याच्या आशंकेने माघार घेतली. २९ एप्रिल, १९६५ रोजी पाकिस्तानने एकाच वेळी सरदार पोस्ट, बीरबेट, विगोकोट आणि पॉइंट ८४ या चार ठिकाणच्या भारतीय ठाण्यांवरती हल्ला चढविला. तेथील चकमकी ३० एप्रिललाही चालू राहिल्या. त्या दिवशी पाकिस्तानच्या दारूगोळ्याच्या कोठाराला भारतीय तोफखान्याच्या भडिमारामुळे मोठी हानी पोहोचली आणि पाकिस्तानचा हा हल्ला विरून गेला.

पंतप्रधान लालबहादूर शास्त्री यांनी ही परिस्थिती खंबीरपणे हाताळली. कच्छचे रण हा प्रदेश विवादास्पद असल्याचे भारताला मुळीच मान्य नाही हे त्यांनी स्पष्ट केले. लोकसभेमध्ये २८ एप्रिल, १९६५ रोजी केलेल्या निवेदनात ते म्हणाले, ''चकमकी सुरू होण्यापूर्वीची 'जैसे थे' स्थिती निर्माण करण्यात आली तर कच्छच्या संबंधीचा प्रश्न शांततेने सोडवायला भारताची तयारी आहे. परंतु पाकिस्तानने जर समंजसपणा दाखविण्यास नकार दिला आणि आक्रमक कारवाया चालूच ठेवल्या तर भारताचे सैन्यदल आपल्या देशाचे संरक्षण करीलच. युद्धविषयक डावपेच आणि धोरण, सैनिकबळ आणि साधनसामग्री जास्तीतजास्त परिणामकारक दृष्टीने वापरावयास आपल्या सैन्यास मुभा आहे.''

संघर्षाला तोंड फुटल्याबरोबर लगेच ब्रिटनचे पंतप्रधान हॅरॉल्ड विल्सन यांनी युद्धबंदी अमलात यावी म्हणून हालचाली सुरू केल्या. राष्ट्रकुल राष्ट्रांच्या प्रमुखांची परिषद लंडनमध्ये चालू होती. तिच्यामध्ये सुरू केलेल्या प्रयत्नांना विल्सन यांना यश मिळाले आणि २९ एप्रिल, १९६५ रोजी युद्धबंदी अमलात आली. ३० जून रोजी एका सर्वसाधारण करारावर सह्या झाल्या. त्यानुसार विवाद्य क्षेत्रावर भारताचे पोलीस पातळीवरील नियंत्रण राहील असे ठरले. मात्र कंजारकोटनजिकचा मार्ग वापरायला

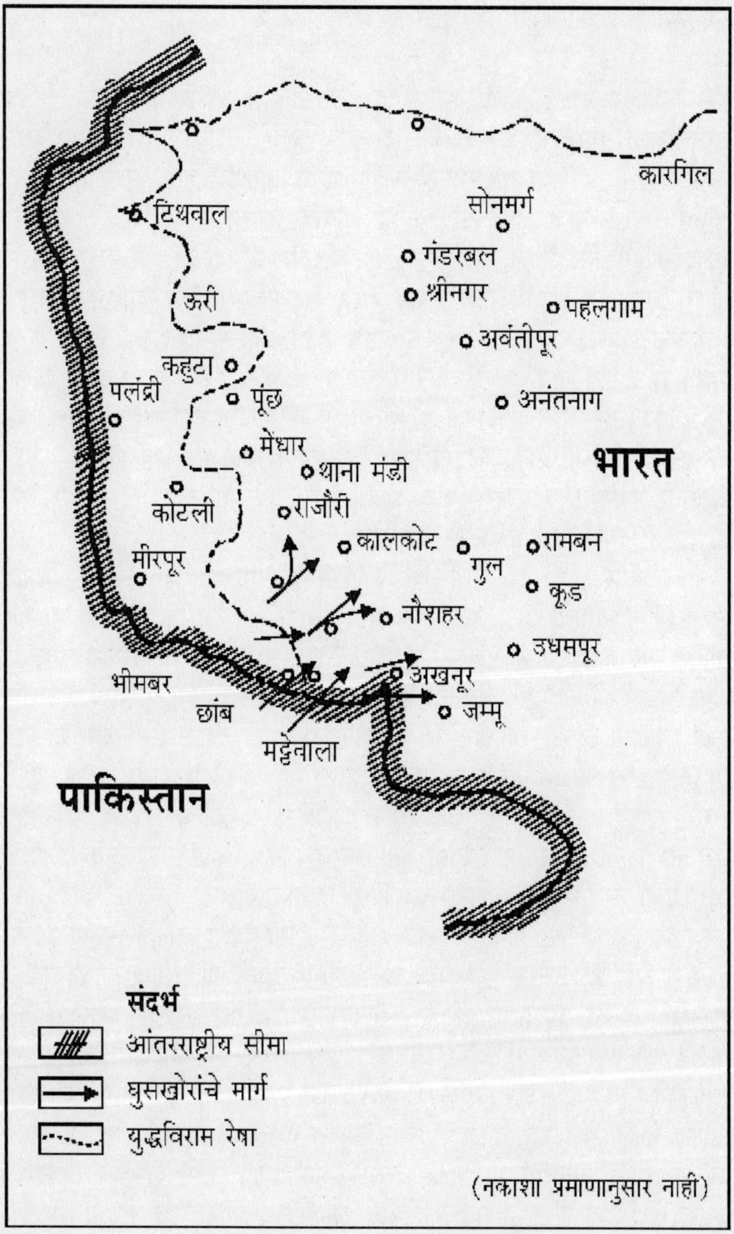

नकाशा : १ जम्मू आणि काश्मीर यामधील पाकिस्तानी घुसखोरांचे मार्ग

पाकिस्तानच्या पोलिसांना मोकळीक देण्यात आली.

कच्छच्या रणात युद्धबंदी झाल्यानंतर, उत्तरेकडील ठाण्यांमध्ये सैनिकी तुकड्या पाठवायला भारतीय सेनादलाने सुरुवात केली. त्याचा हेतू पंजाब अगर जम्मू-काश्मीर प्रदेशात पाकिस्तानने काही साहसी आगळीक सुरू केली, तर त्याला प्रतिबंध करता यावा असा होता. तथापि गुप्तहेर खात्याकडून सदर विषयासंबंधी काही माहिती मिळालेली नसल्यामुळे, ही भारतीय सैनिकांची हालचाल मंदगतीने चालू ठेवली गेली. मार्च आणि एप्रिल १९६५मध्ये काश्मीर खोऱ्यात भारतविरोधी प्रचाराला उधाण आले होते. मे १९६५मध्ये शेख अब्दुल्ला यांना पुन्हा अटक करणे भारत सरकारला भाग पडले. त्यानंतर विरोध आणि चळवळी यांचा उद्रेक झाला.

पाकिस्तानमधील आक्रमक धोरणाचा पुरस्कार करणाऱ्यांना निश्चितपणे वाटू लागले की, जम्मू आणि काश्मीरमध्ये 'ऑपरेशन जिब्राल्टर' या गनिमी युद्धास सुरुवात करण्यास ही योग्य वेळ आहे. त्यासाठी पाकिस्तानने ८ ऑगस्ट हा निर्णायक दिवस (D-Day) ठरवला होता.

५ ऑगस्ट, १९६५ रोजी सकाळी गुलमर्ग विभागातील दारा कास्सी खेड्यात महमद दिन नावाचा गुजर तरुण गुरे चारण्यासाठी गेला असता, हिरव्या सलवार कमीज पेहरावांतील दोन सशस्त्र सैनिकांनी त्याला गाठले आणि भारतीय फौजेच्या तैनातीबद्दल माहिती पुरविण्यासाठी पैसे देऊ केले. महमद दिनने त्या दोन सैनिकांना काही माहिती दिली. ती दोन माणसे जाताच त्याने जवळ असलेल्या टानमर्ग (TanMarg) पोलीस ठाण्याला या घटनेबद्दल माहिती दिली. लगेच या भागाकडे गस्त घालण्यासाठी फौजेची तुकडी रवाना झाली. नंतर झालेल्या चकमकीमध्ये सात घुसखोर कामी आले. पोलिसांना हेही समजले की, युद्धविरामरेषेच्या पलीकडे असलेल्या निरनिराळ्या खोऱ्यांमध्ये शिरकाव करण्यासाठी कित्येक पाकिस्तानी फौजेच्या तुकड्या पाठविण्यात आल्या आहेत. पोलीस यंत्रणा सतर्क करण्यात आली.

८ ऑगस्ट रोजी राजौरीजवळ गस्त फेरीमध्ये दोन पाकिस्तानी अधिकाऱ्यांना ताब्यात घेण्यात आले. त्यांच्याकडे सापडलेल्या कागदपत्रांवरून आणि त्यांची कसून चौकशी केल्यावर असे उघडकीला आले की, या घुसखोरी कार्यक्षेत्राचे सांकेतिक नाव 'ऑपरेशन जिब्राल्टर' होते आणि हे घुसखोरी कार्य पाकिस्तान सेना आणि आझाद काश्मीर तुकडी यांच्या संयुक्त दलाने करावयाचे होते. १ ते ५ ऑगस्टच्या कालावधीत या हल्लेखोरांच्या लहान-लहान गटाने शिरकाव करण्याचा घुसखोरीचा डाव होता. हे सर्व निरनिराळे लहान गट त्यांनी निवडलेल्या ठिकाणी भेटण्याचे ठरले होते आणि ते खोऱ्यावर निरनिराळ्या दिशेने एकत्र येणार होते. ८ ऑगस्टला श्रीनगरात पीर दस्तगीर साहिबांच्या उत्सवाला येणाऱ्या हजारो

लोकांच्या जमावामध्ये हल्लेखोर मिसळण्याची शक्यता होती. दुसरे दिवशी शेख अब्दुल्ला यांच्या अटकेला एक वर्ष पूर्ण होत असल्यामुळे त्याचा प्रथम वार्षिक दिन होता. या दिवशी जमावाबरोबर चालताना सशस्त्र हल्लेखोरांचा रेडिओ स्टेशन, विमानतळ आणि महत्त्वाची केंद्रे हस्तगत करण्याचा बेत होता. त्याच दरम्यान दरीच्या दक्षिण आणि ईशान्य दिशेने कूच करून श्रीनगर-जम्मू आणि श्रीनगर-कारगिल मार्गावरील रसद तोडून श्रीनगरला वेगळे करण्याचा शत्रू सेनेचा डाव होता.

त्याच सुमारास उरी-पूंछ भागात दिनांक ६ व ७ ऑगस्ट रोजी घुसखोरांच्या भारतीय गस्त घालणाऱ्या तुकडीबरोबर प्रखर चकमकी झाल्या. तसेच उरी-पूंछ फुगवट्यामार्गे (Poonch Bulge) भारतीय दळणवळणाच्या मार्गाची रसद तोडण्यासाठी फार मोठ्या प्रमाणावर आक्रमक हालचाली सुरू झाल्या. शत्रूने युद्धविराम रेषेच्या पलीकडे नव्या जोमाने प्रचंड प्रमाणात तोफगोळ्यांचा भडिमार करून हल्ले करण्याचे सुरू ठेवले; पण भारतीय फौजेने शीघ्र कारवाई करून ९ ऑगस्टचे घुसखोऱ्यांचे मनसुबे धुळीस मिळविले.

१९६५च्या मध्यापर्यंत युद्धविराम भंग होण्याच्या घटनांची संख्या १८००पर्यंत वाढली होती. १९६४मधील त्याच कालावधीत ही संख्या ५२२ होती. दररोज सहा-सात घटनांचे प्रतिवृत्त येत असे. १९ व २५ या डिव्हिजन्सकडे सीमारेषेलगतची सर्व जबाबदारी सोपविली होती. १९ डिव्हिजनकडे सीमारेषेची, तसेच उत्तरेकडील उरी सेक्टरचे संरक्षण करण्याची आणि २५ डिव्हिजनकडे दक्षिणेकडील पूंछ सेक्टरचे संरक्षण करण्याची जबाबदारी सोपविली होती. त्या सेक्टरमध्ये हाजीपीर खिंड हा पाकव्याप्त काश्मीरकडून येणारा मुख्य प्रवेश मार्ग आणि घुसखोरीचा मार्ग होता. हा मार्ग भौगोलिकदृष्ट्या ओळखल्या जाणाऱ्या उरी-पूंछ फुगवटा (bulge) या परिसरात आहे.

हाजीपीर उंचवट्याच्या दोन्ही बाजूंना जोडणाऱ्या मुख्य प्रवेश मार्गावर हाजीपीर खिंड आहे आणि म्हणून पश्चिमेकडून दरीमध्ये सफल घुसखोरीसाठी पाकिस्तानला या मार्गाचे अनिवार्य महत्त्व आहे. पूंछपासून उत्तरेच्या दिशेने पर्वतांची रांग, राजा आणि राणी या नावाने ओळखल्या जाणाऱ्या प्रमुख भू-वैशिष्ट्यापर्यंत उंचावत गेली आहे. नंतर ही पर्वतांची रांग बेतार नाल्याजवळ आणि जुन्या रस्त्याकडे उतरत जाते आणि अलग होण्याची सुरुवात होण्यापूर्वी पूंछ ते पूरी बेतार नाल्याबरोबर कहुटापर्यंत उजव्या बाजूला राजा-राणीची ठळक वैशिष्ट्ये ठेवून पसरलेली आहे. तेथून हाजीपीर खिंडीपर्यंत चढण आहे आणि फुगवट्याच्या दुसऱ्या बाजूला उरीकडे उतरण आहे.

१ ऑगस्ट, १९६५ रोजी भूसेनाप्रमुख जनरल चौधरी यांनी श्रीनगरला भेट दिली आणि पश्चिम भागाचे मुख्य सेनाधिकारी व १५ कोअरचे जीओसी (GOC)

लेफ्टनंट जनरल कटोच यांच्यासमवेत काश्मीरच्या सुरक्षा व्यवस्थेचा आणि युद्धबंदी रेषेच्या सुरक्षा व्यवस्थेचा आढावा घेतला. त्यात श्रीनगर खोऱ्यात येण्याची दोन मुख्य प्रवेशद्वारे – हाजीपूर आणि किशनगंगा – हे दोन्ही फुगवटे घेण्याचे ठरले. यासाठी भारतीय सैन्याने बंदी रेषेपलीकडे तडाखा द्यावा असे ठरले. हा तडाखा देण्याचे काम १५ कोअरच्या प्रभुत्वाखाली असलेल्या १९१ ब्रिगेडकडे देण्यात आले. तथापि, १५ ऑगस्टच्या पहाटे १९१ ब्रिगेडच्या भागात फार मोठी दुर्दैवी घटना घडली. शत्रूने दारूगोळ्याच्या कोठारावर गोळीबार केला आणि ब्रिगेडच्या मुख्य कार्यालयाचा काही भाग या स्फोटामध्ये उडाला. या घटनेमध्ये ब्रिगेड कमांडर बी.ए. मास्टर्स, तीन अधिकारी, चार जेसीओ (JCO) आणि चार इतर सैनिक ठार झाले आणि मोठ्या संख्येने जवान जखमी झाले.

या पार्श्वभूमीवर भूसेनाप्रमुख जनरल चौधरी १७ ऑगस्ट रोजी जम्मूला पोहोचले होते. त्यांनी १८ ऑगस्ट रोजी सैन्याला पूर्वयोजनेप्रमाणे लष्करी हालचाली करून हाजीपीर खिंड (उंची सुमारे २६०० मीटर्स) ताब्यात घेण्याचा औपचारिक हुकूम दिला. २१ ऑगस्ट रोजी संरक्षणमंत्र्यांच्या आदेशावरून कोअर जीओसीला (GOC) राजकीयदृष्ट्या आक्रमक हालचाली करणे किती महत्त्वाचे आहे, हे ठसविण्यासाठी जनरल चौधरी मुद्दाम जम्मूला परत आले.

पश्चिम विभागाचे सेनानी (Army Commander, Western Area) लेफ्टनंट जनरल हरबक्ष सिंह यांनी जेव्हा भूसेना सेनानींनी दिलेल्या आदेशाविषयी चौकशी केली तेव्हा त्यांच्या लक्षात आले की, कोअर जीओसी कटोच यांच्या परवानगीने २५ डिव्हिजनने हल्ला करण्याची कार्यकक्षा प्रखरपणे कमी केली होती. त्यावर लेफ्टनंट जनरल हरबक्ष सिंह यांनी कोणत्याही परिस्थितीत हाजीपीर खिंड जिंकावी असे आग्रहाने आणि आत्मविश्वासपूर्वक सांगितले आणि मेजर रणजित सिंघ दयाळ या तरुण अधिकाऱ्याकडे (नंतर ते लेफ्टनंट जनरल झाले) हल्ला करण्याची सूत्रे देण्यात आली. २७ ऑगस्टच्या रात्री प्रचंड तुफानी पावसात मेजर दयाळ यांनी तुकडीचे नेतृत्व करून मोठे खडक आणि धावत्या पाण्याने भरलेले नाले पार केले. २८ ऑगस्टला सकाळी १० वाजता त्यांनी हाजीपीर खिंड जिंकून घेतली. त्या शौर्याबद्दल त्यांना आणि ब्रिगेड कमांडर झेड. सी. बक्षी यांना महावीर चक्रांनी सन्मानित केले गेले.

ऑगस्ट १९६५मध्ये भारतीय सैनिकांच्या यशस्वी प्रतिहल्ल्याच्या मोहिमेमुळे आणि त्याच वेळी लष्कराच्या आक्रमक हालचालींमुळे हाजीपीर फुगवटा मोहीम संपल्यानंतर, पाकिस्तान त्यांना अनुकूल ठिकाणी जोराचा हल्ला करण्याची शक्यता होती.

■

३९

पाकिस्तानी हल्ला

भूप्रदेश आणि भौगोलिक वैशिष्ट्ये

जम्मू-काश्मीर प्रांतात छांबचा दक्षिणेकडील बहुतांशी भाग सोडला तर युद्धविराम रेषा (Cease Fire Line) पर्वतमय भागात आहे. ही रेषा सर्वसाधारणपणे जम्मू भागामध्ये उत्तर-दक्षिण अशी धावते आणि जम्मू आणि पाकिस्तान यामध्ये असलेल्या आंतरराष्ट्रीय सीमेला ती छांबच्या पश्चिम भागात मिळते.

भारताच्या बाजूला जम्मू आणि काश्मीरला जोडणारा दळणवळणाचा एकच मार्ग आहे. त्या वेळी सर्वांत जवळील रेल्वे मार्गाची सुरुवात पठाणकोटपासून होत असे आणि बनिहाल खिंडीद्वारे श्रीनगरला खुष्कीचा मार्ग होता. भारतीय सेनेला ह्या एका मार्गावर अवलंबून राहणे अपरिहार्य होते. हिवाळ्यात हा मार्ग बर्फाच्छादित असतो. पठाणकोटला मुख्य रेल्वे मार्ग, विमानतळ आणि परिसरातील लष्करी डेपो होता, त्यामुळे रावी आणि बिआस या नद्यांच्यामध्ये वसलेल्या पठाणकोटला सैन्याचे मोठ्या प्रशासकीय तळाचे स्वरूप प्राप्त झाले होते. पठाणकोट-जम्मू रस्ता पाकिस्तान सीमेला समांतर आणि विशेषत: छांब भागात अरक्षित असा आहे. त्यामुळे पाकिस्तान पठाणकोट-जम्मू मार्गावरील रसद तोडू शकत होता किंवा जम्मूची कोंडी करू शकत होता. अशा परिस्थितीत भारतीय सेनेची हालचाल करणे, तळ ठोकणे, पुरवठा करणे इत्यादी बाबतीत सर्वस्वी मुस्कटदाबी होऊ शकत होती. पाकिस्तानी सैन्याच्या कोणत्याही लष्करी हालचालीचे प्रथम लक्ष्य चिनाब नदीवरील अखनूर पूल हे ठरलेले होते. जम्मूला जोडणारा हा पूल छांब, नौशहर, राजौरी आणि पूंछकडे जाणाऱ्या मध्यम रणगाड्यांना किंवा जड वाहनांसाठी अनुकूल नव्हता.

पाकिस्तानहून अखनूरला जाण्यासाठी सर्वांत जवळचा रस्ता छांबमार्गे होता. पाकिस्तानी सैन्य त्यांच्या सियालकोट आणि खारियन या लष्करी छावणीपासून छांब-अखनूर भागात हल्ला करण्यासाठी अगदी योग्य अशा ठिकाणी होते. जम्मू आणि काश्मीरमधील फक्त हेच असे सपाट क्षेत्र होते की, ज्या ठिकाणापासून पाकिस्तानला मोठ्या प्रमाणात रणगाड्यांचा आणि जड तोफांचा भडिमार करून

झटकन वर्चस्व मिळविणे शक्य होते. उलटपक्षी, अखनूर पुलावरून मध्यम रणगाड्यांचीदेखील वाहतूक करणे शक्य नसल्याकारणाने भारताच्या दृष्टीने हा मोठा अडथळाच होता. शिवाय, भारतीय प्रदेशात छांब त्या मार्गाच्या शेवटच्या टोकाला होते. म्हणून पाकिस्तानला त्यांच्या नजिकच्या छावणीपासून जम्मूमध्ये लष्करी तुकड्यांची हालचाल करणे शक्य होते, तर छांब भारतीय सेनेच्या छावणीपासून दूर असल्यामुळे लढाईच्या सर्व लवाजम्यासह लष्करी हालचाली, तसेच अखनूर पुलाच्या मर्यादित उपयोगामुळे जड वाहने, तोफखाना आणि चिलखती दलांची वाहतूक करणे भारतीय सेनेस सहजासहजी शक्य नव्हते.

सैनिकी डावपेचाच्या दृष्टीने दुसरे महत्त्वाचे क्षेत्र कारगिल होते. कारगिल शहर भारतीय सेनेच्या हातात होते. परंतु कारगिल, श्रीनगर-लेह मार्गावरून – उंचावरून – लक्ष ठेवता येईल, असा उंचवट्याचा भाग पाकिस्तानने व्यापला होता.

भारतीय सेनानीचे परिस्थितीचे मूल्यमापन

१९६५ साली लेफ्टनंट जनरल हरबक्ष सिंह हे पश्चिम विभागाचे जनरल ऑफिसर कमांडर होते. या विभागामध्ये लडाख, जम्मू आणि काश्मीर, पंजाब, राजस्थान आणि गुजरात यांचा समावेश होता. या सेनाधिकाऱ्याकडे युद्धप्रसंग उद्‌भवला तर मुख्य तीन जबाबदाऱ्या होत्या.

- जम्मू आणि काश्मीरमध्ये पाकिस्तानी घुसखोरांना अतिकडक शिक्षा देऊन त्यांना जेरीस आणण्याचे उपाय योजणे. तसेच दळणवळण मार्गाच्या सुरक्षिततेबद्दल तजवीज करणे.
- पंजाब-राजस्थानमधील होणाऱ्या घडामोडींच्या घटनास्थळापासून आंतरराष्ट्रीय सीमेच्या सुरक्षिततेची काळजी घेणे आणि या सीमेमधून घुसणाऱ्या शत्रू सैन्याचा नायनाट करणे.
- जम्मू-काश्मीरमधील दळणवळणाचा मार्ग खुला राहण्यासाठी आणि शक्य असेल त्या मार्गाचा अवलंब करून पाकिस्तानच्या युद्धसामग्रीचा बीमोड करण्यासाठी, आंतरराष्ट्रीय सीमेच्या पलीकडे मर्यादित आक्रमक लष्करी हालचाली करणे आणि त्यासाठी पाकिस्तानी भूप्रदेश ताब्यात घेणे.

पश्चिम विभागाच्या अधिपत्याखाली ३ कोअर (Corps) सैनिक विभागांचा समावेश होता. श्रीनगर येथे असलेल्या १५ कोअरकडे खोऱ्याच्या सुरक्षिततेची, लडाखचे संरक्षण करण्याची, तसेच जम्मू-काश्मीर सीमा आणि युद्धविराम रेषेच्या पलीकडे पाकिस्तानने आगळीक केल्यास त्याचा बंदोबस्त करण्याची जबाबदारी होती. तसेच भारतीय भूप्रदेशामधून घुसखोरांना हुसकून लावण्याचे आणि युद्धविराम

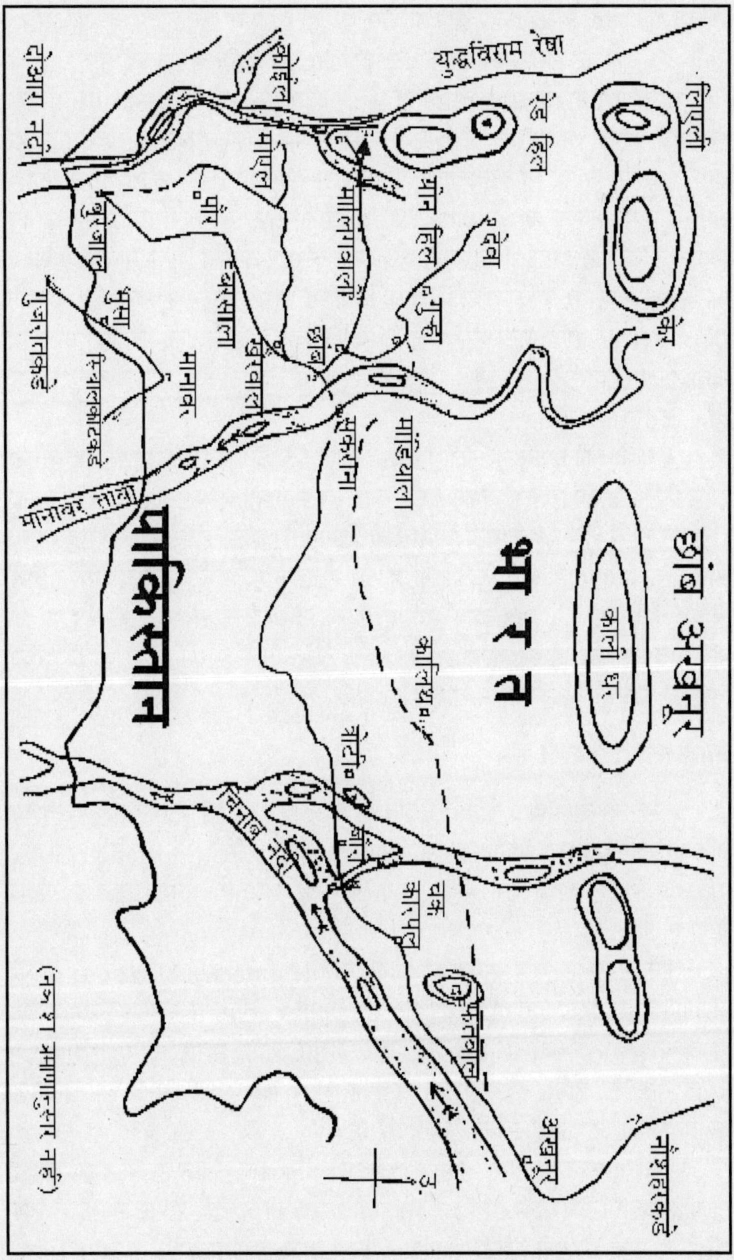

नकाशा २ : छांब-अखनूर सेक्टर

रेषेच्या पलीकडे असणाऱ्या त्यांच्या तळावर हल्ले करण्याचे काम या कोअरकडे होते. १५ कोअरचे सेनापतीपद लेफ्टनंट जनरल कटोच यांच्याकडे होते.

भारतीय सेनापतींचा कयास होता की, पाकिस्तानी सेनेची जोरदार मुसंडी छांब भागातच होईल. अखनूरला असलेल्या सैन्याची फळी कापून त्याला डिव्हिजनपासून वेगळे करणे आणि युद्धक्षेत्रातील गमावलेला भाग परत मिळवून समतोलपणा राखता येणे शत्रूला शक्य होते. त्या अनुमानानुसार ३१ ऑगस्ट, १९६५ला लेफ्टनंट जनरल हरबक्ष सिंह यांनी लेफ्टनंट जनरल कटोच यांना सांकेतिक संदेश पाठवला. त्यानुसार पाकिस्तानी सैन्याची नियमित मुसंडी रोखून ठेवण्यासाठी, तसेच छांबचे संरक्षण करण्यासाठी मनवर-तावी नदीपलीकडे मंडालियाला पुलाच्या अग्रभागी किमान दोन बटालियन सैनिक तैनात करण्याचा विचार लेफ्टनंट जनरल कटोच यांनी करायचा होता.

त्याच दिवशी दुपारी भूसेनाप्रमुख जनरल चौधरी, ब्रिगेडियर नरेंद्र सिंघ (डायरेक्टर ऑफ मिलिटरी ऑपरेशन्स) आणि १५ कोअरचे सेनापती जनरल कटोच यांच्याबरोबर चर्चा आणि निर्णय घेण्यासाठी श्रीनगरला विमानाने आले. लेफ्टनंट जनरल हरबक्ष सिंह दुसऱ्या दिवशी चर्चेत सहभागी होणार होते. ३१ ऑगस्टच्या चर्चेमधून असा निष्कर्ष निघाला की, शत्रू छांब भागात हल्ला करण्याऐवजी जामदार-नौशहर या परिसरात घुसखोरी प्रखर करण्याची शक्यता जास्त आहे. परिणामी, १५ कोअरच्या नियुक्त कार्याचे पुनर्विलोकन करण्यात आले.

पाकिस्तानी हल्ला

१ सप्टेंबरच्या पहाटे ३.३० वाजता संपूर्ण छांब प्रदेश शक्तिमान तोफखान्याच्या भडिमाराखाली आला. पाकिस्तानने 'ऑपरेशन ग्रँड स्लॅम' (Operation Grand Slam) लष्करी कारवायांना सुरुवात केली होती. भारतीय सेनेचे मुख्य कार्यालय चक्रावून गेले.

पाकिस्तानच्या १२ पायदळ तुकडीने (12 Infantry Division) तिन्ही बाजूंनी हा हल्ला केला होता. रात्रीपर्यंत या भागामध्ये ब्रिगेडियर मनमोहनसिंग यांच्या नियंत्रणाखाली असलेली एकुलती एक सुमारे तीन हजार सैनिकांची ब्रिगेड पेचात सापडली होती. उधमपूर येथे प्रस्थापित १५ कोअरच्या थेट अधिपत्याखाली या ब्रिगेडच्या लष्करी हालचाली होत असत.

पाकिस्तानच्या नियमित सेनेने अत्यंत हुशारीने छांब क्षेत्रात हल्ला करण्यासाठी या मोक्याच्या ठिकाणाची निवड केली होती कारण हा भूप्रदेश सपाट होता. त्याच्या पश्चिमेला एका बाजूला विस्तृत आणि दुसऱ्या बाजूला निमुळता होत जाणारा उंच-सखल पर्वतमय भूप्रदेश आणि पूर्वेला चिनाब नदी होती. त्यामुळे पाकिस्तानला

चिलखती दलाला चढाई करणे आणि जड तोफांचा भडिमार करणे सुलभ झाले होते. याउलट, संयुक्त राष्ट्राने लादलेल्या निर्बंधामुळे आणि अखनूरजवळ चिनाब नदीवर असलेल्या कमकुवत पुलामुळे भारतीय चिलखती दलाला आणि तोफखान्याला या भागात शिरकाव करणे शक्य नव्हते. अखनूर पुलाकडे जाणारा सर्वांत जवळचा मार्ग राजौरी-पूंछ होता. पण या अरुंद मार्गाने सैनिकी हालचाली करण्यास अनेक अडचणी होत्या. त्याच वेळी अखनूरपासून जम्मूच्या रोखाने पाकिस्तानला लष्करी हालचाली करणे आणि श्रीनगर खोऱ्याकडे जाणाऱ्या एकुलत्या एक दळणवळण मार्गाची नाकेबंदी करणे सहज शक्य होते.

पाकिस्तानने हल्ला करण्यासाठी योजलेला भूप्रदेश सियालकोट आणि जम्मू यांच्यामधून जाणारी आंतरराष्ट्रीय सीमारेषा आणि युद्धविराम रेषा जेथे मिळतात त्या भागात होता. त्यामुळे आंतरराष्ट्रीय सीमा न ओलांडता पाकिस्तानच्या चिलखती दलाला, ज्या ठिकाणी भूप्रदेश सुलभ रीतीने ओलांडता येईल त्या ठिकाणी ओलांडून, युद्धविराम रेषेचा भंग करणे सहज शक्य होते. युद्धविराम करारामुळे भारताला या भागात फक्त जुजबी सैन्य ठेवण्याची मुभा होती. या परिस्थितीचा भरपूर उपयोग करून घेऊन चिलखती दल आणि तोफखान्यातील श्रेष्ठत्व सिद्ध करण्याचा पाकिस्तानचा डाव होता. त्या दृष्टीने १ सप्टेंबर रोजी छांबवरील हल्ला हा चकित करणारा होता.

■

रोजनिशी (भाग १)*

संरक्षणमंत्र्यांची भारत-पाक युद्धविषयक रोजनिशी

४०

पाकिस्तानी हल्ला आणि वरचढ

बुधवार, सप्टेंबर १, १९६५

चव्हाणांची नोंद

सकाळी झालेल्या बैठकीत जनरल कुमारमंगलम म्हणाले की, प्रतिहल्ला करायचा झाला, तर पाकिस्तानला अजून कमीतकमी १६ दिवस (अवधी) लागतील.

सकाळी ११ वाजता रुग्णालयाला भेट दिली... पण तिथे '२६ हॉस्पिटल'मध्ये पोहोचताक्षणीच पी. व्ही. आर. राव (संरक्षणमंत्रालयाचे सचिव) यांचा फोन मिळाला की, रणगाडा दलाच्या मदतीने पाकिस्तानने छांब भागात हल्ला चढविला आहे.

माझ्या कचेरीत १ वा. परतलो. दुपारी भूसेनाप्रमुख (दौऱ्यावरून) परत येतील तेव्हा युद्धस्थिती माहितीकेंद्रात (ऑपरेशन्स रूम) *अधिक माहिती दिली जाण्यासाठी वेळ निश्चित ठरवून घेतली.*

दुपारी ४ वा. ४५ मि. भूसेनाप्रमुख आणि हवाईसेनाप्रमुख यांच्यात काही मिनिटे चर्चा झाली आणि ते दोघे माझ्याकडे आले. त्यांना 'छांब भागात रणगाड्यांच्या विरोधात हवाईदलाचा वापर करण्याचा' हुकूम हवा होता.

मंत्रीमंडळाच्या आणीबाणी उपसमितीशी (इमर्जन्सी कमिटी ऑफ दि कॅबिनेट) *सल्लामसलत करण्याइतका वेळ नव्हता. वेळ हा अतिमहत्त्वाचा घटक होता. त्याच्याकडूनच मिळालेल्या सल्ल्यानंतर निर्णय घेतला आणि त्यांना त्याप्रमाणे (हवाईसेनेचा वापर) करण्याचा हुकूम दिला.*

---

* यामध्ये संपूर्ण रोजनिशी उद्धृत केली आहे.

सायं. ६ वा. ३० मि. मंत्रीमंडळ आणीबाणी समिती बैठक : संयुक्त राष्ट्रसंघाचे महासचिव यू थांट यांनी राष्ट्रसंघाच्या सुरक्षामंडळास सादर केलेला अहवाल आपले विदेश मंत्रालय सचिव सी. एस. झा यांनी वाचून दाखविला. मंत्रीमंडळ समितीला मी माहिती दिली की, हवाई सेनेचा वापर सुरू केला आहे. पंतप्रधानांना माहिती दिली की, पंजाबमधील मुख्य सेनाधिकाऱ्याला मी तसा संदेश (सिग्नल) *दिला आहे.*

सायंकाळी हवाई हल्ल्याचा तपशील आणि त्यांचा परिणाम यांची माहिती देण्यास हवाईसेनाप्रमुख आले. आपली चार व्हॅम्पायर विमाने बेपत्ता आहेत.

भूसेनाप्रमुख जनरल जे. एन. चौधरी हजर नसले, तर त्यांचे मदतनीस ॲडज्युटन्ट जनरल, लेफ्टनंट जनरल पी. कुमारमंगलम हे संरक्षणमंत्र्यांबरोबरच्या सकाळच्या बैठकीला हजर असत. पाकव्याप्त भागात हाजीपूर आणि किशनगंज टेकड्यांच्या फुगीर क्षेत्रामध्ये भारताने अनपेक्षित हल्ले केले ते यशस्वी झाले होते. त्यानंतर पाकिस्तानकडून प्रतिहल्ल्याची साहजिकच अपेक्षा होती.

लेफ्टनंट जनरल कुमारमंगलम यांच्या मते पाकिस्तानला तसा हल्ला करण्यासाठी (पूर्वतयारी) म्हणून किमान १६ दिवसांचा अवधी लागणार होता. सेनादलाच्या गुप्तहेर खात्याची माहिती आणि सैनिकी आकलन किती सदोष होते, हे स्पष्ट आहे कारण पाकिस्तानने छांब भागात अगोदरच हल्ला सुरू केला होता.

मंडालिया-छांब भागात पाकिस्तानने आक्रमक हल्ला सुरू करताना त्याला काश्मीरमधील युद्धबंदी रेषा आणि त्याच्या जोडीला पंजाबलगतची आंतरराष्ट्रीय सीमादेखील ओलांडावी लागली. भारतीय सीमेच्या आत, ३२ किलोमीटर्सवर असणाऱ्या, अखनूर गावाच्या दिशेने पाकिस्तानच्या रणगाडा दलाची एक तुकडी पुढे घुसली. त्यांचे उद्दिष्ट अगदीच उघड होते; चिनाब नदीवरील पूल उद्ध्वस्त करायचा आणि पठाणकोटकडून जम्मू आणि काश्मीर खोऱ्याकडे जाणाऱ्या एकमेव रस्त्याचा दुवा निखळून टाकायचा.

दुपारी ४.३० वाजता जनरल चौधरी दिल्लीत पालम विमानतळावर परतले आणि थेट संरक्षणमंत्र्यांच्या कचेरीत पोहोचले. तिथे बैठक सुरू होती. तिथे पोहोचताच त्यांनी हवाईसेनाप्रमुख एअर चीफ मार्शल अर्जन सिंह यांच्याशी घाईघाईने काही सल्लामसलत केली. त्यानंतर भूसेनाप्रमुख आणि हवाईदलप्रमुखांनी संरक्षणमंत्र्यांना विनंती केली की, छांब भागातील पाकिस्तानच्या हल्ल्याला थोपविण्यासाठी हवाईदलाचा वापर करण्यास परवानगी द्यावी. तसेच युद्धबंदी रेषा ओलांडून पुढे प्रतिहल्ले करण्यासाठी ठिकठिकाणच्या भारतीय तुकड्यांना लष्करी 'संदेश' (सिग्नल्स) पाठविण्याची परवानगीही मागितली.

सैन्याच्या कारवाया

हवाईदलाचा वापर करण्यासाठी चव्हाणांनी आपली संमती ४ वा. ५० मिनिटांनी दिली. ५.१९ मिनिटांनी व्हॅम्पायर्स (Vampires) आणि मिस्टिअर्स (Mysteres) या लढाऊ (Fighter) विमानांनी पठाणकोटवरून कूच केले आणि पाकिस्तानच्या एफ-८६ सेबर जेट विमानांशी जोरदार लढत दिली. भारतीय विमानांच्या पाक विमानांशी झालेल्या धुमश्चक्रीत भारताची चार व्हॅम्पायर्स विमाने पडली.

१ सप्टेंबरच्या पहाटे छांब भागात पाकिस्तान्यांनी अचानक जो हल्ला चढविला त्याचा उद्देश आपले चिलखती दल आणि तोफखाना यांचा धडाकेबाज उपयोग करून जम्मू भागातून भारतात मुसंडी मारणे हा होता. त्यानुसार जोरदार भडिमार केल्यानंतर पाकिस्तानच्या रणगाडा दलाच्या तुकड्या पुढे सरकू लागल्या. भारताच्या रणगाडा दलाने त्यांना अडविले पण त्यांच्या मुसंडीपुढे भारताच्या रणगाड्यांचे मोठेच नुकसान झाले. दुपारपर्यंत परिस्थितीने गंभीर वळण घेतले. या हल्ल्यात भारतीय सैन्याची एकमेव ब्रिगेड नंबर १९१ ब्रिगेडिअर मनमोहनसिंह यांचे नेतृत्वाखाली आणि उधमपूर येथील सेनेच्या १५ कोअरच्या अधिपत्याखाली होती.

सायंकाळी ५.३० वाजण्याचे सुमारास पठाणकोटकडून भारतीय हवाईदलाने छांब भागात झेप घेतली. त्या वेळी युद्धमैदानावर परिस्थिती फार गोंधळाची होती. दोन्ही बाजूंचे रणगाडे आणि सैनिकी तुकड्या धुमश्चक्रीत एकमेकांना अगदी भिडलेल्या दिसत होत्या. अशा परिस्थितीत घाईगर्दीने केलेल्या हवाई हल्ल्यामध्ये भारताचे रणगाडे आणि चिलखती वाहने यांच्यावरही सर्रास बॉंब पडले आणि त्यांच्यापैकी कित्येक नष्ट झाले. तसेच भारताची तोफगोळे आणि रणगाड्यांचा दारूगोळा नेणारी वाहनेही आपल्या विमान हल्ल्यात सापडून उद्ध्वस्त झाली. तथापि वायुसेनेने हल्ला करण्याचा निर्णय त्वरेने घेऊन जलद कृती केल्यामुळे जमिनीवर भारतीय सेनेवरील दडपण कमी झाले आणि त्यांना दिलासा मिळाला. त्यापेक्षा महत्त्वाचे म्हणजे एका महाअरिष्टापासून राष्ट्राचा बचाव झाला.

सायंकाळी अंधार पडू लागण्याच्या सुमारास पाकिस्तानने मंडालिया आणि छांब यांच्यामध्ये घुसून पाचर ठोकली होती आणि तावी नदीच्या पश्चिम किनाऱ्यापर्यंत ते पोहोचले होते. त्यांच्या काही तुकड्या रात्रीच्या अंधारात नदी ओलांडून अलीकडे आल्या. भारतीय सैन्याच्या तुकड्यांनी अखनूरच्या दिशेने माघारी सरकत संरक्षण फळीची पूनर्बांधणी करायला सुरुवात केली.

भारताच्या सेनादलांना त्याचप्रमाणे (काश्मीर) खोऱ्याच्या सुरक्षिततेला पाकिस्तानच्या आकस्मिक हल्ल्यामुळे आता गंभीर स्वरूपाचे आव्हान होते.

गुरुवार, सप्टेंबर २, १९६५

चव्हाणांची नोंद

सकाळच्या बैठकीमध्ये हवाई हल्ल्याबद्दल आणखी तपशील मला मिळाला. त्यायोगे संघर्षाची परिस्थिती तीव्र झाली आहे, यात शंका नाही. पण त्याच वेळी लढाईला निश्चित दिशाही मिळाली आहे. कदाचित छांब क्षेत्रात ही परिस्थिती तात्पुरती असू शकेल.

श्री. जी. एल. सेठ (संरक्षण उत्पादन खात्याचे चिटणीस) यांनी मॉस्कोमध्ये नौसेनेच्या साधनसामग्रीबद्दल करायच्या करारांबद्दल वाटाघाटीत चांगली कामगिरी केली. मॉस्कोहून ते परत आले आहेत.

विरोधी पक्षाबरोबर बैठक घेऊन, त्यांना अगदी ताज्या घटनांबद्दल अहवाल दिला. सर्वांनी या बैठकीत सहकार्याच्या भावनेने भाग घेतला.

लोकसभेमध्ये निवेदन केले. त्याचे चांगले स्वागत झाले. परिस्थितीचे 'लष्करीदृष्ट्या अजून उलगडत जाणारी स्थिती' अशा प्रकारचे वर्णन करून मी महत्त्वाच्या गंभीर घटनांवर भर दिला.

मंत्रीमंडळाच्या आणीबाणी समितीच्या बैठकीत सुरक्षा मंडळाच्या सभासदांना यू थांट यांनी दिलेल्या अहवालावर चर्चा झाली. लष्करीदृष्ट्या आपणास लाभदायक स्थिती ठेवण्यावरती मी भर दिला. इंग्लंडने मांडलेले प्रस्ताव भारतास जाळ्यात सापडण्यासाठी मांडलेले दिसतात. पंतप्रधान खंबीर आहेत असे वाटले. हाच आवेश ते कायम ठेवतील, अशी मी आशा करतो.

भूसेनाप्रमुख त्यांच्या मनावर कोणते दडपण आहे हे सांगण्यासाठी आले. ते काहीसे विषण्ण आणि निराश वाटले.

२ सप्टेंबर रोजी भारतीय सेनेच्या तुकड्यांना पाकिस्तानकडून मोठा हल्ला अपेक्षित होता. पण तो झाला नाही. त्यामुळे सर्वांना मोठे आश्चर्य वाटले. नंतर समजून आले की, त्या रात्री पाकिस्तानने आपल्या सैन्याचे सेनापती बदलले. तोपर्यंत सेनापती असणाऱ्या मेजर जनरल अख्तर हुसेन मलिक यांना मेजर जनरल आगा महमद याह्याखान (हे पुढे पाकिस्तानचे राष्ट्रपती झाले.) यांचेकडे सूत्रे देण्यास सांगितले गेले. त्यामुळे भारतीय सेनादलाच्या तुकड्यांना थोडी उसंत मिळाली. तसेच पुन्हा संघटित होण्याला आणि आपल्या युद्धमोर्चाची बळकटी करायला वेळ मिळाला. ३ सप्टेंबरच्या दुपारपर्यंत तावीच्या पूर्व किनाऱ्यावरील आपली आगेकूच पाकिस्तानी सेनेने चालू केली नव्हती.

चव्हाणांच्या नोंदीवरून असे दिसते की, भारतीय हवाईदलाच्या हल्ल्यामुळे

संघर्ष आणि लढाईला एक निश्चित परिणामकारक स्वरूप प्राप्त झाले होते. विशेष म्हणजे हवाईदलाचा उपयोग केल्यामुळे अखनूर पुलाच्या दिशेने पुढे सरकण्याचा प्रयत्न पाकिस्तानने जर चालूच ठेवला, तर भारत या संघर्षाचा विस्तार करायला मागेपुढे पाहणार नाही, हेही स्पष्ट झाले.

पाकिस्तानने केलेला आकस्मिक हल्ला आणि पंतप्रधानांचा स्पष्ट इशारा की, पाक हल्ल्याला तोंड दिले जाईल आणि काळजीचे कारण नाही, या बातम्यांनी २ सप्टेंबर, १९६५ची सकाळची दैनिके मुख्यत्वे भरून गेली होती.

त्या दिवशी सकाळी चव्हाण यांनी एका निवेदनात लोकसभेत सांगितले की, पाकिस्तानने चिलखती दलांचा मोठा हल्ला चढविल्यामुळे संघर्ष अल्पावधीत व्यापक स्वरूपाचा बनला आहे. संरक्षणसंबंधी सर्वंकष विचार करणे आपणाला भाग झाले आहे. कोणत्याही परिस्थितीला तोंड देऊ शकण्याची आपल्या सैन्यदलांना खातरी आहे.

१ सप्टेंबरची रात्र येता-येता, लढाईच्या धुमश्चक्रीत आपल्या व्हॅम्पायर विमानांनी भारतीय चिलखती दलांचे नुकसान केले आणि पाकिस्तानी चिलखती दलाच्या दबावामुळे भारतीय सेनेच्या तुकड्या अखनूरच्या दिशेने माघार घेत आहेत, या आलेल्या वार्तांमुळे मोठी चिंता पसरली. जनरल चौधरी काहीसे 'खिन्न दिसल्याचे' चव्हाणांना आढळले होते.

शुक्रवार, सप्टेंबर ३, १९६५

चव्हाणांची नोंद

दिवसाचा प्रारंभ भारताच्या हवाईदलाने दिलेल्या एका चांगल्या भेटीने झाला. हवाईदलाचे प्रमुख सकाळीच माझ्या निवासस्थानी आले आणि त्यांनी छांब क्षेत्रात पाकिस्तानचे एक एफ-८६ विमान सकाळी झालेल्या चकमकीत भारतीय हवाई दलाने पाडले, अशी बातमी दिली.

भूसेनाप्रमुख सायंकाळी आले. त्यांची मन:स्थिती चांगली दिसली. काल आपण काहीसे निराश होतो त्याबद्दल आपणास वाईट वाटते, असे ते म्हणाले. मला हे समजू शकते. त्यांनी मन मोकळे करायला हवेच, कुठेतरी मनातील सर्व काही ओतले पाहिजे (आणि) माझ्यापाशी ते हे करीत आहेत, ही चांगली गोष्ट आहे.

मंत्रीमंडळ आणीबाणी समिती बैठक रात्री ९ वाजता. यू थांट यांच्या प्रस्तावाला काही अटींवर स्वीकृती द्यावी, अशी सूचना विदेश मंत्रालयाने केली.

माझ्या मते, आताच असे काही मान्य करणे, हे अप्रस्तुत ठरेल. त्यामुळे जनतेच्या तसेच सेना आणि हवाईदलांच्या नीतीधैर्यावर परिणाम होईल.

पंतप्रधानांनी आत्मसन्मानाचे (Self Respect) सूत्र मांडले.

भारतीय हवाईदलाने (देशाला) दिलेली भेट असे ज्याचे वर्णन चव्हाणांनी केले, त्याचा संदर्भ छांब रणक्षेत्रामध्ये झालेल्या हातघाईच्या हवाई संघर्षाशी होता. भारतीय बनावटीच्या नॅट (Gnat) लढाऊ विमानांनी पाकिस्तानच्या अमेरिकन बनावटीच्या एफ-८६ सेबर जेट विमानाचा पाठलाग करून ते पाडले होते. सर्व राष्ट्रांत त्यामुळे विद्युतभारित चैतन्य आले आणि हवाईदलाचे नीतीधैर्यही फार प्रचंड प्रमाणात वाढले.

त्या दिवशी संरक्षणमंत्र्यांनी भूसेना आणि हवाईदल यांच्या प्रमुखांसमवेत पंतप्रधानांबरोबर प्रदीर्घ चर्चा केली. या चर्चेत देशाची युद्धातील उद्दिष्टे खालीलप्रमाणे निश्चित करण्यात आली :

१. बळाने काश्मीर बळकविण्याच्या पाकिस्तानच्या प्रयत्नांपासून स्वसंरक्षण करणे आणि भारतापासून काश्मीर हिसकावून घेणे, पाकिस्तानला कधीच साध्य होऊ देणार नाही, हे निर्विवादपणे स्पष्ट करणे.
२. पाकिस्तानच्या सेनादलांची आक्रमणाची शक्ती नष्ट करणे.
३. ही उद्दिष्टे साध्य करण्यासाठी पाकिस्तानचा आवश्यक तितका प्रदेश व्यापणे आणि युद्धाचा समाधानकारक निर्णय झाल्यावर तो सोडून देणे.

ज्यांना 'युद्धाची प्रमुख दिशादर्शक उद्दिष्टे' (Higher Directions of War) म्हणता येईल, तशांमध्ये या बाबींचा समावेश होतो आणि सरकारने निश्चित केलेल्या 'उद्देश आणि ध्येय'पूर्तीच्या या चौकटीमध्ये भूसेना आणि वायुसेना यांना आपल्या आक्रमक प्रहार शक्तींचा वापर करणे सुलभ राहील.

या राजनैतिक कृतींबद्दल खल चालू असताना चव्हाणांचे मन मात्र युद्धभूमीवरील लढाईवर होते. तेथील परिस्थिती उत्साहकारक नव्हती.

सैन्याच्या कारवाया

१, २ व ३ या दिवशी

पहिल्या दिवशी भारतीय सेनादलांची अपेक्षा असावी की, बहुधा पाकिस्तानचे सैन्य थेट उत्तर दिशेने छांबकडे हल्ला चढवील. प्रत्यक्षात भारताच्या सैनिकी ठाण्यांपासून फार लांबचा वळसा घालून पाकिस्तानची सेनादले छांबच्या पूर्व बाजूने आली आणि छांबचा कब्जा घेतला. युद्धबंदी रेषेच्या पूर्वेकडे आठ किलोमीटर्सपर्यंत – मनवर-तावी नदीपर्यंत – आणि आंतरराष्ट्रीय सीमेपासून छांब खेड्यापर्यंत नऊ किलोमीटर्स उत्तरेस, असा अंदाजे ५५ चौरस किमी प्रदेश पाकिस्तानी सेनादलाने व्यापला.

२ सप्टेंबरच्या चकमकींमधील अल्प विश्रामानंतर पाकिस्तानी सेना चिनाब नदीच्या पश्चिमेस असणाऱ्या जौरिअन (Jaurian) वर हल्ला चढवील, हे उघड झाले होते. चिनाबच्या पात्राच्या बाजूबाजूंनी आणि टेकड्यांच्या पायथ्यापर्यंत हे चिंचोळे आकाराचे क्षेत्र आहे. छांबकडून अखनूरकडे जायचे दोन्ही प्रमुख मार्ग अडवायला, नजरेखाली राखून संरक्षण ठाणे ठेवायला तेथील उंच टेकडीमाथ्यांचा पट्टा [illegible] होता.

अपेक्षेप्रमाणेच ३ सप्टेंबरला तावी नदीच्या पूर्वेकडील सपाट प्रदेशांच्या बाजूवर पाकिस्तानचे रणगाडे पुढे सरकायला लागले. तेथे असणारी भारताची चिलखतीदले चिनाब नदीच्या उजव्या किनाऱ्याच्या बाजूला अगोदरच मागे घेतली गेली होती.

भारताच्या तोफखान्याच्या दोन ठिकाणांवर पाकिस्तानच्या तोफांचा मारा अचूक बसून ती उद्ध्वस्त झाली आणि तोफांच्या दारूगोळ्यांचे स्फोट सुरू झाले. त्यातून झालेल्या गोंधळामुळे भारतीय गोलंदाजांनी तोफांची ठाणी सोडून दिली. पाकिस्तानने आपल्या चढाईचा जोर केला आणि तेथे जागेवर असणाऱ्या भारतीय सेनाधिकाऱ्यांनी रात्र पडल्यावर जौरिअनकडे माघार घेण्याचा विचार सुरू केला. १५ कोअरचे प्रमुख लेफ्टनंट जनरल कटोच यांनी सरसेनापतींकडे जौरिअन भागात पाकिस्तानशी लढत असणारी ४१वी माउंटन ब्रिगेड माघारी घेता यावी यासाठी परवानगी मागितली. ३ सप्टेंबरच्या रात्री लेफ्टनंट जनरल हरबक्ष सिंहना जेव्हा ही गोष्ट कळली, तेव्हा आपण स्वत: अखनूर येथील लष्करी चकमकींची पुन:तपासणी केल्याशिवाय तशी परवानगी दिली जाणार नाही, हे त्यांनी कळविले.

तशी तपासणी केल्यावर, लेफ्टनंट जनरल हरबक्ष सिंह यांनी 'मागे सोडलेल्या तोफा परत ताब्यात घ्याव्यात आणि सप्टेंबर ४ व ५च्या मधल्या रात्री माघार घ्यावी असे हुकूम दिले. त्याच समयी ४१ ब्रिगेडचे प्रमुख ब्रिगेडिअर एम. जी. राजवाडे होते. त्यांनी कळविले, 'आपल्या आघाडीवर असणाऱ्या कंपन्यांवर हल्ला करण्याची तयारी पाकिस्तानी करीत असून, तो अडविण्याबद्दल आपणास खातरी वाटत नसल्याने माघार घ्यावी असे मला वाटते'. त्यावर लेफ्टनंट जनरल हरबक्ष सिंह यांनी, जर तुमच्या आघाडीची संरक्षक फळी पाकिस्तान्यांनी यशस्वीपणे भेदली तर प्रतिहल्ला चढविण्याची तयारी ठेवण्याचा हुकूम दिला. त्याप्रमाणे अपेक्षित हल्ला झाला, प्रतिहल्ला केला गेला आणि दुपारी १२च्या सुमारास परिस्थिती आटोक्यात आली.

या दरम्यान हरबक्ष सिंहना समजले की, तोफखान्याच्या १६१ आर्टिलरी रेजिमेंटच्या आघाडीवर तैनात असलेल्या सर्व सैनिक अधिकाऱ्यांनी आपली ठाणी सोडून दिली आणि ते पळून गेले होते. आपल्या तोफा, दारूगोळा आणि वाहनेही त्यांनी जाग्यावरच टाकून दिली होती. ही रेजिमेंट विभागीय सेनाधिकारी मेजर जनरल चोप्रा यांच्या अधिपत्याखाली होती. त्यांना तसेच प्रभागीय (कोअर) सेनाधिकारी

लेफ्टनंट जनरल कटोच यांना जम्मू विमानतळावर लेफ्टनंट जनरल हरबक्ष सिंह भेटले. मेजर जनरल चोप्रा यांना त्यांनी हुकूम दिला की, शक्य तेवढे मनुष्यबळ जमा करावे आणि सोडून दिलेल्या तोफा, दारूगोळा, वाहने यांपैकी जितके जास्तीतजास्त साहित्य परत मिळविता येईल तितके मिळवावे. ते केल्यानंतरच त्या रात्री ४१व्या माउंटन ब्रिगेडला माघार घेण्याला ते परवानगी देऊ शकतील.

दुसऱ्या दिवशी सकाळी सप्टेंबर ५ला लेफ्टनंट जनरल हरबक्ष सिंहना कळविले गेले की, सर्व साहित्य आणि दारूगोळा परत मिळवून ४१ ब्रिगेड सुरक्षित माघारी परतली आहे. तथापि, जेव्हा त्यांना कळले की तोफा मागेच सोडून दिल्या होत्या तेव्हा त्यांचा संताप अनावर झाला. या हुकूमभंगाबद्दल तात्काळ कोर्ट ऑफ इन्क्वायरी (Court of Enquiry) नेमण्याची आज्ञा त्यांनी प्रभागीय सेनाधिकाऱ्यांना केली. त्या चौकशीनंतर मेजर जनरल चोप्रा यांच्याकडून त्या सेनाविभागाची सूत्रे काढून घेण्यात आली.

शनिवार, सप्टेंबर ४, १९६५

चव्हाणांची नोंद

मंत्रीमंडळ आणीबाणी समितीच्या (Emergency Committee of the Cabinet – ECC) दोनदा बैठकी झाल्या. दु. १ वा. आणि दु. ४.४५ वाजता. यू थांट यांना पाठवायचे उत्तर ठरविण्यात आले. पंतप्रधानांनी घेतलेल्या तर्कनिष्ठ खंबीर भूमिकेला आमच्यापैकी परराष्ट्रमंत्री स्वर्णसिंहांचा अपवाद वगळता सर्वांनी पाठिंबा दिला.

दोन वेळा हवाई हल्ले करण्यात आले. त्यातील दुपारच्या हल्ल्यामध्ये काही फळ मिळाले. दोन पाक विमाने पाडण्यात आली.

छांब क्षेत्रातील युद्धक्षेत्रात काही गडबड आहे. सुरुवातीसच कोणाची तरी घोडचूक घडलेली आहे, असे मला वाटते. आज जौरिअनसुद्धा सोडून द्यावे लागणार. अखनूर पुलानजिक होणारी खरी लढाई दृढ निर्धाराने लढावी लागणार आहे, नाहीतर सेनादलाप्रमाणेच सरकारवरही अरिष्ट कोसळणार आहे. ते टाळण्यासाठी सर्व शर्थीचे प्रयत्न करावे लागतील. मी उद्या त्यांवर माझे लक्ष केंद्रित करण्याच्या विचारात आहे.

रात्री ८ वाजून १० मिनिटांनी भूसेनाप्रमुख भेटायला आले. काल रात्री आणि आज छांब क्षेत्रात घडलेल्या घटनांचा संक्षिप्त अहवाल त्यांनी सांगितला. ते निराश वाटत होते. उद्याच्या पुढील कृतीबद्दलच्या योजनांविषयी त्यांचेबरोबर

चर्चा केली.

उद्या आम्ही जे पाऊल उचलणार आहोत, त्यामुळे मला वाटते की, सर्व परिस्थितीचा तोंडवळाच बदलून जाईल. त्यात जर आम्हाला यश मिळाले नाही तर त्या उद्‌भवणाऱ्या परिस्थितीची कल्पनाही मनात आणू इच्छित नाही. राष्ट्राला अपयशास सामोरे जावे लागेल, हे निश्चित.

४ सप्टेंबरच्या सकाळी ११.३० ते १.००च्या सुमारास पाकिस्तानी सेनादलाने नव्याने नेमल्या गेलेल्या मेजर जनरल (नंतर फील्ड मार्शल झालेले.) याह्याखान यांच्या नेतृत्वाखाली जौरिअनवरती उत्तर दिशेकडून निकराचा हल्ला चढविला. त्यात तोफखान्याची एक रेजिमेंट, दोन पायदळ बटॅलियन आणि त्यांना मदत म्हणून मध्यम पल्ल्याच्या आणि अवजड तोफांचा समावेश होता. भारताच्या आघाडीवर असलेल्या ठाण्यांचा कब्जा त्यांनी सहज घेतला. या दरम्यान फतेवाल डोंगरमाथ्यापाशीही पाकिस्तानच्या बाजूने एक अधिक मोठे आव्हान खडे केले जात होते. अशा मोठ्या विषम रणक्षेत्रावरील परिस्थितीत आपली बहुतेक संरक्षण पथके शौर्याने लढली. त्याला एकच अशोभनीय कलंक लागला तो १६१ आर्टिलरी रेजिमेंटने आपल्या तोफा सोडून देऊन पळ काढला, त्याचा निर्देश अगोदर केला आहे.

चव्हाणांच्या नोंदीनुसार पुढील हालचालींवर त्यांचे मन गुंतले होते आणि त्यात अपयश आल्यास होणाऱ्या संभाव्य परिणामांवर ते विचार करीत होते. रणक्षेत्रावर माघार घ्यावी लागत असल्यामुळे जनरल चौधरी हेही खिन्न झाले होते.

पाकिस्तानच्या सैनिकी कारवायांना यश मिळत गेल्यामुळे अखनूर जिंकण्यासाठी एक जोरदार मुसंडी मारण्याच्या त्यांच्या निश्चयाला बळकटी मिळाली. त्या दिवशी मेजर जनरल याह्याखान यांना पाकिस्तानचे सरसेनापती जनरल मुसा यांनी हा संदेश पाठविला. "त्याच्या नरड्यामध्ये तुझे दात जोरात रुतवले आहेस. आणखी खोल-खोलवर तो नाशपावेतो ते रुतवत राहा. इन्शाल्ला, तू त्याला नष्ट करशीलच."

परिस्थिती फार निराशजनक होत होती. अखनूर जर गमवावे लागले तर मोठेच संकट कोसळणार हे निश्चित होते. अशा परिस्थितीत काय करावे याविषयी एक रणनीती रचली होती. कच्छच्या रणातील घडलेल्या लष्करी कारवाईनंतर ठरविली होती, ती कृतीयोजना अमलात आणण्याचे चव्हाणांनी निश्चित केले. त्याचे नाव होते 'ऑपरेशन रिडल.'

■

४१

प्रतिहल्ला – ऑपरेशन रिडल

२० एप्रिल, १९६५ रोजी संसदेपुढे पंतप्रधान लालबहादूर शास्त्रींनी घोषणा केली होती, ''समजूतदारपणा बाजूला ठेवून आपल्या आक्रमक कारवाया पाकिस्तानने चालूच ठेवल्या, तर आमची सेना देशाचे संरक्षण करीलच; पण त्याच्या जोडीला आपली स्वत:ची रणनीती आणि मनुष्यबळ आणि साधनसामग्री यांचा अधिकात अधिक चांगल्या प्रकाराने कसा वापर करावा, हेही ठरवील आणि तसे करण्याचे स्वातंत्र्य त्यांना राहील.''

तद्नंतर, संरक्षणमंत्र्यांच्या संमतीने जनरल चौधरी यांनी 'ऑपरेशन रिडल' या सांकेतिक नावाने एक योजना तयार केली होती. त्यामध्ये लष्करीदृष्ट्या मोक्याच्या असणाऱ्या आणि भारताच्या आंतरराष्ट्रीय सीमेपलीकडे असणाऱ्या पाकिस्तानातील स्थानांचा आणि संभाव्य हल्ल्यांचा विचार केलेला होता.

लाहोर आणि अमृतसर ही दोन मोठी शहरे बडी दुआब म्हटल्या जाणाऱ्या प्रदेशात आहेत. दक्षिणेला सतलज नदी, उत्तरेला रावी आणि पश्चिमेला बियास या नद्यांच्या मधल्या प्रदेशामध्ये ही शहरे वसली आहेत.

लाहोर हे पाकिस्तानमधले दुसऱ्या क्रमांकाचे सर्वांत मोठे शहर आहे. भारताच्या फाळणीपूर्वीच्या संयुक्त पंजाबची राजधानी असणारे आणि पाकिस्तानच्या इतर कोणत्याही शहरापेक्षा अधिक ऐतिहासिक महत्त्व असणारे हे शहर पाकिस्तानच्या पंजाब विभागामधील रस्त्यांच्या आणि रेल्वे मार्गांच्या जाळ्याचा केंद्रबिंदू आहे.

चिनाब नदीवर रस्ते आणि रेल्वे मार्गासाठी असणाऱ्या पुलाजवळ लाहोरचे भौगोलिक स्थान असल्याने त्याला अधिक लष्करी महत्त्व येते. बडी दुआब प्रदेशात लाहोर, अमृतसर, कसूर, सुलतान ही नामवंत शहरे आहेत. या दुआबमध्ये डेराबाबा नानक हा रेल्वे-रस्ते मार्गांचा रावी नदीवरील पूल, तसेच बियास आणि हुसेनीवाला येथील रेल्वे-रस्ता मार्गांचे पूल आहेत. म्हणजे भारत आणि पाकिस्तान यांचे लष्करी मोक्याचे प्रदेश बडी दुआब भागात आहेत. त्यात लाहोर आणि अमृतसर फारच मोक्याची स्थाने. आंतरराष्ट्रीय सीमेपासून लाहोर फक्त ३० किलोमीटर्स दूर, तर

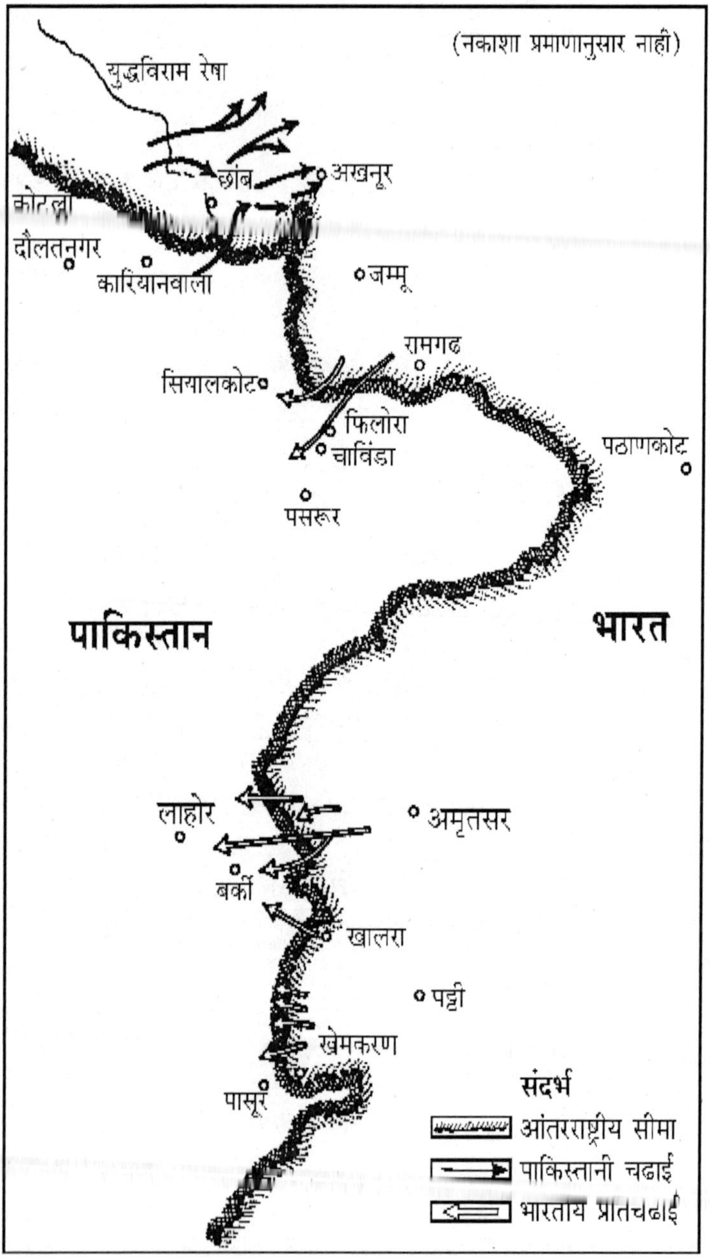

नकाशा ३ : छांब सेक्टरमध्ये पाकिस्तानची चढाई आणि भारताची प्रतिचढाई

अमृतसर २५ किलोमीटर्स दूर आहे.

जर दोन्ही देशांत संघर्ष उद्भवला तर भौगोलिकदृष्ट्या पाकिस्तानला अनेक प्रकारच्या लष्करी अडचणी येण्याजोगा आणि भारताला धोरणदृष्ट्या फायद्याचे ठरण्याजोगा असा हा प्रदेश आहे. पश्चिम बाजूला पाकिस्तानला माघार घेण्याइतपत पुरेसा प्रदेश नाही आणि त्यामुळे भारतीय हवाईदलाच्या टप्प्याच्या बाहेर कोणतेच महत्त्वाचे क्षेत्र राहू शकणार नव्हते. पाकिस्तानला एक फायदा मात्र होता. त्याची लष्करी ठाणी सीमेला लागून अगदी जवळच होती.

उत्तर दिशेला राशना दुआब क्षेत्रामध्ये, जम्मू आणि सियालकोट ही महत्त्वाची शहरे आहेत. त्या दोघांमधील अंतर अंदाजे १५ किलोमीटर्स आहे आणि फाळणीच्या अगोदर रस्ता आणि रेल्वे मार्गानेही ही शहरे जोडलेली होती. फाळणीनंतर सीमेच्या दोन्ही बाजूला हा रेल्वे मार्ग निकामी करून ठेवला गेला.

भारत आणि पाकिस्तान यांच्या सीमेला समांतर असलेल्या त्यांच्या लाहोर भागात सीमेपासून काही किलोमीटर्स अंतरावर रावी आणि सतलज या नद्यांना जोडणारा इच्चोगिल कालवा पाकिस्तानने बांधला होता. त्याचप्रमाणे चिनाब आणि रावीला जोडणारा मासर्ला-रावी जोड कालवा (MRLC) त्यांनी बांधला होता. तथापि 'सियालकोट' आणि 'पसरूर' ही दोन महत्त्वाची शहरे या जोड कालव्याच्या दुसऱ्या बाजूला असंरक्षित राहतात.

इच्चोगिल कालवा हा भारताला तसा एक मोठा अडथळा होता. आपल्या स्वत:च्याच प्रदेशामध्ये पाकिस्तान्यांना तो ओलांडणे जमत असे. पण लाहोरच्या दिशेने चढाई करू इच्छिणाऱ्या भारतीय सेनादलांना पाकिस्तानी सैन्याच्या विरोधाला तोंड देत तो पार करावा लागणार होता.

कालव्याच्या नैसर्गिक स्थानामुळे त्याचा वापर एक बळकट संरक्षण फळी म्हणून आपल्या बाजूने कालव्याचा किनारा गाठल्यावर, दोन्हींपैकी कोणत्याही पक्षाला होऊ शकणार होता.

भारतीय डावपेच

'लाहोर' आणि 'अमृतसर' ही जुळी शहरे ग्रँड ट्रंक रोडवर वसली आहेत आणि आंतरराष्ट्रीय सीमारेषा जवळपास दोन्हींच्या मध्यावरून जाते. ती रावी नदीच्या काठावरून माधोपूर ते रानिअनपर्यंत जाते. भारत आणि जम्मू-काश्मीरचे राज्य यांना रस्त्याने जोडणारा फक्त एक माधोपूर येथील पूल होता आणि त्याच्या दोन्ही टोकांच्या बाजूने भारत आणि पाकिस्तान नागरिकांचा परवृत्त प्रदेश (enclave) होता. (परवृत्त प्रदेश (enclave) म्हणजे एखादा देश किंवा शहर यातील असा भाग जेथे विशिष्ट गटाचे लोक राहतात.)

१९६५च्या युद्धापर्यंत भारताचे सैनिकी धोरण बचावात्मक आणि प्रतिक्रियात्मक अशा स्वरूपाचे होते. परिणामत: आंतरराष्ट्रीय सीमेवर ठेवलेली सेनादले संरक्षणात्मक स्वरूपाची होती. त्याच प्रकारे इच्चोगिल कालव्याच्या लाहोरशी सलग प्रदेशात पाकिस्तानी सेना कालव्याच्या संरक्षणासाठी सज्ज होती. भारताचा कयास होता की, कालव्याच्या पूर्वेकडील भागामध्ये संरक्षणात्मक स्वरूपाच्या मोठ्या लढाईची त्यांची तयारी नाही.

ऑपरेशन रिडल : लष्करी डावपेच

भारतीय सेनादल 'प्रतिटोला' देण्यासाठी आपणाला हवे ते ठिकाण आणि वेळ निवडेल, हा इशारा भारताच्या पंतप्रधानांनी पाकिस्तानला दिलेला होता. त्या अनुषंगाने ऑपरेशन रिडल मोहिमेच्या आखणीवर शेवटचा हात जनरल चौधरींनी फिरविला होता. या मोहिमेचा उद्देश इच्चोगिल कालव्याच्या पूर्व किनाऱ्यावर ताबा मिळविणे हा होता. जनरल चौधरी यांचा कयास होता की, लाहोरच्या समोरच इच्चोगिल कालव्याच्या अलीकडे भारतीय लष्कर खडे आहे. या घटनेचा परिणाम म्हणून सियालकोट आणि इतर क्षेत्रातील पाकिस्तानी सेनादले तिकडे धावतील आणि इतर आघाड्यांवरील पाकिस्तानची आक्रमण क्षमता घटेल. तसेच कालवा ओलांडण्यासाठी भारताने मार्ग सिद्ध केला तर पाकिस्तानला त्याच जागी लढा देणे भाग पडेल आणि तुलनेने लहान असणाऱ्या त्यांच्या सेनादलांची दमछाक होण्याला सुरुवात होईल. तसेच कालव्याच्या कडेने बचाव फळी ठेवून, लढाई पाकिस्तानी प्रदेशांतच चालू राहिली असती आणि त्याखेरीज त्यांच्या प्रदेशाचा एक मोठा तुकडा भारतीय सेनादलांच्या ताब्यात आला असता.

४ सप्टेंबर रोजी जो प्रसंग उद्‌भवला होता, तशी परिस्थिती आल्यास तिला तोंड देण्यासाठीच ऑपरेशन रिडलची आखणी केली गेली होती. त्या तारखेस चव्हाणांनी आपल्या दैनंदिनीत पुढील कृती म्हणून ज्या गोष्टींचा उल्लेख केला होता ती तीच मोहीम होती.

या धाडसी मोहिमेचा मूळ आशय असा होता की १ कोअर व ११ कोअर यांनी एकाच वेळी, अनुक्रमे सियालकोट आणि लाहोर या आघाड्यांवर आक्रमण करावयाचे. ११ कोअरनी इच्चोगिल कालव्याच्या कडेकडेने बचाव फळी उभारावयाची होती. तोपर्यंत १ कोअरने मासर्ला-रावी जोड कालव्याच्या (MRLC) बाजूवर पोहोचून तेथे ठाण मांडायचे होते.

रविवार, सप्टेंबर ५, १९६५

चव्हाणांची नोंद

आज राष्ट्रपती (डॉ. राधाकृष्णन) यांचा वाढदिवस आहे. सकाळीच त्यांना भेटून आलो. दुपारपर्यंत कचेरीत होतो. भूसेनाप्रमुख आणि हवाईदलप्रमुख यांच्याबरोबर आज रात्री अमलात आणावयाच्या योजनेबद्दल चर्चा केली.
सकाळी ११ वाजता पंतप्रधानांनी त्यांच्या निवासस्थानी बोलावले. तिथे त्यांची सर्व घटकराज्यांच्या मुख्यमंत्र्यांबरोबर परिषद सुरू होती. छांब आघाडीवर काय घडते आहे, याची मी थोडक्यात कल्पना दिली.
राष्ट्रीय विकास मंडळाची बैठक दुपारी भरली होती. रात्री ९ वाजता भूसेनाप्रमुख आले. ते काळजीतून मुक्त झाल्याप्रमाणे दिसले. अल्प चर्चेनंतर 'त्यांना चांगले यश मिळो' अशा सदिच्छा मी दिल्या.

४ सप्टेंबरच्या सायंकाळी युद्धाच्या आघाडीवरील वृत्त संमिश्र स्वरूपाचे होते. पाकिस्तानची आणखी दोन एफ-८६ सेबर जेट्स आपल्या छोट्या नॅट लढाऊ विमानांनी पाडली होती. ते उत्साहजनक होते. पण त्याच दिवशी पाकिस्तानी रणगाड्यांच्या एका तुकडीने मुनावर-तावी नदी ओलांडून छांब जौरिअन भागात एक नवी आक्रमक चाल आरंभली होती, ही मोठी चिंतेची बाब होती.

त्या दिवशी सकाळी चव्हाण, राष्ट्रपती डॉ. राधाकृष्णन यांना त्यांच्या वाढदिवसाच्या शुभेच्छा देण्यासाठी भेटले. परंतु त्यांनी राष्ट्रपतींना काही सांगितले नाही. काही आठवड्यांनंतर माझ्याशी बोलताना चव्हाणांनी या गोष्टीला पुष्टी दिली की, त्या रात्री सुरू करावयाच्या ऑपरेशन रिडल मोहिमेबद्दल फक्त पंतप्रधानांनाच ठाऊक होते. चव्हाणांच्या म्हणण्यानुसार गुप्तता आणि अचानकपणा या दोन बाबी त्या योजनेच्या केंद्रवर्ती आणि महत्त्वाच्या होत्या. त्या दिवशी त्यांनी पंतप्रधानांच्या बरोबर न्यूयॉर्कमधील सुरक्षा मंडळ बैठकीतील चर्चेवर ऊहापोह केला आणि युद्धबंदीबद्दलच्या मंडळाच्या आवाहनाचाही विचार केला. तसेच राष्ट्रीय विकास मंडळाच्या बैठकीला हजर असणाऱ्या मुख्यमंत्र्यांना परिस्थितीच्या गांभीर्याबद्दल सर्वसाधारण माहिती दिली.

ऑपरेशन रिडलचे यश सियालकोट आणि लाहोर या दोन्ही आघाड्यांवर एकाच वेळी अचानक हल्ला चढविण्यावर अवलंबून होते. पण ४ सप्टेंबरच्या सुमारास छांब-अखनूर क्षेत्रामध्ये भारतीय सेनेवरचे दडपण असह्य झाले आणि शत्रूचे लक्ष इतरत्र वेधण्यासाठी हल्ला करणे अत्यावश्यक झाले. तसा हल्ला ताबडतोब करण्याचीही जरुरी होती.

जौरिअनसाठी चाललेल्या लढाईत आलेल्या अपयशानंतर ११ कोअरने करावयाचे

आक्रमण, ऑपरेशन रिडलच्या मूळ आराखड्यानुसार करण्याऐवजी आता लगेचच – ५ व ६ सप्टेंबर दरम्यानच्या रात्री – करण्यास भारताच्या सेनाधिकाऱ्यांना भाग पडले. परंतु तोपर्यंत १ कोअरच्या तुकड्यांची जमवाजमव पूर्ण झाली नव्हती. त्यामुळे मूळ योजनेबरहुकूम ऑपरेशन रिडल मोहिमेचा प्रारंभ करणे शक्य नव्हते. तरीदेखील ११ कोअरतर्फे हल्ल्याला प्रारंभ करावयास चव्हाणांनी हिरवा कंदील दाखविला.

दोन निरनिराळ्या कोअर्स घेऊन करावयाचा हल्ला केवळ एका कोअरने करण्यात गंभीर धोका होता. पण अपरिहार्य म्हणून ते करावे लागले. म्हणूनच चव्हाणांनी ४ सप्टेंबरच्या नोंदीत लिहिले : उद्या आम्ही जे पाऊल उचलणार आहोत, त्यामुळे मला वाटते की, सर्व परिस्थितीचा तोंडवळाच बदलून जाईल. त्यात जर आम्हाला यश मिळाले नाही, तर उद्भवणाऱ्या परिस्थितीची कल्पनाही मनात आणू इच्छित नाही. राष्ट्राला अपयशाला सामोरे जावे लागेल, हे निश्चित.

सोमवार, सप्टेंबर ६, १९६५

चव्हाणांची नोंद

हा दिवस ऐतिहासिक स्वरूपाचा. पहाटेच आपले सैन्य लाहोरच्या दिशेने पुढे निघाले. हवाईदलानेही आजचा दिवस गाजवला.

खरे म्हणावयाचे, तर आपण काही युद्धखोर राष्ट्र नाही आणि मला त्याचा अभिमानही आहे. पण राष्ट्राच्या जीवनात असा एखादा क्षण येतो की जेव्हा त्याला एखाद्या धटिंगणाला सामोरे जाऊन चांगला धडा शिकवावा लागतो. तेच करायला आता आम्ही बाहेर पडलो आहोत. याच्याकडे आम्ही एक हिंदू राष्ट्र आणि एक मुस्लीम राष्ट्र यांच्यामधील लढाई अशा दृष्टीने पाहत नाही. आम्हाला शांततेने राहणारा शेजारी हवा.

ज्या शेजाऱ्याला आपण आपल्या सर्व आक्रमक कारवाया करूनही आपल्या विरुद्ध काही न होता सहज सुटून जाऊ असे वाटते, तो कधीच शांततावादी राहणार नाही. त्याला प्रत्यक्ष कृतीतून परिणामकारक पद्धतीने बजावायला पाहिजे की, हे असे चालणार नाही.

असो. मी संसदेत केलेल्या निवेदनाचे टाळ्यांच्या कडकडाटात मोठे स्वागत झाले. निवेदन करून मी खाली बसलो तेव्हा माझ्यासमोर एक निराळीच उत्साहाने फुललेली लोकसभा होती. आता भारत हाही एक नवा भारत म्हणून खडा होईल, अशी मला खातरी आहे.

मंत्रीमंडळ आणीबाणी समितीने परिस्थितीचे पुनरावलोकन केले. सायंकाळच्या सुमारास घटना मोठ्या वेगाने घडू लागल्या. पाकिस्तानच्या हवाईदलाने वेडे

झाल्याप्रमाणे पठाणकोट, हलवारा, आदमपूर, अमृतसर आणि जामनगर येथील हवाईतळांविरुद्ध क्रोधाने हल्ले चढवले. त्यात आपली अनेक विमाने नष्ट झाली. हवाईदलप्रमुख रात्री ११.३० वाजता भेटायला आले.

५ सप्टेंबर रोजी पाकिस्तानच्या एकाच एफ-८६ सेबर जेट विमानाने अमृतसरजवळच्या विमानविरोधी केंद्रांवर मारा केला आणि भारतीय वायुसेनेची मोठी हानी केली. पंजाबमध्ये एक नवी आघाडी उघडण्यात आली. त्या रात्रीच आंतरराष्ट्रीय सीमा ओलांडून भारतीय सेनादलांनी भारताच्या सीमेपासून सुमारे ३५ कि.मी. अंतरावर असलेल्या लाहोरच्या दिशेने मोठा हल्ला सुरू केला.

दुसऱ्या दिवशी म्हणजे सप्टेंबर ६ला सकाळी लोकसभेच्या बैठकीत चव्हाणांनी निवेदन केले. ते म्हणाले,

> "५ सप्टेंबरच्या दुपारी अमृतसरजवळच्या वाघा सीमेपाशी आंतरराष्ट्रीय सीमा ओलांडून पाकिस्तानी विमानांनी आक्रमण केले. हवाईदलाच्या एका केंद्रावर त्यांनी रॉकेट्सनी हल्ला केला. विमानविरोधी तोफांनी त्यांना पिटाळून लावले. या आक्रमणाची माहिती मिळाली; पण त्याच सीमेवर पाकिस्तानी हवाईदलाने आणखीही आक्रमणे केली आणि हे उघड दिसते की पाकिस्तानची पुढची चाल आंतरराष्ट्रीय सीमा ओलांडून पंजाबमध्ये हल्ला करायची असणार आहे. असे पुढे घडणार याच्या सूचक घटना गेले काही दिवस वाढत्या प्रमाणात होत्या. पाकिस्तानने आपल्याविरुद्ध आणखी आघाडी उघडण्यापूर्वी त्यांना रोखण्यासाठी पंजाबमध्ये असणाऱ्या आपल्या सेनादलांनी, भारतीय सीमांचे संरक्षणासाठी लाहोर भागात सीमा ओलांडली आहे. त्यांचा उद्देश भारतीय सीमेचे रक्षण करणे सोपे व्हावे, असा आहे.
>
> पाकिस्तानच्या आक्रमणाला परिणामकारकरित्या परतविण्याचा निर्णय आम्ही घेतला त्या वेळी आमची पूर्ण खातरी होती की, पक्षभेद विसरून संपूर्ण राष्ट्र सरकारच्या पाठीशी आहे. सर्व संबंधितांकडून त्याबद्दल पंतप्रधानांना पूर्ण ग्वाही देण्यात आली आहे. आपल्या जम्मू आणि काश्मीर राज्यामध्ये कारगिल आणि हाजीपीर खिंड यांसारख्या अत्यंत दुर्गम भागांत प्रतिकूल परिस्थितीमध्ये ज्या मोठ्या शौर्याने आपले सेनादल लढते आहे, त्याची जाणीव या सभागृहाचे सन्माननीय सभासद आणि सर्व देश दर्शवील याची मला खातरी आहे. हवाईदलातील आपल्या तरुणांनी कित्येक पाकिस्तानी सेबर जेट लढाऊ विमानांचा

विध्वंस केला. त्यांच्याबद्दलही या सभागृहाला निःसंशय अभिमान वाटतो. आमची सेनादले आपली कर्तव्ये सुयोग्य प्रकारे पार पाडतील याबद्दल माझ्या मनात आता कोणताही संदेह नाही.''

या निवेदनानंतर लोकसभेतील वातावरण एकदम विद्युतभारित झाल्याप्रमाणे झाले. पंतप्रधानांच्या घोषणेनंतर सदस्यांनी मुक्तकंठाने जयघोष केला. राष्ट्राच्या इतिहासात एक निर्णायक क्षण आला अशी जाणीव सर्वांना झाली.

चव्हाणांच्या दृष्टीने ती घटना अशी होती की ज्याचे सामर्थ्य त्यांच्या राजकीय जीवनाला बढावा देणारे किंवा ते नष्टही करू शकणारे होते. लोकसभेत आमूलाग्र बदल होऊन ती आगळीच वाटत आहे असे त्यांनी अनुभवले. तसेच भारतही एक नवाच भारत असल्याची जाणीव त्यांना झाली. त्याचे वर्णन त्यांनी 'ऐतिहासिक दिवस' म्हणून केले. गंमतीची गोष्ट म्हणजे त्याच दिवशी पाकिस्तानी सेनेने जौरिअनवर कब्जा केला होता आणि पाकिस्तानात सर्वत्र जल्लोश सुरू होता.

लष्करी मोहिमा

५ सप्टेंबरच्या मध्यरात्री भारतीय सैनिकांनी पंजाब सीमा ओलांडली. अनपेक्षितता आणि आपल्या निवडीच्या जागी चढाई सुरू करणे हे भारताच्या आक्रमणाचे रहस्य होते. मूळ योजना इच्चोगिल कालव्यापर्यंत पुढे जायचे आणि उत्तरेकडे रानिअनपासून ते ग्रँड ट्रंक रोडवर डोगराईपर्यंतचा कालव्याचा भाग जिंकून घ्यायचा अशी होती. पंजाब आघाडीवरील या हल्ल्याची अनपेक्षितता पूर्णपणे प्रत्यक्षात आली. सेनेच्या ११ कोअरचे सेनापती लेफ्टनंट जनरल जे. एस. धिल्लाँ हे नामवंत लष्करी अधिकारी होते. ५ व ६ सप्टेंबर दरम्यानच्या रात्री ११ कोअरच्या तुकड्या पुढे कूच करू लागल्या. इच्चोगिल कालव्याच्या पूर्व किनाऱ्यावर भैनी-मलिकपूर ते जल्लो पुलापर्यंतचा कालव्याचा टापू ताब्यात घेणे आणि भैनी-मलिकपूर, डोगराई आणि जल्लो या ठिकाणचे महत्त्वाचे पूल सुरक्षितपणे जिंकणे हे काम मेजर जनरल निरंजन प्रसाद या सेनापतीच्या नेतृत्वाखालील १५ डिव्हिजनवर सोपविले होते.

ग्रँड ट्रंक रोड दियाल भागातून जातो, तेथे ठरल्यानुसार कालव्याच्या पूर्वेकडे सुमारे २ कि.मी. अंतरावर रस्त्याच्या उत्तर दिशेने ३ जाट बटॅलियनने सीमा ओलांडली. १ जाट बटॅलियनने भैनी-मलिकपूर पुलावर कब्जा मिळविला आणि आपल्या पंजाब सीमेच्या पाकिस्तान हद्दीतून जाणाऱ्या अप्पर बडी दुआब कॅनॉलवरील पूल १५ डोग्रा कंपनीने ताब्यात घेतला. त्या वेळी १५ डिव्हिजनच्या

आघाडीवरील स्थिती इच्चोगिल कालव्यावरील डोगराई पूल जिंकून घेण्यास अनुकूल होती.

पण दुर्दैवाने, रानिअन भागात कालव्यावरील पुलावर सकाळी कब्जा करणाऱ्या १ जाट बटॅलियनने निष्काळजीपणा केला. पुलावर कब्जा केल्यानंतर त्यांनी भोजनाचा ट्रक बोलावून घेतला आणि ते तेथेच उघडपणे न्याहारी घेऊ लागले. पाकिस्तानच्या तोफखान्याने त्यांच्यावर गोळीबार केला. १ जाटचे सैनिक इतस्तत: पळू लागले. या बेपर्वाईच्या घटनेमुळे भारतास फार मोठी किंमत मोजावी लागली. इच्चोगिल कालव्यावरील याच पुलावर पुन्हा कब्जा करण्यासाठी दुसऱ्या बटॅलियनना दोन वेळा हल्ले चढवावे लागले आणि दुर्दैवाने त्यात मोठ्या संख्येने बलिदान द्यावे लागले.

३ जाटचे नेतृत्व लेफ्टनंट कर्नल डेस्मंड हाईड (Desmond Hyde) या इंग्रज अधिकाऱ्याकडे होते. फाळणीनंतर भारतीय सेनादलातच सेवा करण्याचे त्याने पसंत केले होते. सकाळी ११.३०पर्यंत ३ जाट बटॅलियन जी टी रोड-इच्चोगिल कालवा ओलांडण्याच्या जागी पोहोचली. कालवा ओलांडायला संधी आहे हे हाईडने हेरले आणि त्याच्या नेतृत्वाखाली त्याच्या दोन कंपन्यांनी कालवा ओलांडला. ३ जाटची ही कृती धाडसाची होती. १५ डिव्हिजनने केलेल्या चढाईमधील भरतीच्या लाटेसारखा गाठलेला हा परमोच्च बिंदू होता. कारण हा कालवा आपल्या सैनिकांना पुन्हा केव्हाही ओलांडता आला नाही.

६ सप्टेंबरच्या सकाळपावेतो, मेजर जनरल निरंजन प्रसाद यांच्या नेतृत्वाखाली १५ डिव्हिजनने ग्रँड ट्रंक रोडवरून पुढे कूच केले. वर उल्लेख केला आहे त्याप्रमाणे १ जाट बटॅलियनवर सरधोपट मारा करणाऱ्या पाकिस्तानच्या तोफखान्याची तुकडी घाईने प्रतिकारासाठी मोर्चा बांधून पुढे आली. तिने १५ डिव्हिजनच्या पायदळ सैनिकांवर जबरदस्त मारा चालविला आणि त्यामुळे निरंजन प्रसादना वाटले की, आपल्यावर शत्रूचे दोन सेना विभाग प्रतिहल्ला करीत आहेत. आपले हे 'मत' त्यांनी वरच्या सेनाधिकाऱ्यांना कळविले. या चुकीच्या माहितीमुळे भारतीय सेनेच्या तुकडीला एका लज्जास्पद प्रसंगाला तोंड द्यावे लागले.

६ सप्टेंबर रोजी, पाकिस्तानी हवाईदलाने पठाणकोटवर हल्ला चढविला आणि भारतीय विमाने अनपेक्षितरित्या विमानतळावर सापडली. दोन मिग-२१ विमाने, चार मिस्टिअर्स, दोन नॅट आणि एक पॅकेट विमाने जागेवरच नष्ट झाली. आदमपूर, हलवारा विमानतळ, तसेच अमृतसर, फिरोझपूर, पोरबंदर येथील रडार केंद्रांवरही पाकिस्तानी विमानांनी हल्ले केले. शिवाय त्यांच्या बी-५७ विमानांनी रात्री आदमपूर, हलवारा, पठाणकोट, जामनगर यांच्यावर हल्ले केले.

पाकिस्तानी विमानांनी गनिमी पॅरा सैनिक आदमपूर, हलवारा, पठाणकोट या

विमानतळांवर उतरवले होते. भारतीय विमाने जमिनीवरच नष्ट करण्याच्या त्यांच्या उद्देशाचा फज्जा उडाला, कारण ऊसाच्या शेतांमध्ये लपलेल्या त्या गनिमी सैनिकांना पोलीस आणि गावकऱ्यांनी हुसकावून बाहेर काढले आणि तुरुंगात पाठविले.

मंगळवार, सप्टेंबर ७, १९६५

चव्हाणांची नोंद

काल रात्री नीट झोप लागली नव्हती.

९.४५ वाजता सकाळची बैठक. पूर्वयोजनेनुसार भूसेनेची कृती चांगल्या प्रकारे चालू आहे. हवाईदलप्रमुखांनी आणखी अप्रिय वृत्त दिले. त्यानुसार कुलाईकुंड येथे त्याचप्रमाणे पश्चिम पाकिस्तानातील एका तळापाशी (आपल्या विमानांचे) नुकसान झाले.

पूर्व पाकिस्तानच्या बाजूला दोन्ही देशांनी चालविलेल्या बाँबहल्ल्यामुळे प्रश्नच निर्माण झाला आहे. मी हवाईदलप्रमुखांना सांगितले की, तिकडे (पूर्व पाकिस्तानकडे) हात आखडता घ्या. तिकडे उगीचच युद्धाचा वाढत जाणारा पसारा व्यर्थ असून, आपणाला तो नको आहे. राजकीय पातळीवरून पाहताना चीनला चीड येईल.

मंत्रीमंडळ आणीबाणी समितीला आपल्या तळावर होणाऱ्या हवाई हल्ल्यांबाबत चिंता वाटते आहे. समितीची बैठक चालू असतानाच छांब क्षेत्रात सेनेने केलेल्या चांगल्या कामगिरीचे वृत्त मिळाले. डेराबाबा नानक येथील पूल उडविण्याचे वृत्त आले. दुपारी उशिरा चांगले वर्तमान कानी पडले. मला हे सर्व कळल्यावर चांगले बरे वाटायला लागले. हे सांभाळावयाला हवे.

काँग्रेस संसदीय पक्ष कार्यकारिणीची दुपारी ४ वाजता झालेली बैठक लक्षवेधक झाली. वाटले ते अगदी गोडवे गात होते. संसदीय मंडळ बैठक ६ वाजून ३० मिनिटांनी झाली. त्याला मला थोडा उशीर झाला. संघटनात्मक निवडणुका पुढे ढकलायचे ठरले. रात्री ८ वाजता ना. ग. गोरे भेटण्यास आले.

चव्हाणांनी डेराबाबा नानक [illegible] उल्लेख केला आहे, त्याचा संदर्भ २९ पायदळ ब्रिगेडच्या मोहिमेबद्दल आहे. आपल्या प्रदेशातील पाकिस्तान्यांची छोटी वसाहत मोडून टाकून शक्यतो रावी नदीवरील रस्ता आणि रेल्वे मार्ग यांचा पूल त्याची हानी होऊ न देता ताब्यात घ्यायचा आदेश त्या ब्रिगेडला

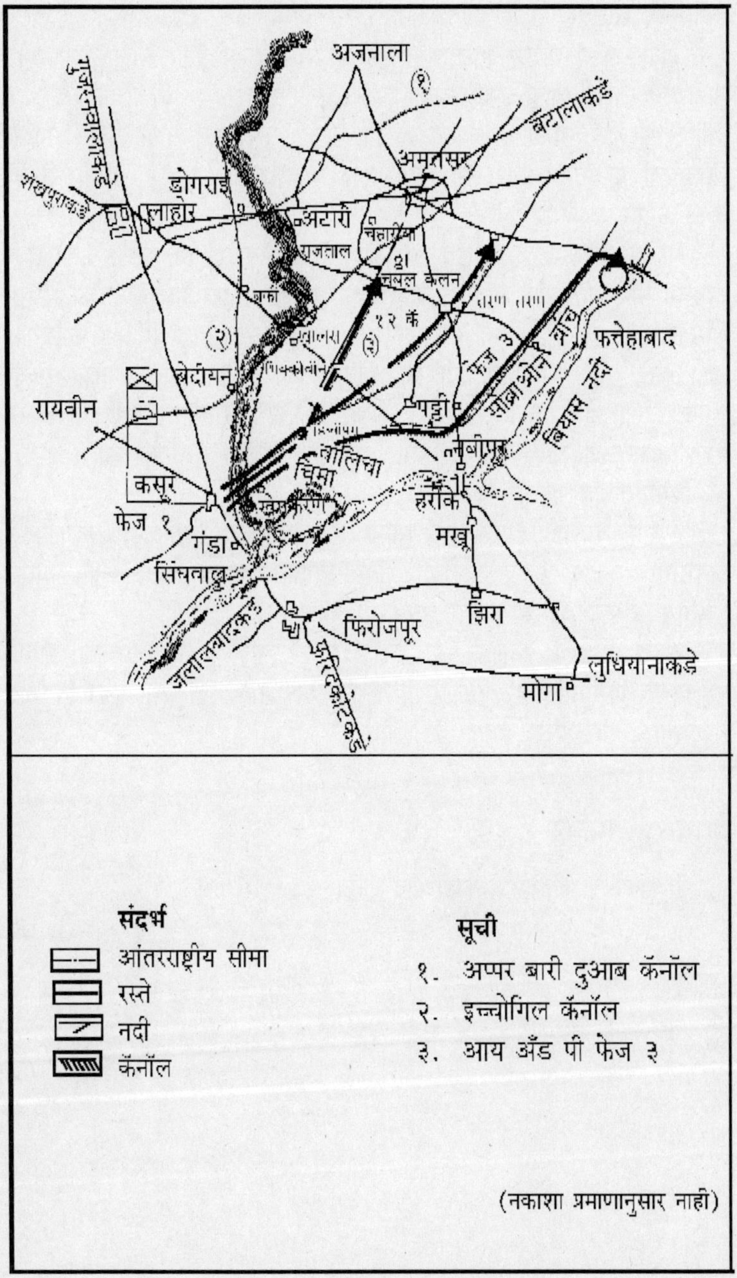

नकाशा ४ : खेमकरण सेक्टरमध्ये पाकिस्तानी चढाईची योजना

होता. ६ सप्टेंबर रोजी पाकिस्तानने संरक्षणाची बळकट व्यवस्था केलेल्या मनोऱ्याला लक्ष्य करून भारतीय सेनेने भडिमार केला पण त्याला यश आले नाही. ही लढाई चालू असता काही पाकिस्तानी सैनिक पूल ओलांडून पुढे आले आणि भारतीय मोर्च्यावर त्यांनी हल्ला केला. दुसऱ्या दिवशी रात्री आपल्या चिलखती दलांनी त्यांना मागे हुसकावले. मात्र माघार घेताना त्यांनी पुलाची एक बाजू उद्ध्वस्त केली

पश्चिम बंगालमध्ये कुलाईकुंडवर पाकिस्तानी हवाईदलाने हल्ला केला तेव्हा अवघड परिस्थिती उभी राहिली. गौहत्ती आणि शिलाँगदरम्यान त्यांनी काही पॅरा-सैनिकही उतरवले. ते सर्व पकडले गेले. चव्हाणांना युद्ध पूर्वेकडे पसरायला नको होते आणि सरसेनापतींना त्या भागात काही मोहीम नको, असा सल्ला त्यांनी दिला होता. पण समजुतीत काही घोटाळा असल्याने, आपल्या इस्टर्न एअर कमांडच्या काही कॅनबेरा विमानांनी त्याच दिवशी चितगाव आणि ढाक्का या विमानतळांवर हल्ले चढविले.

त्याचा बदला म्हणून पाकिस्तानी हवाईदलाच्या विमानांनी कुलाईकुंड, बागडोगरा आणि कलकत्ता येथील विमानतळांवर हल्ले केले. त्यात अनेक भारतीय विमाने जी तळांवरच होती ती सापडली.

त्याच दिवशी सकाळी लवकर सरगोधा या पाकिस्तानमधील सर्वांत महत्त्वाच्या विमानतळावर भारतीय विमानांनी आक्रमण केले. त्या एका दिवसात सरगोधावर चार वेळा हल्ले केले गेले.

बुधवार, सप्टेंबर ८, १९६५

चव्हाणांच्या दैनंदिनीत काही नोंद नाही.

■

४२

रणगाड्यांची महायुद्धे – खेमकरण/कसूर

गुरुवार, सप्टेंबर ९, १९६५

चव्हाणांची नोंद

युद्धाच्या सर्वच आघाड्यांवर आजचा दिवस कठीण गेला. फारच त्वेषाने प्रतिहल्ले करण्यात आले. कसूर क्षेत्रात आपणास माघार घ्यावी लागली. भूसेनाप्रमुख आज दोलायमान मन:स्थितीत वाटले. त्यांना मी सुचवले की, त्यांनी रणक्षेत्र आघाड्यांना भेट द्यावी म्हणजे त्यांचा वस्तुस्थितीशी थेट संपर्क राहील. उद्या जाईन असे ते म्हणाले.

चव्हाणांनी 'फार भीषण प्रतिहल्ल्यांचा' केलेला उल्लेख खेमकरण भागात रणगाड्यांच्या लढाईसाठी जी तयारी होत होती, त्यांना उद्देशून आहे.

लष्करी कारवाया : दिवस ८ व ९

खेमकरण आणि कसूर ही जुळी शहरे १० कि.मी. अंतरावर आहेत. दोघांच्या मध्यावरून आंतरराष्ट्रीय सीमा जाते. रोही/कसूर ओढ्याचा प्रवाह खेमकरण भोवतालून, घोड्याच्या नाल्याच्या आकृतीप्रमाणे, भारतीय आणि पाकिस्तानी दोन्ही हद्दीतून वाहतो. भारतीय सेनेस चढाई करावयाची झाल्यास कसूर ओढा आणि त्याच्या पलीकडे इच्चोगिल कालवा हे दोन अडथळे कसूर शहराकडील मार्गामध्ये होते.

खेमकरण भागात लष्करी कारवाईसाठी ११ कोअरने मेजर जनरल हरबक्ष सिंह यांच्या नेतृत्वाखालील ४ माउंटन डिव्हिजन निश्चित केली होती. खेमकरणच्या नैर्ऋत्येला ६२ ब्रिगेडने पक्का तळ बनवायचा आणि त्याच वेळी ७ ब्रिगेडने इच्चोगिल कालव्याचा पूर्व किनारा गाठायचा आणि शत्रू हाकलायचा अशी योजना होती.

प्रत्यक्ष मोहीम सुरू झाली तेव्हा ४ माउंटन डिव्हिजनची आघाडीवरील इच्चोगिल कालवा गाठण्याची कामगिरी त्याच सेनानींनी एका ब्रिगेडला दिली होती. एका छोट्या ओढ्यालाच कालवा समजून ब्रिगेड तिथेच थांबली. त्याच दुपारी प्रथमत: तोफांचा

मोठा भडिमार करून पाकिस्तानी रणगाडे इच्चोगिल कालव्याच्या 'खालून' बाहेर पडले. या भुयारी मार्गाच्या अस्तित्वाबद्दल भारतीय सेनादलास काहीच कल्पना नव्हती. या आकस्मिक हल्ल्यामुळे १३ डोग्रा बटॅलियनचे अवसान गळाले. रणगाडे पुढे धावतील आणि अवजड तोफा भडिमार करतील, अशा आशंकेने त्यांनी आपले स्थान सोडले.

४ माउंटन डिव्हिजनचे सैनिकबळ सहा पायदळ बटॅलियन होते. त्यातील अनेक सैनिकांनी आपल्या जागा सोडून पलायन केल्यामुळे ते केवळ साडेतीन बटॅलियनपर्यंत घसरले. ६२ ब्रिगेडपुढील बिघडत चाललेल्या परिस्थितीचे गांभीर्य ओळखून मेजर जनरल हरबक्ष सिंह यांनी ७ ब्रिगेडला असल उत्तर दिशेने माघार घ्यायचा हुकूम दिला. ब्रिगेडचे आणि रेजिमेंटचे अधिकारीही प्रसंगाला तोंड देऊन घसरगुंडी आवरायला सिद्ध झाले. 'स्वसन्मान' राखायचे आवाहन करीत आणि धमक्या देत त्यांनी सैनिकांचे छोटे-छोटे गट जमा करून त्यांच्या त्यांच्या युनिटच्या संरक्षणामध्ये पाठविले.

एकंदर परिस्थिती परस्पर डावपेचांची, बदलती आणि चिंताजनक होती. प्रत्यक्ष लढाई फारशी नव्हती. ४ डिव्हिजनच्या सहा बटॅलियनपैकी केवळ दोन बटॅलियन शाबूत राहिल्या होत्या. डिव्हिजनचे नीतिधैर्य गळाठले होते आणि ११ कोअरचे सेनाधिकारी लेफ्टनंट जनरल जोगिंदर सिंह यांनी ४ माउंटन डिव्हिजन बदलून टाकावी आणि शाबूत राहिलेल्या दोन युनिट्स वगळता इतर युनिट्स रद्द करावीत अशी शिफारस केली. पाकिस्तानी रणगाड्यांच्या तुकड्या चाल करून येत असता सेनानीला अशी शिफारस करावी लागली हे युद्धाच्या आघाडीवर गंभीर आणि चिघळलेल्या परिस्थितीचे द्योतक होते.

रणांगणावरील भारतीय नेतृत्वाची दैना आणि तिच्यामुळे उडालेली घबराट आणि बेशिस्त माघार याप्रमाणे, सुदैवाने पाकिस्तानी सेनेचीही तशीच स्थिती होती. लवकरच त्यांच्या नेतृत्वांच्या घोडचुकीमुळे पाकिस्तानी तुकड्यांचे असल उत्तरजवळ 'वॉटर्लू' होणार होते.

असल उत्तर युद्ध

या परिस्थिती घडत असताना खेमकरण क्षेत्रात असल उत्तरपाशी आणि सियालकोट भागात रणगाड्यांच्या तीन मोठमोठ्या लढायांचा बनाव बनत होता.

८ सप्टेंबर रोजी सायंकाळच्या सुमारास भारत आणि पाकिस्तान या दोघांनी आपले पत्ते उघड केले होते. आपापल्या रणगाड्यांच्या तुकड्या त्यांनी सियालकोट भागात चाविंडाजवळ आणि लाहोर भागात खेमकरणजवळ युद्धात लोटल्या होत्या. खेमकरण भागात ४ डिव्हिजनच्या ताब्यातील प्रदेशावर समोरून उघड हल्ला चढविण्याची पाकिस्तानी सेनाधिकाऱ्यांची योजना होती. चिमाजवळच्या खेमकरण-भिक्कीविंद रस्त्याच्या डाव्या बाजूने जोरदार हल्ला चढविण्याचा त्यांचा बेत होता.

प्रत्यक्ष लढाया

असल उत्तर हे खेडे खेमकरण-पत्ती आणि खेमकरण-भिक्कीविंद रस्ता यांच्यामध्ये चिमट्यात वसलेले आणि दोन्ही रस्त्यांवरील वाहतूक अडविता येईल असे होते. सर्व प्रदेश सपाट आणि कित्येक कालव्यांनी पसरलेला होता. सर्वत्र ऊसाच्या पिकांची लागवड होती. या नैसर्गिक रचनेचा फायदा घेऊन कालव्यामध्ये खिंडारे पाडून सर्व प्रदेश जलमय करता येईल आणि शत्रूंचे रणगाडे थांबविता येतील असे भारतीय सेनानींच्या नजरेत आले.

त्यासाठी थोडीशी माघार घेऊन त्यांनी भारतीय रणगाड्यांच्या तुकड्या ऊसाखालील क्षेत्राच्या बाजूने असल उत्तरजवळ घोड्याच्या नाल्याच्या आकारात उभ्या केल्या. अपेक्षित आव्हान आणि त्याचा मुकाबला करण्यासाठी भारतीय अधिकाऱ्यांनी सापळा रचला होता.

असल उत्तर भागामध्ये डेक्कन हॉर्स चिलखती रेजिमेंटचे (Deccan Horse Armour Regiment) नेतृत्व लेफ्टनंट कर्नल अरुणकुमार वैद्य यांच्याकडे होते. वैद्यांच्या लक्षात ही गोष्ट आली की, खेमकरणच्या बाजूला आणि दुसऱ्याही बाजूला पाण्याचे कालवे कोरडेच आहेत. त्यांनी त्यामध्ये पाणी सोडण्याचे हुकूम दिले.

८ सप्टेंबर रोजी दुपारी २.३० वाजता पाकिस्तानने त्यांच्या रणगाडा तुकड्यांच्या तीन रांगा करून पहिला हल्ला चढविला. या सामन्यामध्ये दुपारी एका तासाभरात भारताच्या सेंच्युरियन रणगाड्यांनी पाकिस्तानचे ५ पॅटन (Patton) व १ शॅफ (Chaffe) रणगाडे नष्ट केले. पाकिस्तानी तुकडीने मागे सरकून चिमाजवळ भारतीय संरक्षण फळी तोडण्याचा पुन्हा प्रयत्न केला. त्यांना उपरोक्त सापळ्यात शिरू देण्यात आले आणि नंतरच्या जोरदार प्रतिहल्ल्यामध्ये त्यांचे कित्येक पॅटन रणगाडे नष्ट करण्यात आले.

९ सप्टेंबरला, पाकिस्तानी रणगाड्यांची मधली तुकडी असल उत्तरमधून जाणाऱ्या भिक्कीविंद अक्षावरून पुढे आली. त्यांनी त्या दिवशी मोर्चा धरून असणाऱ्या भारतीय रणगाड्यांच्या साखळीवर तोफांचा अत्यंत जोरदार भडिमार केला. संपूर्ण प्रदेश सपाट आणि ऊस पिकाखाली होता. त्यामुळे तोफांना नेम साधणे अवघड जात होते. भारतीय ४ माउंटन डिव्हिजनमध्ये अगोदर वर्णन केल्याप्रमाणे सैनिकसंख्या बरीच कमी झाली होती. तसेच बचावफळीही घाईघाईने उभारली होती. तरीपण भारताच्या ९ हॉर्स रेजिमेंटच्या (9 Horse Regiment) तीन तुकड्यांनी पाकिस्तानच्या एका संपूर्ण चिलखती डिव्हिजनला थोपवून धरले. त्यांना भारतीय फळीत खिंडार पाडता आले नाही. त्यामुळे भारतीय शेर्मन आणि सेंच्युरियन या रणगाड्यांच्या सैनिकांचे मनोधैर्य वाढले आणि तद्नंतर पॅटन रणगाड्यांची भीती राहिली नव्हती.

दुसऱ्या दिवशी म्हणजे १० सप्टेंबर रोजी सकाळी ८.३०चे सुमारास पाकिस्तान्यांनी हल्ल्याला प्रारंभ केला. भिक्कीविंद रस्त्यावरून पाकिस्तानी रणगाडे आले. ९ हॉर्सचे रणगाडे आपण केलेल्या मोर्चावर पाय रोवून वाट पाहात होतेच. पाकिस्तानी रणगाडे १०० मीटर्स अंतराच्या आत आल्याबरोबर त्यांचे चार रणगाडे निकालात काढले गेले आणि पाकिस्तानी पायदळ रणगाड्यांपासून अलग पडले. दुपारी चढविलेल्या हल्ल्यात पाकिस्तानचे अनेक रणगाडे नष्ट केले गेले.

पाकिस्तानी सेनापतींनी युद्धानंतर लिहिलेल्या आठवणींवरून आता समजते की, लढाईच्या त्या क्षणी नेतृत्व करणारे त्यांचे सेनाधिकारी जिवावर उदार आणि निराश झाले होते. त्यांनी त्यांच्या चिलखती ब्रिगेडच्या प्रमुखाला हुकूम दिला की, 'खडा हो आणि 'इस्लाम, पाकिस्तान आणि हिलत-इ-जुरट'च्या साठी पुढे जा.' जिवावर उदार होऊन त्यांनी हल्ला केला. भारतीय ३ ग्रेनेडिअर्सचा हवालदार हमीद आपल्या जीपमध्ये होता. त्याने अगदी जवळ आलेल्या शत्रूवर आरसीएल ९ रिकॉइल लेस बंदुकीने भडिमार केला. त्यात तीन पॅटन रणगाडे नष्ट झाले आणि चौथा रणगाडा निकामी झाला. हमीद जागेवरच ठार झाला. रणांगणावरील त्याच्या या शौर्याबद्दल त्याला मरणोत्तर परमवीर चक्र देण्यात आले.

१० व ११ सप्टेंबरदरम्यानच्या रात्री भारतीय तोफा धडाडत होत्या आणि रणगाडा दल लढाईसाठी सिद्ध झाले होते. त्यांच्या भडिमाराला पाकिस्तानी रणगाड्यांकडून उत्तर मिळत नाही असे दिसताच पुढे जाऊन पाहिले तर जलमय झालेल्या ऊसाच्या त्या शेतांमध्ये शत्रूचे पंचवीस रणगाडे चिखलात रुतले होते. त्यातील काहींची इंजिने चालू होती आणि वायरलेस सेट सुरू होते. भारताच्या ३ कॅव्हेलेरी तुकडीने मेजर सुरेश वडेरा यांचे नेतृत्वाखाली, चालू स्थितीतील ९ पॅटन रणगाडे ताब्यात घेतले. त्या शौर्याबद्दल त्यांना महावीर चक्र देण्यात आले.

पाकिस्तानने आणखी एक शेवटचा हल्ला चढविला. त्याचीही गत पूर्वीसारखीच झाली. असल उत्तरची लढाई भारतीय सेनेने जिंकली होती. लेफ्टनंट कर्नल अरुणकुमार वैद्य यांना महावीर चक्र देण्यात आले. पुढे ते भारताचे सरसेनापती झाले.

असल उत्तरपाशी पाकिस्तानचा झालेला पराभव आणि जवळजवळ एक स्क्वॉड्रन चांगल्या स्थितीतील पॅटन रणगाडे जिंकले या बातम्यांचा विजेसारखा त्वरित परिणाम झाला. युद्धबंदी झाल्यानंतर भिक्कीविंदजवळ सुमारे ७० पॅटन रणगाडे गोळा केले गेले आणि त्या स्थळाला 'पॅटननगर' असे नाव ठेवण्यात आले.

१९६५च्या युद्धात असल उत्तरची रणगाड्यांची लढाई हा एक निर्णायक क्षण ठरला. तद्नंतर लढाईचा कल भारताच्या बाजूला झुकला.

■

४३

लज्जास्पद घटना

६ ते ८ सप्टेंबर या काळात लाहोर आघाडीवर भारतीय सेनादलांनी अमलात आणलेले डावपेच अनपेक्षित ठरले. पण प्रत्यक्ष जागेवरील स्थिती चांगली नव्हती. मेजर जनरल निरंजन प्रसाद यांच्या नेतृत्वाखालील १५ डिव्हिजनच्या हालचालींमध्ये संपूर्ण गोंधळच होता. ग्रँड ट्रंक रोडवरून पुढे चाल करीत इच्चोगिल कालव्याच्या पूर्व किनाऱ्यावर ताबा मिळवायचे काम त्यांच्या हाताखालच्या तीन निरनिराळ्या ब्रिगेडना देण्यात आले होते. ६ सप्टेंबरला पहाटे ४.०० वाजता त्या तिन्ही ब्रिगेडनी एकाच वेळी मोहिमेला सुरुवात केली. अगोदर सांगितल्याप्रमाणे ग्रँड ट्रंक रोडवर ३ जाट ब्रिगेड डोगराई पुलाला पोहोचण्यापूर्वी काही कि.मी. अगोदरच तिच्यावर हल्ला झाला. सैनिकांची दुसरी तुकडी रस्ता सोडून शेतजमिनीमधून भसीनकडे निघाली. तिसरीला असल उत्तर जवळचा पूल घेण्याचे काम दिले होते. या तीनही ब्रिगेडचा आपल्या सेना विभाग मुख्यालयाशी संपर्क राहिला नव्हता आणि त्यांचा प्रत्यक्ष ठावठिकाणा मुख्यालयाला माहीत नव्हता.

७ सप्टेंबरला दुपारी १५ डिव्हिजनचे मुख्य सेनाधिकारी मे. ज. निरंजन प्रसाद जेव्हा आपल्या सैनिकांच्या शोधार्थ बाहेर पडले तेव्हा भसीनसमोरील शत्रूच्या मोर्चासमोर पोहोचले. त्यांच्यावर गोळीबार झाला आणि ते पळाले.

मेजर जनरल निरंजन प्रसाद यांनी आघाडीवर असणारी आपली ब्रिगेड गोसल-दिसलकडे माघार घेतली. ही माघार इच्चोगिल कालव्यापासून जवळपास ११ किलोमीटर्सवर होती. त्यांनी आंतरराष्ट्रीय सीमेच्या आणखीही मागे भारतात माघार घ्यायची परवानगी मागितली. ते समजल्यावर लेफ्टनंट जनरल हरबक्ष सिंह आणि त्या सेना प्रभागाचे मुख्य सेनापती हे दोघे निरंजन प्रसादना भेटण्यासाठी जोंगामधून (Jonga) गेले.

शत्रूने केलेल्या विमानहल्ल्यानंतर ग्रँड ट्रंक रोडवर अनर्थ कोसळल्याचे प्रमुख सेनाधिकाऱ्यांनी पाहिले. वाहने जळत होती. १५ डिव्हिजनची अनेक वाहने रस्त्यावरच टाकून त्यांच्या चालकांनी पळ काढला होता, कित्येकांची इंजिनेही चालू राहिली होती.

मेजर जनरल निरंजन प्रसाद पाण्याची पाळी दिलेल्या ऊसाच्या एका शेतात लपले होते. हरबक्ष सिंहांनी वर्णिल्याप्रमाणे, 'आमच्या स्वागताला ते बाहेर आले. त्यांच्या बुटांना चिखल माखला होता. त्यांच्या डोक्यावर शिरस्त्राण नव्हते आणि आपल्या सैनिकी दर्जाची कोणतीही निशाणी त्यांच्या कपड्यांवर नव्हती. दाढी न केल्यामुळे चेहऱ्यावर दाढीचे खुंट उगवलेले होते...' अशा अवतारात त्यांना बघून हरबक्ष सिंहांनी त्यांना विचारले, "तुम्ही एका सेना विभागाचे सेनापती आहात की कुली? दाढी का केली नव्हती आणि आपल्या सैनिकी दर्जाची चिन्हे का लावली नाहीत?" निरंजन प्रसादांकडे यावर उत्तर नव्हते.

लेफ्टनंट जनरल हरबक्ष सिंह यांनी तिथल्या तिथे ग्रँड ट्रंक रोडवरील पूल परत मिळवायचा हुकूम १५ डिव्हिजनला दिला आणि त्या मोहिमेचा अहवाल प्रभाग सेनापतींना दुसऱ्या दिवशी सकाळी द्यायचा हुकूम निरंजन प्रसाद यांना दिला.

एकंदर मेजर जनरल निरंजन प्रसाद यांचे रणांगणावरील नेतृत्व डागाळलेले होते. नेफामध्ये १९६२च्या लढायांचे वेळी आणि त्यानंतर राजौरी येथे पायदळ सेना विभागाचे नेतृत्व करताना त्यांच्यामध्ये अनेक उणिवा आढळल्या होत्या. या परिस्थितीत त्यांच्याऐवजी दुसरा सेनाधिकारी द्या अशी विनंती हरबक्ष सिंह यांनी जनरल चौधरींना केली.

निरंजन प्रसादांना आपल्या वरिष्ठांविरुद्ध तक्रार करण्याची खोड होती. त्या दिवशी सकाळी तशा विचित्र अवस्थेत ते सापडले गेल्यावर, आपल्या वरिष्ठांविरुद्ध अर्ज करण्याची धमकी त्यांनी बहुधा दिली होती आणि आपल्या ब्रीफकेसमध्ये असे एक निवेदन (तक्रारअर्ज) काही गोपनीय आणि गुप्त कागदपत्रांसह त्यांनी ठेवले होतेच.

दुसऱ्या दिवशी सकाळी, म्हणजे ८ सप्टेंबरला मोहिमेची प्रगती पाहण्यासाठी निरंजन प्रसाद आघाडीवर निघाले. ते एका जोंगामध्ये त्यांच्या ए.डी.सी.सह बसले. त्यांच्या संरक्षणासाठी मागे दोन जीप येत होत्या. एका उपकालव्याच्या काठाने ते चालले होते. त्या वेळी दूर कोठून तरी मशिनगनने गोळीबार झाला. ते आणि त्यांचे ए.डी.सी. जोंगा टाकून जवळच उभी पिके असणाऱ्या शेतात लपले. त्यांच्यामागील संरक्षण देणाऱ्यांनीही तसेच केले. गोळीबार थांबल्यानंतर निरंजन प्रसाद घाईघाईने त्यांच्याबरोबर आलेल्या जीपमधून आपल्या मुख्यालयाला परत जाण्यास निघाले. त्यांच्यामागे संरक्षणासाठी असणाऱ्या दोन जीपही त्यांचे पाठोपाठ निघाल्या.

त्या गोंधळामध्ये निरंजन प्रसादांचा जोंगा त्याच जागी मागे राहिला. त्यात सेना विभागाचे निशाण, अधिकारदर्शक 'स्टार', निशाणी प्लेट आणि ब्रीफकेसही होती. नंतर पाकिस्तानी सैनिकांनी जोंगा ताब्यात घेतला. त्यांनी ब्रीफकेसमध्ये असलेल्या कागदपत्रातील माहिती नभोवाणीवरून प्रसारित केली. त्यात लेफ्टनंट जनरल हरबक्ष सिंह यांचेविरुद्धचा तक्रारअर्जही होता.

सायंकाळपर्यंत या आघाडीवरील परिस्थिती केविलवाणी झाली होती. विभागीय

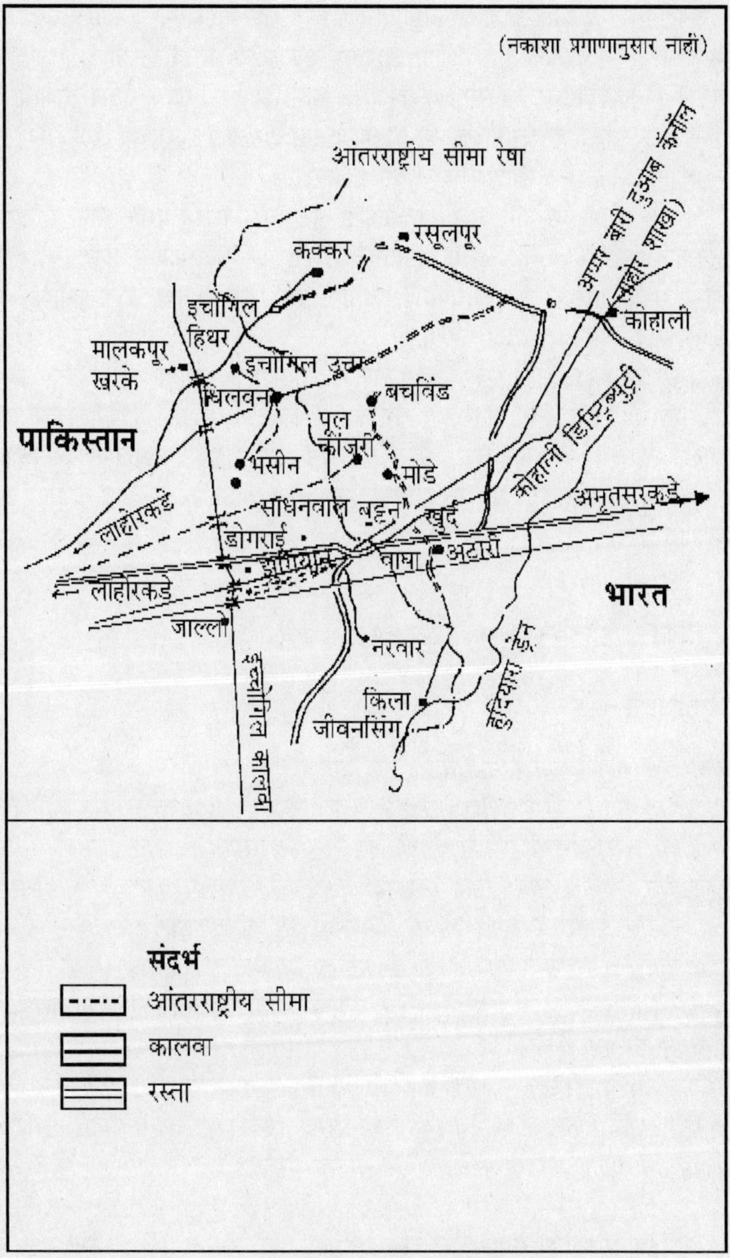

१५ इन्फंट्री डिव्हिजन- कार्यक्षेत्र

सेनापती पकडला जाता-जाता कसाबसा वाचला होता. दोन बटॅलियनच्या सेनाधिकाऱ्यांचा मानसिक तोल ढळला होता आणि आपल्या तुकड्यांचे नेतृत्व करायला ते अपात्र बनले होते. लेफ्टनंट जनरल हरबक्ष सिंह यांनी खंबीर निर्णय घेऊन विभागीय सेनाधिकारी मेजर जनरल निरंजन प्रसाद आणि त्या दोन बटॅलियन्सच्या अधिकाऱ्यांना तडकाफडकी त्यांच्या पदावरून काढून टाकले.

[illegible] चौकशी केल्यानंतर निरंजन प्रसाद यांना सैनिकी न्यायालयापुढे (Court Martial) न्यायचे ठरले; पण सरसेनापती जनरल चौधरी यांनी मे.ज. निरंजन प्रसाद यांना 'राजीनामा द्या' असा हुकूम केला आणि या लज्जास्पद प्रसंगावर पडदा पडला.

ह्या प्रसंगामुळे आणि भारतीय सेनेमधील काही प्रभागांनी दाखविलेल्या भ्याडपणाच्या प्रसंगाची हकिकत जेव्हा जनरल चौधरींकडे पोहोचली तेव्हा ते साहजिकच चिंतित झाले. त्यांच्या त्या मानसिक स्थितीचे वर्णन यशवंतराव चव्हाणांनी आपल्या ९ सप्टेंबरच्या डायरीमध्ये, 'भूसेनाप्रमुख आज दोलायमान मन:स्थितीत वाटले' या शब्दात केले.

शुक्रवार, सप्टेंबर १०, १९६५

चव्हाणांची नोंद

मंत्रीमंडळ आणीबाणी समिती बैठक नित्याप्रमाणे.
इंदिरा गांधींनी (माहिती आणि नभोवाणी खात्याच्या मंत्री) आपल्या प्रचाराबद्दल काहीशी असहकाराची भूमिका घेतली. त्यांना (प्रचारासाठी) अधिक माहिती देण्याच्या स्थितीत आम्ही नाही, त्यामुळे ते (त्यांचे खाते) पत्रकारांमध्ये थोडेफार अप्रिय होत आहेत. आणि (म्हणून) पत्रकारांना माहिती देण्याचे काम आम्हीच हाताळावे (असे त्यांचे मत). मला ती भूमिका आपमतलबी वाटली – मी तसे बोलूनही दाखवले... कसूरमधून माघार घेतल्याचा उल्लेख सायंकाळी लोकसभेत निवेदन करताना केला.
सायंकाळी, युद्धस्थिती – आढावा घ्यायच्या बैठकीला भूसेनाप्रमुख होते. लढाई क्षेत्रांना त्यांनी दिलेल्या भेटींचा त्यांना चांगलाच उपयोग झालेला दिसतो. त्यांची मते त्यांना आता अधिक निश्चितपणाने सांगता येतात.

रणक्षेत्रावर भीषण संघर्ष चालू असताना लेफ्टनंट जनरल मोहिंदर सिंह यांची, ४ माउंटन डिव्हिजन तेथून काढून त्याऐवजी दुसरी डिव्हिजन पाठवावी, ही सूचना

धक्कादायक होती. जेव्हा चव्हाणांना सरसेनापतीच्या दोलायमान परिस्थितीची जाणीव झाली तेव्हा त्यांनी जनरल चौधरींना आघाडीवर जाऊन स्वत: परिस्थितीचे आकलन करावे असे सुचविले. संरक्षणमंत्र्यांच्या सूचनेचा विचार करीत असताना जनरल चौधरी लेफ्टनंट जनरल हरबक्ष सिंह यांच्याशी ९ सप्टेंबरला रात्री फोनवर बोलले. हरबक्ष सिंह यांनी आपल्या आत्मचरित्रात संभाषणाविषयी लिहिले आहे त्याप्रमाणे, '९ सप्टेंबरला रात्री उशिरा जनरल चौधरी यांनी फोन करून त्यांना सांगितले की, त्यांनी ११ कोअरच्या प्रमुखांना (मेजर जनरल जोगिंदर सिंह यांना) पाठविलेले पत्र वाचले आहे आणि अशा परिस्थितीत पाकिस्तानी रणगाड्यांच्या चढाईमुळे आणि भारतीय सेना घेरली जाऊ नये म्हणून हरबक्ष सिंह यांनी आपली सेना बियास नदीपर्यंत माघारी घ्यावी. या सूचनेवर हरबक्ष सिंह स्तंभित झाले आणि त्यांनी जनरल चौधरी यांना अशी सूचना करण्याअगोदर आघाडीवर प्रत्यक्ष येऊन परिस्थितीचे आकलन करावे, असे सुचविले. हरबक्ष सिंह यांनी स्पष्टपणे सांगितले की, "युद्धक्षेत्रावर डावपेचासंबंधीची आज्ञा ते युद्धक्षेत्राचे आकलन करूनच देऊ शकतात." दूरध्वनीवर झालेल्या या संभाषणामुळे भूसेनाप्रमुख आणि पश्चिम सेना विभागाचे सेनाधिकारी यांच्यामध्ये गंभीर संघर्ष निर्माण होण्याची शक्यता स्पष्ट होती.

दुसऱ्या दिवशी सकाळी अंबाला विमानतळावर लेफ्टनंट जनरल हरबक्ष सिंह यांनी भूसेनाप्रमुखांची भेट घेतली. त्या दोघांमध्ये गरमागरम चर्चा झाली. हरबक्ष सिंहनी आपले म्हणणे कायम ठेवले आणि अगदी स्पष्ट सांगितले की, "सेनाप्रमुखांना डावपेचाबद्दल हुकूम करायचा असल्यास त्यांनी आघाडीवर यायला हवे आणि त्यानंतरच त्यांची डावपेचाबद्दलची आज्ञा पाळायची किंवा नाही हे ठरविता येईल."

ह्या भेटीनंतर जनरल चौधरी निवळले होते आणि भोजनानंतर दिल्लीकडे परतताना त्यांची मन:स्थिती बरीच सुधारली होती. त्या सायंकाळी चव्हाणांनी केलेली नोंद अशी होती, "सायंकाळी अहवाल देण्यासाठी सेनाप्रमुख भेटले. आघाडीला त्यांची भेट त्यांना फायद्याची ठरली."

सेनाप्रमुख भेटीवर असताना असल उत्तर क्षेत्रात निर्णायक लढाई लढली जात होती.

■

४४

धुमश्चक्री लढाया – सियालकोट आघाडी

भारतातील जम्मू आणि पाकिस्तानातील सियालकोट, ही दोन प्रमुख दळणवळण केंद्रे, सीमेच्या दोन्ही बाजूंवर वसली आहेत. पाकिस्तानच्या बाजूकडील भूप्रदेश सपाट आणि संबा-सियालकोट रेषेवरून उत्तरेकडून येणाऱ्या रणगाड्यांसाठी कोठेही मोठासा अडथळा नसणारा असा आहे. भारतीय सैन्याला दुसरा पर्यायी मार्ग म्हणजे गुरूदासपूरकडून होता. तिकडून चढाई करावयाची झाल्यास रावी नदी ओलांडावी लागणार होती.

संबा-सियालकोट या आपण निश्चित केलेल्या हल्ल्यासाठी जनरल चौधरी यांनी लेफ्टनंट जनरल पी. एन. दुन्न (Dunn) यांच्या नेतृत्वाखाली एका नवीन उभारलेल्या १ कोअरची नेमणूक केली होती. या कोअरच्या अधिपत्याखाली ६ व २६ नंबरच्या दोन डिव्हिजन व १ आर्मर्ड डिव्हिजन निश्चित केली होती. १ कोअरसाठी सेनेची जुळवाजुळव आणि दक्षिण हिंदुस्थानातून सैन्याची उत्तरेकडे हालचाल चालू असतानाच ऑपरेशन रिडल सुरू करणे अपरिहार्य झाले होते. त्या योजनेप्रमाणे लाहोर भागात ११ कोअरने आणि सियालकोट भागात १ कोअरने एकाच वेळी हल्ले चढवायचे असे निश्चित झाले होते; परंतु १ कोअरच्या सैन्याच्या जुळवाजुळवीत झालेल्या विलंबामुळे त्यांनी करावयाच्या हल्ल्याला ४८ तास उशीर झाला.

दुसरी आघाडी उघडण्याचा उद्देश शत्रूसेना छांब-अखनूर आणि खेमकरण-अमृतसर विभागांकडून दूर नेणे त्यांना भाग पाडावे हा होता. लेफ्टनंट जनरल दुन्न यांचे खाली ६ माउंटन डिव्हिजन मेजर जनरल एस. के. कोरला यांच्या नेतृत्वाखाली आणि १ आर्मर्ड डिव्हिजन मेजर जनरल राजिंदर सिंह 'स्पॅरो' (MVC) यांच्या नेतृत्वाखाली होते. तसेच १४वा व २६वा पायदळ (Infantry) विभाग समाविष्ट होते.

लेफ्टनंट जनरल स्पॅरो हे सैनिकी सेवेत जनरल दुन्नपेक्षा वरिष्ठ होते. त्यातून नेतृत्व आणि नियंत्रणाचे प्रश्न उद्‌भवणारे होते आणि १ कोअरच्या प्रत्यक्ष मोहिमेमधून लेफ्टनंट जनरल हरबक्ष सिंह यांना बहुतांशी दूर ठेवण्यामुळे या मोहिमेत सैन्याच्या

तैनातीचे कार्य अधिकच गुंतागुंतीचे बनणार होते.

७ व ८ सप्टेंबरच्या मध्यरात्री ६वी व २६वी डिव्हिजन यांनी पुढे कूच केले. आपल्या दोन्ही बाजूला त्यांनी संरक्षक दले ठेवली. याचा मूळ उद्देश १ आर्मर्ड डिव्हिजनला फिलोराच्या दिशेने विद्युत गतीने आक्रमण करता यावे हा होता. त्याच वेळी १४व्या पायदळ विभागाच्या एका ब्रिगेडने शत्रू प्रदेशात शिरून तळ बनवायचा आणि त्या तळाचा उपयोग पहिल्या चिलखती विभागाचा वापर करण्यासाठी करायचा, हे ठरले होते. त्याच वेळी २६व्या पायदळ सेना विभागाने सियालकोट शहरावर उघड हल्ला चढवायचा होता.

सियालकोट भागातील युद्ध मुख्यत्वे, दोन्ही बाजूंच्या चिलखती दलांमधील लढाई, असे होते. त्या योजनेनुसार ८ सप्टेंबरला सकाळी ६ वाजता १ आर्मर्ड कोअर सीमा ओलांडून पुढे घुसली आणि साबापीर-धोबारा-फिलोरा ही रेषा धरून पुढे पुढे निघाली. तथापि, निरनिराळ्या युनिट्सची आगेकूच काहीशी गोंधळाच्या स्थितीत चालू झाली होती. दळणवळण यंत्रणा चांगल्या क्षमतेने काम करीत नव्हती आणि रणगाडा दल आणि त्याच्याबरोबरच्या पायदळाच्या तुकड्या यांच्यामध्ये समन्वय राहिला नाही. युद्धनीतीप्रमाणे रणगाड्यांनी जिंकलेला प्रदेश पायदळाने व्यापायचा असतो; पण त्या सायंकाळच्या सुमारास भारताची रणगाडा पथके चढाईच्या सुरुवातीला जिथे होती तेथवर मागे आली होती. परंतु तसे करताना जिंकलेला प्रदेश पायदळाने व्यापलेला नव्हता.

अगोदरच उल्लेख केल्याप्रमाणे हल्ला चढविण्यास ४८ तासांचा विलंब झाला होता. तद्नंतर आदल्याच दिवशी झालेल्या जोरदार पावसामुळे लेफ्टनंट जनरल स्पॅरो यांचे ४३ लॉरी पायदळ मोठ्या दलदलीत फसून जागेवरच अडकले होते. तसेच जी आर्मर्ड डिव्हिजन सियालकोट भागात खोलवर आणि पिछाडीतून घुसणार होती, ती आपल्या तळापासून साधारण फक्त ६.५ किलोमीटर्स सरकली होती. त्या वेळी प्रतिकारासाठी पाकिस्तानच्या फारच लहान चिलखती दलाशी त्याला सामना द्यावा लागला असता; परंतु प्रारंभीच्या धुमश्चक्रीनंतर १ आर्मर्ड डिव्हिजनला पुढील तीन दिवस पाऊस आणि दलदलीमुळे फिलोरा खेड्याच्या पिछाडीला आसरा घ्यावा लागला. त्या तीन दिवसांत पाकिस्तानने आपल्या पॅटन रणगाड्यांची डिव्हिजन रेल्वेने लाहोरमार्गे सियालकोट विभागात आणली. परिणामत: भारताच्या आर्मर्ड डिव्हिजनसमोर आता पॅटन रणगाडे तोंड देण्यास सज्ज होते.

संघर्षामध्ये दोन रात्रींची विश्रांती मिळाल्यानंतर सप्टेंबर १० व ११च्या मध्यरात्री १ आर्मर्ड डिव्हिजनच्या दोन ब्रिगेड फिलोरावर आक्रमणासाठी एकत्र आल्या आणि त्यांनी चिंचोळ्या आघाडीवर समोरून हल्ला चढविला. नंतर झालेल्या घनघोर धुमश्चक्रीमध्ये शेकडो रणगाड्यांनी मोठ्या दमाने भाग घेतला, ज्यात पाकिस्तानचे १००पेक्षा

जास्त रणगाडे नष्ट झाले. दोन्ही बाजूंची सैनिकहानी मोठ्या संख्येने झाली.

त्याच वेळी भारताच्या ४ व १७ आर्मर्ड रेजिमेंट यांनी शत्रूला चिमट्यात पकडण्यासाठी केलेल्या हालचालींमुळे फिलोरामध्ये पाकिस्तानचे रणगाडे अलग पडले आणि ते नष्ट होण्याचा धोका उद्भवला. त्या परिस्थितीत शत्रूने फिलोरा सोडून द्यायचे ठरविले. ११ सप्टेंबरला दुपारी भारतीय सेनेने फिलोरावरती कब्जा मिळविला.

फिलोरावरची ती लढाई मोठी [illegible] झाली होती. परंतु प्रदेश मिळविण्याच्या दृष्टीने त्या युद्धातून भारतीय सेनेला रूरकी-कलान भागात केवळ ५ कि.मी. पुढे सरकता आले. मुख्यतः शत्रूचे रणगाडे मोठ्या प्रमाणावर नष्ट झाल्याने पाकिस्तानी सेनादलाची ताकद कमी झाली होती आणि त्याचप्रमाणे मानसिक तोल बिघडलेला आणि हादरा खाल्लेला होता. त्या भीषण युद्धानंतर पाकिस्तानी सेनेचे पवित्रे बचावात्मक स्वरूपाचे राहिले. भारतीय चढाई उधळण्यासाठी आपण होऊन पुढाकार घ्यायचा प्रयत्न त्यांनी केला नाही.

१२ व १३ सप्टेंबरदरम्यान रात्री मेजर जनरल स्पॅरो यांनी आपली १ आर्मर्ड डिव्हिजन विश्रांतीसाठी माघारी घेतली. त्यांचे पूर्ण लक्ष चाविंडावर गुंतले होते. चाविंडावर समोरून जोरदार हल्ला करण्याची त्यांची योजना होती. चाविंडावर हल्ला करायचा तेव्हा सियालकोटकडून शत्रूने त्यामध्ये अडसर घालू नये म्हणून त्या हल्ल्याच्या वेळी उजव्या बगलीचे रक्षण करणे अत्यावश्यक मानले होते. त्या उद्देशाने ६ डिव्हिजनला पागोवालकडे जाणारे रस्ते ताब्यात घ्यायचा हुकूम दिला गेला. १३ सप्टेंबरला सकाळपर्यंत ते काम पार पडले होते.

वरील सैनिकी कारवाया चालू असताना १३ सप्टेंबरला पाकिस्तानच्या सैनिकी तुकड्या फिलोरावर हल्ले करीत होत्या. पण त्यांचे सर्व हल्ले परतवून लावले गेले.

सियालकोट भागातील लढाईत लेफ्टनंट जनरल हरबक्ष सिंह आणि भूसेनाप्रमुख जनरल चौधरी यांच्यामधील बेबनाव परत दिसून आला. तो मुख्यतः सियालकोटवर कोणत्या बाजूने आणि कोणत्या सैन्यदलाने हल्ला करावा यासंबंधी होता. हरबक्ष सिंह यांच्या मते, इच्चोगिल कालव्याच्या पूर्व काठावर ताबा मिळविल्यानंतर राखीव ठेवलेल्या सेनेने नैनाकोट भागात रावी नदी ओलांडून सियालकोटवर जावे असे होते. हा भाग भारतीय हद्दीत मोडत असल्यामुळे त्यांचे मत रावी नदीवर तात्पुरता पूल बांधावा असे होते.

भूसेनाप्रमुख जनरल चौधरी यांनी ही मोहीम त्यांनी स्वतः योजल्याप्रमाणे सुरू केली होती. दोघांतील तणाव लक्षात घेता जनरल चौधरी यांनी लेफ्टनंट जनरल हरबक्ष सिंह यांना सियालकोटवरील मोहिमेतून जवळजवळ दूर ठेवले होते. परंतु हरबक्ष सिंह यांच्या अधिपत्याखाली सर्व सेना युद्धक्षेत्रात असल्यामुळे त्यांनी स्वतः या मोहिमेवर सूक्ष्म लक्ष ठेवले होते. ८ सप्टेंबरच्या प्रारंभीच्या धुमश्चक्रीनंतर

युद्धक्षेत्रावर काही प्रगती नव्हती हे कळताच हरबक्ष सिंह यांनी १ कोअरच्या अधिकाऱ्याला आर्मर्ड डिव्हिजन पुढे का कूच करत नाही म्हणून खुलासा मागितला. त्या वेळी त्यांना सांगण्यात आले की, भूसेनाप्रमुख जनरल चौधरींकडून त्यांना दूरध्वनीवरून 'आपली मान फार पुढे जाऊन अडकवू नका' अशी आज्ञा मिळाली आहे. त्यावर लेफ्टनंट जनरल हरबक्ष सिंह यांनी भूसेनाप्रमुखांना दूरध्वनीवरच कडक विरोध दर्शविला आणि डावपेचांबद्दल अशा आज्ञा देण्याचा तुम्हास अधिकार नाही असे ठणकावले. भूसेनाप्रमुखांनी त्याबद्दल माफी मागितली असे लेफ्टनंट जनरल हरबक्ष सिंह यांनी आपल्या आठवणीत लिहिले आहे.

शनिवार, सप्टेंबर ११, १९६५

चव्हाणांची नोंद

सकाळच्या बैठकीमध्ये आघाडीवरील परिस्थितीचे काहीसे आशादायक आणि उत्तेजन वाटण्याजोगे दर्शन झाले. पंतप्रधानांच्या उपस्थितीत नौसेनेचे उपप्रमुख (ॲडमिरल एस. एम. नंदा) यांच्याशी चर्चा झाली. आवश्यक ते आदेश त्यांना दिले गेले.

मंत्रीमंडळ आणीबाणी समिती बैठकीत विस्तृत चर्चा झाली. त्यात एक महत्त्वाचा निर्णय झाला. तो म्हणजे युद्धात लढताना जे मरण पावले त्यांच्या कुटुंबीयांना ७ वर्षांपर्यंत ते मृत्यू पावलेल्या वेळी घेत असलेल्या पगाराच्या दोन तृतीयांश इतके पेन्शन (निवृत्तीवेतन) द्यायचे.

भूसेनाप्रमुखांच्या माध्यमाने बातमी आली की, कसूर (लाहोर आघाडी) क्षेत्रात शत्रूचे १७ रणगाडे नष्ट केले. दिवस चांगला फायदेशीर झाला.

संध्याकाळी पक्षाची बैठक झाली. मी त्यांना ही बातमी दिली आणि त्यावर आनंदाची एकच लाट उसळली.

सकाळी झालेल्या बैठकीत संरक्षणमंत्र्यांनी सियालकोट आघाडीवर झालेल्या प्रगतीचा आढावा घेतला. जनरल चौधरींना संबा-सियालकोट अक्षावर उत्तरेकडून हल्ला करावा ही योजना स्वीकारार्ह झाली होती. त्यासाठी १, चिलखती विभाग (1, Armoured Division) जास्तीतजास्त परिणामकारकपणे वापरता आला असता. अचानक आणि अनपेक्षित हल्ला फार महत्त्वाचा होता आणि अगदी उशिरात उशिरा आवश्यक क्षणी त्या युद्धक्षेत्रात सैनिक धाडायचे असे ठरले गेले होते.

खेमकरण युद्धक्षेत्रात पाकिस्तानला मोठा पराभव पत्करावा लागला हे

११ सप्टेंबरच्या सायंकाळपर्यंत स्पष्ट झाले होते. हेही स्पष्ट होते की, खेमकरण भागात आक्रमक कृती करण्याची पाकिस्तानी स्थिती नव्हती. पण अशाही परिस्थितीत स्वत:चे संरक्षण करण्याइतपत पाकिस्तानी सैन्य बळकट होते आणि त्यांनी खेमकरण शहराभोवती बळकट संरक्षक मोर्चेबांधणी केली. शहराच्या दोन्ही बाजूंवर कडक संरक्षक मोर्च्यांची बांधणी आहे याची माहिती भारतीय सैन्याला मिळाली होती. परंतु असल उत्तर रणगाड्यांच्या लढाईत जे भरघोस यश मिळाले होते, बहुधा त्याच्या परिणामस्वरूप भारतीय सेनेच्या अधिकाऱ्यांनी ११ व १२ सप्टेंबरच्या मध्यरात्री घाईगडबडीने एक कृती करण्याचे ठरविले. दुर्दैवाने त्या कृतीत अनेक भारतीय सैनिक मृत्युमुखी पडणार होते.

लष्करी कारवाया

सेनेचे प्रभाग सेनापती आणि भूसेनेचे सरसेनापती यांनी असल उत्तर लढाईबद्दल साशंकता दर्शविली होती. अशा परिस्थितीत तेथील लढाईत ४ माउंटन डिव्हिजनने शत्रू लुळापांगळा करण्याजोगा तडाखा दिला होता. लेफ्टनंट जनरल हरबक्ष सिंह यांना हा क्षण परम आनंदाचा होता. त्यांचा उत्साह आणि आणखी लक्षणीय विजय मिळविण्याची महत्त्वाकांक्षा यामुळे खेमकरण भागात लवकरच जवळजवळ सर्वनाशाची वेळ येऊन ठेपेल याची त्यांना जाणीव नव्हती.

जे घडले त्याचे वर्णन चव्हाणांनी १३ सप्टेंबरला केले, "लेफ्टनंट कर्नल अनंत आणि ३०० शीख सैनिक यांच्या प्रकरणी काल बिनडोक प्रसंग घडला." (त्या प्रसंगाविषयी पृ. ३१९ वर पुढे लिहिले आहे.)

चाविंडासाठीची लढाई

१२ सप्टेंबरची सकाळ उजाडली तेव्हा सियालकोट भागात पाकिस्तान बचावात्मक पवित्र्यात ढकलले गेले होते. खेमकरण घेण्यासाठी घाईघाईने चढविलेला हल्ला महाग पडला होता. भारतीय सेनेजवळच्या रणगाड्यांपेक्षा आपल्याजवळचे पॅटन रणगाडे श्रेष्ठ असल्याच्या विश्वासाच्या प्रौढीमध्ये पाकिस्तानने युद्धाला प्रारंभ केला होता. खेमकरणच्या लढाईमध्ये १० सप्टेंबरला त्यांच्या ४ रणगाडा दलाचा (कॅव्हलरी) विनाश झाला आणि ११ सप्टेंबरला फिलोराच्या लढाईमध्ये आणखी दुसरी रणगाडा रेजिमेंट नष्ट झाली. त्यामुळे पाकिस्तानी रणगाडादल सेनानींचे आणि त्यांच्या वरिष्ठ मुख्य अधिकाऱ्यांचे अवसान गळाले असलेच पाहिजे.

१३ सप्टेंबरला १ कोअरच्या सेनापतीने चाविंडा जिंकण्यासाठी पहिला चिलखती विभाग योजायचे ठरविले. दोन्ही बाजूंमध्ये घनघोर लढाई झाली. ती दिवसभर चालू राहिली. तो दिवस परस्परांची दमछाक करण्यात आणि अपेक्षाभंगात गेला.

१२ व १३ सप्टेंबर रोजी दोन्ही बाजू आपापल्या जखमा सावरण्यात आणि पुढील लढाईची तयारी करण्यात मग्न होत्या. या दोन दिवसांत भारतीयांनी आणखी दोन भागांत लक्षणीय पुढाकार घेतला होता. डोंगराळ हाजीपूर फुगीर भागात पूंछकडून आलेल्या आपल्या सेनादलाने हाजीपूरच्या सेनादलाबरोबर हातमिळवणी साधली आणि पाकव्याप्त काश्मीरचा मोठा प्रदेश ताब्यात आला. या युद्धक्षेत्राहून दूर, राजस्थानच्या बारमेर भागात पाकिस्तानचा तिकडील सेना विभाग अडकवून ठेवण्याच्या उद्देशाने भारताने चढाई सुरू केली होती.

पेशावरवर हल्ला करण्यात चव्हाणांनी भूसेनाप्रमुखांना हिरवा कंदील दाखवला होता. १३ व १४ सप्टेंबर दरम्यानच्या रात्री ते काम पार पाडण्यात आले.

■

४५

निर्बुद्धपणाचा प्रसंग

११ सप्टेंबरला सायंकाळ झाली तेव्हा पाकिस्तानच्या पदरी मोठे अपयश पडले. खेमकरण भागात आक्रमक कारवाई करण्याची त्यांची स्थिती राहिली नव्हती ही गोष्ट स्पष्ट दिसत होती. तथापि, स्वत:चे संरक्षण करण्याएवढी त्यांची ताकद होती आणि खेमकरण शहराच्या भोवताली त्यांनी बळकट संरक्षक मोर्चे धरले होते. दोन्ही बगलांवर त्यांचे असे संरक्षक मोर्चे विस्तारलेले होते. ही गोष्ट ठाऊक असतानाही कदाचित असल उत्तरच्या रणगाड्यांच्या लढाईतील यशामुळे, भारतीय सेनाधिकाऱ्यांनी ११ व १२ सप्टेंबरच्या रात्री असे एक काम हाती घ्यायचे घाईघाईने ठरविले की ज्याचा शेवट आपल्या अनेक सैनिकांची कत्तल होण्यात आणि मानभंग होण्यात होणार होता.

युद्धाच्या आघाडीवर सियालकोट भागातील अहवाल उत्साहवर्धक होते. मात्र खेमकरण येथे घडलेला प्रसंग मानहानीकारक होता. चव्हाणांनी त्याची नोंद 'लेफ्टनंट कर्नल अनंत सिंह यांचेबद्दलचा निर्बुद्धपणाचा प्रसंग' अशा शब्दांत केली. तेथील मुख्य सेनापतीनेच आपल्या रेजिमेंटचे नाव अधिक उज्ज्वल व्हावे म्हणून शारीरिकदृष्ट्या थकलेले सेनाधिकारी आणि त्यांचे सैनिक, त्यांची इच्छा नसताना खेमकरण जिंकायला ढकलल्यामुळे ही दु:खद घटना घडली.

असल उत्तर येथे पाकिस्तानी सैनिकांना पलायन करावे लागले होते. त्यानंतर अशी योजना ठरवली गेली की, ४ माउंटन डिव्हिजनच्या अधिपत्याखाली पायदळाची एक बटॅलियन व ७ ब्रिगेड यांनी खेमकरणच्या पूर्वेकडील खेड्यांमधून लपूनछपून रात्री खेमकरणमध्ये शिरायचे. बटॅलियनने ७ ब्रिगेडच्या हल्ल्याला सहाय्य म्हणून शत्रूवर गोळीबार चालू ठेवायचा. शत्रूच्या पिछाडीकडून हा मारा करायचा अशा प्रकारे शत्रू सैनिकांत घबराट निर्माण करायची आणि खेमकरण ताब्यात घेणे सोपे करायचे. या मोहिमेचे यश गुप्तपणे खेमकरणमध्ये शिरण्यात आणि त्यानंतर बटॅलियनने पार पाडायच्या भूमिकेच्या यशावर होते.

४ माउंटन डिव्हिजनच्या मुख्य सेनाधिकाऱ्यांना ही मोहीम करण्याबद्दल विचारण्यात आले. पण आपल्या सेना विभागातून यासाठी पुरेसे सैनिक उपलब्ध करणे शक्य नाही असे ते म्हणाले. जवळपास असणाऱ्या ब्रिगेडमधून एखाद्या बटॅलियनकडे हे काम सोपवणे शक्य होते. तथापि सेना विभाग प्रभाग आणि ४ माउंटन डिव्हिजनचे प्रमुख सेनानी यांच्यामध्ये असे मान्य झाले की, आदल्या रात्री शौर्याने लढलेल्या ४ शीख बटॅलियनकडे हे काम सोपवावे.

हा निर्णय घेताना, शीख रेजिमेंटचे पश्चिम विभाग सेनाप्रमुख लेफ्टनंट जनरल हरबक्ष सिंह, जे कर्नल कमांडर होते, त्यांचा हेतू शीख रेजिमेंट्सचे शौर्य आणि स्वाभिमान ठळकपणे दिसावा, हा होता. १२ सप्टेंबर हा '४ शीखचा बॅटल ऑनर सरगढी दिवस' होता. त्या दिवशी १८८७मध्ये ४ शीखच्या, २१ सैनिकांनी हवालदार ईशार सिंगच्या नेतृत्वाखाली कर्तव्यपालनासाठी सर्वश्रेष्ठ त्याग आणि शौर्य यांची नवी पराक्रमगाथा लिहिली होती. त्यांच्यावर सुमारे वीस हजार ओराझाई आणि आफ्रिदी (AFRIDI) टोळ्यांनी हल्ला केला तेव्हा त्यांच्यामधील प्रत्येक जण हल्लेखोर टोळीवाल्यांच्या धाडीबरोबर लढत कामी आला. त्याला साजेशी आणि एकमेव अपवादभूत कृती म्हणून, त्या सर्व २२ जणांना मरणोत्तर 'इंडियन ऑर्डर ऑफ मेरिट (IOM)' देण्यात आले. भारतीय सैनिकांना दिल्या जाणाऱ्या शौर्यपदकात त्या काळी हा सर्वश्रेष्ठ सन्मान होता. हरबक्ष सिंहना वाटले असावे की, शीख रेजिमेंटचे कर्नल कमांडर या नात्याने त्यांच्या या ४ शीखला सरगढी पराक्रमाच्या गाथेमध्ये भर घालण्याची ही संधी देवानेच दिली आहे.

जनरल हरबक्ष सिंह यांनी लेफ्टनंट कर्नल अनंत सिंह यांना बोलावून हे कठीण कार्य हाती घेण्याची त्यांची तयारी आहे का? असे स्वत: विचारले. आपले कर्नल कमांडर आणि मुख्य सेनापती यांनी असे तोंडावर स्पष्ट विचारल्यावर अनंत सिंह यांनी ते आव्हान स्वीकारले. अनंत सिंह यांना स्वत:ला आणि त्यांच्या सहकारी सैनिकांना गेल्या दोन रात्री झोप मिळू शकली नव्हती आणि बराकीवर केलेल्या हल्ल्यात त्यांच्या बटॅलियनमधील १५० सैनिक जखमी वा मृत झाले आहेत, याचा उल्लेखदेखील त्यांनी केला नाही. १२ सप्टेंबर, सरगढी दिवस अशा तऱ्हेने या मोहिमेशी जोडला गेला. यातून एक मोठा अनर्थ घडला.

समोरून हल्ला करून मोहिमेत भाग घेण्यासाठी जी ७ माउंटन ब्रिगेड होती, त्याचे प्रमुख ब्रिगेडियर सिद्धू होते. त्यांच्या लक्षात आले की, ४ शीख किंवा २ महार रेजिमेंट, जी या मोहिमेत भाग घेणार होती, त्यांनी हा प्रदेश पाहिलाच नव्हता. म्हणून त्यांनी सुचविले की, मोहीम २४ तास पुढे ढकलावी.

४ माउंटन डिव्हिजनचे मुख्य सेनानी लेफ्टनंट जनरल हरबक्ष सिंह यांनी ठामपणे सांगितले की, मुख्य सेनापतींनी ठरविल्याप्रमाणे ११ व १२ सप्टेंबर दरम्यानच्या रात्रीच मोहीम व्हायला हवी. ती पुढे ढकलणे शक्य नव्हते कारण १२ सप्टेंबर हा 'सरगढी' दिवस होता. मोहीम पुढे ढकलण्यासाठी सर्व मार्गांचा अवलंब व्यर्थ ठरल्यावर लेफ्टनंट कर्नल अनंत सिंह यांनी आपली जास्तीतजास्त [illegible] ठरविले. केवळ दोनशे सैनिकबळ राहिले असताना ४ शीखने मध्यरात्री रेल्वेमार्गाच्या बाजूने कूच केले.

भरभर आगेकूच करीत असताना अडथळा नको म्हणून त्यांनी आपल्याजवळच्या रणगाडाविरोधी तोफा पाठीमागे सोडून दिल्या. सिग्नल सैनिक गट त्या रात्रीच्या वाटचालीत मुख्य लढाऊ गटापासून अलग पडला आणि ४ शीखचे कोणाशीही दळणवळण राहिले नाही. त्यांनी १२ सप्टेंबरला पहाटे ४.४५ वाजता उंच-उंच पिकात ते खेमकरणच आहे, असे समजून आसरा घेतला. ४ शीखना हे माहीत नव्हते की, आपण जिथे लपलो आहोत, त्याचे शेजारीच पाकिस्तानी रणगाड्यांची एक तुकडी विश्रांती घेत होती. पहाटे उजेड होताच शीखांना पाहून पाकिस्तानी आश्चर्यचकित झाले. आपल्या रणगाड्यांमध्ये त्यांनी उड्या घेतल्या आणि मशीनगन्सचा मारा सुरू करीत शीख सैनिकांना पकडले. लेफ्टनंट कर्नल अनंत सिंह आणि १२६ सैनिकांना पकडून कैदी करण्यात आले. आणखी २० जण ठार झाले. आदल्याच रात्री ज्या युनिटने उज्ज्वल नाव मिळवले होते, त्याला लाजिरवाण्या पराभवास तोंड द्यावे लागले.

दुसऱ्या दिवशी खेमकरणकडे जाणाऱ्या उपकालव्याजवळ २ महारचे सैनिक आले तेव्हा पाक विमानांनी त्यांचेवर पुन्हा पुन्हा हल्ले चढविले. मोठ्या प्रमाणावर हानी झाल्यावर २ महारने माघार पत्करली. त्यानंतरही त्यांनी प्रयत्न चालवले पण खेमकरणवरील त्यांचे हल्ले अपयशी झाले. त्यांनी आपले अकरा रणगाडे गमावले, २ महारचे तीन अधिकारी, तीन ज्युनिअर कमिशन्ड ऑफिसर्स आणि पंचेचाळीस जवान ठार झाले. त्याखेरीज तीन अधिकारी, चार ज्युनिअर कमिशन्ड अधिकारी आणि त्र्याऐंशी जवान जखमी झाले. हल्ल्यातील पराभवामुळे ब्रिगेडियर सिधू यांचा सैनिकी दर्जा घटवण्यात आला.

दुसऱ्या दिवशी ही हकिकत चव्हाणांना समजली आणि १३ सप्टेंबरला त्यांची नोंद आहे : 'लेफ्टनंट कर्नल आणि त्यांच्या १०० शीख सैनिकांचा तो 'निर्बुद्ध प्रसंग' काल घडला होता'.

■

४६

अनिर्णायक युद्धस्थिती – गतिमान शिष्टाई

रविवार, सप्टेंबर १२, १९६५

चव्हाणांची नोंद

यू थांट आज आले आहेत. दुपारी ४ वाजता पंतप्रधानांना ते भेटले.
सकाळची बैठक – सियालकोटचा पुढला आणखी काही कार्यक्रम ठरवून दिला गेला. काश्मीरचे (मंत्री) डी. पी. धर मला भेटायला आले. एकंदर परिस्थितीवरील आपली मते त्यांनी दिली.
पेशावरबद्दल हवाईसेनाप्रमुखांना ठीक आहे, अशी अनुमती दिली. जेव्हा त्यांना (एअर मार्शल अर्जन सिंह) एखाद्या नव्या कामगिरीवर कृतीची परवानगी मिळते, तेव्हा हवाईसेनाप्रमुख एखाद्या पक्ष्याप्रमाणे आनंदाने नाचत चालताना वाटतात. खराखुरा लढवय्या शीख आणि तरीदेखील किती हळुवार मृदू वर्तनाचा.

सायंकाळी ७ वाजता पंतप्रधानांबरोबर बैठक. त्यांनी मला आणि सरदारजींना (विदेश व्यवहारमंत्री स्वर्णसिंग) यू थांट यांच्याबरोबर झालेल्या आपल्या चर्चेचा तपशील सांगितला.

सोमवार, सप्टेंबर १३, १९६५

चव्हाणांची नोंद

मंत्रीमंडळ आणीबाणी समिती बैठक. सकाळी ९ वाजता यू थांट यांचे प्रस्ताव आमच्यापुढे ठेवले गेले. त्यांना अंतिम उत्तर १५ (सप्टेंबर)ला सकाळी हवे.
आम्ही – मुख्यत: मी आणि टी. टी. (कृष्णाम्माचारी) यांनी –
काही अटी घालून प्रस्ताव स्वीकारावेत असा आग्रह धरला; पण अखेरीस एकमत होऊ शकले नाही.

सकाळची बैठक : सगळीकडे धीमी प्रगती चालू. लेफ्टनंट कर्नल अनंत सिंह आणि त्यांच्या ३०० शीख सैनिकांचा तो 'निर्बुद्ध प्रसंग' काल घडला होता. राष्ट्रपतींबरोबर यू थांट यांची मेजवानी.

दुपारी ४ वा. संसदीय काँग्रेस पक्ष कार्यकारिणीला नित्याप्रमाणे युद्धपरिस्थिती निवेदन – शांतता प्रस्तावावर. तिच्यात फार टीका.

सायंकाळी ६.३० वा. पुन्हा मंत्रीमंडळ आणीबाणी समिती बैठक. त्यात सर्वसाधारण मतप्रवाह ठरला की, चकमकी थांबवण्याचा प्रस्ताव आपण मान्य करावा – मात्र खालील दोन मुद्द्यांवर आपली भूमिका स्पष्ट करावी.

१. काश्मीरमध्ये जी नवी ठाणी व्यापली ती सोडणार नाही, कारण घुसखोरीला प्रतिबंध करावयाला ती अत्यावश्यक आहेत.

२. याच्यापुढे भारताच्यादृष्टीने काश्मीर हा राजकीय पातळीवर वाटाघाटी करायचा विषय राहिलेला नाही.

यू थांट यांच्या सन्मानार्थ पंतप्रधानांनी दिलेली मेजवानी शिष्टाचाराप्रमाणे पार पडली.

मंत्रीमंडळातील मतभेदांचे वृत्त सेलिग एस. हॅरिसन यांनी *वॉशिंग्टन पोस्टच्या* १४ व १५ सप्टेंबरच्या अंकामध्ये दिले होते. त्यानुसार शस्त्रसंधी केव्हा लागू करावी त्या वेळेबद्दल मंत्र्यांत एकवाक्यता नव्हती. जनरल चौधरींचे आग्रही मत होते की, सध्याच्या क्षणी चकमकी थांबवू नयेत आणि भारतीय सैन्य पंजाबमध्ये निर्णायक विजय मिळविण्याच्या टप्प्यात पोहोचले असून पाकिस्तानी (युद्ध) बळाची जास्तीतजास्त हानी करण्यासाठी त्यांना वेळ द्यायला हवा. सेनादल प्रमुखांच्या म्हणण्याला संरक्षणमंत्र्यांचा जोरदार पाठिंबा होता, असेही या वृत्तात म्हटले होते. त्याउलट हॅरिसनच्या म्हणण्यानुसार संयुक्त राष्ट्रसंघाचा ठराव स्वीकारावा, अशी भूमिका पंतप्रधानांनी ठेवली.

मंत्रीमंडळ समितीत मतभेद असल्यामुळे भारताने उत्तर द्यायची मुदत वाढवून मागितली. सरचिटणीसांनी ती विनंती मान्य केली आणि दोन्ही देशांना त्यांनी अधिकृत सूचना केली की, संकल्पित शस्त्रसंधीची वेळ सप्टेंबर १५ सायंकाळी ६.३० वाजेपर्यंत पुढे ढकलली आहे.

मंगळवार, सप्टेंबर १४, १९६५

चव्हाणांची नोंद

सकाळची बैठक. नेहमीप्रमाणे विशेष काही घडलेले नाही. भूसेनाप्रमुखांचा अहवाल आला. हे जरासे चमत्कारिक वाटते. घटना का घडत नाहीत, हे मला

आता शोधून काढायलाच हवे. आज आणि उद्या त्यात मला (खोलात) लक्ष घातले पाहिजे.

हवाईसेनाप्रमुखांनी पेशावर भेटीबद्दल माहिती अहवाल दिला.
बरॅकपूर आणि आगरतळा येथील पाकिस्तानी (विमान) हल्ल्यांच्या बातम्या आल्या. पूर्व पाकिस्तानमध्ये कारवाया करायला आम्ही परवानगी द्यावी याबद्दल हवाईसेनाप्रमुख आग्रही होते. एक दिवस थांबा असे मी त्यांना सांगितले. वरीलप्रमाणे आणखी एखादी घटना झाली की कृती करायला ते मोकळे झाले.

नौसेनाप्रमुखाशी त्यांच्या योजनांबद्दल बोलणे झाले. काहीतरी करण्याबद्दल ते फारच हट्टाग्रही आहेत. मला त्यांना आवरून धरावे लागले.

प्रधान (प्रस्तुत लेखक) मला भेटण्यास आले. जिनिव्हाहून ते आत्ताच परतले आहेत. त्यांनी काम करायची उत्सुकता दर्शवली. मला फार बरे वाटले.
दुपारी, विरोधी पक्षांच्या पुढाऱ्यांना पंतप्रधानांनी बोलावले होते. मंत्रीमंडळ आणीबाणी समिती (आणि) संसदीय काँग्रेस पक्षाच्या कार्यकारिणीनेदेखील (यू थांट यांना पाठवायच्या उत्तराचा) मसुदा मान्य केला.
दुपारी ४ वा. मंत्रीमंडळ आणीबाणी समितीची पुन्हा बैठक भरली. या वेळी काल जो मसुदा तयार होता, त्यापेक्षा निराळाच मसुदा पंतप्रधानांपुढे ठेवला. (चव्हाणांनी येथे मराठी भाषेत लिहिले आहे : 'ही हातचलाखी मला आवडली नाही.') हा नवा मसुदा फार पाल्हाळ लावणारा आणि संदिग्ध आहे, असे मला जाणवले. मी ते बोलूनही दाखवले. भूसेनाप्रमुखांनी काही बदल सुचवलेत.
दुपारी ५ वा. माझ्या कचेरीमध्ये यू थांट यांच्याबरोबर माझी सुमारे ४५ मिनिटे चर्चा झाली. ५ ऑगस्टपासून घडत गेलेल्या प्रसंगांची उजळणी झाली. आणि माझे मत मी त्यांच्यापुढे स्पष्ट सांगितले. संरक्षण सचिव आणि जनरल चौधरी या वेळी हजर होते.

बुधवार, सप्टेंबर १५, १९६५

चव्हाणांची नोंद

मंत्रीमंडळ आणीबाणी समिती बैठक. यू थांट यांना द्यायच्या उत्तराचा विचार करण्यासाठी थोडीफार चर्चा झाल्यावर त्यांना पाठवायचे उत्तर अधिक चांगल्या

– पटण्याजोग्या – भाषेत लिहायचे ठरले; पण यू थांट यांनी पुन्हा भारत आणि पाकिस्तान यांना समान लेखले आहे, हे फार चमत्कारिक वाटते.

काँग्रेस संसदीय पक्ष कार्यकारिणीची दुपारी ४ वाजता बैठक. त्यात नेहमीच्या पद्धतीने चर्चा झाली. आघाडीवर काय घडत आहे, त्याबद्दल त्यांना मी थोडी माहिती दिली. पुन्हा दुपारी ५ वाजता मंत्रीमंडळ आणीबाणी समिती बैठक.

यू थांट यांनी आणखी एक प्रस्ताव दिला. त्यात त्यांनी मध्यस्थीची तयारी दर्शवली आहे. तशा प्रस्तावाने पंतप्रधानदेखील चकित झाले. याचा अर्थ आपल्या युद्धबंदी प्रस्तावाला अपयश येणार, असेच यू थांट धरून चाललेत काय?

हा सर्व प्रकार यांत्रिकी (Mechanical) स्वरूपाचा (कळसूत्री बाहुल्यांचा) वाटायला लागतो.
युद्धप्रयत्न त्यात कोणतीही शिथिलता न आणता, कमी न करता, चालू राहणार आहे, अशी घोषणा नभोवाणीवरून करायला पंतप्रधानांनी मान्यता दिली.
सायंकाळी ६ वाजता तीनही संरक्षणदल प्रमुखांना भेटलो. मंत्रीमंडळ आणीबाणी समितीच्या निर्णयाबद्दल मी त्यांना सांगितले आणि आपल्या युद्धसंबंधी डावपेचांची पुन्हा सूक्ष्म तपासणी/उजळणी करायला सांगितले. ते दोघेही, भूसेना आणि हवाईसेना प्रमुख उद्या आघाडी क्षेत्रात चर्चाविनिमयासाठी जात आहेत.

गुरुवार, सप्टेंबर १६, १९६५

चव्हाणांची नोंद

आज सकाळी बैठक नव्हती. थेट लोकसभेत गेलो. यू थांट यांच्याबरोबरच्या वाटाघाटी आणि त्यांचे निष्कर्ष यावर पंतप्रधानांनी निवेदन केले. सभागृहात त्याचे फार चांगले स्वागत झाले. सर्व विरोधी पक्ष पुढाऱ्यांनी सरकारने घेतलेल्या भूमिकेला पाठिंबा दिला. त्यातील फक्त डॉ. राम मनोहर लोहिया त्यांच्या स्वतःच्या खास शैलीत म्हणाले : आम्ही सेनादलाच्या पाठीशी आहोत, आम्ही सरकारच्या पाठीशी नाही. एका मोठ्या राष्ट्रीय प्रश्नावर सर्व पक्षांची ती एकजूट पाहताना आधार वाटत होता.
दुपारी १२ वाजून ४५ मिनिटांनी मी लेफ्टनंट जनरल कुमारमंगलम यांना काही

चर्चेसाठी बोलावून घेतले. गेल्या आठवड्यात घडलेल्या घटनांचे आम्ही पुनरावलोकन केले. ८ व ९ सप्टेंबर हे दिवस अत्यंत महत्त्वाचे ठरले. यावर आम्हा दोघांचे मतैक्य होते. त्या वेळी एका क्षणी, एकंदर स्थिती काहीशी निराशाजनक दिसू लागली. तथापि, भूसेनेच्या मुख्यालयाने आणि वेस्टर्न कमांड मुख्यालयाने निग्रही आणि ताठर भूमिका कायम ठेवल्याने त्या वेळी बचाव झाला. भूसेनेच्या मुख्यालयामध्ये कुणी एका अगदी वरिष्ठाने तर बियास (नदी)पर्यंत माघार घ्यायचा उल्लेख केला होता; पण सुदैवाने ती कल्पना ताबडतोब धुडकावली गेली.

जनरल के. (कुमारमंगलम) यांच्या मते, पाकिस्तान आणखी एक मोठा आणि धडाकेबाज हल्ला करेल हे नक्की. तो कोठे करेल? त्यांच्या मते सियालकोट. सायंकाळी ६ वाजता भूसेना आणि हवाईसेनेचे प्रमुख आले आणि आघाडीवरील युद्धक्षेत्राबद्दल त्यांचे मत काय बनले ते सारांशरूपाने सांगितले.

आघाडीवर असलेली ही थंडाई (स्टेलमेट) आणि अडथळा मोडलाच पाहिजे, असा मी आज आग्रह धरला आहे. असे काहीतरी केले पाहिजे की, ज्याचे (प्रेसिडेंट) अयूबवरती मोठे दडपण येईल.

१६ सप्टेंबरला सकाळची बैठक झाली नाही, कारण संरक्षणमंत्र्यांच्या सूचनेनुसार भूसेनाप्रमुख आणि हवाईसेनाप्रमुख हे आघाडीची पाहणी करण्यासाठी गेले होते. सैन्याच्या मोहिमांबद्दल भूसेना उपप्रमुखांबरोबर चव्हाणांनी बराच वेळ चर्चा केली. लेफ्टनंट जनरल कुमारमंगलम यांच्या निर्णयक्षमतेवर त्यांचा विश्वास होता.

त्या परिस्थितीत सियालकोट भागातील अनिर्णित लढाई शेवटास नेण्याची चव्हाणांना उत्सुकता होती. युद्धबंदी जवळ येत आहे, हे त्यांना ठाऊक होते आणि त्याच्या जोडीला चीन देत असलेल्या धमक्यांकडे ते 'किरकोळ स्वरूपाच्या' असे मानू शकत नव्हते.

दुर्दैवाने पाकिस्तानने फिलोरा जिंकून परत घेतले होते आणि चाविंडासंबंधी भारतीय सैनिकांना निर्णायक कृती करता आली नव्हती. त्यातल्या त्यात एक चांगली बातमी म्हणजे पुष्कळशा झालेल्या चकमकींमध्ये भारतीयांनी पाकिस्तानचे किमान २४० रणगाडे नष्ट केले होते.

लष्करी मोहिमा

सियालकोट आघाडीवर फार कमी हालचाल होती. त्यामुळे संरक्षणमंत्र्यांची जिज्ञासा चाळवली गेली होती. भूसेनाप्रमुखांनी सकाळच्या बैठकीत 'विशेष असे काही नाही' असा दिलेला अहवाल काहीसा निराळाच वाटला होता. 'घटना घडत

का नाहीत?' हे शोधून काढायचा निर्णय त्यांनी केला होता.

चाविंडाच्या लढाईसाठी दोन्ही बाजूंना उसंत मिळाल्यामुळे लढाईसाठी दोन्ही पक्ष सज्ज होते. १० सप्टेंबरला खेमकरण भागातील आक्रमक चढाईत निर्णायक यश मिळाले नाही म्हणून आता चाविंडाच्या संरक्षणाची लढाई तरी मुळीच हरायची नाही, असा दृढनिश्चय पाकिस्तानच्या सेनानींनी केला होता. त्याच वेळी फिलोरा येथे मिळालेल्या विजयाने भारताच्या रणगाडा दलांच्या सैनिकांचा आत्मविश्वास आणि लढाऊ बाणा यात भर पडली होती आणि असल उत्तर येथील विजयाच्या वृत्तानंतर त्यांचे मनोबल दुप्पट वाढले होते. १३ सप्टेंबर रोजी १ कोअरच्या मुख्य सेनापतींनी १ आर्मर्ड डिव्हिजनचा चाविंडा जिंकण्यासाठी उपयोग करायचे ठरविले.

सप्टेंबर १४ उजाडताच लढाई जुंपली. भयंकर लढाई चालू होती आणि दिवसभर ती चालू राहिली. एकमेकांची दमछाक करायचा आणि निराश पावण्याचाच तो दिवस ठरला. चाविंडासाठीचा हा संग्राम कित्येक दिवस चालूच राहणार होता. प्रत्यक्ष चकमकींमधील शैथिल्य आणि भारतीय सेनाधिकाऱ्यांकडून कोणत्याही प्रकारच्या उपक्रमशीलतेचा अभाव यामुळे या भागात आपली संरक्षणव्यवस्था अधिक बळकट करण्याची पाकिस्तानला संधी मिळाली होती.

१७ व १८ सप्टेंबरदरम्यान चाविंडावर आणखी एक हल्ला करायचे ठरले होते; पण तो २४ तास पुढे ढकलला गेला. शेवटी १८ व १९ सप्टेंबरमधील रात्री तो हल्ला सुरू झाला. परंतु हल्ल्याची सुरुवात योजनेप्रमाणे झाली नाही आणि त्यात अनपेक्षितता राहिली नव्हती. भारताच्या ३६ व ५८ या दोन ब्रिगेडनी मोठ्या त्वेषाने हल्ला केला. त्याला पाकिस्तानी सैन्याने अत्यंत तीव्र भडिमार करून उत्तर दिले. रणगाड्यांचे संरक्षण न मिळाल्यामुळे भारतीय पायदळाच्या तुकड्या फुटल्या आणि आजूबाजूच्या प्रदेशात सैनिक पळून गेले. ब्रिगेडच्या आणि बटॅलियनच्या अधिकाऱ्यांनी आपापले सैनिक एकत्र ठेवण्याचे शर्थीचे यत्न केले; पण त्यात यश आले नाही.

चाविंडाच्या लढाईत दोन्ही पक्षांकडून जास्तीतजास्त सैनिकबळ इतर भागांमध्ये गुंतवून ठेवून प्रतिपक्षाचे सैनिक चाविंडाकडे येऊ देऊ नयेत असे प्रयत्न झाले. अटीतटीच्या चकमकी झाल्या. त्यात दोन्ही बाजूंचे मोठे नुकसान झाले. त्याचसमयी युद्धबंदी लवकरच होणार या वार्तेमुळे सियालकोट क्षेत्रात एकंदर युद्धपरिस्थिती अनिर्णायक स्थितीत राहिली.

आता दोन्ही शत्रू पक्ष शेवटची एकच लढाई करण्याची योजना आखीत होते.

■

४७

पंजाब युद्धक्षेत्रावरील वाद– बियास नदीकाठापर्यंत माघार घ्यावी का?

१६ सप्टेंबरच्या चव्हाणांच्या नोंदीप्रमाणे, 'भूसेनेच्या मुख्यालयात कुणीतरी वरिष्ठ अधिकाऱ्याने बियास नदीपर्यंत माघारीबद्दल बोलले होते, पण सुदैवाने नंतर ते रद्द झाले'. याचे मागे असणारी गोष्ट पुढे बऱ्याच दिवसांनंतर उघडकीस आली. सेना विभाग प्रमुख लेफ्टनंट जनरल हरबक्ष सिंह यांनी आपल्या आठवणींमध्ये त्याबद्दल लिहिले आहे :

> त्या वेळचे भूसेनाप्रमुख जनरल चौधरी यांनी खरोखरीच अशी सूचना... बियासपर्यंत माघार घ्यावी... केली होती काय, या मुद्द्याभोवती भारताच्या सेना वर्तुळामध्ये वाद माजला होता.
>
> थोडक्यात बोलायचे तर युद्धाबद्दलचे धोरण ठरविण्यामध्ये या मतभेदांचा उगम होता. अमेरिकेकडून आधुनिक शस्त्रास्त्रे पाकिस्तानने मिळविल्यामुळे लष्करी बळाचा तराजू पाकिस्तानच्या बाजूला कलत होता. पंजाबमध्ये भारताचे संरक्षण धोरण कसे ठेवावे याबद्दल दोन विचारप्रवाह होते. एकाचे म्हणणे सीमेचे संरक्षण करावे, तर दुसऱ्याचे मत होते की बियास नदीच्या काठापाशी संरक्षण-रेषा असावी. पाकिस्तानची चिलखती दलांबाबत आणि दारूगोळ्यासंबंधी असणारी उजवी बाजू हिशेबात घेतली असता पहिल्या गटाचे मत होते की, बियास नदीच्या पश्चिमेकडे जर मोठी लढाई लढलो तर भारतीय सेनादलांचा विनाश होईल आणि त्यानंतर शत्रूच्या फौजा फारसा प्रतिकार न होता दिल्लीचे दरवाजे ठोठावण्यापर्यंत येऊ शकतील. त्यांच्या मते, बियास नदीच्या संरक्षणाच्या दृष्टीने असणारे स्थानवैशिष्ट्य वापरून पाकिस्तानी संभाव्य जोरदार चढाई रोखता येईल. असे दिसते की, जनरल चौधरी यांचे मत या म्हणण्याकडे झुकलेले होते.

६ सप्टेंबरपासूनच जनरल चौधरी यांच्या मनावर मोठा मानसिक ताण होता. बियास ही संरक्षण फळी धरावी असा जनरल चौधरींचा कल आहे हे बऱ्याच वरिष्ठ सेनानींना माहीत होते. तथापि, ज्या परिस्थितीत ऑपरेशन रिडल करावे लागले त्या परिस्थितीत त्यांनी इच्चोगिल कालव्याची रेषा स्वीकारली होती. पण त्या आघाडीवरील प्रगती असमाधानकारक होती. त्यामुळे जनरल चौधरींना मोठी चिंता वाटणे साहजिक होते. त्यांच्या मन:स्थितीचे दर्शन ९ सप्टेंबरला 'भूसेनाप्रमुखांचा स्वत:बद्दलचा ठामपणा काहीसा दबलेला दिसतो' या चव्हाणांच्या नोंदीमध्ये स्पष्ट होतो.

कदाचित त्या मानसिक अवस्थेत जनरल चौधरींनी बियास नदीच्या पूर्व किनाऱ्याची संरक्षण फळी योजना आणि आपल्या मताचा उल्लेख केला असावा. १० सप्टेंबर रोजी जेव्हा जनरल चौधरी अंबाला येथे लेफ्टनंट जनरल हरबक्ष सिंह यांचेशी चर्चा करण्यासाठी आले तेव्हा भारतीय सेनेतील एकंदर परिस्थिती अवघड झाली होती. त्याच दिवशी खेमकरण-कसूर भागातील परिस्थिती गंभीर पातळीला गेली होती आणि मेजर जनरल निरंजन प्रसाद यांच्या ४ माउंटन डिव्हिजनच्या घटनेमुळे ही चिंता वाढली असणार हे स्वाभाविक होते. अशा परिस्थितीत सेनाप्रमुखांना काही अत्यंत वाईट घडू शकण्याची भीती वाटत असावी. परंतु चर्चेत लेफ्टनंट जनरल हरबक्ष सिंह यांनी बियास नदीपर्यंत माघार घ्यावी आणि प्रस्तावाला तीव्र विरोध केला असावा कारण त्या दोघांकडून या चर्चेच्या वेळी काही कडवट भाषा वापरली गेली हे सर्वश्रुत झाले.

'बियासपर्यंत माघार घ्यावी, असे कोणा उच्चपदस्थाने म्हटले' अशी चव्हाणांची नोंद, जे काही बोलले जात होते त्याला दुजोरा देणारी आहे.

■

४८

चीनची लुडबुड

शुक्रवार, सप्टेंबर १७, १९६५

चव्हाणांची नोंद

मला झोपेतून सकाळी ६ वाजता जागे करण्यात आले आणि चीनकडून जवळजवळ अंतिम इशारा असल्याप्रमाणे कडक शब्दातील खलिता मिळाल्याचे सांगितले. या खलित्यात मागणी होती की, सिक्कीमच्या सीमेजवळ चीनच्या प्रदेशात केलेले बांधकाम तीन दिवसांत काढून घ्या. आकाशवाणीवरूनही सकाळी ६.३० वाजता ही बातमी सांगितल्याने तिला दुजोरा मिळाला.

मंत्रीमंडळ आणीबाणी समितीची बैठक सकाळी ९ वाजता पंतप्रधानांच्या घरी 'चीनच्या खलित्याचा विचार करण्यासाठी' झाली. बैठक सुमारे २ तास चालली. दोन्ही बाजूंनी एकत्रपणे पाहणी करण्याला संमती द्यायचे, तसेच लवकर उत्तर द्यायचे ठरले; पण बहुतेकांचे मत होते की, चीन तसा प्रस्ताव मानणार नाही. (कारण) पाकिस्तानला मदत व्हावी म्हणून भारताला काही उपद्रव सुरू करण्यासाठी ही फक्त सबब होती. (चीनचा) मुख्य राजकीय हेतू असा असावा की, अमेरिका आणि रशिया यांच्या दडपणाने युद्धबंदी प्रस्ताव स्वीकारण्याइतका पाकिस्तानने दुबळेपणा पत्करू नये या दृष्टीने पावले टाकणे, लष्करीदृष्ट्या पाकिस्तानवरील दबाव कमी होण्यास हातभार लावणे, तसेच काश्मीरमधील प्रत्यक्ष नियंत्रण-रेषा टिकविण्यास पाकिस्तानला लष्करी साहाय्य देणे.
संसदेमध्ये दुपारी ३.३० वाजता पंतप्रधानांनी (यावर) निवेदन केले. ते गांभीर्याने ऐकले गेले होते.
चिनी सैन्याच्या हालचालीच्या पहिल्या बातम्याही यायला सुरुवात झाली. नेफाच्या सिअँग डिव्हिजनमध्ये आणि भूतान-सिक्कीम यांच्यामधील छांब खोऱ्यांमध्ये.

भूसेनाप्रमुखांबरोबर चिनी धमकीबाबत तसेच निरनिराळ्या ठिकाणच्या आपल्या परिस्थितीबद्दल बराच वेळ चर्चा झाली.

सायंकाळी पंतप्रधान चर्चा करायच्या मन:स्थितीत होते. चिनी धमकीबद्दल आम्ही सांगोपांग बराच वेळ चर्चा केली.

(भारत पाक) संघर्षावरती काळजीपूर्वक लक्ष ठेवून त्याचा निर्णय काय होतो ते पीपल्स रिपब्लिक ऑफ चायना पाहत होतेच. ८ सप्टेंबरला, पंजाबमध्ये रणगाड्यांनिशी पाकिस्तानने आक्रमणाला प्रारंभ केला. त्या वेळी भारताला एकामागून दुसरी अशा धमक्यांपैकी पहिली धमकी चीनने दिली होती. एका औपचारिक खलित्यामध्ये चीनने भारतावर आरोप केला होता की, जुलै आणि ऑगस्ट महिन्यात भारताने सिक्कीमच्या सीमेचा भंग अनेकदा केला. असल्या चिथावणीखोर कृत्यांना ताबडतोब आळा घालायची मागणी करून त्या वेळच्या खलित्यात चीनने तंबी दिली होती की, अशा घटनांतून निघणाऱ्या सर्व परिणामांची जबाबदारी भारतावरच राहील.

१७ सप्टेंबर रोजी, बीजिंग वेळेप्रमाणे पहाटे १ वाजता, भारताच्या वकिलातीतील मुख्याधिकाऱ्याला (Charge d'affairs) एक खलिता देण्यात आला. सिक्कीम-तिबेट सीमेच्या तिबेटच्या बाजूला लष्करसंबंधी बांधकामे भारताने मुद्दाम राखून ठेवली आहेत असा आरोप करून चीनने मागणी केली की, चीनच्या बाजूला असणारी ही अतिक्रमणाची बांधकामे भारत सरकारने ताबडतोब उतरवून टाकावीत. त्याला दोन दिवसांची मुदत देऊन खलित्यात पुढे म्हटले होते की, नाहीतर त्यातून निघणाऱ्या सर्व गंभीर परिणामांची पूर्ण जबाबदारी भारत सरकारवर पडेल. याच खलित्यात चीनने मागणी केली की, तिबेटचे ४ रहिवासी, ८०० मेंढ्या व ५९ याक (तिबेटमधून) भारताने पळवून नेलेत ते परत करावेत.

त्या सकाळी मंत्रीमंडळ आणीबाणी समितीची २ तास बैठक झाल्यानंतर पंतप्रधानांनी संसदेमध्ये निवेदन केले. शास्त्रीजी म्हणाले, ''सध्याच्या परिस्थितीचा गैरफायदा चीन घेणार नाही आणि भारतावर हल्ला करणार नाही, अशी आम्ही अपेक्षा करतो.'' त्यांनी पुढे सांगितले, ''तथापि, या सभागृहाने निश्चितपणे खातरी बाळगावी की, जर आपणावर हल्ला केला गेला, तर आपण आपल्या स्वातंत्र्य रक्षणासाठी कठोर निश्चयाने झगडू. कोणतीही शक्ती, मग ती चीनची असो अगर पाकिस्तानची, आम्हाला आमचे प्रादेशिक अखंडत्व सुरक्षित ठेवण्यापासून रोखू शकणार नाही.''

शनिवार, सप्टेंबर १८, १९६५

चव्हाणांची नोंद

सकाळी ११.३० वाजता साउथ ब्लॉकमधील पंतप्रधानांच्या दालनात दोन तास चर्चा केली. तिला दोन्ही संरक्षणदल प्रमुख (भूसेनाप्रमुख जनरल चौधरी आणि एअर मार्शल अर्जन सिंह), मंत्रीमंडळ सचिव, गृह आणि संरक्षण खात्यांचे सचिव आणि (पंतप्रधानांचे सचिव) एल. के. झा हजर होते.
लढाईतील आपल्या उद्दिष्टांचा सर्वसाधारण फेरआढावा घेतला गेला. पुरवठ्याबाबतची परिस्थिती विचारात घेतली गेली. छांब क्षेत्रासाठी काही निश्चित निर्णय लवकर घ्यायला हवा. दोन्ही – राजकीय आणि लष्करी – कारणासाठी त्याची गरज आहे. मी या मुद्द्यावर जोर दिला. भूसेनाप्रमुख त्यात लक्ष घालतील.
(आपापल्या) मनातील (घोळणारे) विचार मोकळे करण्यासाठी ही बैठक होती. अमेरिका, रशिया आणि इंग्लंड यांच्याकडे (मदतीसाठी) जायचे ठरले.

चीनचे काय हेतू असावेत याचे पृथक्करण करण्यात तो दिवस गेला. त्यांची धमकी सहजपणे घेण्याजोगी नव्हती.

त्याच वेळी संयुक्त राष्ट्रसंघाच्या सुरक्षा मंडळामध्ये पडद्यामागे बऱ्याच हालचाली सुरू होत्या. यू थांट न्यूयॉर्कला परत आले होते आणि उपखंडामध्ये शांतता पुन्हा आणण्यासाठी एका नव्या ठरावाच्या मसुद्यावर प्रतिनिधींनी विचारविनिमय सुरू केला होता.

रविवार, सप्टेंबर १९, १९६५

चव्हाणांची नोंद

१) नेहमीप्रमाणे सकाळी आणि संध्याकाळी संरक्षणदलांच्या प्रमुखांबरोबर आढावा घेण्यासाठी बैठका.

२) माझे आकाशवाणीवर भाषण झाले. त्याचे स्वागतही चांगले झाले. नंदाजी (गुलझारीलाल नंदा, गृहमंत्री) आणि मनुभाई (शाह, व्यापारमंत्री) यांनी फोन करून त्यांना भाषण आवडल्याचे मला कळवले.
बाबाचा (चव्हाणांचा मेहुणा) तेच सांगण्यास मुंबईहून फोन आला. तुम्ही काय करता किंवा बोलता ते तुमच्या कुटुंबीयांनासुद्धा आवडले म्हणजे एक प्रकारचे सुखद समाधान मिळते.

३) *गुजरात सी. एम. (मुख्यमंत्री) बलवंतराय मेहता यांच्या मृत्यूचे दुःखद वृत्त रात्री १० वा ३० मि. (आदल्या दिवशीच्या रात्री) मिळाले. ती वार्ता धक्कादायक होती. विमान अपघातात ते वारले.*

चीनने दिलेली अंतिम मुदत या दिवशी संपणार होती. चव्हाणांनी आकाशवाणीवर देशाला उद्देशून केलेल्या भाषणामध्ये, चीन आव्हानाला तोंड देण्यासाठी आपली सेनादले सिद्ध आहेत, याची ग्वाही दिली होती.

■

४९

शेवटची दमछाकी युद्धे – डोगराई

सोमवार, सप्टेंबर २०, १९६५

चव्हाणांची नोंद

पहाटे ५ वाजता माझ्या बिछान्यापाशील फोनच्या कर्कश आवाजाने मला जागे केले. पी. व्ही. आर. (पी. व्ही. आर. राव, संरक्षण सचिव) बोलत होते. बलवंतराय मेहता यांना झालेल्या 'विमान अपघाताबद्दल' अधिक माहिती हाती आल्याचे सांगायला तो फोन होता. तो (विमान) अपघात नव्हता तर भूजजवळ पाकिस्तानी लढाऊ विमानानी ते विमान 'पाडले' होते. अहमदाबाद-मिठापूर या दरम्यान ठरावीक हवाईमार्गापासून ५० मैल लांबपर्यंत बाजूला ते विमान भरकटले ही आश्चर्याची गोष्ट होती. या पाकिस्तान्यांची मला चीड येते. एका छोट्या बिगरलष्करी विमानावर केलेला तो अत्यंत भेकड हल्ला होता. बलवंतरायांना हुतात्म्याचे मरण आले.

माझ्या संरक्षणदलांच्या प्रमुखांबरोबरच्या बैठकीत, मी युद्धबंदीच्या शक्यतेचा उल्लेख केला. कोणत्याही क्षणी आता सुरक्षा मंडळाचा ठराव अपेक्षित होता. त्यांचा दृष्टिकोन काय आहे?
भूसेनाप्रमुखांनी सांगितले की, लष्करीदृष्ट्या एकंदर पडताळणी त्यांनी केली आहे. नंतर ते मला ती दाखवतील. नंतर त्यांचे हे मूल्यमापन (पडताळणी) घेऊन ते स्वतः एकटे परत आले. त्यांचा मुख्य प्रबंध असा होता की, जी दोन मुख्य उद्दिष्टे ठरवली होती –

१. पाकिस्तानच्या युद्धसामर्थ्याला आणि लष्करी यंत्रणेला हानी पोहोचविणे.
२. लष्करी बळावर काश्मीर प्रश्न सोडविण्याचे पाकिस्तानी मनसुबे आणि योजना अयशस्वी ठरवणे... ती साध्य झाली आहेत.

परिस्थितीवर वरचश्मा आपला आहे. (आणि) आता युद्धबंदीला आपण संमती

दिली तर सेनादलाचा त्यास पाठिंबा राहील. त्यातून आपणास जी उसंत मिळेल ती रसद पुरवठा इत्यादी गोष्टी ठाकठीक करायला चांगलीच होईल.

राजकीयदृष्ट्या आपण अगदी एकाकी पडलो आहोत. युद्धबंदीला नकार देणे हे दीर्घकालीन दृष्टीने लष्करी पातळीवरही शहाणपणाचे नाही. चीनचा डाव हा संघर्ष चालू राहाता म्हणजे त्या क्षुब्ध परिस्थितीत त्याच्या गळाला काही सापडते काय हे पाहण्यासाठीच. मलाही असे वाटते की, लष्करी आणि राजकीय पातळीवरील विचारांची दिशा एकच आहे, ही गोष्ट चांगली आहे.
चिन्यांनी त्यांच्या कालमर्यादेची मुदत आणखी तीन दिवसांनी वाढवली. मोठे डोकेबाज लोक खरे.

सायंकाळी मंत्रीमंडळ आणीबाणी समिती बैठक. तोपर्यंत सुरक्षा मंडळाचा ठराव मिळाला होता. त्यानुसार २२ सप्टेंबर सकाळपर्यंत युद्धबंदी अमलात आणण्याचा आदेश होता. समितीमध्ये त्यावर सर्वसाधारण चर्चा झाली आणि दुसऱ्या दिवशी बैठक घ्यायचे ठरवून तहकुबी झाली.

सायंकाळी ६ वाजता संरक्षणदलांच्या प्रमुखांबरोबर बैठकीत मी होतो, तेव्हा मला निरोप मिळाला की मी पंतप्रधानांना भेटावे. बरोबर संरक्षणखात्याचे सचिव, आणि संरक्षणदलांचे प्रमुख घेऊन यावे. (एल. के. झा हजर होतेच.) सायंकाळी ७ वाजता पंतप्रधानांच्याकडे बैठक भरली.
लष्करीदृष्टीने करायच्या मूल्यमापनावर काही प्राथमिक चर्चा झाल्यावर असे ठरले की, पाकिस्तान जर अनुकूल असेल तर साधी युद्धबंदी करण्याची आमची इच्छा आहे, असा संदेश यू थांट यांना पाठवावा. संयुक्त राष्ट्रसंघटनेतील भारताचे कायम प्रतिनिधी जी. पार्थसारथी यांच्यातर्फे तो पोहोचवावा.

भारतीय सेनेतील एक संपूर्ण ब्रिगेड १३व्या मैलाच्या दगडाच्या (माईलस्टोन) भोवतालच्या भागात सहभागी आहे असा शत्रूचा समज होता. परंतु त्या ब्रिगेडमधील ३ जाट बटॅलियन लढाई आणि तोफखान्याच्या भडिमाराच्या आवाजाचा लाभ घेऊन शत्रूंची नजर चुकवून पुढे सरकली होती. २२ सप्टेंबरला जेव्हा ३ जाट बटॅलियन पुढे मोर्च्यापाशी, शत्रूला थांग न लागता पोहोचली तेव्हा पहिला हल्ला अयशस्वी झाला, हे त्यांना समजले. परंतु भारतीय तोफखान्याने भडिमार केल्यानंतर ३ जाट बटॅलियनने उजव्या बाजूकडून शत्रूसेनेवर हल्ला चढविला.

डोगराईचे संरक्षण करणाऱ्यांना ३ जाटचा हल्ला पूर्णपणे अनपेक्षित होता.

शहरवस्तीतील इमारतींच्या भागात हातघाईची लढाई झाल्यावर २२ सप्टेंबरला पहाटे ३.३० वाजता ३ जाटच्या हातात डोगराई पडले. त्या कडवट संघर्षात दोन्ही बाजूंना मोठी मनुष्यहानी सोसावी लागली. ३ जाटचे चार अधिकारी आणि इतर श्रेणीचे ५९ जण ठार झाले, तर सहा अधिकारी, पाच ज्युनिअर कमिशन्ड अधिकारी आणि इतर श्रेणीचे १४२ जण जखमी झाले. शत्रूंपैकी ३०० ठार झाले, तर १०० जणांना कैद करण्यात आले. एका पाकिस्तानी रणगाड्याखाली बचावासाठी लपून बसलेले १६ पंजाबचे मुख्य अधिकारी लेफ्टनंट कर्नल गोळेवाला आणि त्यांच्या जोडीचा तोफखाना-अधिकारी पकडले गेले.

डोगराईसाठीच्या लढाईमध्ये भारतीयांची एकंदर हानी – पाच अधिकारी व ७२ इतर श्रेणींचे ठार, तर दहा अधिकारी, सात ज्युनिअर कमिशन्ड ऑफिसर्स आणि २२२ इतर श्रेणींचे जखमी झाले. ३ जाटने १३ रणगाडे, १३ लष्करी वाहने, २३ रिकॉइललेस तोफा, ३५ मध्यम मशीनगन्स, इतर मोठ्या प्रमाणावर हत्यारे आणि दारुगोळा ताब्यात घेतला. पुन्हा एकदा लेफ्टनंट कर्नल डेस्मंड हाईड यांच्या नेतृत्वाखाली ३ जाटने हा हल्ला शौर्याने पार पाडला. नेतृत्वाच्या विशेष प्रावीण्यासाठी त्यांना अगोदरच १२ सप्टेंबरला महावीर चक्र देण्यात आले होते.

थोडे उजाडताच १४ हॉर्सच्या एका स्क्वॉड्रनची मदत घेत १३ पंजाबही पुढे घुसली आणि सकाळी ७.३०च्या आसपास डोगराईमध्ये ३ जाटशी त्यांची हातमिळवणी झाली. माईलस्टोन १३ भागातील अनेक पाकिस्तान्यांनी पळ काढायचा प्रयत्न केला. त्यांना डोगराईमध्ये ३ जाट आहे हे ठाऊक नव्हते. त्यांपैकी बहुतेक जण कैदी झाले अगर ठार झाले. त्याचप्रमाणे इच्चोगिल कालव्याच्या पश्चिम बाजूकडून शत्रूचे छोटे-छोटे गट डोगराईत परतत राहिले. त्यांना कैदी म्हणून पकडले गेले.

डोगराईत शेवटी विजय मिळवला तो कणखरपणा आणि निश्चय यांच्या जोरावर. सेनाधिकारी लेफ्टनंट कर्नल डेस्मंड हाईड (नंतर ते ब्रिगेडियर झाले) या ३ जाटच्या दुर्दम्य उत्साहाच्या अधिकाऱ्याच्या नेतृत्वाखाली लढाईच्या पहिल्या आठवड्यात १२ सप्टेंबरला हा विजय मिळाला. नेतृत्वाच्या असाधारण गुणांमुळे त्यांना महावीर चक्र प्रदान केले गेले होतेच.

'डोगराई'चे युद्ध आगामी युद्धबंदीच्या छायेतच लढले गेले. पाकिस्तानने लढाई सुरू केली खरी पण भारतानेच ती पाकिस्तानच्या प्रदेशामध्ये नेली. त्यामुळे जगाला पाकिस्तानच्या रणक्षेत्रावरील मर्यादांची प्रत्यक्ष स्थिती सर्वसाधारणपणे समजली. पाकिस्तानने सुरू केलेल्या युद्धाचा हा शेवट होता. लढाईच्या शेवटच्या अवस्थेत भारताने प्रत्यक्ष लढाई पाक प्रदेशात नेली होती. युद्धाच्या या शेवटच्या काही तासांत मोठ्या संख्येने सैनिकांनी रणांगणावर देह ठेवले. त्यांना हे ठाऊक नव्हते की,

युद्धबंदी आता लवकरच होणार आहे.

त्या स्थितीत हे उघड दिसू लागले होते की, नजिकच्या भविष्यकाळात दोहोंपैकी कोणतीच बाजू युद्धाचे पारडे फिरविण्याजोगा निर्णायक विजय मिळवू शकत नाही. अगदी ११ कोअरलादेखील त्याच्या नव्या चढाईत, अगदी मर्यादित उद्दिष्टे होती. हे युद्ध आता दीर्घ पल्ल्यांच्या दमछाकीच्या लढायांकडे बदलत चालले होते, जिथे दोन्ही बाजूंने सेनाधिकारी करायचे म्हणून युद्ध करीत होते.

दोन्ही बाजूंना वाटत होते की एखाद्याने लढाई थांबवायला मान्यता दिल्यावर दुसरी बाजू शांततेसाठी आपली किंमत म्हणून आपल्या मागण्या फुगवून पुढे करील.

लवकरच होणाऱ्या युद्धबंदीच्या अपेक्षेने सियालकोट क्षेत्रात हा डाव अर्धवट स्थितीत अनिर्णीत राहिला.

उत्तरार्ध
रोजनिशी (भाग २)*

५०

संयुक्त राष्ट्रसंघ आणि आंतरराष्ट्रीय दबाव

यशवंतराव चव्हाण यांच्या रोजनिशीतून युद्धकाळात संयुक्त राष्ट्रसंघ आणि चीन यांनी जे पवित्रे घेतले होते, त्याचे दर्शन होते. आज जवळजवळ चाळीस वर्षांनी चव्हाणांनी केलेल्या नोंदीतून उपलब्ध माहितीच्या आधारे त्या काळातील आंतरराष्ट्रीय राजकारणावर बराच उजेड पडतो. त्याची माहिती या प्रकरणात संक्षिप्तपणे दिली आहे.

कच्छच्या रणातील परिस्थिती निवळताच काश्मीर खोऱ्यात काही कारवाया सुरू होतील, हे गृहीत धरून संयुक्त राष्ट्रसंघाचे भारत-पाक युद्धविराम रेषेचे निरीक्षण गटाचे प्रमुख जनरल रॉबर्ट एच. निम्मो (ऑस्ट्रेलिया) स्थानिक घडामोडींबद्दल संयुक्त राष्ट्रसंघाचे सरचिटणीस यू थांट यांना वेळोवेळी माहिती देत होते. सीमेपलीकडून होणाऱ्या अतिक्रमणाबद्दल, पाकिस्तानच्या सैनिकांकडून युद्धबंदी रेषेच्या अलीकडे चालू असणाऱ्या हालचाली, तसेच त्यांच्या गोळीबाराबद्दल यथातथ्य माहिती ते राष्ट्रसंघाला पुरवित होते. त्या माहितीच्या आधारे यू थांट यांनी काश्मीर परिस्थितीविषयी एक निवेदन तयार केले होते. त्यामध्ये काश्मीरमध्ये गोंधळ करण्याची जबाबदारी पाकिस्तानवर टाकली जाणार होती. सुरक्षा मंडळापुढे मांडण्याअगोदर त्यांनी त्या निवेदनाची अग्रिम प्रत, भारत आणि पाकिस्तान यांच्या प्रतिनिधींना उपलब्ध करून दिली. त्यावर पाकिस्तानने गंभीर आक्षेप घेतले. भावी काळात आपण स्वत: अथवा राष्ट्रसंघ मध्यस्थाची भूमिका करण्याची शक्यता दुरावू नये, म्हणून ते संकल्पित निवेदन यू थांट यांनी सुरक्षा परिषदेत सादर केले नाही. त्यामुळे युद्ध सुरू होताच, युद्धबंदी घडवून

* यामध्ये वाचकांच्या सोयीसाठी केवळ संबंधित विषयाच्या नोंदी उद्‌धृत केल्या आहेत.

आणण्यामध्ये यू थांट यांना व्यक्तिगतरित्या महत्त्वाची भूमिका बजावता आली.

सोव्हिएट संघराज्य या घटनाक्रमांकडे विशेष लक्ष ठेवीत होते. त्याची पूर्वीची भूमिका काश्मीर हा भारताचा भाग आहे, अशी कायम होती आणि काश्मीरमधील अशांतता पाकिस्तानमधून गेलेल्या घुसखोरांनी निर्माण केली, हेही त्याला मान्य होते. त्याच्या मते सद्यस्थितीत दोन्ही देशांनी शांततामय उपायांनी वाद मिटवावा हे उत्तम धोरण होईल. अमेरिका व्हिएतनाममध्ये पार गुंतून गेली होती आणि राष्ट्रसंघाच्या माध्यमातून काम करायचे तिने ठरविले होते. चीन घडामोडींवर नजर राखून होता आणि निःसंशय योग्य वेळी पाकिस्तानबरोबरच्या त्याच्या मैत्रीला साजेशी आपली भूमिका निश्चित ठरविणार असावा.

ऑगस्टच्या शेवटच्या आठवड्यात पाकिस्तानकडून घुसखोरीचे सतत वाढते प्रमाण, त्यातून निर्माण होणारी परिस्थिती आणि उरी भागात २८ ऑगस्ट, १९६५ रोजी भारतीय सेनेने युद्धबंदी रेषा ओलांडली याबद्दल सरचिटणीसांना खुलासेवार माहिती देण्यास न्यूयॉर्क येथे राष्ट्रसंघाच्या मुख्य कचेरीत जनरल निम्मो गेले होते. जनरल निम्मो यांनी ३० ऑगस्टला रात्री न्यूयॉर्क सोडले. काश्मीरमधील आपल्या जबाबदाऱ्यांकडे ते परत निघाले.

१ सप्टेंबरच्या सकाळपर्यंत जनरल निम्मोंशी केलेल्या वाटाघाटींच्या आधारे यू थांट यांनी तयार केलेला अहवाल, परराष्ट्र व्यवहार सचिव सी. एस. झा यांना मिळाला. यानंतर यू थांट आणि राष्ट्रसंघाने भारत-पाक युद्ध थांबविण्यासाठी जे प्रयत्न केले, ते यशवंतराव चव्हाण यांनी आपल्या रोजनिशीत निर्देशित केले आहेत. ज्या तारखेस या नोंदी केल्या आहेत, त्याच नोंदी खालील भागात उद्धृत केल्या आहेत.

सप्टेंबर १, १९६५ची नोंद

सायंकाळी ६ वाजून ३० मिनिटांनी मंत्रीमंडळ आणीबाणी समिती बैठक : संयुक्त राष्ट्रसंघाचे महासचिव यू थांट यांनी राष्ट्रसंघाच्या सुरक्षा मंडळास सादर केलेला अहवाल आपले विदेश मंत्रालय सचिव सी. एस. झा यांनी वाचून दाखविला.

यू थांट म्हणतात, 'लढाईचा उद्रेक हळूहळू हवेत आणि जमिनीवर पसरत असून, दोन्ही बाजूंच्या [illegible] सेना त्यात भाग घेत आहेत, अशा भयसूचक बातम्या आहेत.' दोन्ही युद्धमान देशांच्या नेत्यांना केलेल्या विनंतीत सरचिटणीसांनी शांततेसाठी आवाहन केले.

सप्टेंबर २, १९६५ची नोंद

- *मंत्रीमंडळाच्या आणीबाणी समितीच्या बैठकीत सुरक्षा मंडळाच्या सभासदांची यू थांट यांनी दिलेल्या अहवालावर चर्चा झाली. लष्करीदृष्ट्या आपणास लाभदायक स्थिती ठेवण्यावरती मी भर दिला.*
- *इंग्लंडने मांडलेले प्रस्ताव भारतास जाळ्यात पकडण्यासाठी मांडलेले दिसतात. पंतप्रधान खंबीर आहेत असे वाटले. हाच आवेश ते कायम ठेवतील अशी मी आशा करतो.*
- *दरम्यानच्या काळात, संयुक्त राष्ट्र संघटनेच्या सरचिटणीसांचा संदेश सरकारला मिळाला होता. यू थांट यांनी संदेशात लढाईची तीव्रता क्रमाक्रमाने वाढत असल्याचे भयसूचक अहवाल आपणास मिळत आहेत, तसेच दोन्ही बाजूंच्या सेनादलांत आणि हवाईसेनेमध्ये थेट चकमकी आकाशात आणि जमिनीवर सुरू आहेत, असे लिहून दोन्ही युद्धमान राष्ट्राच्या नेत्यांना शांतता प्रस्थापनेची कळकळीची विनंती केली होती.*

राजनैतिक दडपणे वाढतच चालली होती. संयुक्त राष्ट्रसंघाच्या सरचिटणीसांच्या संदेशाला परराष्ट्र व्यवहार मंत्रालय उत्तर तयार करीत होते. मुत्सद्द्यांचे काम चालू असताना चव्हाणांचे सारे लक्ष रणक्षेत्रावरील परिस्थितीवर होते. संरक्षणमंत्री म्हणून त्यांच्या कार्याची कसोटी तिथे लागणार होती. तिकडच्या बातम्या उत्साहजनक नव्हत्या.

भारताने प्रतिहल्ला करू नये म्हणून त्याला रोखण्यासाठी प्रचंड राजनैतिक दडपण वाढत होते. दोन्ही युद्धमान देशांच्या नेत्यांना केलेल्या आवाहनात सरचिटणीसांनी शांतता पाळण्याची विनंती केली होती. हॅरॉल्ड विल्सन यांच्याकडून काही प्रस्ताव मांडणारा आलेला संदेश, ब्रिटिश हायकमिशनरने पोहोचविला होता. चव्हाणांनी दैनंदिनीमध्ये नोंद केली होती : 'आपल्याला असणारे फायदे टिकवलेच पाहिजेत, यावर माझा आग्रह होता. युनायटेड किंग्डमचे ते प्रस्ताव हा एका सापळ्याचा प्रकार दिसतो.'

सप्टेंबर ३, १९६५ची नोंद

- *मंत्रीमंडळ आणीबाणी समितीची बैठक रात्री ९.०० वाजता. यू थांट यांच्या प्रस्तावाला काही अटींवर स्वीकृती द्यावी, अशी सूचना विदेश मंत्रालयाने केली.*

- *माझ्या मते आताच असे काही मान्य करणे, हे अप्रस्तुत ठरेल. त्यामुळे जनतेच्या तसेच सेना आणि हवाईसेनेच्या नीतीधैर्यावर परिणाम होईल. पंतप्रधानांनी 'आत्मसन्मानाचे' (Self Respect) सूत्र मांडले.*

मोठी सूचक गोष्ट ही आहे की, प्रेसिडेंट जॉन्सन यांनी अमेरिका कोणावरच प्रत्यक्ष दडपण आणणार नाही; पण सध्या तरी संयुक्त राष्ट्रसंघावरच भरवसा ठेवील असा निर्णय घेतला आहे.

सप्टेंबर ४, १९६५ची नोंद

- *मंत्रीमंडळाच्या आणीबाणी समितीच्या दोनदा बैठकी झाल्या. दुपारी १.०० वाजता आणि दुपारी ४.४५ वाजता. यू थांटना पाठवायचे उत्तर ठरविण्यात आले. आमच्यापैकी परराष्ट्र व्यवहार मंत्री स्वर्णसिंगांचा अपवाद वगळता पंतप्रधानांनी घेतलेल्या तर्कनिष्ठ खंबीर भूमिकेला सर्वांनी पाठिंबा दिला.*

त्या दिवशी संयुक्त राष्ट्रसंघाचे सरचिटणीस यू थांट यांना पंतप्रधानांनी तपशीलवार उत्तर पाठविले. ते पत्र म्हणजे आंतरराष्ट्रीय समुदायाला 'डोळे उघडायचा' इशाराच ठरला की, भारत यापुढे पाक आक्रमण सहन करणार नाही, मग ते उघड असो अगर छुपे असो!

त्याप्रमाणे सुरक्षा मंडळापुढे भारताचे म्हणणे मांडण्यासाठी परराष्ट्र सचिव सी. एस. झा यांना पंतप्रधानांनी न्यूयॉर्कला धाडले. पंतप्रधानांच्या पूर्ण पाठिंब्याच्या जोरावर चव्हाणांनी लष्करी हालचाल योजली होती. त्या अगोदर शिक्षणमंत्री आणि प्रख्यात कायदेपंडित एम. सी. छगला यांनीही न्यूयॉर्कला जावे असे ठरवले गेले.

नव्या दिल्लीमध्ये 'पुढील पाऊल' कोणते असेल याबद्दल तर्कवितर्क चालू होते. अमेरिकेचे वकील चेस्टर बाऊल्स आणि ब्रिटिश हायकमिशनर फ्रीमन या दोघांनी यू थांट यांच्या आवाहनाला भारताने अनुकूल प्रतिसाद द्यावा म्हणून दबाव आणण्याची हालचाल सुरू केली. सीमेवरील धाडसी लष्करी महत्त्वाच्या कृतींनी नाही, काहीसे मवाळ धोरण स्वीकारण्यापूर्वी पंतप्रधान पाहत होते. चव्हाणांना हे सर्वच पूर्ण ठाऊक असून, ते पुढील धाडसी कृतीची वाट संचितपणे पाहत होते.

राजनैतिक आघाडीवर चीन माघारी राहाणाऱ्यांपैकी नव्हता. चीनचे उपपंतप्रधान

आणि परराष्ट्रमंत्री मार्शल चेन यो पाकिस्तान दौऱ्यावर होते. भुत्तोंशी चर्चा झाल्यावर त्यांनी पाकिस्तानला पूर्ण पाठिंबा जाहीर केला, तसेच काश्मीरमधील 'स्वातंत्र्य लढ्यातील' योद्ध्यांच्या प्रयत्नांनाही पाठिंबा जाहीर केला.

सप्टेंबर ५, १९६५ची नोंद

त्या सकाळी राष्ट्रपती डॉ. एस. राधाकृष्णन यांचेकडे जाऊन त्यांच्या वाढदिवसानिमित्त चव्हाणांनी शुभेच्छा दिल्या, तसेच एकूण परिस्थितीची माहिती दिली. त्यानंतर पंतप्रधानांबरोबर कित्येक तास ते होते. न्यूयॉर्कमधील सुरक्षा मंडळातील चर्चेचा मथितार्थ ठरवून त्याच्या युद्धबंदीच्या आवाहनाला काय उत्तर द्यावे, याचा विचार झाला. राष्ट्रीय विकास मंडळाच्या बैठकीला हजर असणाऱ्या मुख्यमंत्र्यांना सर्वसाधारण स्वरूपात त्यांनी परिस्थितीच्या गांभीर्याची कल्पना दिली. चव्हाणांचे मन मात्र आघाडीवरील रणक्षेत्रावर होते. राजनैतिक दडपणे अगोदरच वाढत होती.

या सुमारास ४ सप्टेंबरला झालेल्या सुरक्षा मंडळाच्या बैठकीचे वृत्तांत पोहोचले. पाकिस्तानने आक्रमण केल्याचे मंडळाने नमूद केले होते. तसेच युद्धबंदीतील अटींचा भंगही पाकिस्तानने केला आणि १ सप्टेंबरला उघड आक्रमण केले, हेही म्हटले होते.

भारतीय सेनेने आंतरराष्ट्रीय सीमा ओलांडल्याचे समजल्यावर सुरक्षा मंडळाने ६ सप्टेंबरला पुन्हा बैठक भरवली. ताबडतोब युद्धबंदी घडविण्यासाठी दोन्ही बाजूंनी सर्व प्रकारची पावले टाकावीत, असे आवाहन करणारा ठराव त्यात स्वीकृत झाला. त्या ठरावाच्या अंमलबजावणीबद्दलचा अहवाल सरचिटणीसांनी तीन दिवसांत द्यावा असा त्यांनी आदेश दिला.

भारतीय सेनादले लाहोरच्या सीमेवर पोहोचली. तसेच भारतीय लष्करी विमानांनी पाकिस्तानमधील सैन्याच्या तळांवरती बॉंबवर्षाव केल्याचे वृत्त येताच सर्व देशभर वातावरण विद्युतभारित झाल्याप्रमाणे घडले. भारत-पश्चिम पाकिस्तान सीमेवरती मोठ्या लढाया चालू झाल्या होत्या. उपखंडातील अत्यंत गंभीर आणीबाणीकडे अचानक लक्ष द्यावे लागत होते.

चीन पाकिस्तानच्या मदतीला जाण्याची आणि अमेरिका भारताच्या मदतीस पुढे येण्याची शक्यता मुत्सद्द्यांच्या वर्तुळात चर्चिली जाऊ लागली. सोव्हिएट युनियनच्या भूमिकेबद्दल तर्क चालू होते. चीनच्या विस्तारवादी धोरणांबद्दल त्याने चिंता व्यक्त केली होती. राष्ट्रकुलातील दोन राष्ट्रांमध्ये युद्ध पेटल्यावर युनायटेड किंग्डमची मन:स्थिती चमत्कारिक झाली होती. कच्छच्या रणसंघर्ष प्रकरणी यशस्वी मध्यस्थी

केलेल्या हॅरॉल्ड विल्सन यांनी शास्त्री आणि अयूब या दोघांनाही संदेश पाठवून ताबडतोब शस्त्रसंधी करायचा आग्रह केला. त्यांनी म्हटले, "एक मोठीच धोक्याची परिस्थिती निर्माण केली गेली आहे की, जिचा फारच गंभीर परिणाम केवळ भारत आणि पाकिस्तानवरच नव्हे, तर जगाच्या शांततेवर होऊ शकेल." विल्सन यांचा संदेश पुढे म्हणतो, "हळूहळू वाढत गेलेल्या संघर्षाची जबाबदारी दोन्ही सरकारांवर पडते आणि लाहोर भागात आज झालेल्या हल्ल्यामुळे आपणापुढे एक पूर्णतः नवी परिस्थिती उभी होत आहे."

उपखंडातील युद्धाबद्दल पाकिस्तानप्रमाणेच भारतही दोषी ठरतो, असा विल्सनच्या संदेशाचा रोख होता. भारतातील राजकीय वर्तुळात त्याचे आश्चर्य वाटले. शास्त्रीजींनी तो संदेश धुडकावला. त्यांनी मनात गाठ बांधली की, ब्रिटनने असाच पूर्वग्रह बाळगला तर युद्धबंदीनंतरच्या घटनांमध्ये युनायटेड किंग्डमला परिणामकारक भूमिका करण्याला काही वाव राहणार नाही.

अमेरिकेविषयी व्हिएतनाम युद्धामध्ये गुंतून पडलेले प्रेसिडेंट लिंडन जॉन्सन सुरक्षा मंडळाच्या माध्यमातून हा प्रश्न हाताळत होते. उपखंडावरील घडामोडींवर ते अमेरिकेचे प्रतिनिधी गोल्डबर्ग, जे सुरक्षा मंडळाचेही अध्यक्ष होते, यांच्यामार्फत नजर ठेवून होते. पाकिस्तानच्या मदतीसाठी या संघर्षात चीन पडण्याच्या शक्यतेबद्दल जॉन्सनना चिंता वाटत होती. चीनच्या उपपंतप्रधानांच्या ४ सप्टेंबरच्या रावळपिंडी दौऱ्यावरून पाकिस्तानशी असणाऱ्या आपल्या मैत्रीचे प्रत्यक्ष प्रदर्शन करायची संधी चीन शोधत होता, हे स्पष्ट होत होते.

संयुक्त राष्ट्रसंघाच्या सुरक्षा मंडळाचा ५ सप्टेंबरचा ठराव भारताच्या दृष्टीने समाधानकारक होता. त्या बैठकीला भारताची भूमिका मांडण्यासाठी परराष्ट्र सचिव सी. एस. झा हजर होते. सुरक्षा मंडळाने सरचिटणीसांना विनंती केली होती की, शक्य ते सर्व प्रयत्न करून या ठरावाची बजावणी करावी... आणि ठरावाच्या अंमलबजावणीबाबत मंडळाला माहिती देत राहावी, तसेच त्या भागातील परिस्थितीबाबतही कळवीत राहावे.

सप्टेंबर ६ ते १० दरम्यानच्या युद्धाच्या संदर्भातील घटनांमध्ये चव्हाण पूर्णपणे व्यस्त होते. लाहोरच्या दिशेने चाललेली अत्यंत महत्त्वाची चढाई इच्चोगिल कालव्याच्या पूर्व काठावरच रोखली गेली होती. खेमकरण भागात असल उत्तरपाशी रणगाड्यांच्या तुकड्या पुढे येत होत्या आणि सियालकोट विभागात चढाई करण्यास विलंब होत होता. रणक्षेत्रावर काही चमकदार यशासाठी सेनादल प्रमुखांकडे ते आग्रह करीत होते; कारण युद्धबंदी घडविण्यासाठी असलेल्या आंतरराष्ट्रीय दडपणाची चव्हाणांना माहिती होती.

अध्यक्ष अयूब यांना आपण घेरलो गेल्याची जाणीव झाली आणि निरनिराळ्या देशांकडे त्यांनी मदतीची याचना केली. अमेरिकेस त्यांनी केलेल्या विनंतीला प्रतिसाद मिळाला नाही. इराणचे शहा आणि तुर्कस्तानचे अध्यक्ष यांना मदत करायची इच्छा होती; पण त्यांचे युद्धसाहित्य अमेरिकेकडून घेतलेले होते. अमेरिकेच्या अनुमतीशिवाय ते त्यांना इतर देशास पाठविता येत नव्हते.

त्या वेळच्या परिस्थितीत मदतीची अपेक्षा ठेवण्याजोगा चीन हा एकच देश पाकिस्तानपुढे होता. ती मदत नंतर बऱ्याच काळाने १७ सप्टेंबरला, एका विचित्र प्रकारेच मिळाली होती.

दरम्यान ६ सप्टेंबरच्या सुरक्षा मंडळाच्या ठरावानुसार यू थांट उपखंडाला भेट देण्यास न्यूयॉर्ककडून निघाले. ९ सप्टेंबरला रावळपिंडीत ते उतरले आणि भुत्तो आणि अयूब यांना भेटले. १० सप्टेंबरलाही बोलणी चालू राहिली. युद्धबंदीला मान्यता द्यायची पाकिस्तानची तयारी नाही, हा निर्वाणीचा संदेश घेऊन यू थांटनी ११ सप्टेंबरला सकाळी नवी दिल्लीकडे जाण्यास रावळपिंडीहून प्रस्थान ठेवले.

सप्टेंबर १२, १९६५ची नोंद

यू थांट आज आले आहेत. दुपारी ४.०० वाजता पंतप्रधानांना ते भेटले. सकाळची बैठक – सियालकोटचा पुढला आणखी काही कार्यक्रम ठरवून दिला गेला. काश्मीरचे (मंत्री) डी. पी. धर मला भेटायला आले. एकंदर परिस्थितीवरील आपली मते त्यांनी दिली. पेशावरबद्दल हवाईसेनाप्रमुखांना 'ठीक आहे' अशी अनुमती दिली. जेव्हा त्यांना (एअर मार्शल अर्जन सिंह) एखाद्या नव्या कामगिरीवर कृतीची परवानगी मिळते, तेव्हा हवाईसेनाप्रमुख एखाद्या पक्ष्याप्रमाणे आनंदाने नाचत चालताना वाटतात. खराखुरा लढवय्या शीख आणि तरीदेखील किती हळुवार मृदू वर्तनाचा.

रावळपिंडीमधील चर्चेबद्दल यू थांट यांनी पंतप्रधानांना माहिती दिली. आपल्या सेनादलांनी भारतीय प्रदेशामध्ये शिरकाव केला होता, हे पाकिस्तान सरकारने कबूल केले. युद्धबंदीसाठीच्या आपल्या पूर्व अटीही त्यांनी विशद केल्या. पाकिस्तानच्या अटी शास्त्रींनी तत्काळ धुडकावल्या.

शास्त्री आणि अयूब खान यांना युद्ध तहकूब करण्याचा आग्रह त्यांनी लेखी पत्रांमधून केला. उशिरात उशिरा १५ सप्टेंबरला सकाळी ७.३०पर्यंत उत्तर द्यायची त्यात विनंती होती.

सप्टेंबर १३, १९६५ची नोंद

मंत्रीमंडळ आणीबाणी समिती बैठक. सकाळी ९.०० वाजता यू थांट यांचे प्रस्ताव आमच्यापुढे ठेवले गेले. त्यांना अंतिम उत्तर १५ (सप्टेंबर)ला सकाळी हवे. आम्ही – मुख्यतः मी आणि टी. टी. (कृष्णाम्माचारी) – काही अटी घालन प्रस्ताव स्वीकारावेत असा आग्रह धरला; पण अखेरीस एकमत होऊ शकले नाही.

दुपारी ४.०० वाजता संसदीय काँग्रेस पक्ष कार्यकारिणीला नित्याप्रमाणे युद्ध परिस्थिती निवेदन – शांतता प्रस्तावावर. तिच्यात फार टीका. सायंकाळी ६.३० वाजता पुन्हा मंत्रीमंडळ आणीबाणी समिती बैठक. त्यात सर्वसाधारण मतप्रवाह ठरला की, चकमकी थांबवण्याचा प्रस्ताव आपण मान्य करावा. मात्र खालील दोन मुद्द्यांवर आपली भूमिका स्पष्ट करावी.

१. काश्मीरमध्ये जी नवी ठाणी व्यापली ती सोडणार नाही, कारण घुसखोरीला प्रतिबंध करावयाला ती अत्यावश्यक आहेत. आणि

२. याच्यापुढे भारताच्या दृष्टीने काश्मीर हा राजकीय पातळीवर वाटाघाटी करायचा विषय राहिलेला नाही.

यू थांट यांच्या सन्मानार्थ पंतप्रधानांनी दिलेली मेजवानी शिष्टाचाराप्रमाणे पार पडली.

सियालकोट भागात घनघोर लढाई चालू होती. तिथे पाकिस्तानने ५० रणगाडे गमावले होते. भारतीयांनी डोंगराळ भागातील हाजीपूर फुगवटा भागात बरीच आगेकूच केली. तसेच तिकडून एकदम दूरवर राजस्थानच्या बारमेर विभागात चढाई सुरू केली. तिचा उद्देश तेथील पाकिस्तानचा सेना विभाग तिथेच अडकून पडावा हा होता. त्या लढाईच्या अवस्थेत 'फक्त युद्धबंदी'ला चव्हाण अनुकूल नव्हते.

त्यांनी नोंद केल्याप्रमाणे, 'यू थांट यांचे प्रस्ताव आमच्यापुढे मांडण्यात आले. दि. १५ला सकाळपर्यंत त्यांना उत्तर हवे होते. आम्ही, विशेषतः मी आणि टी. टी. (कृष्णाम्माचारी) यांनी काही अटी घालून (युद्धबंदी) स्वीकारावी असा आग्रह धरला; पण एकच निर्णायक मत निघू शकले नाही.'

मंत्रीमंडळामध्ये त्या दिवशी मतभिन्नता होती हे उघड होते. दि. १४ व १५ सप्टेंबरच्या *वॉशिंग्टन पोस्ट*मध्ये सेलिग एस. हारसनने त्याबद्दल बातम्या दिल्या होत्या. त्यांच्या मते मंत्र्यांमधील मतभेद शस्त्रबंदी कोणत्या वेळी करावी याबद्दल होते. त्या क्षणी युद्ध थांबवणे टाळावे, असा मंत्रीमंडळ आणीबाणी

समितीला जनरल चौधरींचा आग्रह होता. पंजाबमध्ये सेनादल निर्णायक विजयापाशी आहे आणि पाकिस्तानी सेनादलांचे जास्तीतजास्त नुकसान करण्याची त्यांना संधी द्यायला हवी, असे त्यांचे म्हणणे होते. संरक्षणमंत्र्यांचा त्यांच्या म्हणण्यास जोरदार पाठिंबा होता. हॅरिसनच्या बातमीनुसार संयुक्त राष्ट्रसंघाचा ठराव स्वीकारण्याची बाजू पंतप्रधान मांडीत होते.

बहुधा मंत्रीमंडळामधील या मतभेदामुळे भारताने कालमर्यादा वाढवायची विनंती केली. सरचिटणीसांनी ती मान्य केली आणि दोन्ही राजधान्यांना सूचना केली की, १५ सप्टेंबर सायंकाळी ६.३०पर्यंत युद्धबंदी पुढे ढकलली आहे.

चव्हाणांच्या नोंदीवरून स्पष्ट होते की, मंत्रीमंडळाच्या आणीबाणी समितीत दुसऱ्या दिवशीही एकमत होऊ शकले नव्हते.

सप्टेंबर १४, १९६५ची नोंद

युद्धबंदीचे अनुकूल आणि प्रतिकूल संभाव्य परिणाम काय होतील यावर मंत्रीमंडळ आणीबाणी समितीत सखोल चर्चा झाली. १४ सप्टेंबर रोजी भारताच्या पंतप्रधानांनी शस्त्रसंधी करायला आपण अनुकूल आहोत असे सांगितले. सरचिटणीसांनी त्यांना लिहिले, "सुरक्षा मंडळाच्या इच्छेचा आदर करण्यासाठी आणि पुष्कळ मित्रदेशांनी आम्हाला केलेल्या विनंतीचा आदर करण्यास ताबडतोब शस्त्रसंधी करण्याबद्दलचा तुमचा प्रस्ताव आम्ही स्वीकारतो."

गुरुवार, १६ सप्टेंबर रोजी सकाळी ६.३० वाजल्यापासून शस्त्रसंधीचा हुकूम देण्यास भारताची तयारी आहे असे भारताने कळविले. मात्र १५ सप्टेंबर सकाळी ९.०० वाजेपर्यंत पाकिस्तानही तसे करायला तयार असल्याबद्दल यू थांटनी तशी खातरीदायक हमी द्यायला हवी असेही कळविले. पंतप्रधानांनी त्याबाबत स्पष्ट केले, 'अशी शस्त्रसंधी फक्त गणवेशातील सैनिकांपुरतीच असेल. जम्मू आणि काश्मीर राज्यात जे हजारो सशस्त्र घुसखोर सीमेपलीकडून आले आहेत, त्यांचा बंदोबस्त करण्यासाठी सेना योग्य प्रकारे तैनात करायला भारत मोकळा राहील'. कोणत्याही अटी मान्य करण्यास यू थांट यांनी नकार दिला आणि कळविले, 'सुरक्षा मंडळाच्या ठरावानुसार मला हमी द्यायला हक्क दिलेला नाही'.

मंत्रीमंडळ आणीबाणी समितीने यू थांट यांच्या पत्रावर विचार केला आणि अधिक सौम्य भाषेत उत्तर पाठवावे असे ठरवले. त्यानुसार शास्त्रींनी उत्तर पाठवले. लढाया बंद करून त्यांनी सुचविल्याप्रमाणे थेट शस्त्रसंधी करण्याची तयारी पुनश्च दर्शवली आणि पाकिस्तान सरकारने तसेच करायला संमती दिल्याचे तुम्ही मला कळविल्याबरोबर तसे आम्ही करू असे अभिवचन दिले.

शास्त्रींनी दिलेले अभिवचन यू थांट यांनी स्वीकारून त्याची माहिती पाकिस्तानला दिली. १४ सप्टेंबरलाच चव्हाणांची पुढे नोंद आहे : '५.०० वाजता माझ्या कचेरीत यू थांटबरोबर ४५ मिनिटे माझी बोलणी झाली. ५ ऑगस्टपासून घडलेल्या प्रसंगांची माहिती चर्चेत आली आणि मी माझा दृष्टिकोन त्यांच्यापुढे मांडला. संरक्षण सचिव आणि भूसेनाप्रमुख हजर होते.'

सप्टेंबर १६, १९६५ची नोंद

ठरलेल्या वेळेच्या कित्येक तास नंतर, १६ सप्टेंबरला अध्यक्ष अयूब यांनी यू थांटच्या पत्राला उत्तर दिले. त्यात अनेक अटी घातल्या होत्या. पाकिस्तानचे अध्यक्ष म्हणाले, "शस्त्रसंधीला त्याच वेळी अर्थ येऊ शकेल की, जेव्हा त्यापाठोपाठ काश्मीरवादावर कायमचा तोडगा निघू शकण्यासाठी परिणामकारक यंत्रणा आणि कार्यपद्धती निर्माण करायची पावले पडतील."

१६ सप्टेंबरला सकाळी चव्हाणांनी संसदेला सांगितले की, सरचिटणीसांनी कळविल्याप्रमाणे पाकिस्तानकडून उत्तर मिळालेले नाही म्हणून आपल्या संरक्षण दलांनी युद्धाच्या मोहिमा पूर्वीप्रमाणेच जोराने चालू ठेवाव्यात.

सप्टेंबर १७, १९६५ची नोंद

मला झोपेतून सकाळी ६.०० वाजता जागे करण्यात आले आणि चीनकडून जवळजवळ अंतिम इशारा असल्याप्रमाणे कडक शब्दातील खलिता मिळाल्याचे सांगितले. त्यात मागणी होती की, 'सिक्कीमच्या सीमेजवळ चीनच्या प्रदेशात केलेले बांधकाम तीन दिवसांत काढून घ्या'. आकाशवाणीवरूनही सकाळी ६.३० वाजता ही बातमी सांगितल्याने तिला दुजोरा मिळाला. मंत्रीमंडळ आणीबाणी समितीची बैठक सकाळी ९.०० वाजता पंतप्रधानांच्या घरी 'चीनच्या खलित्याचा विचार करण्यासाठी' झाली. बैठक सुमारे दोन तास चालली.

चिन्यांच्या खलित्याबद्दल शास्त्रींनी संसदेला सांगितले की, सप्टेंबर १९६२मध्ये सीमेवरती सिक्कीमच्या बाजूला कित्येक संरक्षक बांधकामे भारतीयांनी केली; पण नोव्हेंबर १९६२मध्ये ती सोडून देण्यात आली. सीमेची 'संयुक्त तपासणी' करण्याचा प्रस्ताव भारत पुन्हा पुढे करील.

चिन्यांचा मोठ्या प्रमाणावर हल्ला होण्याची शक्यता अपेक्षित नव्हती. चव्हाणांना

वाटत होते की, चीन कुठल्या तरी पद्धतीची लक्ष विचलित करणारी कृती करून पाकिस्तानवरील दडपण कमी करायचा प्रयत्न करील आणि कमीतकमी धोका स्वीकारीत जास्तीतजास्त राजनैतिक फायदा उपटू पाहील. त्या संदर्भात नेफामधील चिनी सेनादलांची हालचाल अनिष्टसूचक होती.

सप्टेंबर १८, १९६५ची नोंद

चीनचे काय उद्देश असावेत याचे विवेचन आणि चर्चा यात हा दिवस गेलेला दिसतो. त्यांची धमकी 'किरकोळ' समजून चालणे योग्य नव्हते. युनायटेड किंग्डम, सोव्हिएत युनियन आणि अमेरिका यांच्याकडून मदत मागण्यासाठी राजनैतिक हालचाली सुरूही झाल्या होत्या आणि त्याच्याबरोबरच संयुक्त राष्ट्रसंघ सुरक्षा मंडळामध्ये पडद्यामागे बऱ्याच हालचाली चालू होत्या. यू थांट न्यूयॉर्कला (उपखंडाच्या भेटीनंतर) परतले होते आणि उपखंडामध्ये शांतता प्रस्थापित व्हावी, म्हणून राष्ट्रांचे प्रतिनिधी नव्या ठरावाचा मसुदा बनविण्यात गुंतले होते.

सप्टेंबर १९, १९६५ची नोंद

चीनने दिलेली अंतिम मुदत या दिवशी संपत होती. चव्हाणांनी रात्री आकाशवाणीवरून राष्ट्राला उद्देशून चीनच्या धमक्यांना तोंड देण्यासाठी भारतीय सेनादले तयार आहेत असे सांगितले. तसेच सरकार आणि सेना सतर्क असून परिस्थिती हाताळण्यासाठी जे काही आवश्यक आहे ते केले जाईल, याचे आश्वासन त्यांनी राष्ट्रास दिले.

सप्टेंबर २०, १९६५ची नोंद

चिन्यांनी त्यांच्या कालमर्यादेची मुदत आणखी तीन दिवसांनी वाढवली. मोठे डोकेबाज लोक खरे.
सायंकाळी मंत्रीमंडळ आणीबाणी समिती बैठक. तोपर्यंत सुरक्षा मंडळाचा ठराव मिळाला होता. त्यानुसार २२ सप्टेंबर सकाळपर्यंत युद्धबंदी अमलात आणण्याचा आदेश होता. समितीमध्ये त्यावर सर्वसाधारण चर्चा झाली आणि दुसऱ्या दिवशी बैठक घ्यायचे ठरवून सभा तहकूब झाली.
सायंकाळी ६.०० वाजता संरक्षणदलांच्या प्रमुखांबरोबर मी बैठकीत होतो, तेव्हा मला निरोप मिळाला की, मी पंतप्रधानांना भेटावे; सोबत संरक्षणखात्याचे सचिव आणि संरक्षणदलांचे प्रमुख यांना घेऊन यावे (एल. के. झा हजर होतेच.).

सायंकाळी ७.०० वाजता पंतप्रधानांच्याकडे बैठक भरली.
लष्करी दृष्टीने करायच्या मूल्यमापनावर काही प्राथमिक चर्चा झाल्यावर असे ठरले की, 'पाकिस्तान जर अनुकूल असेल, तर नुसती युद्धबंदी करण्याची आमची इच्छा आहे' असा संदेश यू थांट यांना पाठवावा. संयुक्त राष्ट्रसंघटनेतील भारताचे कायम प्रतिनिधी जी. पार्थसारथी यांच्यातर्फे तो पोहोचवावा.

भारत आणि पाक या दोघांपैकी कोणालाच निर्णायक विजय मिळविता येणार नाही, हे स्पष्ट झाले होते. दोन्ही पक्ष 'दमछाक' अवस्थेत लढत होते. परिणामी युद्ध संपुष्टात आणावे अशा निष्कर्षाला दोन्ही बाजूंचे सरसेनापती पोहोचले होते.

रणक्षेत्रावरील परिस्थितीचा काळजीपूर्वक विचार केला असता, भारताची मुख्य उद्दिष्टे साध्य झाली आहेत या निर्णयाला भूसेनाप्रमुख आले होते. परिस्थिती सेनादलाच्या आटोक्यात होती आणि कोणतीही शर्त न राखता शस्त्रसंधीला पाठिंबा द्यायला ते तयार होते. असे केले असता चीनच्या आव्हानाला काही अर्थ राहणार नाही, याची जाणीव सर्वांना होती.

युद्धक्षेत्रावरील भारताची वरचढ, तसेच भूसेनाप्रमुखांची शिफारस यांचे पुन्हा एकदा उच्चस्तरीय समितीत समालोचन करून पंतप्रधानांनी शस्त्रसंधी-प्रस्ताव स्वीकारला. आता लढाईचे रणक्षेत्र न्यूयॉर्कला संयुक्त राष्ट्रसंघामध्ये हलले.

मूळ अंतिमोत्तर (ultimatum) काळ संपल्यावर चिन्यांनी अंतिम मुदत ७२ तासांनी वाढविली. अशा प्रकारे सद्यस्थितीचा फायदा शेवटच्या क्षणी घेण्याचा प्रयत्न चीनने केला होता.

सप्टेंबर २१, १९६५ची नोंद

आजचा दिवस घाईगर्दीने गेला (घटना एकामागून एक जलद घडल्या.).
सकाळीच बातमी आली की, चिन्यांनी नाथू-ला (सिक्कीम) आणि काही ठिकाणी गोळीबार सुरू ठेवला आहे. तीन दिवसांची (उत्तर द्यायच्या) मुदतीत दिलेली वाढ ही एक थापच होती. आपल्या सैनिकांना तुमच्यावर गोळीबार झाल्यावर गोळीबारानेच उत्तर द्या आणि मोठा हल्ला झाला तर संरक्षक मोर्चे घ्या, असा हुकूम दिला होता.
१. मंत्रीमंडळ आणीबाणी समिती बैठक झाली. यू थांटना अगोदरच पाठविलेल्या संदेशाबद्दल त्यात पंतप्रधानांनी सांगितले. फारशी चर्चा न होता समितीने त्याला अनुमती दिली.

२. पक्षाच्या कार्यकारिणीची बैठक झाली, त्यात पंतप्रधानांनी केलेल्या कृतीला (यू थांटला उत्तर) मोठ्या उल्हासात मान्यता मिळाली.

३. सर्व पक्षांच्या पुढाऱ्यांची बैठक झाली. यू थांटना उत्तराचा संदेश पाठविण्याची पंतप्रधानांची कृती मुत्सद्दीपणाची आणि शहाणपणाची आहे, असे त्यांचे मत (व्यक्त) झाले.

बलवंतभाईंचे (मेहतांचे) विमान एका पाकिस्तानी विमानाने गोळ्या घालून पाडले, याला दुजोरा मिळाला.

सायंकाळी वृत्त समजले की, भुत्तो (परराष्ट्रमंत्री) सुरक्षा मंडळापुढे भाषण करण्यासाठी पाकिस्तानहून न्यूयॉर्ककडे रवाना झाले.

मला म्हणायचे की, ते तेथे 'भुंकतील भुंकतील' आणि अखेरीस युद्धबंदीला कबुली देतील. अपेक्षेप्रमाणे नंतरच्या २४ तासांमध्ये चिन्यांची धमकी विरून गेली. वरिष्ठ पातळीवरील राजनैतिक कारवाया आणि शाब्दिक युद्धाला संयुक्त राष्ट्रसंघटनेमध्ये प्रारंभ झाला आहे. पाकिस्तानचे परराष्ट्रमंत्री भुत्तो न्यूयॉर्कच्या वाटेवरती आहेत.

■

५१

युद्धबंदीपूर्वी शेवटची धडपड

संयुक्त राष्ट्रसंघ

२० सप्टेंबर रोजी सुरक्षा मंडळाचा एकमताने ठराव होऊन २२ सप्टेंबरच्या सकाळपासून युद्धबंदी करायचा त्यात आदेश होता. फक्त जॉर्डन तटस्थ होता. तसेच ५ ऑगस्ट रोजी जेथे होती त्या-त्या जागी आपली सैन्ये त्यानंतर माघारी घेण्यास सांगितले गेले होते. हे सारे पार पाडल्यानंतर या संघर्षाच्या मुळात असलेल्या राजकीय प्रश्नाच्या सोडवणुकीच्या दृष्टीने मदत म्हणून कोणती पावले टाकता येतील, त्याचा विचार करण्याचे आश्वासन सुरक्षा मंडळाने ठरावात दिले होते. ठरावात पेकिंगलाही एक इशारा होता. त्या भागातील परिस्थिती चिघळेल अशी कोणतीही कृती करण्यापासून इतर सर्व देशांनी दूर राहावे, असे या ठरावात आवाहन होते.

२० सप्टेंबर रोजी न्या. छगला यांनी भारताकडून कोणत्याही अटी न लादता संरक्षणमंडळाच्या युद्धबंदी ठरावास मान्यता दिली आणि पाकिस्तानची तशीच मान्यता मिळताच, युद्धबंदीविषयक घोषणा करता येईल असे सांगितले. भारताच्या नि:संदिग्ध घोषणेनंतर यू थांट यांनी अयूब यांना संदेश पाठवून त्यांची मान्यता घेण्यास बरेच प्रयत्न केले. त्याला प्रतिसाद न मिळाल्यामुळे शेवटी यू थांट यांनी भारताचे प्रतिनिधी जी. पार्थसारथी यांना सुचविले की, भारताने एकतर्फी युद्धबंदी लागू करावी. त्या प्रस्तावाला चव्हाणांनी खंबीरपणे विरोध केला आणि तसे करण्यास भारत तयार नाही असे लालबहादूर शास्त्री यांनी कळविले.

२० सप्टेंबर, १९६५ रोजी सुरक्षा मंडळाने दोन्ही बाजूंच्या सैन्यांनी ज्या स्थळांवर ते ५ ऑगस्ट, १९६५ला होते तेथपर्यंत माघारी जावे, असा आदेश दिला होता. तसे केल्यास १९४९ साली जी युद्धबंदी रेषा आखली गेली होती त्याच्या माघारी सैन्यांनी जावे, असा त्याचा अर्थ होता. त्यास मान्यता न देण्यासाठी शास्त्रीजींवर दबाव होता. सद्यस्थितीत १९४९च्या युद्धरेषेला काहीच

अर्थ राहिला नव्हता, असे बऱ्याच राजकीय पुढाऱ्यांचे मत होते.

तीच अडचण पाकिस्तानची होती. १९४९ची युद्धरेषा काश्मीर खोऱ्याच्या पलीकडे होती. हाजीपूर, पूंछ आणि उरी या विभागात पाकिस्तानने ती रेषा पार करून खोऱ्याच्या दिशेने जाण्यासाठी सर्व प्रयत्न केले होते. आता जर सुरक्षा मंडळाच्या २० सप्टेंबरच्या ठरावाप्रमाणे सैन्य १९४९च्या युद्धरेषेप्रमाणे पाठीमागे घ्यावयाचे, तर आपण कशासाठी युद्ध केले आणि रक्त सांडले हा प्रश्न पाक अध्यक्ष अयूब खान यांना भेडसावीत होता. तो ठराव फेटाळून लावावा असे त्यांच्या मनात होते; परंतु युद्धक्षेत्रावरील परिस्थिती पाकिस्तानच्या बाजूची नव्हती. त्यांचे सेनानी जनरल मुसा यांनी कळविले होते, 'सैन्याकडे गोळीबारूद तसेच चिलखती आणि रणगाड्यांसाठी लागणारी यंत्रसामग्री यांचा अभाव आहे'. तसेच एअर मार्शल नूरखान यांनी 'पाक विमाने आणि विमानतळाची मोठ्या प्रमाणात हानी झाल्यामुळे आपली हल्ला करण्याची शक्ती फारच कमी झाली आहे,' असे कळविले होते. पण त्या परिस्थितीतही पाकचे परराष्ट्रमंत्री झुल्फिकार अली भुत्तो यांनी पाकने युद्धबंदीस १९४९च्या रेषेनुसार अनुमती देऊ नये असा हट्ट धरला होता. चीन अजूनही पाकिस्तानला मदत करण्यासाठी हात पुढे करेल आणि भारताला अडचणीत टाकण्यासाठी भारताच्या ईशान्य क्षेत्रात हल्ला करेल अशा अपेक्षेत ते होते.

त्या अवघड राजकीय दबावाला तोंड देण्यासाठी अयूब यांनी चीनचे प्रधानमंत्री चौ-एन-लाय यांची प्रत्यक्ष भेट घेण्याचे ठरविले. त्याप्रमाणे १९व२० सप्टेंबरच्या रात्री अयूब आणि भुत्तो पेकिंगला गेले होते. चौ-एन-लाय यांनी पाकिस्तानने हल्ला सुरू ठेवावा आणि आपण भारतावर दबाव आणू असे आश्वासन दिले. शेवटपर्यंत पाकिस्तानने लढावे आणि कोणत्याही परिस्थितीत अमेरिका आणि रशिया यांच्या दबावाखाली युद्धबंदी करू नये असा सल्ला त्यांनी दिला. असे झाल्यास पाकिस्तान रशियाच्या सापळ्यात पकडला जाईल असे त्यांचे मत होते. अयूब आणि भुत्तो यांना रिकाम्या हाती परत यावे लागले. दुसरे दिवशी म्हणजे २१ सप्टेंबरला भुत्तो न्यूयॉर्कमध्ये दाखल झाले. त्यांनी सुरक्षा मंडळाचे अध्यक्ष आणि अमेरिकेचे प्रतिनिधी गोल्डबर्ग यांना खडसावून सांगितले की, पाकिस्तान युद्धबंदी ठरावास केव्हाही मान्यता देणार नाही.

त्या वेळी २१ सप्टेंबरच्या रात्री सुरक्षा मंडळाचे बैठकीत भुत्तोंनी जहाल भाषेत भारतावर आग ओतणे चालू ठेवले आणि वारंवार मंडळाच्या २० तारखेच्या ठरावास विरोध दर्शविला. भारतात २२ सप्टेंबरची सकाळ उजाडली होती आणि भारत अपेक्षेने युद्धबंदीची वाट पाहात होता.

■

५२

युद्धसमाप्ती

बुधवार, सप्टेंबर २२, १९६५

चव्हाणांची नोंद

पहाटे ५ वाजता मी बिछान्यावर पडलो असतानाच पी.व्ही.आर. राव यांचा फोन आला. त्यांनी सांगितले की 'पार्थसारथी यांनी फोनवरून कळविले आहे की, आपण एकतर्फी युद्धबंदी जाहीर करावी, अशी सरचिटणीसांची इच्छा आहे'. ही सूचना अव्यवहारी होती. मी त्यांना म्हटले की, मंत्रीमंडळ आणीबाणी समितीची बैठक घेऊन त्यात याचा विचार केलेला बरा. माझा स्वतःचा अशा आत्मघातकी प्रस्तावाला पूर्ण विरोध आहे. सकाळी ८.३० वाजता मंत्रीमंडळ आणीबाणी समितीची बैठक झाली. मी माझे मत पुढे ठेवले. समितीची त्यावर अनुकूलता होती. तसा संदेश पार्थसारथी यांना पाठविण्यात आला.

सदरच्या बैठकीनंतर, सकाळी ११.०० वाजण्याच्या सुमारास मला संदेश मिळाला की, सुरक्षा मंडळापुढे भुत्तोंचे भाषण चालू आहे आणि एक वावडी उठली आहे की, ते आणखी काही वेळाची मागणी करत आहेत. मी भूसेनाप्रमुखांना, तसे काही ठरले (पाकिस्तानला अधिक वेळ दिला.) तर त्याचे संभाव्य परिणाम कोणते होतील, यावर विचार करायला बोलाविले. दुपारी १२.०० वाजता ते माझ्याकडे आले. जवळपास एक तास ते मजबरोबर होते. आम्ही अनुकूल आणि प्रतिकूल बाबी विचारात घेत होतो. हवाईसेनाप्रमुख आले. दुपारी १२ वाजून ४५ मिनिटांनी वृत्तसंस्थेमधून बातमी कळली की, युद्धबंदीला भुत्तोंनी संमती दिलेली आहे. दरम्यान भूसेनाप्रमुख ('सैन्याच्या कारवायाच्या) आज्ञांचा प्रस्ताव घेऊन आले. पंतप्रधानांचा निरोप मिळाला की, आम्ही सर्वांनी त्यांच्याकडे जाऊन चर्चा करावी. तो 'आज्ञांचा' तर्जुमा (Directive) आम्ही पंतप्रधानांना दाखविला आणि त्यांनी त्याप्रमाणे कार्यवाही करण्यास मान्यता

दिली. आता दुपारचा १.३० वाजला होता.
पंतप्रधानांनी युद्ध मोहिमेच्या यशाबद्दल भूसेनाप्रमुखांचे अभिनंदन केले. तेथील सर्वांनाच समाधान वाटले. मलाही अभिमान वाटला. संसदेमध्ये दुपारी ३ वाजून ३० मिनिटांनी पंतप्रधानांनी निवेदन केले. त्याचे स्वागतही चांगल्या प्रकारे झाले.

दुपारी ४.३० वाजता मंत्रीमंडळ आणीबाणी समितीची बैठक झाली. पंतप्रधानांनी छोटेसे भाषण केले आणि भूसेनाप्रमुख आणि हवाईसेनाप्रमुख यांचे अभिनंदन केले. आम्हा सर्वांना अभिमान वाटला.
मंत्रीमंडळातील सहकाऱ्यांनी प्रेमभराने माझे अभिनंदन केले.
आपले भूसेनादल आणि हवाईसेना हे आता आपणासाठी राष्ट्रीय गौरवाची आणि वैभवाची निशाणी बनलेले आहेत. माझ्या दृष्टीने अत्यंत महत्त्वाचा 'महान दिवस' म्हणजे आजचा. तसेच चौधरी आणि अर्जन सिंह यांच्यासाठीही महान दिवस. आणि त्या वेळी एकच आठवड्यापूर्वी कृष्ण मेनन यांच्याशी झालेले संभाषण आठवले. चौधरींवर मी फार अवलंबून असतो आणि ते अशा प्रकृतीचे सेनापती आहेत की, जे कधी लढणार नाहीत, असे त्यांनी मला सांगितले होते. मी त्यांना म्हटले होते की, माझे मत याबद्दल त्यांच्यापेक्षा निराळे आहे. मी त्यांच्या मताशी सहमत नाही. कृष्ण मेनन स्वत:च्या व्यक्तिगत नावड-नाखुशीनुसार मत बनवीत होते. मी त्यांना सांगून ठेवले, गेली तीन वर्षे मी चौधरींना पाहतो आहे आणि मला जे काही त्यांच्यात दिसले त्यावरून माझी खातरी आहे की, भारताच्या सेनेच्या आत्मगौरवाचा पुरावा द्यायची वेळ असली तर चौधरी निश्चित लढतील. या माणसाबद्दल मी बनवलेले मत पुराव्यानिशी सिद्ध झाले. ते लढले, अगदी उत्तम प्रकारे लढले.
एअर मार्शल अर्जन सिंह म्हणजे रत्नासारखा माणूस. शांत प्रकृतीचा पण मोठा कार्यक्षम. आणि भडकून जाणारा नव्हे. पण फार कर्तबगार नेता.

तर अशी पहिली फेरी पार पडली. दुसरी फेरी कोठे, केव्हा असेल?
मला मात्र आतून जाणवते आहे की, जगाच्या या भागातील कटकटींची ही फक्त सुरुवात आहे. आपण आपल्याला मिळणाऱ्या उसंतीचा उपयोग कसा करतो, त्यावर या देशाचे भवितव्य ठरणार आहे. भारताच्या भोवती विळखा टाकण्याची धोकादायक प्रक्रिया शत्रूराष्ट्रांनी पूर्ण केली असे दिसते. काश्मीर प्रश्नावर संयुक्त राष्ट्रसंघटनेतील पुढारी राष्ट्रे आणि रशियासुद्धा आपल्या बाजूचा नाही. दु:खाची गोष्ट म्हणजे आपण अगदी एकाकी आहोत.

आपल्या आजवरच्या परराष्ट्र-धोरणाचा हा परिणाम. तो प्रश्न (काश्मीर) मुळात राजकीय स्वरूपाचा. अर्थात त्याचे उत्तर राजकीयच हवे असले पाहिजे.

आपल्या चांगल्या नशिबाने आपण या संघर्षातून सुखरूप बाहेर आलो. पण आपण हे प्रश्न पुन्हादेखील निव्वळ लष्करी स्वरूपाचे बनवले, तर ती [illegible] आहे. ज्या राजकीय एकाकीपणात आपण स्वतःस पाहतो आहोत, ते (दुष्टचक्र) मोडून, जलदीने अगदी निराळ्या स्वरूपाची पावले टाकली नाहीत, तर तसेच घडणार आहे.
हा चेंडू राजकारणाच्या प्रांगणात पुन्हा पडत आहे. तिथेच त्याची खरी खेळी. लष्करी वर्तुळात त्याची जागा नाही. दूरदृष्टीने, धैर्याने आपल्या राजकीय नेतृत्वाला असणारे हे आव्हान आपण स्वीकारून दाखवू, अशी माझी आशा आहे.

युद्धक्षेत्र

२१ सप्टेंबरपर्यंत चाविंडा या खेमकरण भागातील गावानजिक पाकिस्तानने उभारलेल्या संरक्षक फळीला खिंडार पाडण्याचे भारताचे प्रयत्न विफल झाले होते. सियालकोट भागात मोठी सैनिकहानी पत्करून मिळवलेले तेवढे एकच आपले यश होते. लष्करी मोहिमा संपविण्याला आपली तयारी आहे, असे सरकारला कळवायला भारतीय सेनाधिकाऱ्यांना ते पुरेसे वाटले. ते मिळविल्यावर पश्चिम विभागाचे सेनानी आणि भूसेनाप्रमुख या दोघांमध्ये एकमत झाले की, 'आपण आता या बलवान भूमिकेवरून युद्धबंदी मान्य करू शकू'.

हाजीपूर खिंडीजवळच फुगीर डोंगराळ भाग भारताने व्यापला होता. तसेच जम्मू आणि काश्मीर भागात, टिथवाल आणि कारगील भागात काही प्रदेश आणि लाहोर आणि सियालकोट भागात छोटे-छोटे भूप्रदेश घेतले होते. पाकिस्तानने छांब आणि खेमकरण भागात काही भारतीय प्रदेश घेतला होता. भारताने सुमारे ७२० चौरस मैल पाक प्रदेश जिंकला होता. त्यात बारमेर भागात १५० चौरस मैल प्रदेश होता. पाकिस्तानने भारताचा अंदाजे ४०० चौरस मैल प्रदेश व्यापला होता. त्याखेरीज राजस्थान सीमेवरील बऱ्याच मोठ्या भारतीय प्रदेशावर ताबा मिळवल्याचे पाकिस्तान म्हणत होता. २२ व २३ सप्टेंबरच्या रात्री युद्धबंदी लागू होण्यापूर्वी चपळाई करून पाकिस्तानी डेझर्ट रेंजर्सनी अचानक आक्रमण करून सीमेवरील अनेक चौक्यांवर कब्जा केला होता.

संयुक्त राष्ट्रसंघ आणि युद्धसमाप्ती

२१ सप्टेंबरला संध्याकाळी न्यूयॉर्क येथे संरक्षणमंडळाची सभा भरली होती. त्या वेळी भारतात २२ तारखेची पहाट झाली होती. भारताने युद्धबंदीसाठी आपली संमती महासचिवांना कळवली होती. २१ व २२ तारखेच्या मध्यरात्रीपर्यंत पाकिस्तानचे परराष्ट्रमंत्री यांनी पाकिस्तान युद्धबंदी स्वीकारणार नाही, असे ठासून सांगितले होते. त्यानंतर यू थांट यांनी लालबहादूर शास्त्री यांना सुरक्षा मंडळाने २० सप्टेंबरला केलेल्या ठरावानुसार युद्धबंदी एकतर्फी लागू करावी असे सुचविले. ती विनंती भारतास मान्य नाही, असे शास्त्रींनी ताबडतोब कळविले. भुत्तोंनी जहाल भाषण करून पाकिस्तानवर अन्याय होत आहे, हे पटविण्याचा प्रयत्न चालू ठेवला होता. न्यूयॉर्क स्थानिक वेळेप्रमाणे सुरक्षा मंडळाने युद्धबंदी लागू करण्याची वेळ संपत असतानाच अखेरच्या क्षणी भुत्तोंनी घोषणा केली की, 'आंतरराष्ट्रीय हिताच्या दृष्टीने राष्ट्राध्यक्ष अयूब खान यांनी युद्धबंदीचा स्वीकार केला आहे.' पाकिस्तानची संमती मिळताच सुरक्षा मंडळाने युद्धबंदी २३ सप्टेंबर रोजी पहाटे ३.०० वाजता पाकिस्तानने आणि ३.३० वाजता भारताने अमलात आणावी, असा प्रस्ताव मान्य केला.

प्रस्तावाची माहिती २२ सप्टेंबरला दुपारी १२.४५ वाजता पंतप्रधानांना मिळाली आणि त्यांनी यशवंतराव चव्हाण यांना चर्चेसाठी ताबडतोब बोलावले. त्यांना निरोप मिळाला, तेव्हा चव्हाण जनरल चौधरी आणि एअर मार्शल अर्जन सिंह यांच्याबरोबर पाकिस्तानने जर युद्धबंदी स्वीकारली नाही, तर पुढे कोणती पावले उचलावीत याविषयी आपल्या कार्यालयात सल्लामसलत करीत होते. पंतप्रधानांचा निरोप मिळताच ते दोन्ही सेनानींना घेऊन पंतप्रधानांच्या कार्यालयात गेले. तिथे काय झाले याचे यथार्थ वर्णन यशवंतरावांनी आपल्या शब्दांत केले आहे.

एकंदर सगळीकडे आनंदाचे वातावरण पसरले होते आणि भारतीय सेनानी जनरल जे.एन. चौधरी आणि एअर मार्शल अर्जन सिंह यांचे पंतप्रधानांनी भावपूर्ण अभिनंदन केले. तो क्षण चव्हाणांना अभिमानास्पद होता आणि त्याचा उल्लेख त्यांनी आपल्या रोजनिशीत 'महान दिवस' म्हणून केला.

■

५३

ताश्कंद – युद्धक्षेत्रात जीत – वाटाघाटीत हार

युद्धबंदी २३ सप्टेंबर, १९६५ रोजी लागू झाली. ज्या तऱ्हेने लालबहादूर शास्त्री यांनी १ सप्टेंबर ते २२ सप्टेंबरपर्यंत देशाला नेतृत्व दिले होते, त्यामुळे त्यांच्याच शब्दात 'एका नवीन भारताचा जन्म झाला होता'. पाकिस्तानचा युद्धक्षेत्रावर झालेला पराजय आणि चीनच्या धमक्यांना प्रत्युत्तर दिल्यामुळे भारताने युद्धनीती, तसेच शिष्टाई या दोहोंमध्ये विजय मिळविला होता. रशिया आणि अमेरिका या दोन्ही देशांनी आपल्या वर्तनामुळे भारताशी मैत्रीपूर्ण संबंध प्रस्थापित केले.

त्याच वेळी या युद्धामध्ये पाकिस्तानची मानहानी झाली होती आणि पाकिस्तानच्या बऱ्याच भागांवर भारतीय सेनेने कब्जा केला होता. मुख्यत: लाहोरच्या समोर इच्चोगिल कालव्याच्या पूर्वेकडे भारतीय सैन्य 'जैसे थे' या भूमिकेत उभे होते; या परिस्थितीत पाकिस्तानने अधूनमधून गोळीबार करण्याचे चालू ठेवले होते. त्याची तीव्रता लक्षात येताच राष्ट्रसंघाच्या सुरक्षा मंडळाने २७ सप्टेंबरला एका ठरावानुसार दोन्ही पक्षांना त्यांनी दिलेला युद्धबंदीचा शब्द तंतोतंत पाळावा, असे आवाहन केले. आंतरराष्ट्रीय स्तरावर अमेरिका यापुढे स्वत: काही पुढाकार घेईल असे दिसत नव्हते. ब्रिटनने ज्या तऱ्हेने युद्धाच्या सुरुवातीला विधाने केली होती, त्यामुळे तिचीही विश्वासार्हता भारतास राहिली नव्हती. सोव्हिएत युनियन हा एकच महत्त्वाचा देश होता, ज्याने भारताशी युद्धकाळातही संयमपूर्वक मैत्रीभावाने विचारविनिमय आणि शिष्टाचार ठेवला होता. या पार्श्वभूमीवर रशियाचे पंतप्रधान कोसिजिन यांनी, जर दोन्ही देशांना मान्य असेल, तर आपण दोघांमध्ये समझोता करण्यासाठी मदतीला येऊ शकतो; असे निर्देशित केले होते.

खरे म्हणजे, काही विशेष प्रसिद्धी न करता याविषयी कोसिजिन यांनी लालबहादूर शास्त्री यांच्याशी युद्धकालात संपर्क साधला होता. २३ सप्टेंबर, १९६५ रोजी संसदेमधील आपल्या निवेदनात पंतप्रधानांनी, १८ सप्टेंबरला कोसिजिन यांनी आवाहन केले आहे, असे सांगितले आणि त्यास भारत प्रतिसाद देण्यास तयार आहे हेही सांगितले. १८ नोव्हेंबरला भुत्तो यांनी पाकिस्तानला

कोसिजिन यांची मध्यस्थी मान्य आहे असे जाहीर केले. तद्नंतर सोव्हिएत रशिया, ताश्कंद शहरात दोन्ही देशाच्या प्रतिनिधींची बैठक घेण्यास तयार आहे, असे जाहीर करण्यात आले. ताश्कंदसंबंधी पंतप्रधानांनी काँग्रेस पक्ष, शासन तसेच इतर पक्षांशी चर्चा करण्यास सुरुवात केली. ३ जानेवारी, १९६६ला लालबहादूर शास्त्री ताश्कंदसाठी निघाले तेव्हा संरक्षणमंत्री यशवंतराव चव्हाण तसेच परराष्ट्रमंत्री स्वर्णसिंग आणि काही वरिष्ठ अधिकारी त्यांचेबरोबर होते.

लालबहादूर शास्त्री आणि अयूब यांचे ताश्कंद येथे सोव्हिएत युनियनचे पंतप्रधान कोसिजिन यांनी स्वागत केले आणि दोघांना निरनिराळ्या व्हिलामध्ये, जेथे निवासाची व्यवस्था केली होती, तेथे स्वत: घेऊन गेले. दुसरे दिवशी सकाळी ४ जानेवारीला शास्त्रीजींनी स्वर्णसिंग आणि यशवंतराव चव्हाण यांच्याशी विचारविनिमय केला आणि ते राष्ट्राध्यक्ष अयूब यांच्या भेटीसाठी गेले. तद्नंतर दोन दिवस युद्धक्षेत्रावर सुरक्षा मंडळाच्या २० ऑगस्ट, १९६५च्या ठरावाप्रमाणे दोन्ही देशांनी आपापले सैन्य ५ ऑगस्ट, १९६५ रोजी ज्या ठिकाणी होते, तेथे परत न्यावे यावर कोसिजिन यांनी भर दिला. त्यांच्या मते या ठरावाविषयी ताश्कंदमध्ये कोणतीही चर्चा करणे योग्य होणार नाही असे होते. सैन्यदल पाठीमागे घेण्यात मुख्य धोका हाजीपीर खिंडीच्या विभागात होता, कारण त्या जागेवरून सैन्य हटविल्यास पाकिस्तान परत घुसखोरीला सुरुवात करू शकेल हे स्पष्ट होते. या प्रश्नाचा बराच ऊहापोह झाल्यानंतर यशवंतराव चव्हाण आणि त्यांचे लष्करी सल्लागार यांचा तात्त्विक विरोध असतानाही, जर भारत-पाक देशात शांतता आणि मैत्रीभाव स्थापन होणार असेल, तर आपण त्याच्या आड येणार नाही, असे शास्त्रीजींनी स्पष्ट केले आणि त्यासाठी हाजीपीर खिंडीतून सैन्य माघारी घेण्यास मान्यता दिली.

तद्नंतर लालबहादूर शास्त्रींनी हाजीपीर आणि टिथवाल या भागातून सैन्य माघारी घेण्यास भारत तयार आहे, असे सांगताना हेही स्पष्ट केले की, छांब, खेमकरण आणि राजस्थान या भागात पाकिस्तान आपले सैन्य माघारी घेण्यास तयार असेल; तर भारतही सियालकोट आणि राजस्थान या भागांतून आपले सैन्य माघारी घेईल.

युद्धबंदी आणि सुरक्षा मंडळाने दिलेले आदेश यांविषयीची बैठक सफल झाल्याचे लक्षात येताच, कोसिजिन यांनी ती बैठक कशी आटोपता येईल यावर भर देऊन, यासंबंधी दोन्ही पक्षांवर दबाव आणण्यास सुरुवात केली. दोन्ही देशांचे प्रतिनिधी, सोव्हिएत रशियाचे मंत्री आन्द्रे ग्रोमिको (Gromyko) यांच्या मदतीने, दोन्ही देशाच्या पुढाऱ्यांच्या मान्यतेसाठी मसुदे तयार करण्यात गुंतले होते. बराच ऊहापोह आणि चर्चा यानंतर १० जानेवारी, १९६६ रोजी सर्वमान्य

मसुदा तयार झाला. त्याला ताश्कंद जाहीरनामा (The Tashkent Declaration) असे नाव देण्याचे ठरले. त्या दिवशी दुपारी शास्त्री आणि अयूब यांनी जाहीरनाम्यावर सह्या केल्या आणि त्याच संध्याकाळी कोसिजिन यांनी नेते, तसेच प्रतिनिधी मंडळाला मेजवानीसाठी आमंत्रित केले.

लालबहादूर शास्त्री रात्री १०.१५ वाजता आपल्या व्हिलामध्ये परत आले आणि [illegible] झोपण्यासाठी आपल्या खोलीत गेले. त्याच मध्यरात्री त्यांचे निधन झाले. दुसरे दिवशी दुपारी (११ जानेवारी, १९६६) पंतप्रधान [illegible] [illegible] यांचे पार्थिव दिल्लीत आणण्यात आले.

संरक्षणमंत्री यशवंतराव चव्हाण आणि विदेशमंत्री स्वर्णसिंग, तसेच भारताचे प्रतिनिधी मंडळाचे सदस्य त्याच विमानाने परत आले.

■

५४

ताश्कंद का?
काय मिळाले, काय गमावले...

पंतप्रधान लालबहादूर शास्त्री यांच्या आकस्मिक निधनाने आणि ज्या शोकाकुल वातावरणात त्यांचा अंत्यविधी झाला, तद्नंतर सर्व देश ताश्कंद करार म्हणजे स्वर्गीय पंतप्रधानांचे भारताला दिलेले शेवटचे योगदान या दृष्टीने पाहू लागला. त्यामुळे तो करार भारतासाठी खरोखरच आवश्यक होता का आणि त्यामुळे भारतास काय लाभ झाला यासाठी कोणत्या पार्श्वभूमीवर भारताला ताश्कंद बैठकीस जावे लागले, हे जाणणे आवश्यक आहे.

२३ सप्टेंबरला युद्धसमाप्तीची औपचारिक घोषणा झाली होती; तरी स्थानिक पातळीवर आपले स्थान कसे बळकट करता येईल, यासाठी दोन्ही देशांचे सैनिक धडपडत होते. २३ सप्टेंबर व ३ ऑक्टोबर यादरम्यान राजस्थानमध्ये पाकिस्तानी फौजांनी १६०० चौरस मैलांचा व ११ गावांचा कब्जा केला होता. तसेच उरी-पूंछ फुगवटा आणि टिथवाल या क्षेत्रात अधिकाधिक पुढे सरकण्याचा प्रयत्न पाकिस्तानी सैन्याने चालू ठेवला होता. भारतीय सेनाही छांब-अखनूर फुगवट्याच्या क्षेत्रात, तसेच इच्चोगिल कालव्याच्या पूर्व क्षेत्रात आपापली ठाणी मजबूत करण्यात गुंतली होती. युद्धबंदीच्या काही तासांनंतर भारताने पाकिस्तानविरुद्ध तक्रार नोंदवली होती. पुढील काही आठवड्यात दोन्ही पक्षांनी अशा कित्येक तक्रारी राष्ट्रसंघाकडे नोंदविल्या. राष्ट्रसंघाची मूळ अडचण म्हणजे त्यांच्याकडे शस्त्रबंदीचे निरीक्षण करण्यासाठी पाहिजे तेवढे मनुष्यबळ नव्हते. १९४९ साली झालेल्या शस्त्रसंधी रेषेची लांबी ७५२ किमी होती; तर १९६५च्या युद्धानंतर त्याची लांबी जवळजवळ १६०० किमी झाली होती. विशेषत: ही रेषा फक्त जम्मू-काश्मीर आणि सलग भारत-पाक सीमेपुरती राहिली नसून, ती अरबी समुद्रापासून हिमालयाच्या काश्मीरमधील टोकावरील सीमेपर्यंत पसरली होती.

१९४९ सालच्या कराची करारामध्ये असे मान्य करण्यात आले होते की, दोन्ही देशांच्या सेना युद्धविरामरेषेपासून कमीतकमी पाचशे यार्ड मागे राहतील. परंतु १९६५मध्ये लागू झालेल्या युद्धबंदीनंतर काही ठिकाणी दोन्ही देशांच्या सेना

युद्धविरामरेषेपासून तीस यार्डांवर होत्या. त्यामुळे केव्हाही आणि कुठेही एकमेकांवर गोळीबार करण्याचे प्रसंग उद्भवण्याची शक्यता वाढली होती. आणि तसेच झाले आणि कित्येक तक्रारी राष्ट्रसंघात नोंदवण्यात आल्या. सुरक्षा मंडळाने त्यांची नोंद घेतली आणि दोन्ही पक्षांना सक्त ताकीद दिली.

दोन्ही देशांनी आपापल्या सेना मागे घेण्याविषयी हमी दिली होती, परंतु ती पाळली जात नव्हती, उलट काही मोक्याच्या ठिकाणी पाकिस्तानी सैनिक पुढे आले होते. त्याचीही नोंद सुरक्षा मंडळाने घेतली आणि राष्ट्रसंघाच्या प्रतिनिधींसमोर एक कार्यबद्ध वेळापत्रक सादर करण्यासाठी दोन्ही देशांना आवाहन करण्यात आले.

त्याच वेळी काश्मीरविषयक मूलभूत राजकीय प्रश्न सोडविण्यासाठी राष्ट्रसंघ काही मदत करणार नसेल, तर आपण दुसऱ्या फेरीसाठी तयार आहोत, असा स्पष्ट इशारा पाकिस्तानचे अध्यक्ष अयूब यांनी दिला. १४ नोव्हेंबर (स्वर्गीय जवाहरलाल नेहरू यांच्या मृत्यूनंतरची त्यांची ही दुसरी जयंती होती.) या दिवशी हैद्राबाद येथे झालेल्या एका जाहीर सभेत यशवंतराव चव्हाण यांनी त्याला उत्तर दिले. त्यांनी असा इशारा दिला की, भारतीय सेना संघर्षास तयार आहे. त्यांनी पुढे असेही सांगितले की, १९६२मध्ये चीन आणि १९६५मध्ये पाकिस्तान या दोघांनी केलेल्या हल्ल्यात भारत बेसावध होता; परंतु आता पाकिस्तानला उत्तर देण्यासाठी सेना सुसज्ज आहे.

२२ ऑक्टोबर, १९६५ रोजी पाकिस्तानने जोरदार तक्रार नोंदवली की, भारताने २० सप्टेंबरच्या ठरावाचे उल्लंघन केले आहे आणि युद्धबंदी जवळजवळ खोळंबली आहे आणि सुरक्षा मंडळाने काश्मीरविषयी गंभीर विचार करावा. त्या ठरावविषयक चर्चेत झुल्फिकार अली भुत्तो आणि स्वर्णसिंग यांच्यामध्ये आरोप, प्रत्यारोप आणि बाचाबाची झाली.

या सर्व युद्धविषयक घटना चालू असताना ऑक्टोबर १९६५च्या सुरुवातीला श्रीनगरमध्ये एकाएकी दंगली सुरू झाल्या. भारतीय शासनाने कठोरपणे उपाययोजना केली आणि स्थानिक परिस्थिती काबूत आणली. या दंगलींमागे पाकिस्तानचा हात होता हे स्पष्ट होते. सुरक्षा मंडळात चालू असलेल्या हालचालींना पूरक म्हणून असे पाकिस्तानने योजले होते. या समयी पाकिस्तानला मदत करण्यासाठी जे काही आवश्यक असेल ते आम्ही करू, असे आश्वासन चीनने दिले होते आणि युद्धकाळात सिक्कीमच्या सीमेवर त्यांनी काय हालचाली केल्या होत्या याचे वर्णन अगोदर केले आहेच.

युद्धबंदीनंतरही लहानसहान घटना लडाख आणि सिक्कीम विभागात चालूच होत्या. १३ नोव्हेंबर, १९६५ला डाँगच्युईंग-ला या भागात सीमारेषेचे ठिकठिकाणी

उल्लंघन करून चिनी सैन्याने भारतीय सेनेची युद्ध करण्याची कितपत तयारी आहे हे आजमावण्याचे प्रयत्न जारी ठेवले. तसेच ९ डिसेंबरला नेफा विभागात सीमेवर वसलेल्या लाँगज्यू (Longju) गावाचा ताबा घेतला. थाग-ला विभागात (जिथे १९६२मध्ये धुमश्चक्री युद्धात भारतीय सेनेचा धुव्वा उडवला गेला होता.) चीनच्या सेनेने दबाव आणण्यासाठी हालचाली सुरू केल्या. या सर्व कृत्यांच्या पाठीमागे चीनची दोन उद्दिष्टे होती : पहिले, पाकिस्तानशी असलेले मैत्रीसंबंध दृढ करणे आणि दुसरे, शक्यतो भारताला सोव्हिएत युनियनच्या जवळ जाऊ न देणे.

या पार्श्वभूमीवर भारताला राजकीय पातळीवर काही हालचाली करणे आवश्यक झाले होते. त्यासाठी सोव्हिएत युनियनचे पंतप्रधान कोसिजिन यांनी केलेल्या आवाहनाला प्रतिसाद देण्याचे भारताने ठरविले. अमेरिका आणि ब्रिटन यांनी युद्धकाळात घेतलेल्या भूमिकेनंतर ते आवाहन स्वीकारण्याखेरीज दुसरा पर्याय नव्हता.

ताश्कंद येथे कोसिजिन यांचा उद्देश स्पष्ट होता. एकतर आंतरराष्ट्रीय राजकारणात आशिया खंडातील दोन मोठ्या राष्ट्रांमध्ये मध्यस्थी करण्याची संधी चालून आली होती. भारताची सोव्हिएत युनियनशी जवळीक होतीच, तसे संबंध पाकिस्तानशी जोडण्यासाठी ताश्कंदचा उपयोग त्यांनी केला. स्वत: मध्यस्थाची भूमिका न घेता कोसिजिन यांनी यशस्वी मध्यस्थी केली. रात्रं-दिवस लालबहादूर शास्त्री आणि अयूब यांचे विचार एकमेकांकडे पोहोचवणे आणि हळुवारपणे त्या बोलण्याला चालना देणे हे कार्य त्यांनी मोठ्या सफाईने केले. तसेच ताश्कंद येथील वाटाघाटी शेवटी अनिर्णायक राहतील असे कोसिजिन यांना वाटले, तेव्हा त्यांनी सोव्हिएत रशियाच्या आधाराच्या बळावर दोन्ही देशांवर वाटाघाटी यशस्वी करण्यासाठी दबावही आणला. कोसिजिन यांच्या दृष्टीने ही बोलणी यशस्वी होणे अत्यंत महत्त्वाचे होते.

हेही खरे की, लालबहादूर शास्त्री कोसिजिन यांच्या दबावाला बळी पडले आणि भारतीय सेनेने अत्यंत शौर्याने लढून आणि रक्त सांडून जो आझाद काश्मीरचा प्रदेश हस्तगत केला होता, तो सोडून देण्यास त्यांनी मान्यता दिली. पाकिस्तान व्यापक प्रमाणात वापरत असलेला हाजीपूर-पूंछ आणि टिथवाल हा मार्ग त्यांना खुला झाला. इच्चोगिल कालव्याच्या समोर उभे असलेले सैन्य भारतीयांना परत माघारी घ्यावे लागले. जे युद्धक्षेत्रात मिळविले होते, ते वाटाघाटीत गमवावे लागले. हे सर्व आवश्यक होते का आणि ताश्कंदमध्ये भारताने काय मिळवले, याचे उत्तर आजही स्पष्ट नाही.

पाकिस्तानला युद्धामध्ये झालेल्या साधनसामग्रीची हानी भरून काढण्यासाठी

वेळ पाहिजे होता तो मिळाला. पाक सेनेची मानहानी झाली होती; परंतु एकंदर युद्धक्षेत्रात दोन्ही दले सम ताकदीची आहेत, असे चित्र २० सप्टेंबरला दिसत होते. योद्धे दमछाक होऊन युद्धबंदीची वाट पाहात होते.

त्या परिस्थितीत दोन्ही देश युद्धबंदीनंतर राजकीय कृतीने 'पुढील युद्धा'साठी वेळ मिळेल या अपेक्षेत होते. ताश्कंदमध्ये त्यांना हवे ते मिळाले.

एकमेकांच्या सैन्यांनी युद्धबंदीचे वेळी कुठपर्यंत माघार घ्यावी, हे सुरक्षा मंडळाच्या २० सप्टेंबरच्या ठरावात निर्देशित केले होते. ताश्कंदमध्ये त्यालाच दोन्ही देशांच्या पुढाऱ्यांनी उच्च राजकीय पातळीवर मान्यता दिली होती. भारताच्या दृष्टीने त्यात काही विशेष नव्हते, असे बरेच टीकाकारांचे मत होते. स्वातंत्र्यनिर्मितीपासून दोन देशांत निर्माण झालेले वैर यांचा एक खंड म्हणून 'ताश्कंद बैठक' याची इतिहासकार नोंद घेतील इतकेच त्याचे महत्त्व म्हणावे लागेल.

■

५५

संरक्षणमंत्री यशवंतराव चव्हाण : एक दृष्टिक्षेप

महाराष्ट्र राज्याचे मुख्यमंत्री म्हणून चव्हाणांचा भारताच्या संरक्षण तसेच परराष्ट्रीयनीतिशी काही संबंध नव्हता. त्याविषयी त्यांचे ज्ञान त्यांनी वाचन केलेल्या पुस्तकातील तसेच वेळोवेळी पंतप्रधानांनी मुख्यमंत्र्यांना लिहिलेल्या पत्रातून होत असे. तसेच जेव्हा-केव्हा संरक्षणमंत्री कृष्ण मेनन त्यांना भेटावयास येत असत, त्या वेळी ते या विषयावर चर्चा करीत असत. तसेच भारतातील अमेरिका किंवा ब्रिटनचे राजदूत त्यांना भेटावयास येत त्या वेळी परराष्ट्रसंबंधित विचारांची देवाणघेवाण होत असे. परंतु प्रत्यक्षात त्यांना यासंबंधी काम करण्याची जबाबदारी नसल्यामुळे सखोल ज्ञान असे नव्हते. त्यांनी दिल्लीला जाताच त्याविषयी अनेक पुस्तके मागवून घेतली आणि माहिती, ज्ञान मिळवण्याचा प्रयत्न केला. त्या काळात चीन देश माओ-त्से-तुंग यांच्या क्रांतीमुळे नवीन विचार आणि नवीन मार्गांनी चालला होता आणि त्यांच्या अंतर्गत उलाढालींविषयी बरीच काही माहिती अमेरिकेतील टाइम्स (Time) आणि न्यूज वीक (News Week) या साप्ताहिकातूनच मिळत असे.

१९६५च्या भारत-पाक युद्धात चव्हाणांनी जे उच्चस्तरीय मार्गदर्शन केले ते त्यांच्या रोजनिशीतून स्पष्ट दिसून येते. संरक्षणमंत्र्यांची युद्ध परिस्थितीत भूमिका आणि मार्गदर्शनाची तयारी, त्यांनी संरक्षणमंत्रीपद ग्रहण करताच सुरू केली होती. नेफा युद्ध क्षेत्रात भारतीय सेनेची जी मानहानी झाली होती, त्या विषयी नेमलेल्या चौकशी समितीच्या अहवालामधूनही सुदैवाने चव्हाण बरेच काही शिकले होते. एका तऱ्हेने ते त्यांचे प्रशिक्षण होते.

नेफा क्षेत्रातील दारुण पराभवानंतर पंतप्रधानांनी लोकसभेला आश्वासन दिले होते की, त्याविषयी चौकशी केली जाईल. त्यामुळे चौकशी करणे अपरिहार्य होते. परंतु ती चौकशी कशी करावी आणि कोणी करावी, हे अतिमहत्त्वाचे होते. सैन्याच्या पराभवासाठी कृष्ण मेनन प्रामुख्याने जबाबदार आहेत, असे सर्वसाधारण जनतेचे, तसेच अधिकांश राजकीय नेत्यांचे मत होते. ज्या तऱ्हेने

कृष्ण मेनन यांनी नेफा क्षेत्रात वरिष्ठ सेनानींच्या पदांमध्ये फेरफार केले आणि कनिष्ठ आणि मध्यम श्रेणीतील अधिकाऱ्यांना हाताशी धरून वरिष्ठ सेनानींना अपमानास्पद वागणूक देण्यासाठी ते प्रोत्साहन देत त्यामुळे त्यांच्या नीतिधैर्यावर परिणाम झाला होता, हे सर्वश्रुत होते. तसेच कृष्ण मेनन आणि राजकीय नेतृत्वाने सैन्याला आवश्यक ती शस्त्रसामग्री, तसेच धनादेश उपलब्ध करून दिले नव्हते, [illegible] सैन्यात तीव्र असंतोष होता. या सर्व कारणांमुळे वरिष्ठ पातळीवर सैनिक अधिकारी आणि राजकीय नेते यांच्या परस्परसंबंधात बरीच कटुता आली होती आणि विशेषत: विरोधी तसेच काँग्रेसमधीलही वरिष्ठ नेत्यांनी पंडित नेहरूंवर गलथानपणाचा आरोप केला होता.

या सर्वांचा विचार करून तशी जाहीर स्वरूपाची चौकशी कोणत्याही न्यायमूर्तींनी न करता, ती निष्कलंक वरिष्ठ सेनाधिकाऱ्यांनी करावी असे ठरले. विशेषत: अशा समितीची स्थापना शासनाने न करता, भूसेनाप्रमुख जनरल चौधरींना करावी, असे चव्हाणांनी ठरविले. त्यासाठी भूसेनाप्रमुखांनी लेफ्टनंट जनरल हेन्डरसन ब्रुक्स आणि ब्रिगेडियर पी.सी. भगत यांना ते काम सोपविले. हेन्डरसन ब्रुक्स ऑस्ट्रेलियन नागरिक होते, परंतु स्वातंत्र्यानंतर त्यांनी भारतीय सेनेतच राहण्याचे ठरविले होते. ब्रिगेडियर प्रेम भगत यांना दुसऱ्या महायुद्धात व्हिक्टोरिया क्रॉस प्रदान करण्यात आला होता. ते एक शूर आणि नि:स्पृह सेनाधिकारी होते. या द्विसदस्यीय समितीचा अहवाल जनरल चौधरी यांनी २ जुलै, १९६३ रोजी संरक्षणमंत्र्यांना सादर केला.

❖ ❖ ❖

हेन्डरसन ब्रुक्स समितीचा रिपोर्ट संसदेसमोर सादर करीत असताना यशवंतराव चव्हाण यांच्यासमोर प्रामुख्याने तीन आव्हाने होती. एकतर अशा समितीने राजकीय नेतृत्वावर कोणतीही टिप्पणी अथवा टिका केली, तर त्यातून गंभीर प्रश्न उद्‌भवू शकतील. दुसरे, पंडित नेहरू यांच्याविषयी कोणताही आक्षेप किंवा डाग जाहीरपणे लागू नये आणि तिसरे, कोणत्याही परिस्थितीत संसदेत असत्य विधान करावयाचे नाही. ती आव्हाने त्यांनी अत्यंत संवेदनशील आणि नाजूकपणे पार पाडली. दुर्दैवाने आजपर्यंत हेन्डरसन ब्रुक्स समितीचा रिपोर्ट एक अत्यंत गोपनीय अहवाल म्हणून राहिला आहे. आता ५०वर्षांनंतर संरक्षणमंत्री पदावरील चव्हाण यांच्या कार्याच्या संदर्भात लिहिताना, त्या अहवालातील काही निष्कर्षांचा निर्देश करणे अपरिहार्य आहे. ज्या पाच व्यक्तींनी 'तो' रिपोर्ट पाहिला होता, त्यापैकी मीच एकमेव हयात आहे.

थोडक्यात, सर्वसाधारण अपेक्षा होती, त्याच्या उलट सदर चौकशी

अहवालामध्ये कोणत्याही राजकीय नेत्यावर थेट ठपका ठेवलेला नव्हता. मात्र आडवळणाने काही विशिष्ट शेरे दिले होते. उदाहरणार्थ, राजकीय पातळीवर योग्य मार्गदर्शनाबद्दल चौकशी समितीने ब्रिटिशकालीन भारतीय सेनेचे पहिले महान सेनानी फील्ड मार्शल रॉबर्टचे वचन उद्‌धृत केले होते. त्यात त्यांनी म्हटले होते की, *'शत्रू चालून न येण्याच्या शक्यतेवर विश्वास ठेवू नये, असे युद्धकला शास्त्र आपणास शिकवते. उलटपक्षी आपण शत्रू आला तर त्याच्यासाठी कितपत तयार आहोत हे पाहण्यास बजावते. कदाचित शत्रू हल्ला करणारच नाही या शक्यतेवर नव्हे, तर आपल्यावर हल्ला करणे शत्रूला फार अवघड जावे, अशी परिस्थिती निर्माण करण्यास सुचविते.'* परंतु दुर्दैवाने नेफा युद्धाच्या संदर्भात राजकीय मार्गदर्शन हाताशी असणाऱ्या लष्करी सिद्धतेचा अदमास न घेता दिले गेले असे वाटते, अशी टिप्पणी अहवालात केली होती.

चव्हाणांनी तिचा संदर्भ कृष्ण मेनन यांच्याशी जोडला. कारण भारताच्या उत्तर सीमेला चीनकडून कोणताही धोका संभवत नाही, असे आश्वासन मेनन खातरीपूर्वक वेळोवेळी संसदेला आणि राष्ट्राला देत होते आणि त्या संदर्भात जिनिव्हामध्ये जुलै १९६२मध्ये चीनचे परराष्ट्रमंत्री चेन ची यांनी आपणास सीमाप्रश्नांवरील वाद सोडविण्यास चीन बळाचा वापर कधीच करणार नाही, असे आश्वासन दिल्याचे कृष्ण मेनन यांनी सांगितले होते.

अहवालात असेही म्हटले होते की,* *'दिलेले राजकीय मार्गदर्शन आणि सूचना या आपल्याजवळील लष्करी साधनांच्या आधारावर नव्हत्या.'* हे विधान तत्कालीन वित्तमंत्री मोरारजीभाई देसाई यांच्यावर टीका स्वरूपात केले होते, असे चव्हाणांना वाटले. वस्तुत: मोरारजी देसाई यांनी संरक्षणविषयक प्रकल्पांना परकीय चलन उपलब्ध करून देण्याबाबत टाळाटाळ किंवा नकारात्मक भूमिका केव्हाच घेतली नव्हती. अकारण विलंबही केलेला नव्हता. किंबहुना अनेक प्रकरणांमध्ये देसाईंनी आग्रह केलेला असूनही कृष्ण मेनन यांनी मंत्रिमंडळापुढे औपचारिक मान्यता घेण्यासाठी प्रस्तावच जाऊ दिलेले नव्हते. ही वस्तुस्थिती पंतप्रधानांच्या नजरेसही आली होती. या कारणास्तव अहवालामधील वरील टिप्पणी संसदेच्या नजरेस आणणे योग्य नव्हे, असे चव्हाणांनी ठरविले.

अहवालामधील तिसऱ्या विधानामुळे चव्हाण बरेच अडचणीत सापडले होते. ते विधान होते की, *'युद्धासंबंधी उच्च पातळीवरून होणारे मार्गदर्शन आणि सेनादलाची लढाईच्या क्षेत्रातील प्रत्यक्ष मांडणी (deployment) हे वस्तुनिष्ठ नव्हते.'*

---

* ज्याला सैनिक क्षेत्रात, Higher Direction of War म्हणून संबोधित करतात.

चव्हाणांच्या मते, कृष्ण मेनन यांनी घाईगडबडीने युद्धक्षेत्रात सैनिक तुकड्या पाठविल्या, तसेच वरिष्ठ सेनानींच्या बदल्या केल्या; यामुळे भारतीय सेनेची वाताहत होऊन, सेनेला नामुष्की पत्करावी लागली होती. हे सर्व जाणकार संसद सभासद, तसेच टीकाकारांना माहीत होते. त्यामुळे प्रत्यक्ष मांडणी (deployment) वस्तुनिष्ठ नव्हती. हा निष्कर्ष स्वीकारण्यास त्यांना काही अडचण नव्हती. परंतु *'वरिष्ठ पातळीवरील मार्गदर्शन सुसंगत नव्हते किंवा त्याचा अभाव होता.'* ही टीका थेट पंतप्रधानांपर्यंत पोहोचेल, अशी चव्हाणांची धारणा होती. कारण असे मार्गदर्शन फक्त पंतप्रधानच करू शकतात. संरक्षणमंत्रालयातील कागदपत्रे पाहिल्यानंतर चव्हाणांना कळून चुकले होते की, संरक्षणसंबंधी प्रश्नांवर नेहरू हे व्यवहार्य धोरणवादी होते. लढाईसंबंधी आणि रणक्षेत्रावरील बाबी सेनादलाच्या सेनापतींवर पूर्णपणे सोपवून देण्याची काळजी ते नेहमीच घेत. पण चव्हाणांना खरा धक्का बसला तो याचा की, संरक्षणसंबंधी प्रश्नांवर पंतप्रधानांना चुकीची माहिती दिली जाऊन गैरसमजूत करून दिली गेली, ती केवळ संरक्षणमंत्री कृष्ण मेनन यांच्याकडून नव्हे तर, काही वरिष्ठ अधिकाऱ्यांकडूनही!

हे नेहरूंना २० ऑक्टोबर, १९६२ रोजी आपल्या सैन्याच्या तुकडीचा 'नाम का चू' (Nam ka chu) पलीकडे धुव्वा उडाला तेव्हा कळले. त्या प्रसंगानंतर २ ऑक्टोबर, १९६२ रोजी कृष्ण मेनन यांना पाठविलेल्या पत्रात नेहरू लिहितात, "या बाबतीत अगोदर घडून गेलेली कृतिशून्यता संसदेपुढे कशी ठेवायची, हे माझ्या लक्षात येत नाही. या बाबतीत दोषाची टाळाटाळ अगर इतरांवर ढकलून विशेष फरक पडणार नाही. सत्य असे आहे की, आपण (कर्तव्यात) कमी पडलो आहोत, आणि... या सर्व बाबींकडे आपण काहीशा नवशिक्याप्रमाणे लक्ष दिले, असेच वाटत आहे." आपल्या दीर्घकालीन मित्राची कडक भाषेत त्यांनी केलेली कानउघाडणीच होती. यावरून नेहरूंची दिशाभूल करण्यात आली होती, हे चव्हाणांना स्पष्ट होते.

सप्टेंबर १९६३मध्ये नेफामध्ये झालेल्या पीछेहाटीसंबंधी निवेदन तयार झाले तेव्हा चव्हाणांना प्रत्यक्षात काय घडलेले होते, ते कळले होते आणि पंतप्रधानांची मनोवेदनाही समजली होती. त्या संदर्भात 'वरिष्ठ पातळीवरील मार्गदर्शन सुसंगत नव्हते.' हे हेन्डरसन ब्रुक्स अहवालामधील विधान चव्हाणांच्या मते पंतप्रधानांवर अन्यायकारक आहे आणि संसदेसमोर ठेवणे योग्य होणार नाही, असे त्यांना वाटले. तसेच ते विधान इतर निष्कर्षांबरोबर जर संसदेसमोर आणले, तर औपचारिकरित्या ते आपणास मान्य नाही, असेही मानणे अपरिहार्य होते. या परिस्थितीत चव्हाणांनी तो शेरा 'गुप्त' ठेवण्याचे ठरविले.

तसे करताना चव्हाणांचा उद्देश लोकसभेला अंधारात ठेवण्याचा जरी नव्हता, तरी हेही खरे की, खोटे न बोलता त्यांनी जाणूनबुजून हेन्डरसन ब्रुक्स यांच्या अहवालाच्या निष्कर्ष (Observation and Conclusions) या भागातील ते वाक्य स्वत: वगळले.

❖ ❖ ❖

नेफा पराभवाचा चौकशी अहवाल संरक्षणमंत्र्यांनी राज्यसभा तसेच लोकसभेच्या पटलावर २ सप्टेंबर, १९६२ रोजी ठेवला. १९ व २० सप्टेंबरला त्या अहवालावर चर्चा झाली. ती चर्चा आणि त्या चर्चेला यशवंतराव चव्हाणांनी जी उत्तरे दिली, ती होती त्यांची पहिली अग्निपरीक्षा. चर्चेत संसदेतील अनेक विरोधी गटांच्या पुढाऱ्यांनी कठोर टीका केली.

चव्हाणांनी दिलेल्या उत्तराचे दोन्ही सभागृहांनी स्वागत केले आणि जाहीरपणे त्यांचे अभिनंदन केले. त्यांच्या भाषणानंतर, उत्तर देताना एक ज्येष्ठ सदस्य म्हणाले, "या सभागृहाचे संरक्षणमंत्री हे नेते आहेत. त्यांच्या माहितीपूर्ण भाषणाबद्दल आम्ही कृतज्ञ आहोत, असे मी म्हणतो तेव्हा सर्व सभागृहाच्या भावना मी व्यक्त करतो आहे, याची मला खातरी वाटते."

ज्या तऱ्हेने यशवंतराव चव्हाणांनी हेन्डरसन ब्रुक्स अहवाल संसदेसमोर सादर केला आणि ज्या कौशल्याने संसदेला चर्चेमध्ये जिंकले त्यामुळे त्यांनी पंतप्रधानांचा विश्वास संपादन केला. तसेच खुल्या दिलाने आणि मोकळेपणाने संरक्षणविषयक प्रश्नांना उत्तरे देऊन त्यांनी संसदेवर आपली छाप पाडली. लवकरच कृष्ण मेननच्या उलट, 'सरळ स्वभावाची व्यक्ती!' असा त्यांचा बोलबाला झाला. त्यांच्या स्वभावामुळे हेन्डरसन ब्रुक्स रिपोर्ट हाताळून सेना आणि राजकीय नेतृत्व यांच्या परस्परसंबंधात अविश्वासाचे झिरपलेले धुके हटविण्याचे त्यांनी जे कार्य केले, त्यामुळे काही महिन्यांतच खासदारांच्या नजरेत चव्हाणांचा व्यक्तिगत दर्जा उंचावला. विशेष कार्यशैली असणारे परिपक्व राजकीय व्यक्तिमत्त्व म्हणून त्यांची गणना होऊ लागली.

हेन्डरसन ब्रुक्स अहवालाविषयी यशवंतराव चव्हाण यांनी संसदेत स्पष्ट केले होते की, पराभवाबद्दल जबाबदारी कोणाची हे ठरविण्याचा अधिकार या चौकशी समितीला दिला नव्हता. ते म्हणाले, "...एकदा का जबाबदारी अ, ब, क, ड किंवा आणखी इतर कोणाची, अशा प्रयत्नाला तुम्ही लागलात की चौकशीचे मूलभूत स्वरूप बदलून जाते आणि वस्तुनिष्ठ चौकशी अशक्यप्राय बनून जाईल. तसेच देशाच्या दृष्टीने आज अधिक अत्यावश्यक हे आहे की, कोणत्या चुका घडल्या त्या शोधणे, कोणत्या उणिवा आढळल्या त्या पाहणे

आणि देशाला त्यापासून कोणते धडे घेता येतील ते ठरविणे. कारण आपण संकटातून पार पडलेलो नाही. आपण अजून त्यामध्येच अडकलेलो आहोत.''

हेन्डरसन ब्रुक्स अहवालातील धड्यांचा चव्हाणांनी अनेक वेळा अभ्यास केला आणि आपल्या कारकिर्दीतील पुढील काळात त्यांनी या धड्यातून मिळालेल्या प्रशिक्षणाच्या आधारे कार्यवाही केली. त्या सर्वांची परिणती १९६५ साली झालेल्या भारत-पाक युद्धामध्ये त्यांनी दिलेल्या उच्चस्तरीय मार्गदर्शनातून स्पष्ट दिसून येते.

त्याच शिक्षणाचा एक भाग म्हणजे आपल्याला उपयुक्त असलेली साधने, मुख्यतः सेनानी यांचे मनोधैर्य वाढून त्यांची युद्धासाठी तयारी आणि युद्धकाळात कार्यवाही कशी करावी, याकडे त्यांनी विशेष लक्ष दिले.

२१ नोव्हेंबर, १९६२ला संरक्षणमंत्रीपद चव्हाणांनी ग्रहण केले, त्या दिवशी भूसेना प्रमुख जनरल जे.एन. चौधरी, वायुसेना प्रमुख एअर मार्शल अर्देशीर इंजिनीअर आणि नौसेना प्रमुख व्हाइस ॲडमिरल सोमण होते. १९६५च्या युद्धाच्या अगोदर एअर मार्शल इंजिनीअर सेवानिवृत्त झाले होते आणि त्यांच्या जागी अर्जन सिंह यांची वायुसेना प्रमुख म्हणून नेमणूक झाली होती. या तीन सेनानींना जे राजकीय पातळीवरील नेतृत्व आणि युद्धकाळात हेन्डरसन ब्रुक्स अहवालात नमूद केल्याप्रमाणे उच्चस्तरीय मार्गदर्शन यशवंतराव चव्हाण यांनी केले, ते रोजनिशीत केलेल्या नोंदीमुळे स्पष्ट होते.

जनरल जे. एन. चौधरी – भूसेना प्रमुख :

जनरल जे. एन. चौधरी (ज्यांना सैनिक दलात मोच्यू चौधरी म्हणून संबोधिले जात होते.) भारतीय सेनेचे एक तडफदार अधिकारी म्हणून स्वातंत्र्य काळानंतर ख्यात होते. हैद्राबाद संस्थानाच्या विलिनीकरणासाठी करण्यात आलेल्या लष्करी मोहिमेचे नेतृत्व त्यांनी केल्यामुळे त्यांचे नाव आणि त्यांचे व्यक्तिमत्त्व सर्वपरिचित होते. त्यामुळे त्याचा परिणाम म्हणजे आपण एक असामान्य व्यक्तिमत्त्वाचे आणि काबील सेनानी आहोत, अशी जाणीव ते पदोपदी करून देत असत.

चव्हाणांनी संरक्षणमंत्रीपद ज्या दिवशी घेतले, त्याच दिवशी जनरल चौधरींनीही आपले पद ग्रहण केले होते. अर्थातच संरक्षणमंत्र्यांसमोर जो काही शिष्टाचार पाळणे आवश्यक असे, तो जनरल चौधरी काटेकोरपणे पाळत. परंतु आपण एक सर्वसाधारण सेनानी नसून, आपले विशिष्ट स्थान नवीन संरक्षणमंत्र्यांनी लक्षात ठेवून आपल्याशी संबंध ठेवावेत, असे जनरल चौधरींना साहजिकच वाटत होते.

पण भारतीय राज्य शासनाच्या दृष्टीने संरक्षण सचिव हे संरक्षणमंत्र्यांचे प्रमुख सल्लागार मानले जातात आणि सेनाप्रमुखांना आदेश त्यांच्या मार्फतच गेले

पाहिजेत, असे चव्हाणांचे मत होते. कारण कृष्ण मेनन यांनी आपल्या मनमानी कार्यपद्धतीमुळे संरक्षण सचिवपदाचे महत्त्व कमी केले होते. त्या उलट आपल्या शासकीय अनुभवानुसार त्या पदाचे पुनःनिर्वासन होणे आवश्यक आहे, या दृष्टीने चव्हाणांनी पावले उचलली. त्यामुळे सुरुवातीस काही गैरसमजाचे प्रसंग उद्‌भवले. परंतु आपल्या एक वर्षाच्या कारकिर्दीत आणि मुख्यतः हेन्डरसन ब्रुक्स रिपोर्टवरील चर्चेनंतर त्यांचे राजकीय स्थान किती बळकट आहे, हे जनरल चौधरी यांना उमजले आणि २१ नोव्हेंबर, १९६३ रोजी चौधरींनी यशवंतराव चव्हाण यांना एक अभिनंदनात्मक पत्र लिहिले. या पत्रात ते म्हणतात :

सेनादलाचा प्रमुख म्हणून अधिकारसूत्रे हाती घेऊन मला बरोबर एक वर्ष लोटले आहे. एक वर्षापूर्वी याच दिवशीच्या सायंकाळी पालमवर आपण आल्यावर मी आपणास भेटलो त्या वेळचे आपले उत्तेजनाचे उद्‌गार मला चांगले आठवत आहेत.

> सेनादलाची (पुनः) उभारणी करण्यासंबंधी काय-काय साध्य झाले, आणि त्याहीपेक्षा महत्त्वाचे म्हणजे अजून काय करायचे बाकी आहे, हे आपणच उत्तम प्रकारे ठरवू शकाल. तथापि आपण निःसंदिग्धपणे आणि विश्वासाने मला जो पाठिंबा दिलात, ही माझे नियोजित काम पार पाडण्यात सहायकारी ठरलेली सर्वांत प्रमुख गोष्ट आहे, हे प्रांजलपणे मला आपणाला सांगावेसे वाटते. मी खरोखरच फार कृतज्ञ आहे. आणि आपण जर हे निव्वळ वैयक्तिक लिहिलेले पत्र त्या अर्थाने स्वीकारले, तर कृतज्ञता व्यक्त करण्याचीच एक पद्धत आहे असे समजावे.
>
> भविष्यात भीती वाटण्याजोग्या निराशाजनक घटना असू शकतील, पण त्याचप्रमाणे आनंदाच्या आणि विजयाच्या घटनाही असणार. अशा भविष्याला सामोरे जाताना मी आपणास आश्वासन देऊ इच्छितो की, सेनादल आपले शर्थीचे प्रयत्न तुमच्या पाठी, आणि तुमच्यातर्फे सर्व राष्ट्राला अर्पण करील. तसेच जोपर्यंत मी त्यास पात्र राहण्याचा प्रयत्न करीन तोपर्यंत आपला मजवरील विश्वास आणि समजूतदारपणा हा माझा मोठा आधार बनून राहील, असा विश्वास वाटतो.

तद्‌नंतर संरक्षणमंत्री आणि भूसेना प्रमुख यांचे संबंध अधिकच दृढ झाले. चौधरी यांनीही कच्छचे रण येथील युद्धास सुरुवात होताच सैनिक हालचालींसाठी

नवीन रणनीती तयार करण्यास चव्हाणांशी जवळजवळ रोज सल्लामसलत केली. ऑगस्ट, १९६५च्या सुरुवातीस पाकिस्तानच्या गनिमी कारवाया सुरू होताच पाकिस्तानला कसे तोंड द्यावे यासाठी दोघांमध्ये एकमत झाले होते. या सर्वांचा परिणाम १९६५च्या युद्धात ज्या दैनंदिन घडामोडी युद्धक्षेत्रात झाल्यात त्यावरून स्पष्ट दिसतो. तसेच संरक्षणमंत्री एखाद्या भक्कम खडकाप्रमाणे सेनादल प्रमुखांच्या मागे कसे उभे राहिले आणि काही घटनांमुळे जेव्हा ते दडपणाच्या भाराखाली दबले गेले आहेत, असे चव्हाणांना वाटले, तेव्हा त्यांनी कशाप्रकारे जनरल चौधरींचे मनोबल वाढविले हे सर्व स्पष्ट होते. उदाहरणार्थ, त्यांनी २ सप्टेंबरला केलेली खालील नोंद :

> त्यांचे मनावर कोणते दडपण आहे, हे सांगण्यासाठी भूसेना प्रमुख आले – ते काहीसे विषण्ण आणि निराश वाटले.
>
> दुसऱ्या दिवशी : भूसेना प्रमुख सायंकाळी आले. त्यांची मन:स्थिती चांगली दिसली. काल आपण काहीसे निराश होतो त्याबद्दल आपणास वाईट वाटते, असे ते म्हणाले. मला हे समजू शकते. त्यांनी मन मोकळे करायला हवेच, कुठेतरी मनातील सर्व काही ओतले पाहिजे. (आणि) माझ्यापाशी ते हे करीत आहेत ही चांगली गोष्ट आहे.

तद्नंतर ... जेव्हा जेव्हा चौधरी द्विधा मन:स्थितीत आहेत, असे वाटले तेव्हा चव्हाणांनी त्यांना युद्धक्षेत्रात जाऊन परिस्थितीचे आकलन करण्याचा सल्ला दिला. परत आल्यावर त्यांची मन:स्थिती बरीच सुधारली आहे याची नोंदही चव्हाणांनी घेतली होती. युद्धकाळात रात्रंदिवस संपर्क ठेवून चव्हाणांनी राजकीय पातळीवरून आवश्यक तो सल्ला दिला होता. दोघांमध्ये परस्पर विश्वासाच्या नात्यामुळे चौधरी आत्मविश्वासाने युद्धक्षेत्राला मार्गदर्शन करू शकत.

शेवटी २२ सप्टेंबर, १९६५ला युद्धबंदीची घोषणा झाली तेव्हा पंतप्रधानांनी भूसेना प्रमुखांचे अभिनंदन केले तेव्हा लढाईतील मोहिमांच्या यशाचे सर्व श्रेय चव्हाणांनी आपल्या सेनानींना दिले. त्यांनी त्यांच्याविषयी लिहिले, ''मलाही अभिमान वाटला. आपले भूसेनादल आणि हवाईसेनादल हे आता आपणासाठी राष्ट्रीय गौरवाची आणि नैपुण्याची निशाणी बनलेले आहेत. त्या दृष्टीने अत्यंत 'महत्त्वाचा महान दिवस' आजचा. तसेच चौधरी आणि अर्जन सिंह यांच्यासाठीही महान दिवस.''

परंतु हेही खरे की, जनरल चौधरी यांच्याविषयी बऱ्याच जाणकार राजकीय

नेत्यांत तसेच वरिष्ठ पत्रकारांत बरेच निराळे मत होते. त्याची कारणेही अनेक होती. प्रामुख्याने हैद्राबाद ऑपरेशनमध्ये त्यांनी उत्कृष्ट कामगिरी केली होती, पण त्याचबरोबर आपली बरीच काही प्रसिद्धीही करून घेतली होती. काहींच्या मते ते भूसेना प्रमुख म्हणून लढाईत स्वत:चे पाणी कसे दाखविणार याची शंका होती आणि बरेच जण त्यांना लेखणीबहाद्दर म्हणून संबोधित. १९६५च्या भारत-पाक युद्धामध्ये त्यांनी अवलंबिलेल्या रणनीतिविषयी बरेच मतभेद निर्माण झाले होते. त्या युद्धात बऱ्याच वेळा ते गोंधळलेले दिसत आणि त्यांच्यात अचूक निर्णयाची आणि धाडसाची उणीव असे, हे मंत्रिमंडळाच्या आणीबाणीच्या समितीतील काही सभासदांना वाटत होते. बऱ्याच राजकारण्यांच्या मते जेव्हा भारत-पाक युद्धात आंतरराष्ट्रीय सीमा ओलांडून भारतीय सेना इच्चोगिल कालव्याच्या पूर्व भागात पोहोचली, तेव्हा देशाची अपेक्षा होती की, सेना लाहोरचा कब्जा घेईल. बऱ्याच टीकाकारांच्या मते इच्चोगिल कालव्यापासून लाहोर शहराची सीमा केवळ दहा-बारा कि.मी. होती आणि भूप्रदेश सपाट असल्यामुळे भारतीय रणगाडे आणि चिलखती दलाला सहजच ते करता आले असते, असा सर्वसामान्य समज होता. परंतु त्यात दोन अडचणी होत्या. एक तर इच्चोगिल कालवा १४० फूट रुंदीचा आणि १५ फूट खोल होता आणि सप्टेंबर महिन्यात त्या कालव्यातून तुडुंब पाणी वाहत होते. कालव्याच्या पश्चिमेकडे पाकिस्तानी सैन्यांनी ठिकठिकाणी मोर्चेबंदी केली होती. आणि कोणत्याही सशस्त्र सेनेला त्या भागातून लाहोरकडे कूच करता येऊ नये म्हणून निरनिराळ्या योजना आखल्या होत्या. कालवा पार करावयाचा तर त्यावर पूल बांधल्याशिवाय भारतीय सेना आणि चिलखती दलाला पश्चिमेकडे जाणे शक्य नव्हते. मुख्यत: त्या वेळी भारतीय सेनेला कल्पनाही नव्हती की, काही मोक्याच्या ठिकाणी पाकिस्तानने कालव्याखालून भुयारीमार्गे आपले सैन्य आणि चिलखती दल पश्चिमेकडून पूर्वेकडे नेण्याची व्यवस्था केला होती.

कदाचित ५-६ सप्टेंबरला यशवंतराव चव्हाण यांचे मनात लाहोरवर कब्जा करावा असे वाटणे स्वाभाविक होते. कारण लाहोरच्या दिशेने भारतीय सेनेने आंतरराष्ट्रीय रेषा ओलांडली आहे आणि आगेकूच केली आहे या विषयी निवेदन करताच त्यांना लोकसभेत जो प्रतिसाद मिळाला होता त्यामुळे संरक्षणमंत्री म्हणून आणि नवीन पिढीतील नवोदित राजकारणी म्हणून त्यांना तसे वाटणे साहजिक होते. त्या निवेदनाविषयी सोमवार, तारीख ६ सप्टेंबर, १९६५ रोजी यशवंतराव चव्हाणांनी नोंद केली होती की, ''मी संसदेत केलेल्या निवेदनाचे टाळ्यांच्या कडकडाटात मोठे स्वागत झाले. निवेदन करून मी खाली बसलो, तेव्हा माझ्यासमोर एक निराळीच उत्साहाने फुललेली लोकसभा होती. आता

भारत हाही एक नवा भारत म्हणून खडा होईल, अशी मला खातरी आहे.''

परंतु, ४८ तासांत युद्धक्षेत्रात जे काही घडले त्यामुळे त्यांना कळून चुकले की, ज्या अनपेक्षितपणे शत्रूच्या हल्ल्याला तोंड द्यावे लागत आहे, त्यामुळे भारतीय सेनेला युद्ध क्षेत्रावर कदाचित माघारही घ्यावी लागेल. त्या वेळी एकंदर प्रतिहल्ल्यात जरी भारत पुढे सरकत होता, तरी पाकिस्तानी सेनाही तितक्याच त्वेषाने हल्ला करण्यासाठी सज्ज होत होती. त्या परिस्थितीत लाहोर किंवा सियालकोट यांचा कब्जा करण्याचा विचार करणेही शक्य नव्हते. तसे जर केले असते तर काय झाले असते, असे कित्येक वेळेला विचारले जाते. खरे म्हणजे पाकिस्तान सरकार यांनी युद्धकाळात काढलेल्या एका पत्रिकेत स्पष्टपणे नमूद केले होते की, अमूक... अमूक दिवशी भारत लाहोरचा कब्जा घेणार आहे आणि त्यासाठी मुलकी अधिकारी आणि पोलीस अधिकारीही सज्ज होत आहेत.*

युद्धसमयी लाहोरची लोकसंख्या तेरा लाख होती आणि एवढ्या मोठ्या लोकसंख्येच्या आणि जुन्या शहरावर लष्करी कब्जा घेण्यासाठी आणि तद्नंतर शांतता आणि सुव्यवस्था प्रस्थापित करण्यासाठी भारताकडे उपलब्ध असलेल्या सैन्यापेक्षा कितीतरी मोठ्या सैन्याची आवश्यकता होती. तसे संख्याबळ एकंदर पश्चिम विभागातील युद्ध परिस्थिती, तसेच उत्तरपूर्व भारतात चीनने निर्माण केलेल्या संभाव्य** परिस्थितीत उपलब्ध करणे शक्य नव्हते. त्यामुळे लाहोर किंवा दुसऱ्या कोणत्याही मोठ्या शहराचा कब्जा घेण्याची कल्पना लवकरच मागे पडली. शेवटी हे शहाणपणाचेच होते, असे म्हणावे लागेल.

सेवानिवृत्तीनंतर जनरल चौधरी यांना भारताचे उच्च आयुक्त म्हणून कॅनडात नेमण्यात आले. त्यांनी शेवटपर्यंत चव्हाणांशी पत्राद्वारे संपर्क ठेवला होता. आपल्या आत्मचरित्रात त्यांनी चव्हाणांविषयी असलेला आदर, त्यांची कार्यपद्धती आणि सेनानींना दिलेले मार्गदर्शन याचा कृतज्ञतेने उल्लेख केला आहे.

❖ ❖ ❖

एअर मार्शल अर्जनसिंह – वायुसेना प्रमुख :

भारत-पाक युद्धातील आणखी एक अनन्यसाधारण सेनानी म्हणून एअर

---

* युद्धाच्या सुरुवातीला यशवंतराव चव्हाणांच्या मनात सैन्यदलाने आगेकूच करून लाहोर आणि सियालकोट शहरांचा कब्जा घ्यावा असे होते, असे 'इंडिया फ्रॉम कर्झन टू नेहरू ॲन्ड आफ्टर' या पुस्तकात दुर्गादास यांनी पान ३९७ वर नोंदले आहे.

** Pakistan Government pamplet, Indo-Pakistan War, A flash-back.

मार्शल अर्जन सिंह यांचे नाव सदैव इतिहासात जमा राहील. १९६२ साली जेव्हा चव्हाण दिल्लीला आले, तेव्हा वायुसेना प्रमुख एअर मार्शल अर्देशीर इंजिनीअर हे पारशी गृहस्थ होते आणि एअर व्हाइस मार्शल अर्जन सिंह त्यांचे दुय्यम स्थानावर सहकारी होते. त्यामुळे वायुसेनेच्या बांधणीसाठी जे-जे कार्य झाले, त्यामध्ये अर्जन सिंहाचा वाटा फार मोठा होता. अत्यंत शांत स्वभावाचा उंच, देखणा आणि अगदी मितभाषी, अशा व्यक्तिमत्त्वामुळे अर्जन सिंह एक प्रभावी व्यक्तिमत्त्व आहे. रोजनिशीमध्ये चव्हाणांनी त्यांच्याविषयी लिहिलेले शब्द हे कित्येक वेळी एका कवीने लिहिलेल्या शब्दांसारखे आहेत, असे वाटते. उदा. १२ सप्टेंबरची नोंद : "पेशावरबद्दल हवाईदल प्रमुखांना 'ठीक आहे.' अशी अनुमती दिली. जेव्हा त्यांना (एअर मार्शल अर्जन सिंह) एखाद्या नव्या कामगिरीवर कृतीची परवानगी मिळते, तेव्हा हवाईदल प्रमुख एखाद्या पक्षाप्रमाणे आनंदाने नाचत चालताना वाटतात. खराखुरा लढवय्या शीख, आणि तरीदेखील किती हळुवार मृदू वर्तनाचा."

अर्जन सिंह एकंदर हळुवार मनाचे. प्रसंगी भारतीय विमानांची हानी व्हावयाची, तेव्हा ते निराश असत. सप्टेंबर ५ रोजी भारतीय प्रदेशात खोलवर एक पाकिस्तानी विमान घुसले आणि *पठाणकोट, हलवारा* येथील विमानतळावर बाँब टाकून त्यांनी भारतीय हवाईतळाची जबर हानी केली. त्या गंभीर प्रसंगाची माहिती देण्यास अर्जन सिंह जेव्हा संरक्षणमंत्र्यांना निराशाजनक स्थितीत भेटले, तेव्हा संरक्षणमंत्र्यांनी त्यांच्यावर पूर्ण पाठिंबा निर्देशित करीत त्यांना आक्रमक पवित्रा घेण्यास उत्तेजन दिले आणि सर्व तऱ्हेने त्यांना वेळोवेळी सल्ला दिला.

पुढे वायुसेना प्रमुखांविषयी लिहिले, "एअर मार्शल अर्जन सिंह म्हणजे रत्नासारखा माणूस. शांत प्रकृतीचा, पण मोठा कार्यक्षम आणि भडकून जाणारा नव्हे, पण फार कर्तबगार नेता."

युद्धानंतर २० जानेवारी, १९६६ रोजी चव्हाणांनी वायुसेनानीचा हुद्दा एअर मार्शलवरून एअर-चीफ मार्शल करून अर्जन सिंह आणि हवाई दलाचा सन्मान केला. त्याच दिवशी लिहिलेल्या पत्रात एअर-चीफ मार्शल म्हणतात :

> "हवाईदल प्रमुखाच्या पदाचा दर्जा वाढविल्याबद्दल आणि एअर चीफ मार्शल या वरिष्ठ पातळीवर मला बढती दिल्याबद्दल आभार व्यक्त करण्यासाठी मी हे लिहीत आहे. भारतीय विमानदल आणि व्यक्तिश: माझा हा खरोखर मोठा सन्मान आहे. सर्व प्रसंगी नेहमी आपण कृपाळूपणे माझ्याशी वागलात त्याबद्दल मला मनोमन कृतज्ञता व्यक्त करावीशी वाटते. तुमचे ते शब्द मी कधी विसरणार नाही, 'भूतकाळात

काय घडले त्याची चिंता करू नये, भविष्यकाळ त्यापेक्षा फार महत्त्वाचा आहे.' ६ सप्टेंबर, १९६५ रोजी पठाणकोट येथे घडलेल्या गंभीर दुर्घटनेची माहिती आपणाला मी कळवली तेव्हा आपण मला हे म्हणाला होतात. प्रतिकूल परिस्थितीत शांतपणा ठेवणे आणि धाडसाचे निर्णय घेण्याची कुवत, या दोन्ही गुणांमुळे युद्धाच्या सर्व दिवसांमध्ये मला मोठी स्फूर्ती लाभत गेली.''*

६ सप्टेंबर, १९६५ रोजी पाकिस्तानी वायुदलाने पश्चिम बंगालच्या कुलाई कुंडा या वायुदलाच्या तळावर हल्ला केला होता. तसेच गोहात्ती आणि शिलाँग येथे छत्रीधारी सैनिक उतरले होते. त्यासमयी पंजाब आणि जम्मू युद्ध क्षेत्रावर भारताची परिस्थिती बिकट झाली होती. त्यामुळे पूर्वेकडे युद्ध सुरू होण्याची शक्यता होती. यामुळे भारतीय वायुसेनेने काही कार्यवाही करू नये, असा आदेश चव्हाणांनी दिला होता; परंतु काही गैरसमजुतीमुळे त्यादिवशी भारतीय वायुसेनेने चित्ताकाँग आणि ढाक्का विमानतळावर हल्ला चढवला होता. त्याला उत्तर म्हणून पाकिस्तानी हवाईदलाने परत कुलाई कुंडा, तसेच बगदोरा आणि कलकत्ता विमानतळावर हल्ला करून कित्येक विमाने नष्ट केली होती.

व्हाइस ॲडमिरल सोमण – नौसेना प्रमुख :

१९६५ साली व्हाइस ॲडमिरल व्ही. एस. सोमण नौसेना प्रमुख होते आणि त्यांच्या खाली दुय्यम पदावर एअर ॲडमिरल एस.एम.एस. नंदा होते. युद्ध सुरू होताच हवाईदलाने चव्हाणांनी दिलेल्या आदेशानुसार कारवाया सुरू केल्या होत्या. पण नौसेनेला कोणतेही कार्य दिले नव्हते. त्यामुळे युद्ध होताच भारतीय नौसेनेने पाकिस्तानी नौसेनेविरुद्ध कोणतीही कार्यवाही स्वत:हून करू नये, असा आदेश देण्यात आला होता. पुढे पोरबंदरच्या वर ४० अक्षांश (Latitude) पुढे भारतीय नौसेनेने काही हालचाली करू नयेत, असा आदेश दिला होता. त्यामुळे सोमण आणि नंदा बरेच अस्वस्थ होते. नौसेनेलासुद्धा युद्ध स्वरूपाच्या काही हालचाली करण्यासाठी त्यांनी चव्हाणांना विनंती केली होती. त्यासंबंधी कदाचित एकमत न झाल्यामुळे ११ सप्टेंबरला चव्हाणांनी एस.एम.एस. नंदा समवेत पंतप्रधानांशी चर्चा केल्याची नोंद आहे. त्यात एवढेच म्हटले आहे की, 'आवश्यक ते आदेश त्यांना दिले गेले आहेत.'

---

* वाजपेयी सरकारने त्यांना भारतीय वायुसेनेचे मार्शल (Marshal of the IAF) हे अति उच्चपद प्रदान करून त्यांचा गौरव केला.

एकंदर परिस्थितीची युद्धविषयक तयारी याचे आकलन करून या वेळी नौसेनेने युद्धात पडू नये असे ठरवले होते, असे वाटते.

❖ ❖ ❖

भूसेना प्रमुख, वायुसेना प्रमुख आणि संरक्षणमंत्री यांच्या संबंधाविषयी विस्तृतपणे लिहिण्याचा मुख्य उद्देश यशवंतराव चव्हाण यांनी सेनादलाला दिलेले नेतृत्व आणि सेनाप्रमुखांना दिलेले पाठबळ हे ज्ञात व्हावे, हा आहे. कारण शेवटी युद्धकाळात संरक्षणमंत्र्यांच्या नेतृत्वाची परीक्षा युद्ध क्षेत्रात प्रत्यक्ष जे असतात त्यांच्यावर अवलंबून असते. १९६२च्या युद्धामध्ये राजकीय नेतृत्वाचे ज्या तऱ्हेने सेनेच्या हालचालींमध्ये हस्तक्षेप केला होता आणि सेनेला मानहानी पत्करावी लागली होती, हा हेन्डरसन ब्रुक्स अहवालामधील एक महत्त्वाचा धडा होता. त्यामुळे चव्हाण शिकले होते की, "सैन्याची मांडणी, लढाईचा पवित्रा आणि मोहिमेच्या पातळीवर राजकीय नेतृत्वाने ढवळाढवळ करू नये, हे फार महत्त्वाचे असते." परंतु त्याच वेळेला राजकीय नेतृत्वाने सेनेस वरिष्ठ पातळीवर युद्धाचे मार्गदर्शन करणे मूलगामी स्वरूपाचे आहे, हेही स्पष्ट झाले होते. तसेच नेतृत्व यशवंतराव चव्हाण यांनी १९६५च्या भारत-पाक युद्धात दिले, हे त्यांच्याच रोजनिशीवरून स्पष्ट झाले आहे.

त्यामुळे नेफामधील घोर पराभवातून त्यांनी भारताच्या संरक्षण दलांना परत उभे केले होते आणि १९६५च्या युद्धामध्ये भूसेना आणि वायुसेनेस भारतीय जनतेचा विश्वास आणि आदर परत प्राप्त करून दिला होता.

संरक्षणमंत्री यशवंतराव चव्हाण यांनी राष्ट्राला दिलेले हे सर्वोत्तम योगदान होते.

❖ ❖ ❖

काश्मीर प्रश्न – पुढे काय?

यशवंतराव चव्हाण आजही एक जाणकार आणि वैचारिक नेता म्हणून मानले जातात. त्यांच्या रोजनिशीत शेवटच्या पानावर (२२ सप्टेंबर, १९६५) त्यांनी जे शब्द नोंदले त्यावर त्यांच्या विचारांचे दर्शन होते. त्यांनी लिहिले होते की :

...तर अशी पहिली फेरी पार पडली, दुसरी फेरी कोठे, केव्हा असेल? मला मात्र आतून जाणवते आहे की, जगाच्या या भागातील कटकटींना ही फक्त सुरुवात आहे. आपण आपल्याला मिळणाऱ्या उसंतीचा उपयोग कसा करतो, त्यावर या देशाचे भवितव्य ठरणार आहे. भारताच्या भोवती विळखा

टाकण्याची धोकादायक प्रक्रिया शत्रू राष्ट्रांनी पूर्ण केली असे दिसते. काश्मीर प्रश्नावर संयुक्त राष्ट्र संघटनेतील पुढारी राष्ट्र आणि रशियासुद्धा आपल्या बाजूला नाही. दु:खाची गोष्ट म्हणजे आपण अगदी एकाकी आहोत.

> आपल्या आजवरच्या परराष्ट्र धोरणाचा हा परिणाम. तो प्रश्न (काश्मीर) मुळात राजकीय स्वरूपाचा. अर्थात त्याचे उत्तर राजकीयच हवे, असले पाहिजे.
>
> आपल्या चांगल्या नशिबाने आपण या संघर्षांतून सुखरूप बाहेर आलो. पण आपण हे प्रश्न पुन्हादेखील निव्वळ लष्करी स्वरूपाचे बनवले, तर ती अनिष्टसूचक चूक ठरणार आहे. ज्या राजकीय हकाकीपणात आपण स्वत:स पाहतो आहोत, ते (दुष्टचक्र) मोडून, जलदीने अगदी निराळ्या स्वरूपाची पावले टाकली नाहीत, तर तसेच घडणार आहे.
>
> हा चेंडू राजकारणाच्या प्रांगणात पुन्हा पडत आहे. तिथेच त्याची खरी खेळी. लष्करी वर्तुळात त्याची जागा नाही. दूरदृष्टीने, धैर्याने, आपल्या राजकीय नेतृत्वाला असणारे हे आव्हान आपण स्वीकारून दाखवू, अशी मला आशा आहे.

युद्ध पुकारण्याअगोदर देश आपली उद्दिष्टे स्पष्टपणे मांडीत असतात. पाकिस्तानच्या दृष्टीने असे करणे आवश्यक नव्हते; कारण संघर्षाचा उगम फाळणीच्या वेळीच झाला होता. त्या वेळी जम्मू आणि काश्मीर राज्याच्या विलिनीकरणाच्या वेळी नवीन जन्मलेल्या पाकिस्तानने गनिमी सैन्य पाठवून काश्मीर खोरे बळकाविण्याचा प्रयत्न केला होता. त्याच वेळी राष्ट्र संघासमोर हा प्रश्न मांडण्यास भारताने पुढाकार घेतला होता आणि त्या युद्धाचा अंत १९४७ साली राष्ट्र संघाने दिलेल्या युद्धबंदीच्या आदेशान्वये झाला. हा इतिहासाचा भाग सर्वश्रुत आहे. १९६५ भारत-पाक युद्ध, पाकिस्तानने १९४७ साली काश्मीरसाठी जो संघर्ष सुरू केला त्याचीच एका तऱ्हेने परिणती होती. त्या युद्धाला चव्हाणांनी 'पहिली फेरी' असे म्हटले आहे आणि दुसरी फेरी कोठे? असाही प्रश्न उपस्थित केला.

२२ सप्टेंबर, १९६५ची नोंद चव्हाणांनी त्याच रात्री केली होती आणि साहजिकच त्या दिवशी पंतप्रधानांच्या खोलीत झालेली चर्चा, युद्धबंदीविषयी निर्णय, तसेच आंतरराष्ट्रीय आणि राष्ट्र संघात झालेल्या उलाढाली, हे सर्व त्या वेळी चव्हाणांच्या मनात होते. निष्कर्ष म्हणून त्यांनी भारताच्या भोवती विळखा टाकण्याची धोकादायक प्रक्रिया शत्रू राष्ट्रांनी पूर्ण केली होती असे दिसते, अशा

शब्दांत आपल्या मन:स्थितीचे वर्णन केले होते.

❖ ❖ ❖

पुढे ताश्कंदला जे काही झाले, त्या संदर्भात १२ सप्टेंबर, १९६५ रोजी यशवंतरावांनी केलेल्या नोंदीला महत्त्व आहे. त्या दिवशी मंत्रिमंडळाच्या आणीबाणी समितीने चकमकी थांबवण्यास मान्यता देताना, दोन मुद्द्यांवर स्पष्ट भूमिका घेतली होती. चव्हाणांचे शब्दांत :

१. काश्मीरमध्ये जी नवी ठाणी व्यापली ती सोडणार नाही, कारण – घुसखोरीला प्रतिबंध करावयाला ती आवश्यक आहेत.
२. याच्यापुढे भारताच्यादृष्टीने काश्मीर हा राजकीय पातळीवर वाटाघाटी करावयाचा विषय राहिलेला नाही.

पहिला निर्णय अतिमहत्त्वाचा होता. हाजीपूर फुगवटा-खिंड हस्तगत करणे, हे १९६५ युद्ध कारवाईतील नेत्रदीपक यश होते. त्यामुळे पाकव्याप्त काश्मीर (POK) प्रदेशातील सर्वांत मोठा मुलूख भारतीय लष्करी तुकड्यांनी मुक्त केला होता आणि रक्त सांडून जिंकलेले हाजीपीर आणि किशन गंगा ताश्कंद करारामुळे पाकिस्तानला परत द्यावे लागले.

पुढे काश्मीर प्रश्नावर भारत एकाकी पडला आहे, हे चव्हाणांना दिसले होते आणि त्या अनुषंगाने त्यांनी स्पष्टपणे लिहिले होते की : *आपल्या आजवरच्या परराष्ट्र धोरणाचा हा परिणाम. तो प्रश्न (काश्मीर) मुळात राजकीय स्वरूपाचा अर्थात त्याचे उत्तर राजकीयच हवे, असले पाहिजे.*

हे युद्ध पहिली फेरी होती, असे जर चव्हाणांचे मत होते, तर त्यांनी ताश्कंदमध्ये हाजीपूर-पूंच आणि टिथवाल येथून सैन्य माघारी घेण्यास का संमती दिली, हा प्रश्न निर्माण होतो. लेखकाने जेव्हा तो प्रश्न विचारला तेव्हा चव्हाणांनी एवढेच सांगितले की, ताश्कंदमधील चर्चेत निर्माण झालेली कोंडी फोडण्याचा तो एक मार्ग होता. त्यांचेबरोबर असलेले सैन्यातील वरिष्ठ अधिकारी, विशेषत: लेफ्टनंट जनरल कुमार मंगलम यांनी तशी मान्यता दिली होती, असे चव्हाणांनी सांगितले. परंतु हेही खरे की, जर ताश्कंद बैठक अयशस्वी झाली तरी चालेल, पण आझाद काश्मीर भागातील रक्त सांडून कब्जा केलेला प्रदेश कोणत्याही परिस्थितीत परत केला जाणार नाही, अशी भूमिका जर लालबहादूर शास्त्री यांनी घेतली असती, तर बरे झाले असते, असा विचार चव्हाणांनी प्रकट केला. परंतु ताश्कंद बैठकीतून काहीतरी निष्पन्न झाले पाहिजे

अशी पंतप्रधानांची भूमिका, तसेच रशियाचे पंतप्रधान कॉसिजन यांनी ती बैठक यशस्वी होण्यास केलेली शिष्टाई आणि पाकिस्तानचे राष्ट्राध्यक्ष यांनी दाखविलेली नरमाई यामुळे ते सर्व कबूल करावे लागले होते. दुर्दैवाने लालबहादूर शास्त्री कॉसिजनच्या दबावाला बळी पडले आणि ५ ऑगस्ट, १९६५ला जशी सैन्ये होती, तशी माघारी घेण्यास त्यांनी मान्यता दिली.

थोडक्यात युद्धात जे काही जिंकले होते, ते आपण ताश्कंदला हरवले आणि राजकीय पातळीवर काश्मीरचा प्रश्न वाटाघाटींसाठी खुला राहिला.

१९६५चे भारत-पाक युद्ध स्वातंत्र्याच्या एका तपानंतर झाले होते. तद्नंतर दुसरे युद्ध १९७१ साली झाले. त्यामुळे बांगलादेशाची निर्मिती झाली. दोन्ही युद्धांची परिणती एक ताश्कंदला, तर दुसरी सिमल्याला झाली त्यात एक साम्य होते. ते म्हणजे दोन्ही वेळा भारतीय पंतप्रधानांनी संयमाची, समझोत्याची आणि विश्वासाची भूमिका घेतली. त्याचाच परिणाम म्हणजे भारत-पाक सेनेचा वाद आजही ताजा आहे. पाकिस्तानने गनिमी आणि अतिरेकी आक्रमण चालू ठेवले आहे, ते २००२मध्ये झालेल्या कारगिल युद्धामध्ये परत दिसून आले.

काश्मीरचा प्रश्न राजकीय आहे, हे सर्वमान्य आहे आणि आजही त्या विषयाच्या आवतीभोवती दोन्ही देशात चर्चा चालू आहे. कित्येक वर्षे ही चर्चा चालू राहील, असे यशवंतराव चव्हाणांना वाटत होते, हे त्यांनी केलेल्या नोंदीवरून स्पष्ट झाले. त्यांचे हे म्हणणे खरे ठरले आहे.

■

५६

संरक्षणमंत्री आणि पंतप्रधान

पंडित जवाहरलाल नेहरू हे विद्यार्थीदशेपासून यशवंतराव चव्हाण यांचे दैवत होते. 'कृष्णाकाठ'मध्ये यशवंतरावांनी यासंबंधी बरेच काही लिहिले आहे.

१९४६ साली यशवंतराव सक्रिय राजकारणात सामील झाले. त्यानंतर १९५६च्या दशकात पंतप्रधान जवाहरलाल नेहरू यांच्याशी त्यांचा वैयक्तिक असा संबंध आला नाही. परंतु द्विभाषिक राज्य निर्माण व्हावयाच्या अगोदर पंतप्रधान तसेच अनेक ज्येष्ठ नेत्यांबरोबर भेटण्याची आणि बोलण्याची त्यांना संधी मिळाली आणि द्विभाषिक राज्याचा मुख्यमंत्री होताच त्यांची जवाहरलाल नेहरू यांच्याशी दृढ संबंधाला सुरुवात झाली. ती पुढे कशी वृद्धिंगत झाली. याविषयी यशवंतरावांनी बरेच काही लिहिले आहे. पण एक मंत्री आणि पंतप्रधान हे नाते २१ नोव्हेंबर, १९६२ रोजी जेव्हा त्यांनी संरक्षणमंत्री म्हणून शपथ घेतली, त्या दिवशी निर्माण झाले. त्या विषयावर मी 'वादळ माथा'मध्ये बरेच काही लिहिले आहे. काही वेळा वादळी, तर काही वेळा प्रेमळ आणि शेवटी अत्यंत परस्परविश्वासाचे नाते त्यांनी पंडितजींबरोबर स्थापित केले.

भारताच्या संविधानात आणि कार्यप्रणालीत पंतप्रधानपदाला एक अनन्यसाधारण महत्त्व आहे. पंतप्रधानांचा विश्वास असेल, तोपर्यंत कोणताही मंत्री मंत्रीमंडळात राहू शकतो. त्यामुळे पंतप्रधान आणि मंत्री यांचे वैयक्तिक संबंध आदर आणि विश्वासपूर्ण असावे लागतात. पंतप्रधान जवाहरलाल नेहरू यांच्या मृत्यूनंतर चव्हाण आणि पंतप्रधान शास्त्री यांचे संबंध अशा स्वरूपात वृद्धिंगत झाले होते.

यशवंतराव चव्हाण महाराष्ट्रातील राजकारणात पुढे सरकत होते, तेव्हा लालबहादूर शास्त्री लखनऊमध्ये उत्तरप्रदेशचे मुख्यमंत्री होते. त्या वेळी त्यांच्या भेटीगाठी मुख्यत: काँग्रेस पक्षाच्या बैठकीत होत असत. उत्तरप्रदेशचे ज्येष्ठ नेते पंडित गोविंद वल्लभ पंत भारताचे त्या वेळचे गृहमंत्री होते. त्यामुळे साहजिकच कामानिमित्त, तसेच राजकीय कारणास्तव यशवंतरावांचा संबंध मंत्र्यांबरोबर होता. पंडित गोविंद वल्लभ पंतांच्या निधनानंतर लालबहादूर शास्त्री गृहमंत्रीपदावर केंद्रात आले. संरक्षणमंत्री

आणि गृहमंत्री यांच्या बऱ्याच कामांमध्ये परस्परसंबंध असल्यामुळे त्यांच्या नेहमी गाठीभेटी होत असत. तेव्हा चव्हाण यांच्या लक्षात आले की, लालबहादूर शास्त्री कमी पण स्पष्टपणे बोलत. त्याच वेळी आपल्या मनातील सर्व काही ते बाहेर आणत नसत. या हात राखून बोलण्याच्या स्वभावामुळे दोघांमुळे फार जवळचे संबंध निर्माण होऊ शकले नाहीत. या सर्वाला प्रस्तुत लेखक साक्षीदार होता.

त्यांची शास्त्रीजींशी पहिली भेट १९४८मध्ये झाली. त्या वेळेला लालबहादूर शास्त्री पंतप्रधानांचे 'पार्लमेंटरी सेक्रेटरी' होते. यशवंतराव चव्हाण मुंबई राज्यात मंत्री झाल्यावर दिल्लीत त्यांची भेट नेहरूंच्या निवासस्थानी झाली. त्या प्रसंगाचे वर्णन यशवंतराव चव्हाण यांनी खालील शब्दांत केले आहे –

"नेहरूंच्या बंगल्याच्या हिरवळीवर चहापानासाठी आम्ही जमलो होतो. त्या वेळी एका बाजूला पंडित गोविंद वल्लभ पंत आणि शास्त्रीजी हिरवळीवर फेऱ्या घालीत बोलत होते, इतक्यात पंडितजी आले, त्या दोघांकडे पाहून जवळ असणाऱ्या आम्हा सर्वांना बोलावून म्हणाले,

"डू यू सी दॅट लाँग ॲन्ड शॉर्ट ऑफ यु.पी.?"

तद्नंतरची भेट शास्त्रीजी केंद्रीय रेल्वेमंत्री असताना झाली. त्या दिवशी यशवंतरावजी लिहितात :

"१९५८ साल असावे. द्वैभाषिक मुंबई राज्य स्थापन होऊन दोन वर्षे होऊन गेली होती. शास्त्रीजी नेहरूंच्या विश्वासातले. तेव्हा माझ्या मनात आले की, शास्त्रीजींची संयुक्त महाराष्ट्रासंबंधीची मते अजमावून पाहावीत.

मी त्यांना सरळ विचारले, "ह्या द्वैभाषिकाच्या प्रयोगासंबंधी आपल्याला काय वाटतं?"

तेव्हा शास्त्रीजींनी स्पष्टपणे सांगितले, "ते मला कधीच पसंत नव्हतं. ते टिकणार नाही, असं मला वाटतं."

शास्त्रीजींचे हे मत माझ्यादृष्टीने महत्त्वाचे होते.

शास्त्रीजींची खरी जवळीक यशवंतरावजी दिल्लीला गेल्यानंतर शास्त्रीजी गृहमंत्री आणि चव्हाण संरक्षणमंत्री असताना झाली. एका तऱ्हेने त्यांची सुरुवात काही गैरसमजातून झाली आणि कित्येक वेळी संशयाच्या वातावरणात राहिली. परंतु तीन वर्षांच्या कारकिर्दीनंतर त्यांना लालबहादूर शास्त्री यांची खरीखुरी ओळख झाली. आणि ते पंतप्रधान झाल्यानंतर यशवंतरावांचा त्यांच्याशी जवळचा संबंध होत गेला.

चव्हाण आणि शास्त्रीजी यांचे संबंध पाकच्या युद्धानंतर खरोखरी [illegible] ते दोघे एकमेकांशी मनमोकळेपणाने बोलू लागले आणि या संबंधाविषयी चव्हाणांनी 'ऋणानुबंध' यात लिहिले आहे, 'शास्त्रीजींशी केलेल्या विचारविनिमयातून त्यांची संरक्षणविषयक मते वास्तव आहेत, देशाच्या हितासाठी धोका पत्करण्याची त्यांची

मानसिक तयारी आहे आणि त्याला लागणारी कणखर मनोवृत्ती त्यांच्याजवळ आहे. याचा अनुभव मला येऊ लागला. विचारांची देवाणघेवाण मोकळेपणाने होऊ लागली. स्वाभाविकच मी त्यामुळे निश्चिंतही झालो आणि समाधानही वाटले. कारण वेळ फार आणीबाणीची आली होती. संरक्षणमंत्री या नात्याने देशाच्या जीवनावर दूरगामी परिणाम करणारे निर्णय घेण्याचे ते दिवस होते. अशा वेळी आपल्यावर पंतप्रधानांचा संपूर्ण विश्वास असणे, ही त्या वेळची माझी गरज होती.'

संघर्षाच्या काळात चव्हाण आणि शास्त्रीजी फार जवळ आले. दोघांमध्ये परस्परविश्वास किती होता, याविषयी यशवंतराव चव्हाणांनी एक आठवण त्यांच्या लेखात सांगितली आहे. ''काश्मीर आघाडीवर परिस्थिती गंभीर झाली होती. मी सचिवालयातील माझ्या कचेरीत होतो. तिथे हवाईसेना आणि भूसेना यांचे अधिकारी माझ्याकडे घाईने आले आणि त्यांनी सांगितले, 'प्रसंग बाका आहे. शत्रू पुढे सरकतो आहे. त्याचा वेगही काळजी उत्पन्न करणारा आहे. आता त्याला अटकाव करण्याचा मार्ग एकच आहे आणि तो म्हणजे विमानातून बाँबफेक सुरू करणे. त्यासाठी आपली आणि पंतप्रधानांची संमती हवी आहे.'

''ती वेळ संध्याकाळची होती. सेनापतींना माझा निर्णय अक्षरशः पाच-दहा मिनिटांत हवा होता. क्षणभर विचार केला. निर्णय घेणे तर आवश्यक होते. पंतप्रधानांची भेट घेऊन चर्चा करून सर्व करावयाचे म्हणजे त्यात अर्धा तास तरी गेला असता. तेवढाही वेळ नव्हता. शेवटी विचार केला आणि सेनापतींना सांगितले, 'गो अहेड! (Go ahead)'.''

''हा आदेश देऊन झाल्यानंतर काही वेळाने शास्त्रीजींना भेटायला गेलो. त्याच दिवशी सकाळी परिस्थिती बिकट आहे, हे मी त्यांना सांगितले होते. संध्याकाळी गेलो तेव्हा मी म्हटले, 'काश्मीर आघाडीवर परिस्थिती अधिकच गंभीर झाली आहे. मी आपल्या हवाईसेनेला बाँब-हल्ल्याचा हुकूम दिला आहे'. हे सांगितले आणि शास्त्रीजींची प्रतिक्रिया पाहू लागलो. एकच वाक्य त्यांनी उच्चारले. ते म्हणाले, 'अच्छा किया.' मला अर्थातच फार बरे वाटले – मनावरचे मोठे ओझेही हलके झाले. कारण एक फार महत्त्वाचा निर्णय घेतला होता. त्यानंतर मंत्रीमंडळाच्या समितीची बैठक घेऊन शास्त्रीजींनी त्यांची संमती मिळविली.''

इतिहासाला तळटीप म्हणून सांगायचे तर, युद्धानंतर प्रतिहल्ले चढविण्याचे आदेश पंतप्रधानांनी स्वतः निःशंकपणे आणि न डगमगता दिले, अशा बातम्या प्रचलित केल्या होत्या. वास्तविक १ सप्टेंबर, १९६५ रोजी काय आणि कसे घडले, ते चव्हाणांनी आपल्या नोंदीत स्वहस्ताक्षराने नोंदले आहे आणि तेच त्यांनी वरीलप्रमाणे उद्‌धृत केले आहे. त्या दिवशी लालबहादूर शास्त्री यांनी हवाईहल्ल्याचा

हुकूम दिला होता, अशा प्रसृत झालेल्या वार्तांचा चव्हाणांनी आपल्या जीवनकाळात कधीही प्रतिवाद केला नाही. हे सर्व चव्हाण आणि लालबहादूर शास्त्री यांचे आदरपूर्ण, तसेच विश्वासयुक्त संबंधाचे द्योतक आहे.

युद्धात शास्त्रीजींचे आणि त्यांचे संबंध कसे वृद्धिंगत झाले, याविषयी त्यांनी म्हटले आहे की, 'या सर्व युद्धकाळात शास्त्रीजींचे जे मला दर्शन घडले, ते खरोखर अविस्मरणीय आहे. युद्धात नेहमीच चढ-उतार होतात. परिस्थिती क्षणाक्षणात बदलते. पण युद्धनेत्याला आपले मन खंबीर ठेवावे लागते. शास्त्रीजींनी हा खंबीरपणा, हे मनोधैर्य या सर्व काळात दाखविले. मनाशी त्यांनी पक्के ठरविले होते की, हा प्रसंग लेचेपेचे धोरण ठेवण्याचा नाही. प्रतिटोला हाणण्याची तयारी ठेवण्याचा आहे. त्यांचे हे मन आम्ही रोजच्या चर्चेतून पाहत होतो. त्यामुळे अनेक निर्णय घेणे सोपे गेले. पार्लमेंटला धीर आला. जनतेलाही हा खंबीरपणाचा प्रत्यय आला, तो लाहोरच्या दिशेने आपले सैन्य घुसले, तेव्हा शास्त्रीजींनी जनतेला आकाशवाणीवरून आवाहन केले. त्यांचे ते भाषण, त्यांचे ते 'कम व्हॉट मे' हे शब्द म्हणजे त्यांच्या दृढनिर्धाराची, भारताच्या अशरणवृत्तीची ऋचा होती. त्या काळी त्यांच्या शब्दांना धार आली होती. युद्धमान भारताची ती प्रतिमा आणि भारतीयांना लाभलेले शास्त्रीजींचे त्या काळातील खंबीर नेतृत्व हे आपल्या आधुनिक इतिहासाचे एक सोनेरी पान आहे.

युद्ध थांबले आणि ताश्कंदच्या वाटाघाटींची तयारी सुरू झाली. शास्त्रीजींच्या कर्तृत्वाची वेगळी कसोटी आता लागणार होती. तेथेही शास्त्रीजी पूर्वीइतकेच खंबीर राहिले. वाटाघाटींचा प्रश्न परराष्ट्र खात्याच्या कक्षेतला. पण तरीही शास्त्रीजींनी मला बरोबर नेले. त्यातही त्यांची माझ्याविषयी आपुलकी दिसली, विश्वास दिसला. ताश्कंदला रात्रं-दिवस चर्चा होई. एक वेगळेच पर्व सुरू झाले होते. शास्त्रीजींचे पुन्हा वेगळे दर्शन मला त्या वेळी घडले. खंबीरपणाने, पण सौम्य शब्दांत ते आपला मुद्दा मांडत!

दिवस जात होते. तारीख १० जानेवारी, १९६६ची गोष्ट आहे. रात्री थाटाचा स्वागत-समारंभ झाला होता. लोकनृत्य-संगीताच्या स्वरांनी वातावरण भारले होते. तो कार्यक्रम संपला; शास्त्रीजी परत जावयास निघाले. बाहेर कडाक्याची थंडी होती. धुक्यामुळे सारे धूसर दिसत होते. शास्त्रीजी आपल्या मोटारीकडे जात असताना मला त्या धूसर प्रकाशात दिसले, तेच त्यांचे शेवटचे दर्शन. त्यांची ती मूर्ती मनश्चक्षूंनी मी नेहमी पाहतो. त्यांना त्या वेळी पाहताना कल्पनाही नव्हती की, हा मनुष्य आपणास पुन्हा भेटणार नाही.

शास्त्रीजी गेले आणि मला वाटले, एका फार गोड्या नेत्याला हा देश मुकला. शास्त्रीजींचे हे मोठेपण अनेकरूपी होते. ते कुशल संघटक होते. त्यांच्यावर काँग्रेस संघटनेतील अनेक समस्या सोडविण्याचे काम सोपविले जाई. शास्त्रीजी अवघड वाटणाऱ्या समस्या आपल्या रेशमी स्पर्शाने आणि मुलायम वागणुकीने सहज

सोडवीत. माणसाचे मन जिंकण्याचे, ते उकलण्याचे त्यांच्याजवळ अपूर्व कौशल्य होते. तडजोडीचा मार्ग सुचवून, ती घडवून आणण्याचे कसब त्यांना साधले होते.

माणसांचा गराडा त्यांच्याभोवती सदैव असे. तासन्तास कार्यकर्त्यांशी बोलणे त्यांना जमे. त्यांच्या अडचणी, त्यांचे प्रश्न ते न कंटाळता समजावून घेत. त्यामुळे शास्त्रीजी कार्यकर्त्यांना नेहमीच प्रिय असत. इतक्या मोठ्यापदावर राहूनही सामान्य कार्यकर्त्याला भेटणे, हे नेहमीच त्यांना आवश्यक वाटे. सहकारी मंत्र्यांशीही ते असेच वागत. त्यांच्यावर एखादे काम सोपवले की, त्यावर पूर्ण विश्वास टाकत. त्यांना हवे ते अधिकार देत. त्यांच्या या उमदेपणाने, मोकळेपणाने कामाला हुरूप येई. माझ्यासारख्या दरबारी वृत्ती नसलेल्या माणसालाही काम करणे सोयीचे होई.

पंतप्रधान म्हणून त्यांच्याशी आलेल्या संबंधामुळे मला जे शास्त्रीजी दिसले, ते असे होते. त्यांचा माणुसकीचा गहिवर दिसला. त्यांचे खंबीर मन दिसले. पोलादीवृत्ती अनुभवली. अंत:करणाचा पीळ पाहिला.

आता कधी सुगंधाने मन भरावे, कधी स्नेहाने ते आर्द्र व्हावे, कधी त्यांच्या सहवासाच्या आठवणींनी उमाळा यावा, अशी ही शास्त्रीजींची मला होणारी आठवण आहे. मी ती जपून ठेवतो – अत्तराच्या कुपीसारखी!’

■

उर्वर्ध

१९६५चे भारत-पाक युद्ध झाल्यानंतर वाणिज्य मंत्रालयात मी परत दाखल झालो. तद्नंतर यशवंतरावजींच्या बरोबर परत काम करण्याची संधी मिळाली नाही. त्याचे मुख्य कारण म्हणजे मी आंतरराष्ट्रीय क्षेत्रात पदार्पण केले आणि तेथे जवळजवळ १२ वर्षे काम केले. त्या काळात त्यांच्याबरोबर माझे सहकारी शरद केळकर, शरद उपासनी, माधव गोडबोले आणि शरद काळे यांनी खाजगी सचिव म्हणून काम केले. हे सर्व हुशार आणि प्रामाणिक अधिकारी. पुढे त्यातील प्रत्येक जण निरनिराळ्या क्षेत्रात चमकला. दुर्दैवाने शरद केळकर पन्नाशीच्या आसपास दिवंगत झाले. ते महाराष्ट्राचे मुख्य सचिव झाले असते, यात शंका नाही.

१९६५ ते १९७७मध्ये मी जेव्हा कामानिमित्त भारतात येत असे, तेव्हा यशवंतराव चव्हाणांना भेटत असे. ते ही परदेशी जाताना आणि परत येताना मला भेटण्यासाठी बोलावत. आणीबाणीच्या काळी बोलून मन हलके करण्यासाठी ते मुद्दाम जीनिव्हाला येत किंवा मला लंडनला बोलावीत. तिथे माझा मुलगा राजीव लंडन स्कूल ऑफ इकॉनॉमिक्समध्ये शिकत होता. त्याला मुद्दाम बोलावून एक कुटुंबप्रमुख म्हणून त्याची चौकशी करीत. मी त्यांचा निरोप असा केव्हाच घेतला नव्हता. माझ्या आयुष्याचा प्रवाह जो त्यांच्या जीवनात एकजीव झाला होता, तो बाजूला काढून मी माझी वाटचाल करीत होतो. नेहमी मनाने त्यांच्या सान्निध्यात राहून त्यांची वाटचाल पाहत होतो. जेव्हा त्यांना वाटेल, तेव्हा बोलावीत असत. मनमोकळे बोलत आणि ऐकत असत.

मीही माझ्या परीने काय योग्य आणि काय अयोग्य, ते सांगत असे. माझे म्हणणे ऐकून घेत. माझा सल्ला नेहमी मानला, असेही नाही. केव्हा-केव्हा तर उलट करत. एकच उदाहरण द्यावयाचे, तर मी त्यांना गळ घातली की, चरणसिंग सरकारात मंत्रिपद स्वीकारू नका, पण.... त्यांचे ते सदैव तरतरीत आणि मनमोकळे हास्य ताजे आहे. तशाच आमची कित्येक संभाषणे.

त्याविषयी पुढे केव्हातरी...!

■